நண்ப [illegible]
வெற்றி கொ[illegible]வதும்
மற்றவர்களைக்
கவர்ந்திழுப்பதும்
எப்படி

Tamil translation of
the International bestseller
How to Win Friends & Influence People

டேல் கார்னகி

தமிழாக்கம்: சே. அப்துல் லத்தீப் (நீரை. அத்திப்பூ)

FiNGERPRINT!

Reprint 2022

FiNGERPRINT! TAMIL

An imprint of Prakash Books India Pvt. Ltd.

113/A, Darya Ganj,
New Delhi-110 002
Tel: (011) 2324 7062 – 65, Fax: (011) 2324 6975
Email: info@prakashbooks.com/sales@prakashbooks.com

Tamil translation done in association with Mysticswrite Private Limited

facebook www.facebook.com/fingerprintpublishing
twitter www.twitter.com/FingerprintP
www.fingerprintpublishing.com

ISBN: 978 93 8905 395 1

Processed & printed in India

ஓர் அமெரிக்க எழுத்தாளராகவும், விரிவுரையாளராகவும், சுயமுன்னேற்றம், விற்பனைத்திறமை, பெரிய தொழில் நிறுவனத்தினருக்குப் பயிற்சி அளித்தல், தனிப்பட்டோர் தனித்திறன் ஆளுமை ஆகிவற்றுக்கான பாடத்திட்டங்களை உருவாக்குபவராகவும் என்று பலவித அசாத்தியத் திறமைகள் கொண்ட டேல் கார்னகி ஒரு ஏழை விவசாயியின் மகன். இவர் ஜேம்ஸ் வில்லியம் கார்னகி - அமன்டா எலிசபெத் ஹார்பிசன் தம்பதியரின் இரண்டாவது மகன் ஆவார். அவர் 1888ம் ஆண்டு மேரிவில், மிஸௌரியில் பிறந்தார். தன்னுடைய இளமை வயதில் அதிகாலை நான்கு மணிக்கே எழுந்து பசுமாடுகளில் பால்கறக்கும் வேலையைச் செய்தபோதிலும் கூட, அவர் வாரன்ஸ்பர்கிலுள்ள ஸ்டேட் டீச்சர்ஸ் கல்லூரியில் கல்வி பெறுவதில் மிகவும் ஆர்வத்துடன் சமாளித்து வந்தார். பண்ணையாளர்களுக்கு அஞ்சல்வழிக் கல்விப் பாடங்களை விற்பதுதான் கல்லூரிப் படிப்பை முடித்தபின் அவர் செய்த முதல் வேலை. அதன்பிறகு பன்றி இறைச்சி, சோப்பு, ஆர்மர் - கம்பெனிக்காக பன்றிக் கொழுப்பு ஆகியவற்றை விற்பனை செய்வதில் ஈடுபட்டார்.

ஐநூறு டாலர்கள் சம்பாதித்துச் சேர்த்தபிறகு, தன்னுடைய வாழ்நாள்கனவான சடாக்குவிற்கு விரிவுரையாளராகும் விருப்பத்தைத் தொடர்வதற்காக 1911ல் கார்னகி தன் விற்பனை வேலையை விட்டுவிட்டார். ஆனால் அதற்கு பதிலாக அது நியூயார்க்கில் உள்ள நாடகக் கலைகளுக்கான அமெரிகன் அகாடமியில் சேர்வதில் முடிந்தது. சிறிதளவுக்கே ஒரு நடிகர் என்ற அளவில் வெற்றி கிடைத்ததோடு, வேலை இல்லாத நிலையிலும் ஏறக்குறைய பணமின்மையால், அவர் நியூயார்க் திரும்பினார். கிருத்தவ இளைஞர் சங்க வளாகத்தில் வசித்தபோது, மேடைப்பேச்சு கற்றுக்கொடுக்கும் யோசனை அவருக்குத் தோன்றியது. அவருடைய முதன்முதலான வகுப்பில் போதிய பாடப்பகுதிகள் இல்லாமல் போய் விட்டது. அவர் தனது மாணவர்களுக்கு 'அவர்களுக்கு கோபமூட்டும் சிலவற்றை'ப் பற்றிப் பேசுமாறு ஆலோசனை கூறியபோது, அந்த யுக்தி அவர்களைப் பொதுப்பார்வையாளர்களுக்கு மத்தியில் அச்சமின்றி பேசுவதற்கு உதவுகிறது என்பதைக் கண்டறிந்தார். இந்த விதத்தில்தான் 1912ல் அவர் டேல் கார்னகி

பயிற்சிப் பாடத்திட்டத்தை உருவாக்கினார். 1914 ஆம் ஆண்டு வாக்கில், அதிகமான தன்னம்பிக்கை பெறவேண்டும் என்ற சராசரி அமெரிக்கர்களின் விருப்பத்தைக் கண்டுணர்ந்து கொண்டு முயற்சித்ததன் விளைவாக வாரத்திற்கு ஐநூறு டாலர்கள் அளவிற்கு கார்னகி சம்பாதித்துக் கொண்டிருந்தார். 1916ஆம் ஆண்டு ஒரு நிரம்பி வழிந்த விரிவுரைக்கு கார்னகி அரங்கத்தை வாடகைக்கு எடுக்க முடிந்தது.

பப்ளிக் ஸ்பீக்கிங்: எ பிராக்டிகல் கோர்ஸ் ஃபார் பிசினஸ்மேன் (பொதுமேடைப்பேச்சு: வணிகர்களுக்கான ஒரு செயல்முறை பயிற்சிப்பாடம்) (1926) என்பதுதான் கார்னகியின் முதல் எழுத்துத்தொகுதி நூல். பின்னர் இது *பப்ளிக் ஸ்பீக்கிங் அன்ட் இன்ஃப்ளூயன்சிங் மென் இன் பிசினஸ்* (பொதுமேடைப்பேச்சு மற்றும் வணிகர்களைக் கவர்ந்திழுப்பது) (1932) என்று பெயரிடப்பட்டது. *ஹௌ டு வின் ஃப்ரண்ட்ஸ் அன்ட் இன்ஃப்ளூயன்ஸ் பீப்பிள்* (நண்பர்களை வெற்றி கொள்வதும் மற்றவரைக் கவர்ந்திழுப்பதும் எப்படி) நூல் 1936ல் சைமன் அண்ட் ஷூஸ்டரால் வெளியிடப்பட்டபோது, அது உடனடியான அதிக விற்பனை நூலாகி அவரது வெற்றிச் சாதனையில் மணிமுடியாகத் திகழ்ந்தது. வணிகத்திலும் தனிப்பட்ட வாழ்க்கையிலும் வெற்றியை உருவாக்குவது எப்படி என்பது பற்றி செயல்படுத்தத்தக்க அறிவுரைகளை பெற்றிருந்து, இந்த நான்கு பகுதிகள் நூல் டேல் கார்னகியின் பயிற்சிகளில் ஒரு சிறந்த பாடக்கருவியாகப் பயன்படுத்தப்பட்டது. அது பின்வரும் பகுதிகளை உள்ளடங்கும்:

பகுதி ஒன்று: மக்களைக் கையாள்வதில் உள்ள அடிப்படை உத்திகள்
பகுதி இரண்டு: மக்கள் உங்களை விரும்பச் செய்வதற்கான ஆறு வழிகள்
பகுதி மூன்று: உங்கள் சிந்தனை வழிமுறைக்கேற்ப மக்களை எப்படி வெற்றி கொள்வது
பகுதி நான்கு: ஒரு தலைவராய் இருங்கள்: புண்படுத்தாமலும் சீற்றமடையாமலும் மக்களை எப்படி மாற்றுவது.

கார்னகி மறைந்தபோது, இந்த நூல் முப்பத்து ஒன்று மொழிகளில் ஐந்து மில்லியன் பிரதிகள் விற்பனை ஆகியிருந்தது.

கார்னகி முதலாம் உலகப்போரின்போது அமெரிக்க இராணுவத்தில் பணியாற்றினார். 1931ல் அவருடைய முதல் திருமணம் விவாகரத்தில் முடிந்தது. 1944ல் அவர் டோரோத்தி பிரிஸ் வான்டர்பூல் என்பவரை திருமணம் செய்து கொண்டார். 1955ல் நியூயார்க், ஃபாரஸ்ட் ஹில்ஸ் இல்லத்தில் தன்னுடைய அறுபத்து ஆறாவது வயதில் கார்னகி காலமானார். மிஸௌரியின் காஸ் கண்ட்ரி பெல்ட்டன் கல்லறைத் தோட்டத்தில் அவர் நல்லடக்கம் செய்யப்பட்டார்.

உலக அளவில் அதிக நூல்பிரதிகள் விற்பனை
நூலாசிரியரான டேல் கார்னகி, தன்னுடைய ஆர்வத்தைத்
தூண்டுகின்ற, உரையாடல் பாணியிலான
எழுத்து நடைச்சிறப்பால், மனத்தின் பிடிப்பு
உளைச்சல்களை விட்டு விலகி, உங்கள் வாழ்க்கையை
மிகுந்த வெற்றிகரமானதாக்குவதற்கான செயல்முறை
அறிவுரைகளையும் உத்திகளையும் வழங்குகிறார்.

'கிளாசிக்'

தி டைம்ஸ்

'... இந்த உலகத்தையே தாங்கி நிற்கும் தூண்களாக
உள்ள ஒரு தன் முன்னேற்ற வழிமுறை
உருவாக்கத்திற்கு வழிவகுத்துள்ளார்'

டெய்லி எக்ஸ்பிரஸ்

இந்த நூல் இதைப் படிப்பதற்குத் தேவையே இல்லாத
ஒருவருக்குக் காணிக்கையாக்கப்படுகிறது:
என்னுடைய மனமகிழ் நண்பர் ஹோமர் க்ராய்

எட்டு விஷயங்களை நீங்கள் சாதிப்பதற்கு இந்த நூல் உதவி செய்யும்

மனத்தின் அழுத்தப்பிடிப்பை நீக்குவதற்கு, புதிய எண்ணங்களை ஏற்பதற்கு, புதிய தொலைநோக்கைப் பெறுவதற்கு, புதிய விருப்ப உணர்வுகளை கண்டு கொள்வதற்கு.

விரைவாகவும் எளிதாகவும் நண்பர்களைப் பெறுவதற்கு.

உங்கள் பிரபலத்தை அதிகப்படுத்திக் கொள்வதற்கு.

உங்கள் சிந்தனை வழிமுறைக்கு ஏற்ப மக்களை வெற்றி கொள்வதற்கு.

உங்கள் மேலாதிக்கத்தை, உங்கள் தனித்த மதிப்பை, செயல்களை செய்து முடிப்பதற்கான உங்கள் தனித்திறமை ஆகியவற்றைப் பெருக்கிக் கொள்வதற்கு.

புகார்களை எளிதாகக் கையாள்வதற்கு, வீண்விவாதங்களைத் தவிர்ப்பதற்கு, மக்கள் தொடர்பை இலகுவாகவும் இனிமையாகவும் கட்டிக்காப்பதற்கு,

மிகச்சிறந்த பேச்சாளராக, மிகவும் மகிழ்ச்சிமிக்க ஒரு உரையாடல்கலை வல்லுநராக உருவாவதற்கு.

உங்கள் கூட்டுறவாளர்களிடையே உற்சாகத்தை பொங்கியெழச் செய்வதற்கு.

முப்பத்து ஆறு மொழிகளில் பத்து மில்லியனுக்கு மேற்பட்ட வாசகர்களுக்கு இவற்றையெல்லாம் இந்த நூல் செய்துவந்துள்ளது.

உள்ளே

பகுதி நான்கு

முன்னுரை

ஹௌ டு வின் ஃப்ரன்ட்ஸ் அன்ட் இன்ஃப்ளுயன்ஸ் பீப்பிள் 1937ல் முதன்முதலாக ஐயாயிரம் பிரதிகள் மட்டுமே வெளியிடப்பட்டது. டேல் கார்னகியோ அல்லது வெளியீட்டாளர்களான சைமன் அண்ட் ஷுஸ்டரோ இந்த சாதாரணமான விற்பனைக்கு மேல் எதிர்பார்க்கவில்லை. அவர்களுக்கு வியப்பூட்டும் வகையில் இந்த நூல் ஒரே இரவு உணர்ச்சிப்பெருக்காக அமைந்தது. வளர்ந்து கொண்டிருந்த மக்களின் ஆர்வத்தேவையைப் பூர்த்தி செய்வதற்கு ஒரு பதிப்பிற்குப்பின் ஒவ்வொன்றாக அச்சுப்பணிகள் தொடர்ந்து கொண்டிருந்தன. *ஹௌ டு வின் ஃப்ரன்ட்ஸ் அன்ட் இன்ஃப்ளுயன்ஸ் பீப்பிள்* புத்தக வெளியீட்டு வரலாற்றில் உலக அளவில் எப்பொழுதுமான அதிக விற்பனை இடத்தைப் பிடித்துக் கொண்டது. அது ஒரு நரம்பைத் தொட்டு உணர்த்தி மனிதனின் தேவையைப் பூர்த்தி செய்தது. இறுக்கமான நாட்களின்பின் இருந்த அர்த்தமற்ற ஆர்வம் என்ற போக்கினை, ஏறக்குறைய அரை நூற்றாண்டுகள் தாண்டியும் எண்பதுகளில் தொடர்ந்த தொய்வில்லாத விற்பனை வெளிப்படுத்திக் காட்டியது.

ஒரு மில்லியன் டாலரை சம்பாதிப்பது ஆங்கில மொழியில் ஒரு சொற்றொடரை அமைப்பதைவிட எளிதானதாக இருந்தது என்று டேல் கார்னகி சொல்வது வழக்கம். *ஹௌ டு வின் ஃப்ரன்ட்ஸ் அன்ட் இன்ஃப்ளுயன்ஸ் பீப்பிள்* என்பது அத்தகைய ஒரு சொற்றொடராக ஆகி, அரசியல் கார்டூன்கள் முதல் நாவல்கள் வரை மேற்கோளாக எடுத்தாளப்பட்டு, விளக்கம் கூறப்பட்டு, நகைச்சுவையுடன் விமர்சிக்கப்பட்டு உள்ளது. இந்த நூலே அநேகமாக எழுத்து வடிவமாக எல்லோரும் அறிந்த மொழிகளில் மொழிபெயர்க்கப்பட்டுள்ளது. ஒவ்வொரு தலைமுறையும்

அதனைப் புதிதாக உணர்ந்து அவர்கள் காலத்திற்குப் பொருத்தமானதாக இருப்பதைக் கண்டு கொண்டு போற்றுகின்றனர்.

அது நமக்கு ஒரு தர்க்க ரீதியான கேள்வியைக் கொண்டு வருகிறது: தன்னுடைய வலிமைச் சிறப்பையும் உலகளாவிய வரவேற்பையும் நிரூபித்து, தொடர்ந்து நிரூபித்துக்கொண்டும் வருகின்ற ஒரு நூலில் ஏன் மாற்றம் செய்ய வேண்டும்? வெற்றியில் ஏன் மாற்றிக் குளறுபடி செய்ய வேண்டும்?

இதற்கான விடை என்பது; டேல் கார்னகி தன்னுடைய வாழ்நாளிலேயே தன்னுடைய சொந்தப் படைப்பில் தேவையான மாற்றங்களைச் செய்வதில் தயக்கம் காட்டியதில்லை என்பதை நாம் உணரவேண்டும் என்பதாகும். *ஹௌ டு வின் ஃப்ரன்ட்ஸ் அன்ட் இன்ஃப்ளுயன்ஸ் பீப்பிள்* என்ற இந்த நூல், திறமையான பேச்சும் மனித உறவுகளும் என்ற தன்னுடைய பாட வகுப்புகளில் பாடப்புத்தகமாகப் பயன்படுத்துவதற்காக எழுதப்பட்டது. இன்றும் கூட அந்த வகுப்புக்களில் அது பயன்படுத்தப்பட்டு வருகிறது. 1955ல் அவர் காலமாகும்வரையில், அவர் தொடர்ந்து வளர்ச்சி நிலைப் பொதுமக்களின் வளர்ந்து வரும் தேவைகளுக்கு ஏற்ப இந்தப் பாடத்திட்டங்களையே தொடர்ந்து மாற்றியும் மேம்படுத்தியும் வந்தார். இன்றைய வாழ்க்கையின் மாறிவரும் சூழ்நிலைக்கேற்ப இத்தகைய உணர்வு பூர்வமான மாற்றங்களை டேல் கார்னகியைத்தவிர வேறு எவரும் செய்திருக்க முடியாது. அவர் தொடர்ந்து தன்னுடைய கற்பித்தல் முறைகளை மேம்படுத்தியும் பண்படுத்தியும் வந்தார் - திறமையான பேச்சுக்கலை பற்றிய நூலை பலமுறை அன்றன்றைய நிலைக்கு ஏற்பப் புதுப்பித்தார். அவர் இன்னும் நீண்டகாலம் உயிருடன் இருந்திருப்பாரானால், இந்த உலகத்தில் முப்பதுகளிலிருந்து ஏற்பட்ட மாற்றங்களை மிகச்சிறப்பாகப் பிரதிபலிக்கும் வண்ணம் அவரே *ஹௌ டு வின் ஃப்ரன்ட்ஸ் அன்ட் இன்ஃப்ளுயன்ஸ் பீப்பிள்* என்ற நூலில் மாற்றித்திருத்தம் செய்திருப்பார்.

இந்த நூலில் குறிப்பிடப்பட்டுள்ள பிரபலமானவர்களின் பெயர்களில் பலவும் முதல் பதிப்பு வெளியிடப்பட்டபோது மிகவும் தெரிந்தவைகளாக இருந்தன. அவர்களில் பலர் இன்றைய வாசகர்களுக்கு அறியாதவர்களாக இருக்கிறார்கள். ஒரு விக்டோரியன் நாவலில் வரும் சமூகச் சூழ்நிலைகளில் அந்த நாளைக் குறிப்பிட்டிருப்பதுபோல் சில உதாரணங்களும் சொற்றொடர்களும் காணப்படுகின்றன. அந்த அளவுக்கு முக்கியச் செய்திகளும் இந்த நூலின் தாக்கமும் வலுவிழந்து இருக்கிறது.

எனவே, எங்கள் நோக்கம், இந்த நூலின் உள்ளடக்கத்தில் சிதைவு ஏற்பட்டு விடாத வண்ணம், தற்கால வாசகருக்கு ஏற்ப நூலை விளக்கிச் சொல்வதும் கருத்தை வலுவூட்டுவதும்தான் இந்த மாற்றத்தினால் செய்வதாகும். *ஹௌ டு வின் ஃப்ரன்ட்ஸ் அன்ட் இன்ஃப்ளுயன்ஸ் பீப்பிள்* நூலை நாங்கள் ''மாற்றியமைக்காமல்'' அதில் உள்ள சிலபகுதிகளை மட்டுமே நீக்கிவிட்டு சமகாலத்தொடர்பு உதாரணங்களை இணைத்துள்ளோம். துடுக்கானதும் தென்றலாய்த் தவழ்வதுமான கார்னகியின் எழுத்துநடையின் முறையும் முப்பதுகளில் இருந்த மொழிநடையும் அப்படியே மாற்றமின்றி உள்ளது. டேல் கார்னகி அவர் பேசியதுபோலவே ஆர்வமிக்க, பேச்சு வழக்கில் அமைந்த, உரையாடல் முறையிலான முறையில் எழுதியுள்ளார்.

ஆகவே அவரது குரல் எப்போதும் போலவே அதே வேக உணர்வோடு இந்த நூலிலும் அவரது படைப்புகளிலும் ஒலிக்கிறது. ஒவ்வொரு ஆண்டும் உயர்ந்து கொண்டே சென்ற எண்ணிக்கையில் கார்னகி பயிற்சி வகுப்புகளில் பயிற்சி பெற்றவர்கள் உலகம் முழுவதிலும் ஆயிரக்கணக்கில் இருந்து கொண்டிருக்கிறார்கள். மற்றுமுள்ள பல்லாயிரக்கணக்கானோர், *ஹௌ டு வின் ஃப்ரன்ட்ஸ் அன்ட் இன்ஃப்ளுயன்ஸ் பீப்பிள்* நூலை படித்துக்கொண்டும் கற்றுக் கொண்டும் அதில் ஈர்க்கப்பட்டு அதன் கொள்கைகளைத் தங்கள் வாழ்க்கையை உயர்த்திக்கொள்வதற்காகப் பயன்படுத்திக்கொண்டும் இருக்கிறார்கள். அவர்கள் அனைவருக்கும், இனிமைசேர்ப்பதற்கும் புதுமைப் படுத்திக்கொள்வதற்கும் வேண்டிய நல்லுணர்வோடு இந்த சிறிய மாற்றத்தை நாங்கள் வழங்குகிறோம்.

டோரோத்தி கார்னகி
(திருமதி. டேல் கார்னகி)

இந்த நூல் எப்படி எழுதப்பட்டது - ஏன் எழுதப்பட்டது டேல் கார்னகி

இருபதாம் நூற்றாண்டின் முதல் முப்பத்து ஐந்து ஆண்டுகளில், அமெரிக்காவின் நூல் வெளியீட்டாளர்கள் மில்லியனில் ஐந்தில் ஒரு பகுதி அளவில் பல்வேறுபட்ட நூல்களை அச்சிட்டனர். அவற்றுள் பெரும்பாலானவை சுவாரசியம் இல்லாதவைகளாகவும் பொருளாதாரத்தில் தோல்வி கண்டவைகளாகவும் இருந்தன. நான் அவை ''அதிகமானவை'' என்று கூறலாமா? உலகத்தின் மிகப்பெரிய நூல்வெளியீட்டு நிறுவனம் ஒன்றின் தலைவர் தன்னுடைய நிறுவனம் எழுபத்து ஐந்து ஆண்டுகள் பதிப்பு அனுபவத்திற்குப் பிறகும், தான் வெளியிடும் எட்டு நூல்களில் ஏழுநூல்கள் பொருள் இழப்பையே ஏற்படுத்துகின்றன என்று என்னிடம் வருத்தப்பட்டு ஒத்துக்கொண்டார்.

பிறகு, ஏன், மற்றுமொரு நூல் எழுதுவதற்குத் துணிச்சல் இருக்கிறது? மேலும், நான் எழுதியபிறகு, நீங்கள் அதனை ஏன் படிப்பதற்கு ஆர்வம் காட்டுகிறீர்கள்?

இரண்டுமே; அழகான கேள்விகள், நான் அவற்றுக்கு பதில் அளிக்க முயல்கிறேன்.

வணிகம் மற்றும் தொழில்துறை சார்ந்த ஆண்களுக்கும் பெண்களுக்கும் நான் 1912 ஆம் ஆண்டிலிருந்து நியூயார்க்கில் கல்விசார்ந்த வகுப்புக்கள் நடத்தி வருகிறேன். முதலில், நான் பொதுமக்களிடம் பேசும் திறனுக்கான பயிற்சி வகுப்புகளை நடத்தினேன் - அந்தப் பயிற்சி வயது வந்தவர்களை உண்மையான அனுபவத்தைக் கொண்டு அவர்களை தங்களின் அடிப்படைகளைச் சிந்தித்து அதனை மிகுந்த தெளிவோடும் தொய்வில்லாத தன்மையோடும் வணிக நேர்காணல்களிலும் மக்கள் குழுக்கள் முன்பும் எடுத்துரைக்க வடிவமைக்கப்பட்டது.

ஆனால் காலப்போக்கில், இந்த வயது வந்தவர்களுக்கு திறமையுடன் பேசுவதில் பயிற்சி கடுமையாகத் தேவைப்படுகிறது என்பதை கொஞ்சம் கொஞ்சமாக நான் உணர்ந்தேன். அன்றாட வணிக மற்றும் சமூகத் தொடர்புகளில் மக்களிடம் சரியாகச் சமாளிப்பதற்கு வேண்டிய நுண்ணறிவைப் பெறுவதற்கு இன்னும் சிறப்பான பயிற்சி அவர்களுக்குத் தேவைப்பட்டது.

எனக்கும் கூட அத்தகைய கடுமையான பயிற்சி தேவை என்பதை கொஞ்சம் கொஞ்சமாக உணர்ந்தேன். பல ஆண்டுகளைப் பின்னோக்கிப் பார்த்தபோது, எனக்கும் சிறப்பாகச் செய்வதில் குறைபாடும் புரிந்துகொள்ள இயலாமையும் அடிக்கடி இருந்ததை எண்ணி அதிர்ச்சியடைந்தேன். இதைப்போன்ற ஒரு நூல் இருபது ஆண்டுகளுக்கு முன்னரே என்னுடைய கைகளில் இருந்திருந்தால் எப்படி இருந்திருக்கும் என்று விரும்பினேன்! எத்தகையதொரு விலைமதிப்பற்ற வரப்பிரசாதமாக அது அமைந்திருக்கும்.

மக்களைக் கையாள்வதில்தான் உங்களுக்கு ஒருவேளை மிகப்பெரிய பிரச்சனை, குறிப்பாக நீங்கள் வணிகத்துறையில் இருந்தால், எதிர்கொள்ள வேண்டியுள்ளது. ஆம், நீங்கள் குடும்பத் தலைவியாகவோ, கட்டிட வடிவமைப்பாளராகவோ, பொறியாளராகவோ இருந்தாலும் கூட இது உண்மையானதுதான். கற்பித்தலில் மேம்பாட்டுக்கான கார்னகி அறக்கட்டளை சார்பாக சில ஆண்டுகளுக்குமுன் நடத்தப்பட்ட ஆய்வுகள் மிக முக்கியமானதும் குறிப்பிடத்தக்கதுமான உண்மைகளைப் பற்றி ஆய்வு செய்யவில்லை - அது பின்னர் கார்னகி தொழில்நுட்ப நிறுவனத்தால் ஆய்வு செய்யப்பட்ட உண்மையாகும். பொறியியல் போன்ற தொழில் நுட்பத்துறைகளில் ஏறக்குறைய 15 சதவிகித பொருளாதார வெற்றி மட்டுமே ஒருவருடைய தொழில்நுட்ப அறிவால் ஏற்படுகின்றன என்றும் மீதமுள்ள ஏறக்குறைய 85 சதவிகித வெற்றி தனித்துவத்திறமை மற்றும் மக்களைத் தலைமையேற்று நடத்திச் செல்லும் மக்களைக் கையாளும் தனித்திறமையாலும் செயல்திறமையாலும் ஏற்படுகின்றன என்றும் இந்த புலனாய்வுகள் வெளிப்படுத்தின.

பல ஆண்டுகள், ஃபிலடெல்ஃபியாவின் பொறியாளர்கள் சங்கத்தில் பருவகால வகுப்புகள் நடத்தினேன். அமெரிக்க மின்பொறியாளர்கள் நிறுவனத்தின் நியூயார்க் பிரிவிலும்கூட வகுப்புகள் நடத்தினேன். ஒருவேளை ஒட்டுமொத்தமாக ஆயிரத்து ஐந்நூறு பொறியாளர்கள் நான் வகுப்பு நடத்தியதால் தேர்வு பெற்றுள்ளனர். பல ஆண்டுகள் உற்று நோக்கியதாலும்

அனுபவத்தாலும் பொறியியலில் அதிக சம்பளம் வழங்கப்படுபவர்கள் பொறியியலைப் பற்றி மட்டும் அதிகமாகத் தெரிந்தவர்கள் அல்ல என்பதை உணர்ந்து கொண்ட பிறகு அவர்கள் என்னிடம் வந்தார்கள். உதாரணமாக, பொறியியல், கணக்கியல், வடிவமைப்பு அல்லது வேறு எந்த தொழில்முறை திறமைக்கும் குறைவான சம்பளத்தைக்கொடுத்து ஒருவர் ஆட்களை அமர்த்திக்கொள்ள முடியும். ஆனால் தொழில்நுட்பத் திறமையோடு கருத்துக்களை எடுத்துச் சொல்வதற்கும், தலைமைப் பண்பைப் பெற்றிருப்பதற்கும், மக்களிடம் ஆர்வத்தைத் தூண்டிச் செயலாற்றுவதற்கும் உரிய அந்த நபர்தான் - அதிக சம்பாதிக்கும் சக்திக்கு ஏற்கப்படுகிறார்கள்.

செல்வாக்குமிக்க செயல்பாடுகள் நிறைந்திருந்த நாட்களில், ஜான் டி. ராக்பெல்லர், ''சர்க்கரையைப்போலவோ காபியைப் போலவோ மக்களைக் கையாளுகின்ற திறமையும் வாங்கக் கூடிய ஒரு பொருள்தான்'' என்று கூறினார். ''மேலும் நான் இந்த உலகத்தில் வேறு எதனையும் விட அதற்கு அதிகமான தொகை வழங்குவேன்'' என்றும் ஜான் டி கூறினார்.

இந்த உலகத்தில் உள்ள ஒவ்வொரு கல்லூரியும் உலகத்தின் இத்தகைய விலை மதிப்பற்ற பாடத்தைக் கற்பிக்க வேண்டும் என்று நீங்கள் நினைக்கிறீர்கள் அல்லவா? ஆனால் செயல்முறையுடன் கூடிய ஒரு பொது அறிவுடன் வகுப்பை ஒரு இடத்தில் நடத்தியிருந்தாலும் தற்போது நான் எழுதுவது போன்ற வாய்ப்பு விடுபட்டுப் போயிருக்கும்.

வயது வந்த இளைஞர்கள் எதைப் படிக்க விரும்புகிறார்கள் என்பதைக் கண்டுபிடிக்க சிகாகோ பல்கலைக் கழகமும் ஒருங்கிணைந்த கிருத்தவ வாலிபர் சங்கப் பள்ளிகளும் ஒரு கணக்கெடுப்பை நடத்தின.

அந்த கணக்கெடுப்பிற்கு 25,000 டாலர் பணச்செலவும் இரண்டு ஆண்டுகள் காலமும் செலவாயிற்று. கடைசிப் பகுதிக் கணக்கெடுப்பு கன்னெக்டிகட்டின், மெரிடனில் மேற்கொள்ளப்பட்டது. இது ஒரு அமெரிக்க நகரத்திற்கு மாதிரியாகத் தேர்வு செய்யப்பட்டிருந்தது. ஒவ்வொரு வயது வந்தவரும் நேர்காணல் செய்யப்பட்டு அவர்கள் 156 கேள்விகளுக்கு விடையளிக்குமாறு கேட்டுக்கொள்ளப்பட்டார்கள். அவை - ''உங்கள் வணிகம் அல்லது தொழில் என்ன? உங்கள் கல்வித்தகுதி? உங்கள் உபரி நேரத்தை எப்படி செலவிடுகிறீர்கள்? உங்கள் வருமானம் என்ன? உங்கள் பொழுதுபோக்குகள்? உங்கள் அதிகமான விருப்பங்கள்? உங்கள்

பிரச்சனைகள்? நீங்கள் ஆர்வமுடன் படிக்க விரும்பும் பாடங்கள் எவை?'' என்பவையும் இவை போன்றவையாகவும் இருந்தன. வயது வந்தவர்களின் முக்கியமான ஆர்வம் உடல்நலத்திலும் அடுத்த ஆர்வம் மக்கள் மீதும்; அவர்களை புரிந்துகொண்டு கையாள்வது; மக்கள் தங்களை விரும்புமாறு செய்வது; தங்கள் நோக்கத்திற்கு ஏற்ப அவர்களை வெற்றி கொள்வது என்பதில் இருப்பதை இந்த ஆய்வுக் கணக்கெடுப்புகள் வெளிப்படுத்தின.

ஆகவே இந்தக் கணக்கெடுப்பைச் செய்த குழுவினர் மெரிடனில் வயது வந்தவர்களுக்கான இத்தகையதொரு பயிற்சி வகுப்பை நடத்துவதற்கு முடிவெடுத்தனர். அதற்கான ஒரு செயல்முறைப் பாடத்திட்ட நூலுக்காக விடாமுயற்சியுடன் தேடினர் - ஒன்றும் கிடைக்கவில்லை. இறுதியாக அந்த வயதுவந்தோர் கல்விக்கான உலகத்தின் மிகச்சிறந்த அதிகாரிகளை அணுகி இந்தக் குழுவின் தேவையைப் பூர்த்தி செய்வதற்கான ஏதாவது ஒரு பாடநூல் அவர்கள் அறிந்துள்ளனரா என வினவினர். ''இல்லை'' என்று அவர்கள் பதில் அளித்தனர். ''அந்த வயது வந்தவர்கள் என்ன விரும்புகிறார்கள் என்பது எனக்குத் தெரியும். ஆனால் அவர்களுக்குத் தேவையான நூல் எழுதப்பட்டிருக்கவில்லை.''

என்னுடைய அனுபவத்திலிருந்து இந்த வார்த்தைகள் உண்மை யானவை என்று தெரிந்து கொண்டேன். ஏனென்றால் நானே பல ஆண்டு காலமாக மக்கள் தொடர்பு தொடர்பான செயல்முறையிலான பயிற்சிப் பாடத்திட்ட நூல் ஒன்றைக் கண்டுபிடிக்கத் தேடிக்கொண்டிருந்தேன்.

அப்படிப்பட்டதொரு நூல் இல்லாமலிருந்ததால், என்னுடைய சொந்தப் பயிற்சிப் பாட வகுப்புகளில் பயன்படுத்துவதற்காக ஒரு நூலை எழுத நான் முயற்சி செய்தேன். அது இங்கே இருக்கிறது. நீங்கள் விரும்புவீர்கள் என்று நம்புகிறேன்.

இந்த நூலை உருவாக்குவதில், இந்தப் பொருளைப்பற்றிய எல்லாவற்றையும் படித்தேன் - செய்தித்தாள்களின் கட்டுரைகள், இதழ்களில் வெளிவந்த படைப்புக்கள், குடும்ப நீதிமன்ற ஆவணங்கள், முந்தைய தத்துவ ஞானிகளின் எழுத்துக்கள், புதிய மனோதத்துவ நிபுணர்களின் கருத்துக்கள் ஆகிய அனைத்தையும் படித்தேன். அத்தோடு கூட, ஒரு பயிற்சி பெற்ற ஆராய்ச்சியாளரை வாடகைக்கு அமர்த்திக்கொண்டேன். அவர் பல்வேறுபட்ட நூலகங்களில் ஒன்றரை ஆண்டுகள் செலவிட்டு அந்தப் பணியை மேற்கொண்டார். நான் விட்டு விட்ட ஒவ்வொன்றையும் படித்து, மனோதத்துவம் பற்றிய சுரங்கங்களைத் தோண்டி எடுத்து,

ஆயிரக்கணக்கான இதழ்களின் கட்டுரைகளை தேடித்தேடி எடுத்து, எண்ணிக்கையில்லாத வரலாறுகளைத் தேடிப்படித்து, எல்லாக் காலங்களிலும் உள்ள பெரிய தலைவர்கள் மக்களிடம் எவ்வாறு நடந்து கொண்டார்கள் என்பதனை உறுதி செய்ய முயற்சித்து உழைத்தனர். நாங்கள் அவர்களின் வரலாறுகளைப் படித்தோம். ஜூலியஸ் சீசர் முதல் தாமஸ் எடிசன் வரை எல்லா மிகப்பெரிய தலைவர்களின் வாழ்க்கைக் கதைகளைப் படித்தோம். தாமஸ் ரூஸ்வெல்ட்டைப் பற்றி மட்டுமே ஒரு நூறுக்கு மேற்பட்ட வாழ்க்கை வரலாறுகளைப் படித்ததை நான் நினைத்துப் பார்க்கிறேன். இதற்காகக் காலத்தையோ பணத்தையோ பொருட்படுத்தாமல், காலாகாலமாக நண்பர்களை வெற்றி கொள்வதற்கும் மற்றவர்களைக் கவர்ந்திழுப்பதற்கும் பயன்படுத்தப்பட்டிருந்த ஒவ்வொரு செயல்முறைக் கருத்துக்களையும் அறிவதற்கு நாங்கள் முடிவெடுத்தோம்.

நானே தனிப்பட்ட முறையில் மிகப்பலரான வெற்றிபெற்றவர்களை நேர்காணல் செய்தேன். அவர்களில் உலகப்புகழ்பெற்ற - மிகச்சிறந்த கண்டுபிடிப்பாளர்களான மார்கோனி, எடிசன்; அரசியல் தலைவர்களான ஃப்ரேங்க்ளின் டி ரூஸ்வெல்ட், ஜேம்ஸ் ஃபார்லே; ஓவென் ட யங் போன்ற வணிக வெற்றியாளர்கள்; க்ளார்க் கேபிள் மற்றும் மேரி பிக்ஃபோர்ட் போன்ற திரைநட்சத்திரங்கள், மார்டின் ஜான்சன் ஆகியோர் இருந்தனர் - மக்கள் தொடர்பில் அவர்கள் எத்தகைய உத்திகளைக் கையாண்டனர் என்பதைக் கண்டுபிடிப்பதற்கு நான் முயற்சி செய்தேன்.

இந்தத் தொகுத்த விஷயங்களிலிருந்து, நான் ஒரு குறுகிய உரையைத் தயார்செய்தேன். அதனை ''நண்பர்களை வெற்றி கொள்வதும் மற்றவர்களைக் கவர்ந்திழுப்பதும் எப்படி'' என்று பெயரிட்டேன். நான் ''குறுகிய'' என்று குறிப்பிட்டேன். ஆரம்பத்தில் இது குறுகியதாக இருந்தது. ஆனால் விரைவில் அது ஒன்றரை மணிநேரம் ஆற்றக்கூடிய நீண்ட உரையாக அமைந்தது. பல ஆண்டுகள் இதனை நான் நியூயார்க்கிலுள்ள கார்னகி நிறுவனப் பயிற்சி வகுப்புகளில் உரையாக வழங்கினேன்.

நான் இந்த உரைகளை வழங்கியபின், பார்வையாளர்களை வெளியில் சென்று அவர்களின் வணிகத்திலும் சமூகத் தொடர்புகளிலும் பரிசோதனை செய்து பார்க்குமாறு வற்புறுத்தினேன். அதன்பிறகு வகுப்பிற்கு வந்தவுடன் அவர்களின் அனுபவங்களையும் அவர்கள் சாதித்தவற்றின்

விளைவுகளையும் பற்றிப் பேசுமாறு கூறினேன். எவ்வளவு ஆர்வமான முயற்சி! தன் மேம்பாட்டு ஆர்வத்தின் தேடுதலில் இருந்த இந்த ஆண்களும் பெண்களும் புதுமுறையான ஒரு பரிசோதனைக் கூடத்தில் பணியாற்றுவதுபோன்ற இந்த யோசனையால் மிகவும் கவர்ந்திழுக்கப்பட்டார்கள் - இதுவரை இருந்துவந்தவற்றில் முதல்வகையான ஒரேவகையான பரிசோதனையாக இது அமைந்திருந்தது.

நூல் என்ற சொல்லின் அந்த வழக்கமான கருத்துடன் இந்த நூல் எழுதப்பட்டதில்லை. ஒரு குழந்தை வளர்ந்து வருவதைப்போலவே இது வளர்ந்து வந்துள்ளது. இது அந்த பரிசோதனைச்சாலை யிலிருந்தும், பல்லாயிரக்கணக்கான வயது வந்தவர்களின் அனுபவத்திலிருந்தும் வளர்ந்து மேம்பாடடைந்துள்ளது.

பல ஆண்டுகளுக்குமுன், ஒரு அஞ்சல் அட்டையின் அளவுக்கும் பெரிதாக இல்லாத ஒரு அட்டையில் எழுதப்பட்ட ஒருசில சட்ட திட்டங்களுடன் நாங்கள் தொடங்கினோம். அடுத்த பருவகாலத்தில் அதனைவிடவும் சற்றுபெரிய அட்டையிலும், அதன்பிறகு குறிப்பேட்டு வடிவிலும், அதன்பிறகு ஒரு குறிப்புத்தொகுதியாவும் ஒவ்வொன்றும் வடிவ அளவிலும் உள்ளடக்கத்திலும் வளர்ந்து கொண்டே வந்தது. பதினைந்து ஆண்டுகால பரிசோதனைக்கும் ஆராய்ச்சிக்கும் பிறகு இந்த நூல் வெளிவந்துள்ளது.

இங்கே நாங்கள் குறிப்பிட்டுக் காட்டியிருக்கும் விதிமுறைகள் வெறும் எழுத்தில் உள்ள கொள்கைகளோ அல்லது யூகத்தினாலான பணிகளோ அல்ல. அவை ஒரு மந்திரம்போல் செயலாற்றுகின்றன. அதன் ஒலிகாட்டும் உயர்வைப்போல இந்தக் கொள்கைகளின் பயன்பாடுகள் பல மக்களின் வாழ்க்கை உண்மையிலேயே புரட்சி கரமாக்கியுள்ளன.

விளக்கமாய் நிரூபிப்பதற்கு: இந்தப் பயிற்சி வகுப்புகளில் ஒன்றில் 314 ஊழியர்களைப் பெற்றிருந்த நிறுவனத்தலைவர் ஒருவர் இணைந்தார். கடந்த பல ஆண்டுகளில், அவர் தன்னுடைய ஊழியர்களுடன் சேராமலும் எந்தவித தயவுதாட்சனியமின்றித் திட்டிக்கொண்டும் விமர்சனம் செய்துகொண்டுமிருந்தார். கனிவுத்தன்மை, பாராட்டுச் சொற்கள், ஊக்கமூட்டும் வார்த்தைகள் அவர் உதடுகளுக்கு அன்னியமாகி இருந்தன. இந்த நூலில் விளக்கப்பட்டிருக்கும் தத்துவங்களைப் படித்துக் கற்றுக்கொண்டபிறகு, இந்த நிறுவன உரிமையாளர் தன்னுடைய வாழ்க்கைத் தத்துவத்தை துல்லியமாக மாற்றிக் கொண்டார். ஒரு புதிய விசுவாசத்தோடும், புதிய உற்சாகத்தோடும், புதிய

கூட்டுறவுக் குழு உணர்வோடும் அவரது நிறுவனம் இப்போது புத்தாக்கம் பெற்று விட்டது. அவருக்கிருந்த முன்னூற்றி பதினான்கு விரோதிகள் இப்போது 314 நண்பர்களாக மாறிவிட்டனர். அவர் வகுப்பில் உரையாற்றும்போது இவ்வாறு கூறினார்: என்னுடைய ஊழியர்களிடையே நடந்து செல்லும்போது, ஒருவரும் என்னை வாழ்த்தியதோ எனக்கு வணக்கம் செலுத்தியதோ இல்லை. என்னுடைய ஊழியர்கள் நான் அருகில் வருவதைப் பார்த்தால் உண்மையிலேயே அவர்கள் வேறு விதமாகத் தோன்றுவார்கள். ஆனால் இப்போது அவர்கள் எல்லோரும் என்னுடைய நண்பர்கள். வாயிற்காவலர்கள் கூட என்னுடைய முதல் பெயரைச்சொல்லி அழைக்கிறார்கள்.''

அந்த நிறுவன முதலாளி மிகுந்த இலாபத்தைப் பெற்று - அதிகமான ஓய்வு நேரத்தைப் பெற்று மேலும் அளவிடமுடியாத மிகவும் முக்கியமானது - அவருடைய வணிகத்திலும் இல்லத்திலும் மிகவும் அதிகமான மகிழ்ச்சியைக் கண்டு மகிழ்ந்தார்.

இந்தக் கொள்கைகளைப் பயன்படுத்தி எண்ணிக்கையில்லாத விற்பனையாளர்கள் தங்கள் விற்பனையைத் திடீரெனவும் அதிகமாகவும் உயர்த்தினர். பலர் தாங்கள் பயனற்றது என்று தோல்வி கண்டிருந்த பல கணக்குகளைப் புதியதாகத் தொடங்கினர். செயல்அதிகாரிகள் உயர்ந்த பொறுப்புகளையும் அதிகமான ஊதியமும் கொடுக்கப்பட்டனர். இந்த உண்மைகளைப் பயன்படுத்திச் செயல்பட்டதால் மிக உயர்ந்த ஊதிய உயர்வு கிடைத்ததாக ஒரு நிர்வாக அதிகாரி கூறினார். ஃபிலெடெல்ஃபியா கேஸ் ஒர்க்ஸ் கம்பெனியின் ஒரு நிர்வாகியான மற்றொருவர், அவர் அறுபத்தைந்து வயதடைந்தபோது, அவர் விரோதமனப்பான்மை மற்றும் மக்களை அறிவுபூர்வமாக வழிநடத்தத் தெரியாததால் பதவியிறக்கம் செய்யத் திட்டமிடப்பட்டது. இந்தப் பயிற்சி அவருக்குப் பதவி இழக்கவிருந்த வேலையைப்பெற்றுத் தந்தும் அதிக ஊதியத்துடன் பதவி உயர்வையும் பெற்றுக் கொடுத்தது.

பல்வேறு சமயங்களில், பயிற்சி வகுப்பு முடிந்து விருந்து உபசாரம் செய்யும்போது, அதில் கலந்து கொள்ளும் தம்பதியர் தங்கள் கணவனோ அல்லது மனைவியோ இந்தப் பயிற்சியைத் தொடங்கிய பிறகு தங்கள் இல்லங்கள் மகிழ்ச்சியடைந்து விட்டன என்று என்னிடம் கூறினார்கள்.

தாங்கள் சாதித்துப் பெற்ற புதிய விளைவுகளைக் கண்டு மக்கள் அடிக்கடி மிகவும் வியந்து போகிறார்கள். இவை எல்லாம் விந்தைகளாகத் தோன்றுகின்றன. சில சமயங்களில், அவர்களின்

ஆர்வமிகுதியால், ஞாயிற்றுக் கிழமைகளில் என் வீட்டுக்குத் தொலைப்பேசியில் அழைத்துப் பேசுகிறார்கள். ஏனென்றால் அடுத்த வகுப்பின்போது, தெரிவிக்கும் வரையிலும் நாற்பத்து எட்டு மணிநேரம் கூட அவர்களால் பொறுத்துக் கொண்டிருக்க முடியவில்லை.

இந்தக் கொள்கைகளைப் பற்றிய ஒரு பேச்சில் முற்றிலும் கவர்ந்திழுக்கப்பட்டு ஒரு மனிதர் வகுப்பின் மற்ற உறுப்பினர்களுடன் தொடர்ந்து கலந்துரையாடிக்கொண்டே பின்னிரவுவரை இருந்து விட்டார். மற்றவர்கள் அதிகாலை மூன்று மணிக்கே தங்கள் வீடுகளுக்குச் சென்றனர். ஆனால் அவர் தன் தவறுகளை உணர்ந்து கொண்ட நிலையால் அதிர்ந்துபோய் உலுக்கிவிடப்பட்டு, அவருக்கு முன்னால் திறந்திருக்கும் புதிய உலகத்தின் பார்வையால் ஊக்கம் பெற்றதால் அவரால் உறங்கமுடியவில்லை. அந்த இரவிலோ அடுத்த பகலிலோ அல்லது அதற்கடுத்த இரவிலோ அவர் உறங்கவில்லை.

அவர் யார்? ஏதாவது புதிய கொள்கை எதிர்வைக்கப்பட்டால் அவற்றைப் புறந்தள்ளிவிட்டு செல்லக்கூடிய ஒரு அப்பாவியா? இல்லை. அதற்கும் மேலானவர். அவர் மதிப்பும் உயர்வும் மிக்கவராக, கலைப்பொருள் விற்பனையாளராக நகரத்தில் பிரபலமானவராக இருந்தார். அவர் மூன்று மொழிகளை சரளமாகப் பேசினார். அவர் இரண்டு ஐரோப்பியப் பல்கலைக் கழகங்களில் பட்டம் பெற்றவர்.

இந்தப் பகுதியை எழுதிக் கொண்டிருக்கும்போது, பழைய பள்ளிமுறை சார்ந்த ஒரு ஜெர்மானியரிடமிருந்து ஒரு கடிதம் வந்தது. ஹோஹென்ஸோலெர்ன்ஸ் குடும்பத்தைச் சேர்ந்த அவரது குடும்பத்தினர் தலைமுறை தலைமுறையாக தொழில்முறை இராணுவ அதிகாரிகளாகப் பணியாற்றிய உயர்குடியைச் சேர்ந்தவர்கள். அவருடைய கடிதம் ஒரு அட்லாண்டிக் கப்பலில் இருந்து எழுதப்பட்டிருந்தது. இந்தக் கொள்கைகளைப் பயன்படுத்தியதால் மிக உயர்ந்த ஆன்மிக உற்சாகத்தில் இருப்பதாகக் கூறியிருந்தார்.

மற்றொரு மனிதர், நியூயார்க்கைச் சேர்ந்த வயது முதிர்ந்தவர், ஒரு மிகப்பெரிய கம்பளத் தொழிற்சாலையின் உரிமையாளர், தான் பதினான்கு வார இந்தப் பயிற்சி முறையினால் மக்களைக் கவர்ந்திழுக்கும் அரிய கலையினில் கற்றுக் கொண்டது நான்கு ஆண்டுகள் அதே கலையைப்பற்றிக் கல்லூரியில் கற்றுக் கொண்டதைவிடவும் அதிகம் என்று வெளிப்படுத்திக் கூறியிருந்தார். அபத்தமானதா? நகைப்புக்கு இடமளிப்பதா? மிகவும் உயர்தரம் மிக்கதா? ஒருவேளை நீங்கள் இதில் விரும்பும் எந்த ஒன்றையும்

தேர்ந்தெடுத்துக்கூறும் உரிமை உள்ளவர்கள். எதையும் விட்டுவிடும் வாய்ப்பும் உள்ளவர்கள். நான் அதனை எந்தவித விமர்சனமோ வரித்துக்கூறும் கருத்துரையோ இல்லாமல் உள்ளதை உள்ளபடி ஒரு நடுநிலையாளர் மிகவும் வெற்றி வாய்ந்த ஒரு ஹார்வேர்டு பட்டதாரியானவர் கூறியதை அப்படியே கூறுகிறேன். இது ஏறக்குறைய அறுநூறு பேர் பொதுமக்கள் முன்னிலையில் நியூயார்க்கின் யேல் கிளப்பில் 1933 ஆம் ஆண்டு பிப்ரவரி மாதம் வியாழக்கிழமை மாலையில் பேசிய உரையாகும்.

''நாம் எப்படி இருக்க வேண்டும் என்பதை ஒப்பிட்டுப் பார்க்கையில் என்று தொடங்கி, ஹார்வேர்டு பல்கலைக் கழகப் புகழ்பெற்ற பேராசிரியர் வில்லியம் ஜேம்ஸ் நாம் எப்படி இருக்க வேண்டும் என்பதை ஒப்பிடும்போது, நாம் அதில் பாதி அளவுக்கு மட்டுமே விழிப்புடன் செயல்படுகிறோம். நம்முடைய உடல் மற்றும் மனத்தின் செயல்பாட்டுச் சக்தியில் மிகச்சிறிய அளவுக்கு மட்டுமே நாம் பயன்படுத்திக் கொண்டிருக்கிறோம். இந்த விஷயத்தைப் பற்றி விரிவாகச் சொல்வதென்றால், தனிப்பட்ட மனிதர் தன்னுடைய எல்லைக்கு மிகமிக அதிக தூரத்தில் இருக்கிறார். அவர் பல்வேறு விதமான சக்திகளைப் பெற்றிருந்தும் அதை பயன்படுத்துவதில் வழக்கமாகத் தவறிவிடுகிறார்.''

''நீங்கள் வழக்கமாகப் பயன்படுத்தத் தவறும் அந்த சக்திகளா!'' இந்த நூலின் முழுமையான நோக்கமே, அத்தகைய மிக உயர்ந்த பயன்படுத்தப்படாதிருக்கின்ற உங்கள் அரிய சொத்துக்களைக் கண்டு பிடித்து, மேம்படுத்தி, செயல்படுத்த உங்களுக்கு உதவி செய்வதுதான்.

''கல்வி என்பது வாழ்க்கையின் சந்தர்ப்பங்களை எதிர்கொள்ளும் திறமையே'' என்று பிரின்ஸ்டன் பல்கலைக் கழகத்தின் முன்னாள் தலைவர் டாக்டர். ஜான் ஹெச் ஹிப்பன் கூறினார்.

இந்த நூலின் முதல் மூன்று பகுதிகளைப் படித்து முடித்துள்ள நிலையில் - வாழ்க்கையின் சந்தர்ப்பங்களை எதிர்கொள்வதற்கான திறமையில் சிறிதளவுக்கு மேம்பாடு அடைந்திருக்கவில்லை என்றால், உங்களைப் பொறுத்தவரையில் இந்த நூலுக்கு முழுமையான தோல்விதான் என்று நான் கருதுகிறேன். ஏனென்றால் ''கல்வியின் உயர்ந்த நோக்கமே, வெற்று அறிவுமட்டுமல்ல, ஆனால் செயல்பாடுதான்'' என்று ஹெர்பர்ட் ஸ்பென்சர் கூறினார்.

ஆமாம் இது ஒரு செயல்பாட்டுக்கான நூல்.

டேல் கார்னகி 1936

இந்த நூலின் மூலம் அதிகமான பயன்களை எப்படிப் பெறுவது என்பதைப்பற்றிய ஒன்பது ஆலோசனைகள்

1. இந்த நூலின் மூலம் நீங்கள் மிகவும் அதிகமான பயனைப் பெற விரும்பினால், வேறு எந்த விதி அல்லது உத்தியின் மூலம் பெறுவதைவிட, ஒரு அளவில் அடங்காத மிக முக்கியமான, தவிர்க்கவே முடியாத தேவை ஒன்று உள்ளது. இந்த அடிப்படையான ஒரு தேவையை நீங்கள் பெற்றிருந்தாலொழிய, எப்படிப் படிப்பது என்பது பற்றிய ஆயிரம் விதிகள் இருப்பதும் குறைந்த பயன்தான் தரும். நீங்கள் இந்த மிகப்பெரிய செல்வ மானியத்தைப் பெற்றிருந்தால், இந்த நூலின் மூலம் அதிகப்பயனைப் பெறுவதற்கென்று வேறு எந்த ஆலோசனைகளையும் படிக்காமலேயே நீங்கள் விந்தைகளை நிகழ்த்த முடியும்.

இந்த விந்தைபுரியும் தேவை எது? இது மட்டும்தான்: ஆழமான, கற்பதற்கான நிறுத்தாத ஒரு ஆர்வம், மக்களைக் கையாள்வதற்கு வேண்டிய ஆற்றலைப் பெருக்கிக் கொள்வதில் வெறியான ஒரு தீர்மானம் இவைதான் தேவை.

அத்தகைய உந்துதலை நீங்கள் எவ்வாறு மேம்படுத்திக் கொள்ள முடியும்? இந்தக் கொள்கைகள் எல்லாம் எவ்வளவு முக்கியம் வாய்ந்தவை என்பதை தொடர்ந்து உங்களுக்குள் நினைவுபடுத்திக் கொண்டிருப்பதன் மூலம்தான். இவற்றை முழுமையாகத் தெரிந்து கொள்வதன்மூலம் எப்படி ஒரு செல்வ வளம் மிக்க, முழுமையான, மகிழ்ச்சியான மிகவும் நிறைவான வாழ்க்கையை வாழ்வதற்கு உங்களுக்கு உதவும் என்பதை உங்களுக்குள் சித்திரமாக்கிப் பாருங்கள். உங்களுக்குள் இதனைத் திரும்பத்திரும்ப சொல்லிக்கொள்ளுங்கள்: ''என்னுடைய விரிந்த புகழ், என்னுடைய மட்டற்ற மகிழ்ச்சி,

மதிப்பு நிறைந்த உணர்வு ஆகியவை என்னுடைய மக்களைக் கையாளும் திறமையைக் குறைவான அளவிலன்றி மிகுந்த அளவில் சார்ந்துள்ளது.''

2. அதைப்பற்றி ஒரு மேலோட்டமான பறவைப் பார்வையைப் பெறுவதற்கு ஒவ்வொரு பகுதியையும் முதலில் விரைவாகப் படியுங்கள். ஒருவேளை நீங்கள் அடுத்தப் பகுதிக்கு வேகமாகச் செல்வதற்குத் தூண்டப்படுவீர்கள். ஆனால் பொழுதுபோக்கிற்காக மட்டுமே படித்தாலன்றி - அப்படிச் செய்யாதீர்கள். ஆனால் நீங்கள் மனித உறவுகளுக்கான உங்கள் திறமைகளை வளர்த்துக்கொள்வதற்காகப் படிப்பதனால், பிறகு பின்னுக்குச் சென்று ஒவ்வொரு பகுதியையும் மீண்டும் முழுமையாகப் படியுங்கள். நீண்ட காலப்போக்கில், இது நேரத்தைச் சேமிப்பதாகவும், நல்ல விளைவுகளைப் பெறுவதாகவும் அமையும்.

3. நீங்கள் எதைப் படித்துக் கொண்டிருக்கிறீர்கள் என்பதை எண்ணிப் பார்ப்பதற்காக நீங்கள் படிப்பதை அடிக்கடி நிறுத்துங்கள். ஒவ்வொரு ஆலோசனையையும் எப்போது எவ்வாறு பயன்படுத்துவது என்று உங்களுக்குள் கேட்டுக் கொள்ளுங்கள்.

4. க்ரேயான், பென்சில், பேனா, மேஜிக் மார்க்கர் அல்லது ஹைலைட்டர் ஆகியவற்றை உங்கள் கைகளில் வைத்துக்கொண்டு படியுங்கள். ஒரு ஆலோசனையைப் படிக்கும்போது அதை நீங்கள் பயன்படுத்த முடியும் என்று உணர்ந்தால், அதனருகில் ஒரு கோடிட்டு முக்கியப் படுத்திக்கொள்ளுங்கள். அதுவே ஒரு நான்கு நட்சத்திர அந்தஸ்துள்ள ஆலோசனையாக இருந்தால், பிறகு ஒவ்வொரு வாக்கியத்தையும் அடிக்கோடிட்டுக் கொள்ளுங்கள் அல்லது ஹை லைட் பண்ணிக்கொள்ளுங்கள் அல்லது அதனை ''****'' என்று அடையாளக்குறியிட்டுக் கொள்ளுங்கள். இப்படி குறித்துக்கொள்வதும் அடிக்கோடிட்டுக் கொள்வதும் அந்த நூலை மிகவும் ஆர்வம் மிக்கதாக்கி விரைவாக மீள்பார்வை செய்வதற்கு எளிதாக்கி வைக்கும்.

5. ஒரு மிகப்பெரிய காப்பீட்டு நிறுவனத்தின் அலுவலக மேலாளராகப் பதினைந்து ஆண்டுகளுக்குமேல் இருந்த ஒரு பெண்மணியை நான் நன்கு அறிவேன். ஒவ்வொரு மாதமும் அந்தந்த மாதத்தில் அவருடைய நிறுவனம் ஏற்றுக்கொண்டிருக்கும் எல்லா காப்பீட்டு ஒப்பந்தங்களையும் அவர் படிக்கிறார். ஆம், அத்தகைய ஒப்பந்தங்களில் பலவற்றை

ஒவ்வொரு மாதமும், ஒவ்வொரு ஆண்டும் திரும்பத் திரும்பப் படிக்கிறார். ஏன்? ஏன் என்றால் எல்லா விதிமுறைகளையும் தெளிவாகத் தன் மனத்தில் வைத்திருப்பதற்கு, அனுபவம் அவருக்குக் கற்பித்திருந்தது.

பொதுமக்களுக்கான பேச்சு என்பதைப்பற்றி ஒரு நூல் எழுதுவதற்கு நான் ஏறக்குறைய இரண்டு ஆண்டுகள் செலவிட்டேன். இருப்பினும் நான் என் நூலில் என்ன எழுதியிருக்கிறேன் என்பதை நினைவுப்படுத்திக்கொள்வதற்கு அவ்வப்போது நான் திரும்பிப் படிக்க வேண்டி இருந்ததை உணர்ந்தேன். நாம் வேகமாக மறந்து விடுகிறோம் என்பது வியப்பிற்குரியது.

ஆகவே, இந்த நூலின்மூலம் உண்மையான, நீண்டகாலப் பயனைப் பெறுவதற்கு நீங்கள் விரும்பினால், அதனை விரைவாகக் கடந்து சென்று விடுவது மட்டும் போதுமானது என்பதைக் கற்பனைகூட செய்யாதீர்கள். அதை முற்றிலுமாகப் படித்து முடித்தபிறகு, ஒவ்வொரு மாதமும் அதனைத் திருப்பிப் பார்ப்பதற்கு சில மணிகளைச் செலவிட வேண்டும். உங்கள் ஒவ்வொரு நாள் செயல்பாட்டிலும் இதனை உங்கள் மேஜையில் உங்களுக்குமுன் வைத்திருங்கள். அடிக்கடி அதனை விரைவாகப் பார்த்துக்கொள்ளுங்கள். இன்னும் உங்களோடு இணைந்திருக்கும் இத்தகு உயர்ந்த செயல்பாட்டு கொள்கைகளைத் தொடர்ந்து உங்களுக்குள் உணர்த்திக்கொண்டே இருங்கள். தொடர்ந்த அதிவேகமான மீள்பார்வைக்கும் பயன்பாட்டுக்குமான முயற்சித்திட்டங்களை வழக்கமாக்கிக் கொள்வதற்கு இந்தப் பயன்பாடுகளை நினைவில் கொண்டிருங்கள். இதைத்தவிர வேறு வழியே இல்லை.

6. பெர்னார்ட்ஷா ஒருமுறை இவ்வாறு கூறினார்: ''எதையாவது ஒரு மனிதனுக்கு நீங்கள் கற்பித்தால், அவன் ஒருபோதும் கற்றுக்கொள்ள மாட்டான்.'' ஷா கூறியது மிகச்சரியானது. கற்றல் என்பது மிகவும் ஆக்கபூர்வச் செயல்பாட்டு முறை. நாம் செய்வதன்மூலமே கற்றுக் கொள்கிறோம். ஆகவே, இந்த நூலில் நீங்கள் கற்கும் கொள்கைகளை உண்மையிலேயே முற்றும் புரிந்துகொள்ள விரும்பினால், அதற்காகச் சிலவற்றைச் செய்யுங்கள். ஒவ்வொரு வாய்ப்பிலும் இந்த விதிகளைக் கடைபிடியுங்கள். அப்படி நீங்கள் செய்யவில்லை என்றால் அவற்றை விரைவாக மறந்து விடுவீர்கள். பயன்படுத்துகின்ற

அறிவு மட்டுமே மனத்தில் பற்றிக் கொண்டு நிலைத்து இருக்கும்.

எல்லா நேரங்களிலும் இத்தகைய ஆலோசனைகளைப் பயன்படுத்துவதில் ஒருவேளை கஷ்டத்தை உணர்வீர்கள். இந்த நூலை நான் எழுதிய காரணத்தால் அதை நான் அறிவேன். இருந்த போதிலும் அடிக்கடி நான் வலியுறுத்திக் கூறியதைப் பயன்படுத்துவது கஷ்டம் என்பதை அறிந்தேன். உதாரணமாக, நீங்கள் திருப்தி அடையாதபோது, மற்றவர்களின் கருத்துப் பார்வையை புரிந்துகொள்ள முயற்சிப்பதற்குப் பதிலாக, அவற்றை விமர்சிப்பதும் குறைகூறுவதும் மிகவும் எளியதாக இருக்கிறது. எப்போதுமே அடிக்கடி புகழ்ந்து கூறுவதற்குப் பதிலாக குற்றம் கண்டுபிடிப்பது எளிதாக இருக்கிறது. மற்ற மனிதர் விரும்புவதைப் பற்றிப் பேசுவதற்குப் பதிலாக நீங்கள் விரும்புவதைப் பற்றிப் பேசுவது இயற்கையாகவே அதிக விருப்பமானதாக இருக்கிறது. இதைப்போல இன்னும் பல. ஆகவே, இந்த நூலை நீங்கள் படிக்கும் போது, நீங்கள் வெறும் தகவல்களைப் பெறுவதற்கு மட்டுமே முயற்சிக்கவில்லை. நீங்கள் புதிய வாழ்க்கைமுறையை உருவாக்கிக்கொள்ள முயற்சித்துக் கொண்டிருக்கிறீர்கள். ஆமாம் உண்மை, நீங்கள் ஒரு புதிய வாழ்க்கை முறையை முயற்சித்துக் கொண்டிருக்கிறீர்கள். அதற்கு நேரமும் தொடர்ந்து முயற்சிப்பதும் தினந்தோறும் பயன்படுத்தும் நிலையும் தேவை.

ஆகவே இந்தப் பக்கங்களை அடிக்கடி திருப்பிப் பாருங்கள். மனித உறவுகளைப் பற்றிய ஒரு செயல்முறைக் கையேடு என்று இதனைக் கருதுங்கள் - ஒரு குழந்தையைக் கையாள்வது, உங்கள் எண்ணத்திற்கு ஏற்ப உங்கள் துணையைக் கவர்ந்திழுத்து வெற்றிக்கொள்வது, திருப்தியுறாத ஒரு வாடிக்கையாளரை திருப்திப்படுத்துவது - என்று இதுபோன்ற சில குறிப்பிட்ட பிரச்சனைகளை நீங்கள் எதிர்கொள்ளும் போதெல்லாம் ஒரு இயற்கையான விஷயத்தையோ கவர்ந்திழுக்கும் விஷயத்தையோ செய்வதைப் பற்றித் தயக்கம் காட்டுங்கள். இது வழக்கமாகத் தவறானதாக இருக்கிறது. அதற்குப் பதிலாக, இதன் பக்கங்களைப் புரட்டி, நீங்கள் அடிக்கோடிட்டு வைத்திருக்கும் பகுதிகளை மீள்பார்வையிடுங்கள். பிறகு இந்தப் புதிய வழிமுறைகளை முயற்சி செய்யுங்கள். அவை உங்களிடம் புதிய விந்தையை உருவாக்கியிருப்பதைக் கவனியுங்கள்.

7. நீங்கள் இதில் சில கொள்கையை விட்டு விலகும்போது அதனைக் கண்டுபிடிக்கும் ஒவ்வொரு முறையும் உங்கள் துணைவருக்கோ உங்கள் குழந்தைக்கோ அல்லது உங்கள் வணிகக் கூட்டுறவாளருக்கோ ஒரு வெள்ளிக்காசினையோ அல்லது ஒரு டாலரையோ வழங்குங்கள். இந்த விதிகளில் நிபுனத்துவம் பெறுவதற்கு இதனை ஒரு உற்சாக விளையாட்டாக உருவாக்குங்கள்.

8. என்னுடைய பயிற்சி வகுப்புகளில் ஒன்றில் மற்றவர்கள்முன் பேசும்போது முக்கியமான வால் ஸ்ட்ரீட் வங்கி ஒன்றின் தலைவர் தான் தன்முன்னேற்றத்திற்காகப் பயன்படுத்தும் மிகவும் திறமை வாய்ந்த முறையைப் பற்றி ஒருமுறை விளக்கிக் கூறினார். இந்த மனிதர் குறைந்த அளவுக்கே முறையான பள்ளிக் கல்வி பெற்றிருந்தார். இருப்பினும் அமெரிக்காவின் மிகமுக்கியமான நிதி நிர்வகிப்பாளர்களில் ஒருவராக உருவாகிவிட்டார். தன்னுடைய வெற்றிகள் பெரும்பாலானவற்றிற்கு தானே உருவாக்கிக்கொண்ட முறையைத் தொடர்ந்து பயன்படுத்தியதுதான் என்று அவர் ஒத்துக்கொண்டார். அவர் செய்தது இதுதான். அவர் கூறியதை எனக்கு நினைவில் உள்ள அளவுக்கு அவருடைய வார்த்தைகளிலேயே வெளியிடுகிறேன்.

''பல ஆண்டுகளாக என்னுடைய அன்றாட நிகழ்ச்சிகளைக் காட்டும் ஒரு நிகழ்ச்சிக் குறிப்பேடு ஒன்றைப் பராமரித்து வந்தேன். என்னுடைய குடும்பத்தினர் சனிக்கிழமை இரவில் எனக்கென்று எந்த வேலையும் திட்டமிடமாட்டார்கள். ஏனென்றால் ஒவ்வொரு சனிக்கிழமை மாலையும் நான் தன் பரிசோதனைக்கும், மீள்பார்வைக்கும் அவற்றை ஆராய்ந்து எடையிட்டுப் பார்ப்பதற்கும் அர்ப்பணிப்பேன் என்பதை என் குடும்பத்தினர் நன்கு அறிவார்கள். இரவு உணவுக்குப் பின்னர், நான் தனிமையில் அமர்ந்துகொண்டு என்னுடைய நிகழ்ச்சிக் குறிப்பேட்டைத் திறந்து பார்த்து, அந்த வாரத்தில் நடைபெற்ற எல்லா நேர்காணல்களையும், கலந்துரையாடல்களையும், கூட்டங்களையும் பற்றித் தீவிரமாக சிந்தித்துப் பார்ப்பேன். எனக்குள்ளே நான் இப்படிக் கேட்பேன்:

'இந்த முறை நான் என்ன தவறுகள் செய்துள்ளேன்?'

'நான் சரியாகச் செய்தது எது? என்னுடைய செயல்பாட்டில் நான் எந்த அளவுக்கு மேம்படுத்திச் செய்திருக்க முடியும்?'

'இந்த அனுபவத்திலிருந்து நான் எத்தகு பாடங்களைக் கற்றுக்கொள்ள முடியும்?'

''இந்த வாராந்திர மீள்பார்வை அடிக்கடி மிகவும் மகிழ்ச்சியற்ற உணர்வைக் கொடுப்பதைக் கண்டேன். என்னுடைய இமாலயத் தவறுகளைக் கண்டு நானே அடிக்கடி அதிர்ந்து போனேன். இருந்தபோதிலும், ஆண்டுகள் கடந்தபிறகு, இந்தப் பெரும் தவறுகள் அடிக்கடி நிகழவில்லை. இந்தப் பயிற்சி வகுப்புகளில் ஒன்றன்பிறகு சில சமயங்களில் நானே என் முதுகில் தட்டிப் பாராட்டிக் கொண்டேன். இந்த தன்பகுப்பாய்வு, தன்னிலைக் கல்வி, ஆண்டுகள் பின்னர் ஆண்டுகளாகத் தொடர்ந்து நான் முயற்சி செய்த ஒரு விஷயத்தையும்விட நன்மைகளை இது எனக்குச் செய்தது.

''முடிவுகள் எடுப்பதிலான என்னுடைய திறமையை மேம்படுத்துவதற்கு இது எனக்குப் பெரிதும் உதவியது - நான் மக்களோடு கொண்ட தொடர்புகளில் எல்லாம் இது எனக்குப் பெருமளவில் உதவியது. மிகவும் உயர்ந்த நிலையில் என்னால் இதைப் பரிந்துரைக்க முடியாது.''

இந்த நூலில் விவரிக்கப்பட்டுள்ள கொள்கைகளைப் பயன்படுத்துவதில் இதேமாதிரியான முறையை ஏன் நீங்களும் பயன்படுத்திச் சோதித்துப் பார்க்கக்கூடாது? அப்படி நீங்கள் செய்தால் இரண்டு விஷயங்கள் உங்களுக்குக் கிடைக்கும்.

முதலாவதாக, புதிரானதும் விலைமதிப்பற்றதுமான இரண்டும் கொண்ட கல்வி முறையில் நீங்கள் உங்களை ஈடுபடுத்திக் கொண்டிருப்பதைக் காண்பீர்கள்.

இரண்டாவதாக, மக்களைச் சந்தித்து அவர்களைக் கையாளும் உங்கள் திறமையில் மிகப்பெரிய அளவிலான வளர்ச்சி ஏற்பட்டிருப்பதைக் காண்பீர்கள்.

9. இந்த நூலின் முடிவுப் பகுதியில் பல வெற்றுப் பக்கங்கள் இருப்பதை நீங்கள் காண்பீர்கள். அதில் இந்த கொள்கைளைப் பயன்படுத்தியிருப்பதால் உங்களுக்கு ஏற்பட்டுள்ள வெற்றிகளைக் குறித்துக்கொள்ள வேண்டும். அதில் தெளிவாகக் குறிப்பிடுங்கள். பெயர்கள், தேதிகள், விளைவுகள் ஆகியவற்றைக் குறிப்பிடுங்கள். இந்தப் பதிவை வைத்துக்கொள்வது உங்களை இன்னும் பெரிய முயற்சிகளுக்கு ஊக்கப்படுத்தும். இன்றிலிருந்து பல ஆண்டுகளுக்குப் பின்னர் நீங்கள் பார்க்க வாய்ப்பு நேரும்போது, இந்தப் பதிவுகள் எத்தகைய மகிச்சிதரும் பதிவுகளாகத் தோன்றும்!

இந்த நூலைப் பயன்படுத்துவதால் அதிகமான நன்மைகளைப் பெறுவதற்கு:

அ. மக்கள் தொடர்பியல் கொள்கைகளில் நிபுணத்துவம் பெறுவதற்கு ஒரு ஆழ்ந்த, தொய்வில்லாத ஆர்வத்தை வளர்த்துக் கொள்ளுங்கள்.

ஆ. அடுத்தப் பகுதிக்குச் செல்வதற்கு முன்பாக ஒவ்வொரு பகுதியையும் இரண்டுமுறைப் படியுங்கள்.

இ. படித்துக் கொண்டிருக்கும்போதே, இந்த ஒவ்வொரு ஆலோசனையையும் எப்படிப் பயன்படுத்த முடியும் என்பதை உங்களுக்குள் கேட்டுக் கொள்வதற்காக அடிக்கடி படிப்பதை நிறுத்திக் கொள்ளுங்கள்.

ஈ. முக்கியமான கருத்தை அடிக்கோடிட்டுக் கொள்ளுங்கள்.

உ. இந்த நூலை ஒவ்வொரு மாதமும் மீள்பார்வை செய்யுங்கள்.

ஊ. இந்தக் கொள்கைகளை ஒவ்வொரு வாய்ப்பிலும் பயன்படுத்துங்கள். உங்கள் அன்றாடப் பிரச்சனைகளில் தீர்வுகாண உதவுவதற்கு இந்த நூலை ஒரு செயல்முறைக் கையேடாகப் பயன்படுத்துங்கள்.

எ. இந்தக் கொள்கைகளில் ஏதாவது ஒன்றை நீங்கள் மீறிச் செயல்படுவதைச் சுட்டிக்காட்டும் உங்கள் நண்பருக்கு ஒரு வெள்ளிக்காசு அல்லது ஒரு டாலர் பரிசாகக் கொடுத்து உங்கள் படிப்பிலிருந்து ஒரு உயிரோட்டமுள்ள விளையாட்டை உருவாக்கி நடத்துங்கள்.

ஏ. நீங்கள் அடைந்து வரும் முன்னேற்றத்தைக் குறித்து ஒவ்வொரு வாரமும் சரிபார்த்துக் கொள்ளுங்கள். நீங்கள் என்ன தவறுகள் செய்துள்ளீர்கள், என்ன முன்னேற்றம் அடைந்துள்ளீர்கள், எதிர்காலத்திற்கான என்ன பாடங்கள் கற்றுக்கொண்டீர்கள் என்பதைப்பற்றியெல்லாம் உங்களையே கேட்டுக்கொள்ளுங்கள்.

ஐ. இந்த நூலின் பின்பக்கத்தில் இந்தக் கொள்கைகளை எவ்வாறு எப்போது பயன்படுத்தினீர்கள் என்பதைப் பற்றிய குறிப்பை எழுதிவைத்துக்கொள்ளுங்கள்.

பகுதி ஒன்று

மக்களைக் கையாள்வதில் உள்ள அடிப்படை உத்திகள்

1

‘‘நீங்கள் தேன் சேகரிக்க விரும்பினால் தேனடை மீது தட்டாதீர்கள்’’

ஒருபோதும் அறிந்திராத மிகவும் உணர்ச்சிகரமான மனித வேட்டையின் உச்ச கட்டம் 1931 ஆம் ஆண்டு மே மாதம் ஏழாம் தேதி அன்று நியூயார்க் நகரத்தில் நடந்தது. வாரக்கணக்கிலான தேடுதல் வேட்டைக்குப்பின், ‘‘இரண்டு கைத்துப்பாக்கி’’ க்ரௌலி - கொலைகாரன், புகைபிடித்தல், மது அருந்துதல், பழக்கமில்லாத துப்பாக்கி மனிதன் - வெஸ்ட் என்ட் அவென்யூ அவனது காதலியின் அடுக்கு மாடிக்குடியிருப்பில் உள்ள அறையிலிருந்து பிடிக்கப்பட்டான்.

நூற்று ஐம்பது போலீஸ்காரர்களும், புலனாய்வு அதிகாரிகளும் அவனுடைய மேல்மாடி மறைவிடத்தைக் குறிவைத்து வலை விரித்தார்கள். அவர்கள் மேற்கூரையில் துளையிட்டார்கள் - ‘‘கொலைகாரன்,’’ க்ரௌலியை - வெளிக்கொண்டு வர கண்ணீர் புகையைப் பயன்படுத்தி புகைநிறைத்தார்கள். சுற்றுப்புற கட்டிடங்களில் இயந்திரத்துப்பாக்கிகளைப் பொருத்தினார்கள். ஒருமணி நேரத்திற்கும் மேலாக நியூயார்க்கின் மிகச்சிறந்த குடியிருப்புப் பகுதிகள் கைத்துப்பாக்கி வெடிப்பினாலும் இயந்திரத் துப்பாக்கியின் தொடர்ந்த உறுமல் ஒலியாலும் எதிரொலித்தன. க்ரௌலி ஒரு நெருக்கமான நாற்காலியில் பின்னிருந்துகொண்டு போலீஸ்காரர்களை நோக்கி இடைவிடாது துப்பாக்கியால் சுட்டுக்கொண்டிருந்தான். இந்தப் போராட்டத்தை பத்தாயிரத்துக்கு மேற்பட்ட அதிர்ச்சியுற்ற மக்கள் பார்த்தனர். நியூயார்க்கின் நடைபாதை ஓரத்தில் இதுபோன்ற நிகழ்ச்சி இதுவரை பார்க்கப்பட்டதில்லை.

இரண்டு துப்பாக்கி அஞ்சா நெஞ்சன் இதுவரை நியூயார்க்கில் பிடிபட்டவர்களில் மிகவும் அபாயகரமான குற்றவாளி என்று

க்ரௌலி பிடிபட்டபோது, போலீஸ் கமிஷனர் ஈ.பி. மூல்ரூனே வெளிப்படுத்தினார். ''அவன் நினைத்தால் நினைத்த மாத்திரத்திலேயே கொன்று விடுவான்'' என்று கமிஷனர் கூறினார்.

ஆனால் ''இரட்டைத் துப்பாக்கி'' க்ரௌலி தன்னைப்பற்றி என்ன கருதுகிறான்? நாம் அறிவோம், ஏனென்றால் அவன் இருந்த குடியிருப்பில் போலீஸ்காரர்கள் துப்பாக்கிச் சூடு நடத்திக்கொண்டிருந்தபோது, அவன் ''இது சம்பந்தப்பட்டவர்களுக்கு'' என்று குறிப்பிட்டு ஒரு கடிதம் எழுதினான். அவன் அந்தக் கடிதத்தை எழுதிக்கொண்டிருக்கும் போது காயத்திலிருந்து வெளிப்பட்ட சிவப்பு இரத்தம் தாளில் படிந்திருந்தது. இந்தக் கடிதத்தில் க்ரௌலி இவ்வாறு கூறினான்: ''என்னுடைய மேல் ஆடையின் உள்ளே களைப்படைந்த ஆனால் ஒரு கனிவான இதயம் இருக்கிறது - அது யாருக்கும் எந்த தீங்கும் செய்த ஒன்றல்ல.''

இதற்குச் சிறிது நேரத்திற்கு முன்பாக, க்ரௌலி நீண்ட தீவின் ஒரு கிராமத்துச் சாலையில் அவன் தன்னுடைய பெண்தோழியுடன் ஊடலில் இருந்தபொழுது ஒரு போலீஸ்காரர் காருக்கு அருகில் வந்து, ''உங்கள் ஓட்டுநர் உரிமத்தைக் காட்டுங்கள்'' என்றார்.

ஒரு வார்த்தைக்கூடப் பேசாமல், க்ரௌலி திடீரெனத் தன்னுடைய துப்பாக்கியை எடுத்து சரமாரியாகச் சுட்டு கீழே வீழ்த்தினான். இறந்துகொண்டிருந்த அந்த அதிகாரி கீழே விழும்போதே, க்ரௌலி காரைவிட்டு வெளியே வந்து, அவருடைய துப்பாக்கியைப் பிடுங்கிக்கொண்டு தலைதொங்கிச் சாய்ந்த உடலில் மீண்டும் மறுமுறையும் சுட்டான். அந்தக்கொலையாளி இவ்வாறு கூறினான்: ''என் மேலாடைக்கு அடியில் ஒரு களைப்புற்ற ஆனால் கனிவான இதயம் இருக்கிறது - அது யாருக்கும் எந்த தீங்கும் செய்த ஒன்றல்ல.''

க்ரௌலி மின்சார நாற்காலியில் பிணைத்துக்கொல்லப்படும் தண்டனை பெற்றான். சிங் சிங்கில் உள்ள கொலைத்தண்டனை நிறைவேற்றும் பகுதிக்கு வந்தபோது, அவன், ''மக்களைக் கொலை செய்வதற்கு இதுதான் எனக்குக் கிடைத்தது?'' என்று கூறினான். இல்லை, அவன் இப்படிக் கூறினான்: ''இதுதான் நான் என்னைத் தற்காத்துக் கொள்ளும்முறை.''

இந்தக் கதையின் கருத்து இதுதான்: ''இரட்டைத் துப்பாக்கி'' க்ரௌலி எதற்காகவும் தன்னைக் குறை சொல்லிக்கொள்வதில்லை.

இது குற்றவாளிகளுக்கிடையில் ஒரு வழக்கத்திற்கு மாறான

நடவடிக்கையா? அப்படி நீங்கள் நினைத்தால் இதனைக் கவனியுங்கள்:

''மக்களுக்கு சிறுசிறு மகிழ்ச்சிகளைக்கொடுத்து அவர்கள் நல்லநிலை பெற என்னுடைய வாழ்க்கையை நான் மிகச்சிறந்த முறையில் செலவிட்டேன். ஆனால் அதற்கெல்லாம் நான் பெற்றது கெட்டபெயர்தான். இதுதான் ஒரு வேட்டையாடப்பட்ட மனிதனின் வாழ்க்கைநிலை.''

இதுதான் அல் கேபோன் சொல்லிக்கொள்வது. ஆம், ஆம் அமெரிக்காவின் மிகவும் மோசமான பொதுமக்கள் எதிரி - அவன் சிகாக்கோவில் சுட்டுவீழ்த்தும் ஒரு தீய கும்பலைச் சேர்ந்தவன். கேபோன் தன்னைக் குறைகூறிக் கொள்ளமாட்டான். அவன் தன்னை உண்மையில் ஒரு பொதுமக்கள் நலம்விரும்பி என்றே கருதினான் - பாராட்டப்பெறாத, தவறாகப் புரிந்துகொள்ளப்பட்ட பொதுமக்கள் நலம் விரும்பி என்று கருதினான்.

இதைப்போலவே டச் ஷுல்ட்ஸ் தான் நியூயார்க்கில் துப்பாக்கிக் கும்பலால் சூழப்பட்டுக் கசக்கப்பட்டபோது இப்படித்தான் செய்தான். டச் ஷுல்ட்ஸ் நியூயார்க்கின் மிகவும் மோசமான குற்றவாளிகளில் ஒருவன். அவன் ஒரு செய்தித்தாளுக்கு அளித்த பேட்டியில், தான் ஒரு பொதுமக்கள் நலவிரும்பி என்று குறிப்பிட்டான். அதனை அவன் நம்பினான்.

நியூயார்க்கின் புகழில்லாத சிங் சிங் சிறைச்சாலையின் வார்டனாக பல காலங்கள் இருந்த லூயி லாஸ் என்பவருடன் இந்தக் கருத்தைப்பற்றிப் பலமுறை கடிதத்தொடர்பு நான் கொண்டிருந்தேன். ''சிங் சிங்கில் உள்ள குற்றவாளிகளில் சிலர் தங்களைக் கெட்டவர்களாகவே கருதுகிறார்கள். அவர்கள் உங்களையும் என்னையும் போல சாதாரண மனிதர்கள்தான். ஆகவே அவர்கள் பகுத்துப் பார்த்து அவர்கள் விளக்கிச் சொல்கிறார்கள். அவர்கள் தங்களைப் பாதுகாப்பதற்கோ அல்லது துப்பாக்கியை விரைந்துப் பயன்படுத்துவதற்கோ என்று ஏன் செயல்படுகிறார்கள் என்பதை அவர்கள் எடுத்துச் சொல்லமுடியும். அவர்களில் பெரும்பாலானவர்கள் தங்களது சமூகவிரோத நடவடிக்கைளை நியாயப்படுத்தி அவன்வாயிலாக தாங்கள் கைதுசெய்யப் பட்டிருக்கக் கூடாது என்பதை உறுதியாக நிறுவுவதற்குத் தவறான அல்லது தர்க்கமான முறையைப் பயன்படுத்த முயற்சிக்கிறார்கள்,'' என்று அவர் கருத்தை வெளிப்படுத்தினார்.

அல் கபோன், ''இரட்டைத்துப்பாக்கி'' க்ரௌலி, டச் ஷீல்ட்ஸ் மற்றும் சிறைச் சுவர்களுக்குப் பின்னாலிருக்கும் ஆண்களோ

பெண்களோ தங்களைக் குற்றம் சொல்லிக்கொள்ளவில்லை என்றால் - நீங்களும் நானும் தொடர்பு கொண்டிருக்கும் மக்கள் எப்படிப் பட்டவர்கள்?

தன்னுடைய பெயரில் பல ஸ்டோர்கள் உருவாக்கிய ஜான் வானமேக்கர், இவ்வாறு ஒருமுறை ஒத்துக்கொண்டார்: ''திட்டுவது முட்டாள்தனமானது என்பதை நான் முப்பத்து ஐந்து ஆண்டுகளுக்கு முன்னரே கற்றுக்கொண்டேன். கடவுள் அறிவுத்திறமையாகிய வரப்பிரசாதத்தை எல்லோருக்கும் சரிசமமாகப் பகிர்ந்தளிக்கவில்லை என்ற உண்மை உணர்ந்து எதிலும் உரசலை ஏற்படுத்தாமல் என்னுடைய எல்லைகளைக்கொண்டு வெற்றிக்கொள்வதில் நான் போதிய அளவுக்குத் துன்பத்தை ஏற்றேன்.''

வானமேக்கர் இந்தப் பாடத்தை முன்னரே கற்றுக் கொண்டார். ஆனால் நூறில் தொன்னூற்று ஒன்பது முறைகள் மக்கள் எவ்வளவு மோசமானதாக இருந்தாலும் தங்களை விமர்சனம் செய்து கொள்வதில்லை என்ற உண்மை உணர்வு என்மீது ஏற்படுவதற்கு முன்பாக நான் தனிப்பட்ட முறையில் இந்தப் பழைய உலகத்தில் நூறில் மூன்று அளவுக்கு தவறிழைக்க நேர்ந்தது.

கிண்டலான விமர்சனம் என்பது பயனற்றது. ஏனென்றால் இது ஒரு மனிதனை தற்காப்பு நிலையில் வைத்து வழக்கமாக அவன் தன்னை நியாயப்படுத்தும் நிலைக்கு உருவாக்குகிறது. அது மிகவும் அபாயகரமானது. ஏனென்றால் அது ஒரு மனிதனின் மதிப்புமிக்க பெருமையைக் காயப்படுத்தி, அவனுக்கான முக்கியத்துவத்தை குத்திக்காட்டுகிறது. கோபத்தை அதிகப்படுத்துகிறது.

பி. எஃப். ஸ்கின்னர் என்ற உலகப் புகழ்பெற்ற மனோதத்துவ நிபுனர் தன் பரிசோதனைகள் மூலம் நல்ல குணநடத்தைகளுக்காகப் பாராட்டப்படும் மிருகம் மிகவேகமாகவும் அதிகமாகவும் கற்றுக்கொண்டு மிக அதிகமாக நிலைநிறுத்தும் சிறப்பை, தீயகுண நடவடிக்கைகளுக்காக தண்டிக்கப்பட்ட மிருகத்தைவிட அதிகமாகப் பெற்றுள்ளது என்று நிரூபித்துள்ளார். பின்னர் நடத்தப்பட்ட பரிசோதனை ஆய்வுகள் இது மனிதர்களுக்கும் பொருந்துகிறது என்பதைக் காட்டுகின்றன. கிண்டல் செய்து விமர்சிப்பதன்மூலம் நிலையான மாற்றத்தைப் பெறமுடிவதில்லை. பெரும்பாலும் கோபத்தையே சம்பாதிக்கிறோம்.

ஹான்ஸ் ஸெலி என்ற மற்றுமொரு மிகப்பெரிய மனோதத்துவ நிபுணர், ''எவ்வாறு ஒப்புதலுக்கு தீராத விருப்பம் உள்ளதோ அதேபோல நாம் குற்றும்கூறுவதை வெறுக்கிறோம்,'' என்று கூறினார். கிண்டலான விமர்சனம் உண்டாக்கும் கோபமானது,

ஊழியர்களையும், குடும்பத்தினரையும், நண்பர்களையும் ஒழுங்கீனப்படுத்திவிடும். குற்றம் கூறப்பட்ட சூழ்நிலையை மாற்றுவதும் கூட இயலாது.

ஓக்லஹோமாவின் எனிட்டைச் சேர்ந்த ஜார்ஜ் பி. ஜான்ஸ்டன் ஒரு பொறியியல் கம்பெனியில் பாதுகாப்பு ஒருங்கிணைப்பாளராக இருக்கிறார். களப்பணியில் இருக்கும்போது ஊழியர்கள் தங்களுடைய தலையில் கடினமான தொப்பி அணிந்திருக்க வேண்டும் என்பதைக் கண்காணிப்பது அவருடைய வேலைகளில் ஒன்றாகும். எப்பொழுதெல்லாம் ஊழியர்கள் தலையில் கடினமான தொப்பி அணியவில்லையோ அப்பொழுதெல்லாம் புகார் செய்வதுடன் அவர்கள் கடைபிடிக்க வேண்டிய ஒழுங்கு முறைகளை அதிகார தோரணையில் எடுத்துக் கூறுவார். அதன் விளைவாக அவரைப் பரிதாபத்துடன் நோக்கி ஏற்றுக்கொண்டனர். ஆனால் பெரும்பாலும் அவர் அங்கிருந்து சென்றபிறகு தொப்பிகளை நீக்கி விடுவார்கள்.

அவர் வேறு வகையான அணுகுமுறையை முயற்சி செய்ய முடிவெடுத்தார். ஊழியர்களில் சிலர் தலைக்கு கவசத்தொப்பி அணியாமலிருந்ததைப் பார்த்த மறுமுறை, அவர்களிடம் தொப்பி வசதியற்றதாக இருக்கிறதா அல்லது சரியாகப் பொருந்தாமல் இருக்கிறதா என்று அவர் கேட்டார். பிறகு கனிவான குரலில் அல்லது இனிமையான முறையில் அந்தத் தலைக்கவசத்தொப்பி அவர்களுக்கு காயங்கள் ஏற்படுவதை தடுப்பதற்காகவே உருவாக்கப்பட்டுள்ளது என்றும் வேலையில் இருக்கும் போது அதனைத் தவறாமல் அணிந்து கொள்ளுமாறும் அந்த ஊழியர்களுக்கு நினைவுபடுத்தினார். கோபம் கொள்ளாமலோ உணர்ச்சி மாறுபாடு கொள்ளாமலோ அந்த விதிமுறையைப் பின்பற்றுவதில் முன்னேற்றம் மிகுதியாக இருந்தது.

கிண்டலான விமர்சனத்தின் பயனற்றத்தன்மை வரலாற்றின் ஆயிரம் அளவிலான பக்கங்களில் நிறைந்திருப்பதை நீங்கள் காண்பீர்கள். உதாரணத்திற்கு எடுத்துக் கொள்ளுங்கள். தியோடர் ரூஸ்வெல்ட் மற்றும் ஜனாதிபதி டாஃப்ட் இடையில் நடைபெற்ற வாக்குவாதச் சண்டை - இந்த வாக்குவாதச் சண்டை ரிபப்ளிகன் கட்சியை இரண்டாகப் பிரித்து, உட்ரோ வில்சனை வெள்ளை மாளிகையில் அமர வைத்தது. இது முதல் உலகப்போரைப் பற்றி பிரபலமான வரிகளை எழுத வைத்து வரலாற்றின் போக்கையே மாற்றிவிட்டது. நாம் உண்மைகளை விரைவாக மீள்பார்வை செய்யலாம். 1908ஆம் ஆண்டில் தியோடர் ரூஸ்வெல்ட் வெள்ளை மாளிகையை விட்டு வெளியேறிய போது, அவர் டாஃப்ட்டை ஆதரித்தார். பிறகு தியோடர்

ரூஸ்வெல்ட் ஆப்பிரிக்காவுக்கு சிங்க வேட்டைக்குச் சென்றுவிட்டார். அவர் திரும்பி வந்த போது உணர்ச்சிக் கொந்தளிப்பில் கோபமுற்றார். பழமைவாதத்திற்காக அவர் டேஃப்ட்டை கண்டனம் செய்தார். மூன்றாவது முறையாகத் தானே போட்டியிட முயற்சி செய்தார். புல் மூஸ் கட்சியைத் தொடங்கினார். ஆனால் எல்லாவற்றிற்கும் மேலாக பெரிய பழைமையான கட்சியான ரிபப்ளிகன் கட்சியை சிதைத்து விட்டார். தொடர்ந்து நடந்த தேர்தலில் வில்லியம் ஹோவார்ட் டேஃப்ட்டும், ரிபப்ளிகன் கட்சியும் - வெர்மோன்ட் மற்றும் உடா ஆகிய இரண்டு மாகாணங்களைத்தான் பெற்றன. அந்த கட்சி இதுவரை அறிந்திராத மிகவும் அழிவு நிலையுள்ள தோல்வி இது.

தியோடர் ரூஸ்வெல்ட் டேஃப்ட்டைக் குற்றம் கூறினாரா? ஆனால் டேஃப்ட் தன்னைக் குற்றம் கூறிக்கொண்டாரா? ஒரு வேளை அது இல்லை என்பது தான். தன்னுடைய கண்களில் கண்ணீருடன் டேஃப்ட் இவ்வாறு கூறினார்: ''நான் செய்ய வேண்டியதற்கு மாறாக எவ்வாறு என்னால் செய்ய முடிந்தது என்பதை என்னால் காண முடியவில்லை.''

குற்றம் சாட்டப்பட வேண்டியவர் யார்? ரூஸ்வெல்டா டேஃப்ட்டா? வெளிப்படையாகச் சொல்வதென்றால், எனக்குத் தெரியாது. நான் கவலைப்படவில்லை. நான் குறிப்பிட முயலுகின்ற முக்கியச் செய்தி என்னவென்றால், தியோடர் ரூஸ்வெல்டின் விமர்சனங்கள் டேஃப்ட் தவறு செய்தவர் என்பதைத் தொடர்ந்து வலியுறுத்தவில்லை என்பது தான். இது டேஃப்ட் தன்னை நியாயப்படுத்திக் கொண்டு கண்ணீருடன் இவ்வாறு மீண்டும் கூறுவதற்கு மட்டுமே வழிவகுத்தது: ''நான் செய்ய வேண்டியதற்கு மாறாக எவ்வாறு என்னால் செய்ய முடிந்தது என்பதை என்னால் காண முடியவில்லை.''

அல்லது, டீ பாட் எண்ணை ஊழலை எடுத்துக் கொள்ளுங்கள். அது 1920ஆம் ஆண்டின் முற்பகுதிகளில் கோபாவேசத் தோடு செய்தித்தாள்களில் முழங்கிக் கொண்டிருந்தது. அது தேசத்தையே உலுக்கியது! வாழும் மனிதர்களின் நினைவைப் பொறுத்தவரையில், இதைப் போன்று வேறு எதுவும் அமெரிக்கப் பொதுவாழ்வில் நடைபெறவில்லை. அந்த ஊழலைப் பற்றிய வெளிப்படையான உண்மைகள் இவைகள் தான்: ஹார்டிங்ஸின் அமைச்சரவையில் உள்துறைச் செயலாளராக இருந்த ஆல்பர்ட் பி. ஃபால் கடற்படையின் எதிர்காலப் பயன்பாட்டிற்காக ஒதுக்கப்பட்ட எல்க் ஹில் மற்றும் டீபாட் டோம் - அரசின் எண்ணெய் கிடங்குகளை வாடகைக்கு விடுக்கும் பொறுப்பு

ஒப்படைக்கப்பட்டிருந்தார். செயலாளர் ஃபால் போட்டியான ஏலத்திற்கு அதனை அனுமதித்தாரா? இல்லை அய்யா. அவர் இந்த மிகப்பெரிய ஒப்பந்தத்தை தன்னுடைய நண்பரான எட்வர்ட் எத். டோஹெனிக்கு நேரடியாக ஒப்படைத்து விட்டார். அதற்கு டோஹெனி என்ன செய்தார்? அவர் செயலாளர் ஃபாலுக்கு அவரால் திருப்தியுடன் அழைக்கப்பட்ட ஒரு நூறாயிரம் டாலர் ''கடனை'' கொடுத்தார். பிறகு, எல்க் ஹில் எண்ணெய் கிடங்குகளை விட்டு அருகிலுள்ள எண்ணெய் கிணறுகளை குலைக்கும் வகையில் ஒரு தன்னிச்சையான முறையில் அமெரிக்க கடற்படைக் கப்பல்களை இந்த பகுதிக்குள் வருவதற்கு உத்தரவிட்டார். பாதிக்கப்பட்ட போட்டியாளர்கள் தங்கள் நியாயம் துப்பாக்கி முனையில் தவிர்க்கப்பட்டதனால், நீதிமன்றத்தை உடனே அணுகினார்கள் - டீபாட் டோம் ஊழலினை அம்பலப்படுத்தினர். மிக வெறுக்கத்தக்க அளவிலான ஊழல் துர்நாற்றம் பரவி ஹார்டிங்கின் நிர்வாகத்தை அழித்து, தேசம் முழுவதையும் குமட்டும் நிலைக்கு உருவாக்கி, ரிபப்ளிகன் கட்சி சிதைந்து போவதற்கும் காரணமாகியது. ஆல்பர்ட் பி. ஃபால் சிறைக்குச் செல்ல வைத்தது.

ஃபால் மிகவும் கண்டனத்துக்கு உள்ளானார் - இதுவரை பொதுவாழ்வில் இருந்த எவரும் கண்டிக்கப்படாத வகையில் வன்மையாக கண்டிக்கப்பட்டார். அவர் அதற்காக வருத்தம் தெரிவித்தாரா? ஒருபோதும் இல்லை! சில ஆண்டுகளுக்குப் பின்னர், ஹெர்பர்ட் ஹூவர் ஒரு பொதுமேடையில் பேசும் போது, ஜனாதிபதி ஹார்டிங்கின் இறப்பு ஒரு நண்பர் துரோகம் செய்தமையால் ஏற்பட்ட மன உளைச்சலாலும் கவலையாலும் ஏற்பட்டது என்று தெரியப்படுத்தினார். திருமதி. ஃபால் இதனைக் கேட்டவுடன் அவருடைய இருக்கையிலிருந்து துள்ளி எழுந்து, அழுது கொண்டு தன் விதியை நொந்தவாறு அரற்றினார். கதறிக் கொண்டு கூவினார்: ''என்ன? ஹார்டிங் ஃபாலினால் துரோகம் செய்யப்பட்டாரா? இல்லை! என் கணவர் எவருக்கும் ஒருபோதும் துரோகம் செய்ததில்லை. இந்த என் வீடு முழுவதும் தங்கத்தால் நிரப்பினாலும் என் கணவரைத் தவறிழைக்கத் தூண்டுவதற்கு முடியாது. அவர் ஒருவர் தான் துரோகம் செய்யப்பட்டு தண்டிக்கப்பட்டு கொடுமையாக மரணத்திற்குத் தள்ளப்பட்டார்.''

'ஆம்' சரியாகச் சொன்னீர்கள்; தவறு செய்பவர்கள் தங்களைத் தவிர மற்ற எல்லோரையும் குறை சொல்வது தான் இயற்கையாக நடக்கிறது. நாம் எல்லோருமே அதைப்போலத்தான் இருக்கிறோம்.

ஆகையால் நீங்களோ நானோ நாளை யாரையாவது கிண்டலாக கேலி செய்வதற்குத் தூண்டப்பட்டால் அல்கேபோன், ''இரு துப்பாக்கி'' களான க்ரௌலே மற்றும் ஆல்பர்ட் ஃபாலை நினைத்துப் பார்த்துக் கொள்வோம். கேலியான விமர்சனங்கள் வீட்டுக்கே திரும்பி வரும் புறாக்களைப் போன்றவை என்பதை நாம் உணர்ந்து கொள்வோம். அவை எப்போதும் வீட்டுக்கே திரும்பி வந்துவிடும். நாம் குற்றம் சொல்லி திருத்த நினைக்கிற நபர் அவரை நியாயப்படுத்திக் கொண்டு திரும்ப நம்மையே குற்றம் சொல்வார்; அல்லது டேஃப்டைப் போல இப்படி சொல்வார்: ''நான் செய்ய வேண்டியதற்கு மாறாக எவ்வாறு என்னால் செய்ய முடிந்தது என்பதை என்னால் காண முடியவில்லை.''

1865ஆம் ஆண்டு ஏப்ரல் மாதம் 15ஆம் தேதி, ஜான் வில்கெஸ் பூத் ஆப்ரஹாம் லின்கனைச் சுட்டுக் கொலை செய்த ஃபோர்டு அரங்கத்திலிருந்து எதிரில் உள்ள ஒரு எளிமையான தங்கும் விடுதியில் ஒரு ஹாலில் உள்ள படுக்கை அறையில் ஆப்ரஹாம் லின்கன் உயிர் போய்க் கொண்டிருந்த நிலையில் கிடத்தப்பட்டிருந்தார். அவரது உடல் அளவுக்குப் பொருந்தாத ஒரு சிறிய தொங்கிப் போயிருந்த ஒரு கட்டிலில் நேராக படுக்க வைக்கப்பட்டிருந்தார். ரோஸா போன்ஹீயரின் புகழ் பெற்ற *தி ஹார்ஸ் ஃபேர்* என்ற ஓவியத்தின் மலிவான பதிப்பு படுக்கையின் மேலாகத் தொங்கவிடப்பட்டிருந்தது. ஒரு மோசமான வாயு விளக்கு மஞ்சள் ஒளியை மங்கலாகப் பரப்பிக் கொண்டிருந்தது.

லின்கனைப் படுக்க வைக்கப்பட்டிருந்த போது, அவருடைய போர்ப்படை செயலாளர் ஸ்டேன்டன் ''இதுவரை உலகமே கண்டிராத மிகவும் சிறந்த ஆட்சியாளர் அங்கே உறங்குகிறார்'' என்று கூறினார்.

மக்களைக் கையாள்வதில் லின்கன் அடைந்த வெற்றியின் ரகசியம் என்ன? நான் ஆபிரகாம் லின்கனின் வாழ்க்கையை பத்து ஆண்டுகள் படித்தேன், லிங்கன் தி அன்நோன், என்ற தலைப்பில் ஒரு புத்தகத்தை எழுதி, அதையே மீண்டும் எழுத மூன்று ஆண்டுகள் அர்ப்பணித்தேன். லின்கனின் பண்புகள் மற்றும் சொந்த வாழ்க்கையைப் பற்றி ஒரு ஆய்வை விரிவானதாகவும் முழுமையானதாகவும் செய்துள்ளேன் என்று நம்புகிறேன். லின்கன் மனிதர்களை கையாளும் முறை குறித்து நான் ஒரு சிறப்பு ஆய்வும் செய்தேன். அவர் விமர்சனத்தில் ஈடுபட்டாரா? ஆமாம். ஆச்சரியம். இண்டியானாவின் பிஜியன் கிரீக் வேலிப் பகுதியின் இளையவராக இருந்து கொண்டு அவர் கேலியாக விமர்சித்தது மட்டுமல்லாமல்,

மக்களைக் கேலி செய்து கடிதங்களும் கவிதைகளும் எழுதி, அவற்றை நாட்டின் போக்குவரத்துப் பகுதிகளில் கண்டிப்பாகக் கண்ணில் படும் வகையில் காட்சிப்படுத்தி வைத்தார். இந்தக் கடிதங்களில் ஒன்று வாழ்க்கை முழுவதும் கொழுந்துவிட்டு எரிந்த சீற்றத்தை உருவாக்கியது.

இல்லியனாஸின் ஸ்பிரிங்ஃபீல்டில் புகழ் பெற்ற வழக்கறிஞராக லின்கன் செயலாற்றிய போதும் கூட, அவர் தன்னுடைய விரோதிகளை வெளிப்படையாக பத்திரிகைகளில் வெளி வந்த கடிதங்களின் மூலம் தாக்கி எழுதினார். ஆனால் இதனை பலமுறை செய்தார்.

1842ஆம் ஆண்டின் இலையுதிர் காலத்தில் ஜேம்ஸ் ஷீல்ட்ஸ் என்ற பெயருள்ள பயனற்ற, சண்டைபிடிக்கும் அரசியல்வாதியை கேலியான கிண்டல் விமர்சனம் செய்தார். ஸ்பிரிங்ஃபீல்டு *பத்திரிகையில்* வெளியான ஒரு பெயர் போடாத கடிதத்தின் மூலம் லின்கன் அவரைச் சாடினார். நகரம் நகைப்பொலியால் குலுங்கியது. நுண்ணிய உணர்வும், தற்பெருமையும் கொண்ட ஷீல்ட்ஸ் கோபத்தால் கொதித்தெழுந்தார். அதை எழுதியது யார் என்பதைத் தெரிந்து கொண்டார், தன் குதிரையில் தாவி ஏறினார், லின்கனை நோக்கிச் சென்றார், அவரிடம் ஒற்றைக்கு ஒற்றையாய் சண்டைக்கு சவால்விட்டு அழைத்தார். லின்கன் சண்டையிடுவதற்கு விரும்பவில்லை. நேருக்கு நேர் சண்டையிடுவதற்கு எதிர்ப்பு தெரிவித்தார். ஆனால் அவர் அதை விட்டுவிடவும் முடியவில்லை. தன் கவுரவத்தைக் காப்பாற்ற விரும்பினார். அவருக்கு ஆயுதங்கள் வைத்துக் கொள்ளவும் வாய்ப்பு அளிக்கப்பட்டார். அவருக்கு மிக நீண்ட கைகள் இருந்ததால், அவர் குதிரைப்படை வீரர்களின் பரந்த வாளைத் தேர்ந்தெடுத்தார். வெஸ்ட் பாயின்ட் பட்டதாரி ஒருவரிடம் வாள் வீச்சில் பாடங்களைக் கற்று பயிற்சி பெற்றார்; குறிப்பிட்ட அந்த தினத்தில், மிஸிசிபி ஆற்றின் மணல் வெளியில் அவரும் ஷீல்ட்ஸும் சந்தித்து உயிருள்ள வரை போராட தயாரானார்கள்; ஆனால் கடைசி நிமிடத்தில், அவருடைய இரண்டாம் நிலையுள்ளவர்கள் குறுக்கிட்டு சண்டையிடுவதைத் தடுத்துவிட்டார்கள்.

இதுதான் லின்கனின் வாழ்க்கையில் நடந்த மிகப் பெரிய தனிப்பட்ட நிகழ்ச்சியாகும். மக்களைக் கையாளும் கலை முறையில் மிக மதிப்பு மிக்க பாடத்தைக் கற்றுக் கொடுத்தது. அதன் பிறகு ஒருபோதும் அவர் புண்படுத்தும் வகையிலான

கடிதங்கள் எழுதவில்லை. அந்த நேரத்திலிருந்து, அவர் ஒருபோதும் எதற்காகவும் யாரையும் கிண்டலாக விமர்சிக்கவில்லை.

காலப்போக்கில் ஒவ்வொரு சமயத்திலும், உள்நாட்டுப் போரின் போது, புகழ் படைக்கும் இராணுவத்தில் புதிய புதிய ஜெனரலை தலைவராக நியமித்தார். அதற்கு மாறாக - மேக்மில்லன், போப், பர்ன்சைட், ஹூக்கர், மீட் போன்ற ஒவ்வொருவரும் மிகவும் மோசமான வகையில் தவறு செய்துவிட்டு, பாராளுமன்றத்தில் லின்களைத் தர்மசங்கடத்திற்கு ஆளாக்கினார்கள். நாட்டின் பாதி பேர் இந்த தகுதியற்ற இராணுவத் தலைவர்களை காட்டுமிராண்டித்தனமாகக் குறை கூறினார்கள். ஆனால் லின்கன், ''யார் மீதும் கோபமின்றி, எல்லோரிடத்தும் கருணையுடன்'' இருந்து அவருடைய அமைதியை நிலைநாட்டினார். அவருடைய பிடித்தமான வாசகங்களில் ஒன்று ''நீங்கள் நியாயம் தீர்க்காத வகையில், நீங்கள் நியாயம் வழங்காதீர்கள்'' என்பதாகும்.

லின்கனின் மனைவியும் மற்றவர்களும் தென்மாநில மக்களை கடுமையாகப் பேசிய போது, லின்கன் இவ்வாறு பதில் கூறினார்: ''அவர்களை கேலியாக விமர்சனம் செய்யாதீர்கள்; நாம் அத்தகைய சூழ்நிலையில் எப்படி இருந்திருப்போமோ அப்படித்தான் அவர்கள் இருக்கிறார்கள்.''

இருப்பினும் யாராவது ஒரு மனிதர் எப்பொழுதாவது கிண்டலாக விமர்சிக்கும் சந்தர்ப்பத்தைப் பெற்றிருப்பாரா என்றால், நிச்சயமாக அது லின்கன் தான். நாம் ஒரேயொரு நிரூபணத்தை மட்டும் எடுத்துக் கொள்வோம்:

1863ஆம் ஆண்டின் ஜூலை மாதத்தின் முதல் மூன்று நாட்களில் கெட்டிஸ்பர்க் போர் நடந்தது. ஜூலை 4ஆம் தேதி இரவில், இடி மேகங்கள் நாட்டை மழையால் வெள்ளக்காடாக ஆக்கிய போது, லீ தெற்கு நோக்கிப் பின்வாங்கத் தொடங்கினார். தோற்றுப்போன படைகளுடன் லீ படைத்தளத்தை அடைந்த போது, அவருக்கு எதிரில் நீர்மிகுந்த கடக்க முடியாத ஆற்றைக் கண்டார். வெற்றி பெற்ற யூனியன் படை அவருக்குப் பின்னால் இருந்தது. அவரால் தப்பிப்போக முடியாது. லின்கன் அதனைப் பார்த்துவிட்டார். இறைவனே வழங்கியது போன்ற தங்கமான வாய்ப்பு - லீயின் படைகளை உடனேயே தோற்கடித்து கைப்பற்றிப் போரை முடிவுக்குக் கொண்டு வரக்கூடிய நல்ல வாய்ப்பு. ஆகவே, உயர்ந்த நம்பிக்கையுடன், போருக்கு என்று அழைக்காமல் உடனடியாக லீயைத் தாக்கும்படி லின்கன் மீடேக்கு உத்தரவிட்டார். அவருடைய

உத்தரவைத் தந்தியாக அனுப்பிவிட்டு, அதன்பிறகு ஒரு சிறப்பு தூதுவர் வழியாகவும் மீடே உடனடியாக நடவடிக்கை எடுக்க வேண்டும் என்று உத்தரவிட்டார்.

ஜெனரல் மீட் என்ன செய்தார்? தான் செய்ய வேண்டும் என்று உத்தரவிடப்பட்டதற்கு முற்றிலும் மாறாகச் செயல்பட்டார். லின்கனின் உத்தரவிற்கு முற்றிலும் மாறானதாக போருக்கான அழைப்பை விடுத்தார். அவர் தயங்கினார். அவர் நடவடிக்கையைத் தள்ளிப்போட்டார். எல்லா வகையான சமாளிப்புகளையும் தந்தியாக அனுப்பினார். லீயைத் தாக்குவதற்கு அவர் அப்பட்டமாக மறுத்து விட்டார். இறுதியாக ஆற்றில் வெள்ளம் வடிந்துவிட்டது. லீ படைத்தளத்திலிருந்து தன் படைகளுடன் தப்பித்துப் போய்விட்டார்.

லின்கன் மிகவும் கோபாவேசமாக இருந்தார். ''இதற்கு என்ன அர்த்தம்?'' என்று லின்கன் தன் மகனிடம் சத்தமிட்டார். ''இறைவா! இது எதைக் குறிக்கிறது? நாம் அவர்களை நம் கைக்கெட்டும் பிடியில் வைத்திருந்தோம். நாம் கையை மட்டும் நீட்டியிருந்தால் அவர்கள் நம் கைவசம் சிக்கியிருப்பார்கள். இருப்பினும் நான் ஒன்றும் சொல்ல இயலவில்லை; அல்லது படைகளை போகச் சொல்லவும் முடியவில்லை. இந்த மாதிரியான சூழ்நிலைகளில், எந்த ஒரு ஜெனரலாக இருந்தாலும் லீயைத் தோற்கடித்திருக்க முடியும். நான் அங்கே சென்றிருந்தால் அவரை நானே அடித்து விளாசித் தள்ளியிருப்பேன்.''

முற்றிலும் ஏமாற்றமடைந்த நிலையில், லின்கன் உட்கார்ந்து மீடுக்கு இந்தக் கடிதத்தை எழுதினார். நினைவிருக்கட்டும், வாழ்க்கையின் இந்த காலக்கட்டத்தில் லின்கன் மிகவும் பழமைவாதக் கருத்துடனும் கட்டுப்பாடான சொற்பிரயோகமும் கொண்டிருந்தார். ஆகவே 1863ஆம் ஆண்டில் லின்கன் எழுதிய இந்தக் கடிதம் மிகக் கடுமையான கண்டனத்தை ஒத்திருந்தது.

என்னுடைய அன்பான ஜெனரல்,

லீ தப்பித்துப் போயிருப்பதில் உள்ள துரதிர்ஷ்டத்தின் வலிமைத் தன்மையை நீங்கள் அறிந்து கொண்டு உணர்ந்திருப்பீர்கள் என்று நான் நம்பவில்லை. அவர் நாம் எளிமையாக கைப்பற்றும் நிலைக்குள் இருந்தார். நமக்குப் பின்னால் வருகின்ற வெற்றிகளைப் பொறுத்தவரையில், நாம் அவரை தீர்த்துக் கட்டியிருந்தால், அது போரை முடிவுக்குக் கொண்டு வந்திருக்கும். இப்போது இருக்கின்ற நிலையில் போர் காலவரம்பின்றி நீடிக்கும். கடந்த திங்கள் கிழமையன்றே லீயை

லாவகமாகத் தாக்க முடியவில்லை என்றால், அப்பொழுது இருந்த நம் படைகளில் மூன்றில் இரண்டு பங்கு மட்டும் வைத்துக் கொண்டு அவரை ஆற்றின் தென்கரையில் வைத்து நீங்கள் எவ்வாறு தாக்க முடியும்? அப்படி எதிர்பார்ப்பது சரியான காரணமற்றதாகத்தான் இருக்கும். இப்போது நீங்கள் திறமையோடு அதனைச் செய்ய உங்களால் முடியுமென்று நான் எதிர்பார்க்கவில்லை. உங்களுக்குக் கிடைத்த பொன்னான வாய்ப்பு நழுவிப் போய்விட்டது. இதன் காரணமாக நான் அளவிட முடியாத துன்பத்தில் இருக்கிறேன்.

மீட் இந்தக் கடிதத்தைப் படித்தபிறகு என்ன செய்திருப்பார் என்று நீங்கள் எண்ணுகிறீர்கள்?

மீட் அந்தக் கடிதத்தை ஒருபோதும் பார்க்கவே இல்லை. லின்கன் அதனை தபாலில் அனுப்பி வைக்கவே இல்லை. அவருடைய இறப்பிற்கு பிறகு, அவருடைய மற்ற தாள்களுடன் இருந்து இது கண்டுபிடிக்கப்பட்டது.

என்னுடைய யூகம் இதுதான் - இது யூகம் மட்டும் தான். அந்தக் கடிதத்தை எழுதிய பிறகு, லின்கன் ஜன்னல் வழியாக வெளியே பார்த்தார். அவர் தனக்குத்தானே, ''ஒரே ஒரு நிமிடம் மட்டும். நான் இவ்வளவு வேகமாக இருந்திருக்கக் கூடாது. அமைதியான வெள்ளை மாளிகையில் உட்கார்ந்து கொண்டு தாக்குமாறு மீடுக்கு உத்தரவிடுவது எனக்கு மிகவும் எளிதானது தான். ஆனால் நான் கெட்டிஸ்பர்கில் இருந்து, கடந்த வாரத்தில் மீட் பார்த்த அளவுக்கு மிகுந்த ரத்தம் சிந்தியதைப் பார்த்திருந்தால், என்னுடைய காதுகள் அங்கிருந்த புண்பட்டவர்களின், இறந்து கொண்டிருந்தவர்களின் கூக்குரல்களையும் முக்கல் முனகல்களையும் கேட்டிருந்தால், நான் தாக்குதல் நடத்த இத்தகைய அவசரமான ஆர்வத்தில் இருந்திருக்காமல் செயல்பட இயலும். எனக்கும் மீட் போல பயந்த சுபாவம் கொஞ்சம் இருந்திருந்தால், அவர் செய்ததை ஒருவேளை என்னால் நியாயப்படுத்தியிருக்க இயலும். எப்படியோ அது இப்போது பாலத்தின் கீழுள்ள நீராகிவிட்டது. இந்தக் கடிதத்தை நான் அனுப்பினால், அது என்னுடைய உணர்ச்சிகளை விடுவிக்கும் ஆனால் மீடேவை இது அவர் செயலை நியாயப்படுத்திட வைக்கும். அவர் என்னைப்பற்றிக் குறை கூற வைக்கும். இது கடினமான உணர்வுகளை உருவாக்கி, ஒரு படைத்தளபதியாக அவர் இன்னும் ஆற்ற வேண்டிய கடமைகளை

முடக்கி வைத்துவிடும். ஒருவேளை அவரை இராணுவத்திலிருந்து ராஜினாமா செய்வதற்கு நிர்ப்பந்திக்கும்.''

ஆகவே, நான் முன்பே சொன்னது போல, லின்கன் அந்தக் கடிதத்தை அப்பால் வைத்துவிட்டார். ஏனென்றால் கூர்மையான விமர்சனங்களும் கண்டனங்களும் நிச்சயமாக மிகுதியும் பயனற்றதாகவே முடியும் என்பதை கற்றுக்கொண்டார்.

தியோடர் ரூஸ்வெல்ட் ஜனாதிபதியாக இருந்த போது, அவர் ஒரு குழப்பமான பிரச்சினைக்காக விசாரிக்கப்பட்டார். அவர் வெள்ளை மாளிகையில் அவரது இருக்கைக்கு மேலாக இருந்த லின்கனின் பெரிய உருவ ஓவியத்தைத் திரும்பிப் பார்த்துக் கொள்வது வழக்கம். அப்படிப் பார்த்துத் தனக்குள்ளே, ''என் நிலையில் லின்கன் இருந்தால் அவர் என்ன செய்திருப்பார்? இந்தப் பிரச்சினையில் அவர் எவ்வாறு தீர்வு காண்பார்?'' என்று கேட்டுக்கொண்டார்.

மார்க் ட்வைன் எப்பொழுதாவது தன்னுடைய உணர்வை இழந்து கோப உணர்வைப் பெறுவார். அப்போது அவர் கடிதங்கள் எழுதுவார். தாள் அந்த உணர்ச்சியில் பழுப்படைந்துவிடும். உதாரணமாக, ஒருமுறை அவரது கோபத்தைத் தூண்டிவிட்ட ஒரு நபருக்கு இப்படி எழுதினார்: ''உனக்கு வேண்டியது ஒரு கல்லறை. நீ மட்டும் தான். அதை நீ பெறுவதை நான் பார்த்துக் கொள்கிறேன்.'' இன்னொரு சமயத்தில் ''என்னுடைய எழுத்துக் கூட்டல் முறை பற்றியும் அதன் நிறுத்தக் குறிகள் பற்றியும் திருத்த முயன்ற'' பிழை திருத்தும் பணி செய்பவரின் திருத்துவதற்கு ஏற்ற செயலைப்பற்றி ஒரு பத்திரிகை ஆசிரியருக்கு எழுதினார். அவர் இவ்வாறு உத்தரவிட்டார்: ''இனிமேல் என்னுடைய எழுத்துப்படியில் உள்ளது போலவே நான் எழுதியவற்றில் இருக்கட்டும். பிழை திருத்துபவர் தன் ஆலோசனைகளை அவரது மக்கிப்போன மூளையின் அடித்தளத்திலேயே வைத்திருக்கட்டும்.''

இப்படி உணர்த்திய கடிதங்கள் எழுதியதால் மார்க் ட்வைனை நன்றாக உணரவைத்தன. இப்படிப்பட்ட வெப்பக்காற்றை வெளிப்படுத்த அவர்கள் அனுமதித்தார்கள். இந்தக் கடிதங்கள் உண்மையான எந்த கெடுதலையும் விளைவிக்கவில்லை. ஏனென்றால் மார்க் ட்வைனின் மனைவி தபாலில் அனுப்பாமல் அப்படியே அவற்றை எடுத்துவிடுவார். அவைகள் ஒருபோதும் அனுப்பப்பட்டதில்லை.

மாற்றம் ஏற்படுத்தி, ஒழுங்குபடுத்தி, முன்னேற்ற விரும்பிய யாராவது உங்களுக்குத் தெரியுமா? நன்று! அது மிகவும் சிறந்தது. நான் அவற்றுக்கெல்லாம் ஆதரவளிக்கிறேன். ஆனால் அதனை

நீங்கள் ஏன் உங்களுக்குச் செய்துகொள்ளக்கூடாது? உண்மையான தன்னல நோக்கத்திலிருந்து பார்த்தால் மற்றவர்களை முன்னேற்ற முயற்சி செய்வதைவிட இது அதிக பயனுள்ளதாக இருக்கிறது. ஆம் - மிகவும் அபாயம் குறைவானது. ''உங்கள் வீட்டு வாசல்படியே அழுக்காக இருக்கும்போது, உங்கள் பக்கத்து வீட்டுக் கூரையின்மேல் இருக்கும் பனிப்படலத்தைப்பற்றிக் குறை கூறாதீர்கள்'' என்று கன்ஃபூசியஸ் கூறினார்.

நான் இதைவிட இளமையாக இருந்து, மக்களைக் கவர்வதற்கு மிகவும் அதிகம் முயன்று கொண்டிருந்த போது, அமெரிக்க இலக்கிய உலகில் அதிகமாக எழுதி வெளி வந்து கொண்டிருந்த ரிச்சர்ட் ஹார்டிங் டேவிஸ் என்ற எழுத்தாளருக்கு ஒரு முட்டாள்தனமான கடிதத்தை எழுதினேன். எழுத்தாளர்களைப்பற்றி நான் பத்திரிகை கட்டுரை ஒன்று தயாரித்துக் கொண்டிருந்தேன். அவருடைய செயல்பாட்டு முறை பற்றிக் கூறுமாறு நான் டேவிஸைக் கேட்டேன். அதற்குச் சில வாரங்களுக்கு முன் வேறு ஒருவரிடமிருந்து ''வாய்வழியாகச் சொன்னது, படிக்கப்படவில்லை'' என்ற அடிக்குறிப்போடு ஒரு கடிதத்தை நான் பெற்றேன். நான் இதனால் மிகவும் கவரப்பட்டேன். அந்த எழுத்தாளர் மிகவும் பெரிய புகழுடையவர் என்றும் மிகவும் அதிகமாகச் செயல்பட்டுக் கொண்டிருப்பவர் என்றும் மிகவும் முக்கியமானவர் என்றும் நான் நினைத்தேன். நான் அப்படியொரு மிகுந்த செயல்பாட்டில் இருக்கவில்லை. ஆனால் ரிச்சர்ட் ஹார்டிங் டேவிஸ் உள்ளத்தில் மிகவும் செயல்பட்டுக் கொண்டிருப்பதாகக் காட்டிக் கொள்வதில் மிகுந்த ஆர்வமாக இருந்தேன். ஆகவே நான் எழுதிய கடிதத்தை ''வாய்வழியாகச் சொன்னது, படிக்கப்படவில்லை'' என்ற அடிக்குறிப்புடன் முடித்தேன்.

அவர் இந்தக் கடிதத்திற்கு பதிலெழுத ஒருபோதும் கவலைப்பட வில்லை. ''உங்கள் தவறான நடைமுறைப் பழக்கங்களாலேயே உங்கள் அத்தகைய பழக்கங்கள் இன்னும் அதிகமாகி உள்ளன'' என்ற அடிக்குறிப்பைக் கிறுக்கி எழுதி அந்தக் கடிதத்தை அப்படியே திருப்பி அனுப்பிவிட்டார். உண்மை, நான் மிகப்பெரிய தவறைச் செய்துவிட்டேன். இந்தக் கண்டனத்துக்கு ஒருவேளை நான் தகுதி உடையவன் தான். ஆனால் ஒரு மனிதன் என்பதால், பத்து ஆண்டுகளுக்குப் பிறகு, ரிச்சர்ட் ஹார்டிங் டேவிஸின் இறப்பைப் பற்றிப் படித்த போது, நான் எனக்குள் சீற்றமடைந்தேன். என் மனத்தில் இன்னும் நிலைத்திருக்கும் ஒரு எண்ணம் - நான் ஒத்துக்கொள்வதற்கு வெட்கப்படும் எண்ணம் - அவர் எனக்குள் ஏற்படுத்திய காயம் தான்.

நீங்களும் நானும் பலப்பல ஆண்டுகளைக் கடந்தும் இறப்பு வரை மனத்தில் உறுத்திக் கொண்டே இருக்கும் சீற்றத்தைக் கிளறிப் பார்க்க விரும்பினால், அது நியாயமானது தான் என்று நாம் எவ்வளவு உறுதியாக நினைத்திருந்தாலும் சரியே, அந்த உணர்வைத் தூண்டும் விமர்சனத்தில் ஈடுபடுவோம்.

மக்களைக் கையாளுகின்ற சமயத்தில் நாம் தர்க்கமான நிலையுள்ள சாதாரண ஜந்துக்களுடன் நடந்து கொள்வது போல நடந்து கொள்ளக்கூடாது என்பதை நினைவில் கொள்வோம். நாம் உணர்வுபூர்வமான ஜந்துக்கள், பாரபட்சமுள்ள ஜந்துக்கள், தற்பெருமை, பகட்டு ஆகியவற்றால் தூண்டுதல் கொண்ட ஜந்துக்கள் ஆகியவற்றை கையாள்கிறோம்.

கொடுமையான கேலியான விமர்சனம் ஆங்கில இலக்கியத்தை வளப்படுத்தி செழுமை சேர்த்த நாவலாசிரியர்களில் மிகவும் சிறந்தவரான மென்மை உணர்வுகொண்ட தாமஸ் ஹார்டியை நாவல் எழுதுவதை முழுமைக்கும் விட்டு விடுமாறு செய்துவிட்டது. ஆங்கிலக் கவிஞர் தாமஸ் சேட்டர்டன் என்பவரை தற்கொலைக்குத் துரத்தியது.

இளைஞராக இருந்த போது திறமையற்றவராக இருந்த பெஞ்சமின் ஃப்ராங்க்ளின் திறமைவாய்ந்தவராக உருவாகி மக்களைக் கையாள்வதில் கைதேர்ந்தவராகச் சிறந்து விளங்கியதால் ஃப்ரான்ஸுக்கான அமெரிக்கத் தூதுவராக நியமிக்கப்பட்டார். அவருடைய வெற்றியின் ரகசியம் என்ன? ''நான் எந்த மனிதனையும் கேவலமாகப் பேசமாட்டேன்'' என்றும் ''. . . ஒவ்வொருவரைப் பற்றியும் நான் அறிந்த நல்லவற்றை எல்லாம் பேசுவேன்'' என்றும் அவர் கூறினார்.

எந்த முட்டாள் மனிதனாலும் கிண்டலான விமர்சனம், குறை கூறுதல், புகார் செய்தல் ஆகியவற்றைச் செய்ய முடியும். - பெரும்பாலான முட்டாள்கள் அதனைச் செய்கிறார்கள்.

ஆனால் புரிந்து கொள்வதற்கும் மன்னிப்பதற்கும் நல்ல பண்பும் தன்னடக்கமும் வேண்டியுள்ளது.

''சாதாரண எளிய மனிதனை நடத்துகின்ற முறையில் தான் உயர்ந்தவர்கள் தங்கள் உயர்ந்த பண்பைக் காட்டுகிறார்கள்'' என்று கார்லைல் கூறினார்.

புகழ் பெற்ற சோதனை விமானியும், அடிக்கடி ஆகாயத்தில் சாகசங்கள் செய்து காட்டும் விமானியுமான பாப் ஹூவர் சாண்டியாகோவில் ஒரு விமானக் காட்சியை முடித்துவிட்டு லாஸ் ஏஞ்சல்ஸில் உள்ள தன்னுடைய இல்லத்திற்குத் திரும்பிக்

கொண்டிருந்தார். *ஃப்ளைட் ஆபரேஷன்ஸ்* என்ற பத்திரிகையில் குறிப்பிட்டு விவரித்திருந்தது போல, வானத்தில் முன்னூறு அடிகள் உயரத்தில் இரண்டு இயந்திர எஞ்சின்களும் திடீரென நின்று போய்விட்டன. செயல்திறன் மிக்க திட்டமிடுதல் திறமையால் அவர் விமானத்தை தரையிறக்கினார். ஆனால் உயிருக்கு யாருக்கும் ஆபத்து இல்லையென்றாலும் விமானம் மோசமாக சிதைவு அடைந்துவிட்டது.

விமானத்தை அவசரமாகத் தரையிறக்கியபின், ஹூவர் செய்த முதல் செயல் விமானத்தின் எரிபொருளை ஆய்வு செய்தது தான். அவர் சந்தேகித்தது போலவே, அவர் ஓட்டிச்சென்ற உலகப்போர் இரண்டு ப்ரொபெல்லர் விமானம் கேஸோலின் எரிபொருளுக்குப் பதிலாக ஜெட் எரிபொருளால் நிரப்பப்பட்டிருந்தது.

விமான நிலையத்திற்குத் திரும்பிய பிறகு, அவருடைய விமானத்தை சரிபார்த்து வேலை செய்த மெக்கானிக்கைப் பார்க்க வேண்டும் என்று கேட்டார். தன்னுடைய தவறால் ஏற்பட்ட மன உளைச்சலில் அந்த இளைஞன் நோயுற்றிருந்தான். ஹூவர் அவனை நெருங்கிய போது அவன் கண்களில் நீர் மிகுந்து வழிந்தது. அவன் விலை மதிப்புள்ள அந்த விமானத்துக்கு இழப்பை ஏற்படுத்தியது மட்டுமல்லாமல் அத்தோடு மூன்று உயிர்களுக்கும் இழப்பை ஏற்படுத்தியிருக்கக் கூடும்.

ஹூவரின் கோபாவேசத்தை உங்களால் கற்பனை செய்து பார்க்க முடியும். இந்தக் கவனக்குறைவுக்காக, பெருமைமிக்க திறமைமிக்க விமானி தன் நாவால் திட்டி கட்டவிழ்த்துவிடும் கோப உணர்வை ஒருவர் எதிர்பார்க்க முடியும். ஆனால் ஹூவர் அந்த மெக்கானிக்கைத் திட்டவில்லை ; அவர் அவனை கிண்டலாக விமர்சிக்கக்கூட இல்லை. அதற்குப் பதிலாக, தன்னுடைய நீண்ட கரத்தை அவனது தோளில் போட்டு, ''உனக்குத் தெரிவிக்கிறேன் நீ இனிமேல் இதனை மறுமுறை செய்யமாட்டாய் என்று நான் நிச்சயமாக உள்ளேன். என்னுடைய எஃப் 51 விமானத்தை நாளை சரி செய்திட வேண்டும் என்று நான் விரும்புகிறேன்'' என்று கூறினார்.

பெற்றோர்கள் தங்கள் பிள்ளைகளை விமர்சனம் செய்வதற்கு அடிக்கடி தூண்டப்படுகிறார்கள். ''கூடாது'' என்று நான் சொல்வேன் என்று நீங்கள் எதிர்பார்க்கிறீர்கள், ஆனால் நான் அப்படிச் சொல்லமாட்டேன். அவர்களை விமர்சிப்பதற்கு முன் அமெரிக்க இதழியலின் மிகச் சிறந்த படைப்புகளுள் ஒன்றான ''ஃபாதர் ஃபர்கெட்ஸ்'' என்பதைப் படியுங்கள். *பீப்பிள்ஸ் ஹோம் ஜர்னல்* இதழின் தலையங்கமாக அது முதலில் வெளிவந்தது. *ரீடர்ஸ்*

டைஜஸ்ட் இதழில் சுருக்கி வெளியிடப்பட்ட அதனை ஆசிரியரின் அனுமதியோடு நாங்கள் இங்கே மறு அச்சு செய்கிறோம்.

''ஃபாதர் ஃபர்கெட்ஸ்'' சிறிய படைப்புகளில் ஒன்றாகும் - அது உண்மையான உணர்வு நேரத்தில் மோதிப் பார்க்கிறது. தொடர்ந்து மறு அச்சு வேண்டிக் கேட்கும் வகையில் பல வாசகர்களின் நெஞ்சத்தில் எதிரொலித்து நரம்பை இயக்கி விடுகிறது. முதன்முதல் வெளியானதிலிருந்து ''ஃபாதர் ஃபர்கெட்ஸ்'' பலமுறை மறு அச்சாகி இருக்கிறது. அதைப்பற்றி அதன் ஆசிரியர் டபிள்யூ. லிவிங்ஸ்டன் லார்னெட் இவ்வாறு எழுதுகிறார். ''நூற்றுக்கணக்கான இதழ்களிலும், இல்ல இதழ்களிலும், நாடு முழுவதும் உள்ள செய்தித்தாள்களிலும் மறுபடி மறுபடி வெளியாகி உள்ளது. பல வெளிநாட்டு மொழிகளிலும் மறுபதிப்பு செய்யப்பட்டுள்ளது. பள்ளிகள், தேவாலயங்கள், பொதுமேடைகள் ஆகியவற்றிலிருந்து இதைப்படிக்க விரும்பிய ஆயிரக்கணக்கானவர்களுக்கு நான் அனுமதி கொடுத்திருக்கிறேன். வானொலி நிகழ்ச்சிகளிலும் எண்ணில்லாத தடவைகள் ஒலிபரப்பாகி உள்ளது. கல்லூரி மலர்களிலும் பள்ளி சிறப்பு மலர்களிலும் போதுமான அளவுக்கு பயன்படுத்தப்பட்டுள்ளது. பல சமயங்களில் இதன் சிறுபகுதிகள் வியக்கத்தக்க முறையில் 'புகைப்படமாகவும் உள்ளன. இந்த ஒன்று கண்டிப்பாக செய்துள்ளது.''

ஃபாதர் ஃபர்கெட்ஸ்
டபிள்யூ. லிவிங்ஸ்டன் லார்னெட்

மகனே, கவனி: தனக்காக கன்னத்தில் சுருட்டிக் கசக்கிய குழிகளும் முன் நெற்றியில் ஈரமான பொன்னிறமான சுருள் முடியோடும் நீ படுத்துறங்கும் போது இதனைக் கூறிக் கொண்டிருக்கிறேன். உன்னுடைய அறைக்குள் சப்தமின்றி நான் வந்துள்ளேன். சில நிமிடங்களுக்கு முன்னால், நூலகத்தில் அமர்ந்து நான் என் புத்தகத்தைப் படித்துக் கொண்டிருந்தேன். அப்போது மூச்சுத்திணறச் செய்யும் மன உளைச்சல் என்னை இழுத்துச் சென்றது. உன்னருகில் குற்ற உணர்வுடன் வந்து இருக்கின்றேன்.

நான் சில விஷயங்களைப் பற்றிச் சிந்தித்துக் கொண்டிருந்தேன், மகனே: நான் உனக்கு பாரமாக இருந்துள்ளேன். நீ பள்ளிக்குச் செல்ல உடையணிந்து கொண்டிருந்த போது நான் உன்னைத் திட்டினேன். ஏனென்றால் நீ உன் முகத்தை ஒரு துண்டால் ஒத்தி எடுத்துக்கொண்டு

மட்டுமே இருந்தாய். உன்னுடைய காலணிகளை சரியாக சுத்தம் செய்யவில்லை என்பதற்காக உன்னைக் கடிந்து கொண்டேன். நீ உன்னுடைய பொருள்கள் சிலவற்றை தரையில் வீசி எறிந்ததற்காக கோபப்பட்டு கூப்பிட்டேன்.

நீ காலை உணவு உண்ட போதும் கூட உன்னிடம் குறை கண்டு பார்த்தேன். நீ பொருள்களை சிந்தினாய். உன்னுடைய உணவை நீ அப்படியே விழுங்கினாய். நீ உன்னுடைய முழங்கைகளை மேஜையின் மேல் வைத்துக் கொண்டாய். ரொட்டியின் மீது அதிகமாக வெண்ணை தடவிக் கொண்டாய். நீ விளையாட வெளியில் செல்லப் புறப்படும் போது, நான் புகைவண்டிக்குச் செல்ல ஆயத்தமானேன். நீ திரும்பிப் பார்த்து கையசைத்தாய். ''குட்பை டாடி!'' என்று கூறினாய். நான் அவமரியாதையாக உணர்ந்தேன். அதற்குப் பதிலாக நான், ''உன்னுடைய தோள் பைகளை உனக்குப் பின்னால் வைத்துக்கொள்!'' என்றேன்.

பிறகு இது மறுபடியும் இரவு தொடங்கும் போதும் தொடர்ந்தது. நான் சாலைக்கு வந்த போதும் உன்னை நான் ரகசியமாக உன் முழங்கால்களுக்கு கீழும், விளையாட்டுப் பொருள்களையும் கண்காணித்தேன். உன்னுடைய காலுறைகளில் கிழிசல்கள் இருந்தன. வீட்டுக்கு வரும் போது எனக்கு முன்னால் சென்றதற்காக உன் நண்பர்களின் எதிரிலேயே உன்னை அவமானப்படுத்தினேன். காலுறைகள் விலை அதிகமுள்ளவை - அவற்றை நீ வாங்குவதானால் கவனமுடன் இருப்பாய்! அதனை எண்ணிப் பார்த்து மகனே தந்தையிடமிருந்து கற்றுக்கொள்!

பின்னர் நான் நூலகத்தில் படித்துக் கொண்டிருந்த போது உன்னுடைய கண்களில் ஒரு காயப்பட்ட உணர்வுடன் நீ பயந்து கொண்டு வந்ததை நீ நினைவில் வைத்துள்ளாயா? நான் படிப்பதை நிறுத்தி, இடையூறுக்காக பொறுமையிழந்து உன்னைப் பார்த்த போது நீ கதவருகில் தயங்கி நின்றாய். நான் அடக்க முடியாமல், ''உனக்கு என்ன வேண்டும்?'' என்றேன்.

நீ எதுவும் பேசவில்லை. ஆனால் உணர்ச்சிவசப்பட்டு வீழ்ந்து விடுவது போல் கடந்து ஓடி வந்தாய். உன்னுடைய கைகளை என் கழுத்தில் சுற்றிக்கொண்டு என்னை முத்தமிட்டாய். கடவுள் உன் மனத்தில் மலர்ச்சியை ஏற்படுத்தியது போல் உன்னுடைய பிஞ்சுக்கைகள் அன்போடு என் கழுத்தை இறுகப் பற்றின. வெறுத்தால்கூட அதனை மறுக்க முடியாது. அதன் பிறகு மாடிப்படிகளில் தாவித்தாவி நீ சென்றுவிட்டாய்.

நன்று மகனே. அதற்கு சிறிது நேரத்தில் என் கைகளில் இருந்த தாள்கள் நழுவி கீழே விழுந்தன. பயங்கரமாக நோய்வாய்பட்ட பயம் எனக்குள் வந்துவிட்டது. பழக்கம் என்பது எனக்கு எதைக் கொடுக்கிறது? கண்டிக்கும் வகையில் குற்றம் கண்டுபிடிக்கும் பழக்கம் - நீ ஒரு பையன் என்பதால் நான் உனக்கு வழங்கும் வெகுமதி இதுதான். இதனால் நான் உன்னை விரும்பவில்லை என்பதல்ல; நான் இளைஞர்களிடமிருந்து அதிகமாக எதிர்பார்த்துவிட்டேன். நான் வாழ்ந்த காலங்களை வைத்து உன்னை எடையிட்டுக் கொண்டு இருந்தேன்.

உன்னுடைய குணங்களில் நிறைய நல்லவை, சிறப்பானவை மேலும் உண்மையானவை. உன்னுடைய சிறிய இதயம் பெரிய குன்றுகளில் தோன்றும் விஸ்தாரணமான விடியலை போன்று பெரியது. இன்று இரவு தூங்குவதற்கு முன் ஓடி வந்து என்னை முத்தமிட்டு வாழ்த்தியதிலிருந்து நான் உன்னுடைய திட்டமற்ற உணர்ச்சியை அறிந்துக் கொண்டேன். மகனே, இன்று இரவு வேறு எதற்கும் இடமில்லை. இரவின் கருணையில் உன்னுடைய கட்டில் அருகே வந்து மண்டியிட்டு வெட்கப்படுகிறேன்!

இது ஒரு சிறிய பிராயச்சித்தம் தான்; காலையில் விழிக்கும் நேரத்தில் இந்த விஷயங்களை நான் சொன்னால், நீ புரிந்து கொள்ள மாட்டாய் என்பது எனக்குத் தெரியும். ஆனால் நாளைய தினம் ஒரு நல்ல உண்மையான தந்தையாக இருப்பேன்! நான் உன்னோடு ஆத்மார்த்தமாக இருப்பேன். நீ துன்புறும் போது நானும் துன்பப்படுவேன், நீ சிரிக்கும் போது நானும் சிரிப்பேன். பொறுமை இழந்த வார்த்தைகளைப் பேச எண்ணும் போது என் நாவைக் கட்டுப்படுத்திக் கொள்வேன். ''அவன் ஒரு சிறுவன் தானே - மிகச் சிறிய பையன் தானே!'' என்று தொடர்ந்து தன்னிச்சையாகவே சொல்லிக் கொண்டிருப்பேன்.

நான் உன்னை ஒரு பெரிய மனிதனைப் போலப் பார்த்து விட்டேனோ என்று அஞ்சுகிறேன். இருந்த போதிலும் மகனே இப்போது உன்னை கட்டிலில் சுருட்டிக் கொண்டு படுத்திருப்பதைப் பார்க்கும் போது, நீ இன்னும் ஒரு குழந்தை தான் என்பதைப் பார்க்கிறேன். நேற்று நீ உன் அன்னையின் கரங்களில் அவள் தோள்களில் தலைச்சாய்த்துப் படுத்திருந்தாய். நான் அதிகமாகக்கூட இன்னும் அதிகமாகக் கேட்கிறேன்.

மக்களை கிண்டல் செய்து விமர்சிப்பதற்குப் பதிலாக, நாம் அவர்களைப் புரிந்து கொள்வதற்கு முயற்சி செய்வோம். அவர்கள்

செய்வதை ஏன் செய்கிறார்கள் என்று கண்டறிவதற்கு முயற்சி செய்வோம். அது கிண்டல் செய்து விமர்சிப்பதை விடவும் மிகவும் பயனுள்ளதாகவும் புதிரானதாகவும் இருக்கிறது. அது இரக்கத்தையும், பொறுமையையும், கனிவையும் உருவாக்குகிறது. ''எல்லோரையும் அறிந்து கொள்வதற்கு எல்லோரையும் மன்னிக்க வேண்டும்.''

''அய்யா கடவுளும் கூட அவன் இறுதி காலத்திலன்றி மனிதனை எடையிட்டு முன்மொழிவதில்லை'' என்று டாக்டர். ஜான்சன் கூறினார்.

நீங்களும் நானும் அப்படி ஏன் செய்ய வேண்டும்?

கொள்கை 1

குற்றம் கூறாதீர்கள், கண்டனம் அல்லது புகார் பண்ணாதீர்கள்

2

மனிதர்களைக் கையாள்வதில் உள்ள மிகப்பெரிய ரகசியம்

எவராக இருந்தாலும் எதனையும் செய்வதற்கு இந்த உயர்ந்த வானத்திற்குக்கீழே ஒரே ஒரு வழிதான் உள்ளது. அதனைப்பற்றி எண்ணிப் பார்ப்பதை எப்போதாவது நீங்கள் நிறுத்தியதுண்டா? ஆம், ஒரே ஒரு வழிமட்டும் தான். அது என்னவென்றால் மற்ற நபர் அதனை செய்வதற்கு விரும்புமாறு உருவாக்குவது தான்.

வேறு எந்த வழியும் இல்லை என்பதை, நினைவில் கொள்ளுங்கள்.

ஒருவேளை, வேறு ஒருவரை அவரது விலா எலும்பில் துப்பாக்கியை அழுத்திக்கொண்டு உங்களுக்கு ஒரு கைக்கடிகாரம் வழங்க விருப்பம் கொள்ளச் செய்ய முடியும். தண்டிப்பதாகப் பயமுறுத்தி நீங்கள் அவ்விடத்தை விட்டு நகரும்வரை உங்கள் பணியாளர்களிடமிருந்து ஒத்துழைப்பைப் பெற முடியும். ஒரு அடிகொடுத்தோ அல்லது பயமுறுத்தியோ ஒரு குழந்தையை நீங்கள் விரும்புவதைச் செய்ய வைக்க முடியும். ஆனால் இந்த கடுமையான வழிகள் சரியாக விரும்பத்தகாத பின்விளைவுகளைக் கொண்டிருக்கும்.

நீங்கள் விரும்புவதை உங்களுக்குக் கொடுத்து, நான் விரும்புவதை நீங்கள் செய்யுமாறு செய்வது தான் ஒரே வழி.

நீங்கள் என்ன விரும்புகிறீர்கள்?

நீங்களும் நானும் செய்ய விரும்புகின்ற எதுவாக இருந்தாலும், ஒன்று பாலியல் தூண்டுதல் மற்றும் உயர்ந்த நிலை அடைவதற்கான தூண்டுதல் ஆகிய இரண்டு நோக்கங்களிலிருந்தே உந்தப்பெற்று எழுகிறது என்று சிக்மண்ட் ஃப்ராய்ட் கூறினார்.

அமெரிக்காவின் மிகவும் சக்திவாய்ந்த தத்துவஞானிகளில் ஒருவரான ஜான் டேவி இதனைக் கொஞ்சம் மாற்றமான முறையில்

வடிவமைத்துள்ளார். மனித குணத்தின் ஆழமான தூண்டுதல் என்பது ''முக்கியமானவராக இருக்கவேண்டும்'' என்பது தான் என்று டாக்டர் டேவி கூறினார். இந்த வாசகத்தை நினைவில் கொள்ளுங்கள்: ''முக்கியமானவராக இருக்க வேண்டும்'' இது முக்கியத்துவம் வாய்ந்தது. இதைப்பற்றி இந்த நூலில் மிக அதிகமாகத் தெரிந்து கொள்ளப் போகிறீர்கள்.

நீங்கள் என்ன விரும்புகிறீர்கள்? பல விஷயங்கள் அல்ல; ஆனால், மறுக்கப்படக்கூடாது என்ற நிலைப்பாட்டுடன் சிலவற்றை மட்டும் நீங்கள் விரும்புகிறீர்கள். அதிகமான மக்கள் சேர்த்துக்கொள்ள விரும்பும் சில விஷயங்கள்:

1. ஆரோக்கியமும் வாழ்நாளை தக்கவைத்தலும். 2. உணவு. 3. தூக்கம். 4. பணமும் பணத்தால் வாங்க முடியும் பொருட்களும். 5. இனிமேல் உள்ள வாழ்க்கை. 6. பாலியல் மனநிறைவு. 7. குழந்தைகளின் நலமான வாழ்க்கை. 8. முக்கியமானவராக உணரப்படுதல்.

ஏறக்குறைய இந்த எல்லா விருப்பங்களும் வழக்கமாக நிறைவு செய்யப்படுகின்றன - ஒன்றைத்தவிர எல்லாமும். ஆனால் தூக்கத்தைப் போன்றோ, மனப்பண்புகளைப் போன்றோ, உணவு மற்றும் தூக்கத்திற்கான விருப்பத்தைப் போலவோ உள்ள ஒருபோதும் நிறைவு பெறாத விருப்பம் ஒன்று உள்ளது. இதைத்தான் ஃப்ராய்ட் ''உயர்ந்த நிலை அடைவதற்கான விருப்பம்'' என்று அழைக்கிறார். இதைத்தான் டேவி, ''முக்கியமானவராக இருக்க வேண்டும் என்ற விருப்பம்'' என்று அழைக்கிறார்.

லின்கன் ஒருமுறை ஒரு கடிதத்தை ''ஒவ்வொருவரும் புகழப்பட விரும்புகிறார்கள்'' என்று தொடங்கி எழுதினார். ''மனிதப்பண்பில் உள்ள ஆழமான கொள்கை என்பது பாராட்டப்பட வேண்டும் என்பதில் உள்ள தீராத ஆசை தான்'' என்று வில்லியம் ஜேம்ஸ் கூறினார். பாராட்டப்பட வேண்டும் என்ற ''விருப்பம்'' அல்லது ''வேட்கை'' அல்லது ''ஏக்கம்'' என்பதற்காக அவர் பேசமாட்டார். உங்களைப் பற்றிக் கவலைப்படமாட்டார். அவர் பாராட்டப்பட வேண்டும் என்பதற்கான ''தீராத ஏக்கம்'' என்று கூறினார்.

இங்கே நச்சரிக்கிற குற்றமற்ற மனித விருப்பப்பசி ஒன்று உள்ளது. அரிதான தனிமனிதர்கள் நேர்மையான முறையில் இந்த மனப்பசியைத் திருப்திப்படுத்துவதால் மக்களைத் தங்கள் கைகளில்

பிடித்து வைத்திருக்கிறார்கள். ''இப்படி இருப்பவர்கள் இறந்தால் கூட அவர்கள் துன்பமுறுகிறார்கள்.''

முக்கியமானவராகக் கருதப்படுவதற்கான ஆசை என்பது மனித இனத்திற்கும் மிருக இனத்திற்கும் இடையில் உள்ள முக்கியமான வேறுபாடுகளில் ஒன்றாகும். இதனை நிரூபிக்க ஒரு எடுத்துக்காட்டு: மிஸௌரியில் நான் பண்ணையில் சிறு பையனாக இருந்தேன். என் தந்தை சிறந்த டுரோக்-ஜெர்சி காட்டுப்பன்றிகளையும் பாரம்பரிய வெள்ளைமுக கால்நடைகளையும் உணவளித்துக் காப்பாற்றினார். நாங்கள் அந்த காட்டுப்பன்றிகளையும் பாரம்பரிய வெள்ளை முக கால்நடைகளையும் கிராமச் சந்தைகளிலும் கால்நடை கண்காட்சிகளிலும் மத்திய கிழக்குப் பகுதி முழுவதிலும் வைத்துக் காட்சிப்படுத்தினோம். தேர்வு அடிப்படையில் நாங்கள் முதல் பரிசுகள் பெற்றோம். என்னுடைய தந்தை நீல நிற ரிப்பன்களை வெள்ளை பட்டுத்துணியில் இணைத்து காட்சிப்படுத்திப் பெருமை பெற்றார். வீட்டிற்கு நண்பர்கள் வரும் போது அதனை வெளியில் எடுத்து வருவார். இந்த நீல ரிப்பன்கள் கொண்ட துணியை என் தந்தை ஒருமுனையில் பிடித்துக்கொள்ள நான் ஒருமுனையைப் பிடித்துக் கொண்டு காட்டுவோம்.

அந்தக் காட்டுப்பன்றிகள் தாங்கள் வெற்றி பெற்ற நீல ரிப்பன்களைப் பற்றிக் கவலைப்படுவதில்லை. ஆனால் என் தந்தை அதைப்பற்றிக் கவலைப்பட்டார். இந்தப் பரிசுகள் அவருக்கு முக்கியமானவராக உணரப்படும் எண்ணத்தைக் கொடுத்தன.

நம்முடைய முன்னோர்கள் இத்தகைய முக்கியமானவராகக் கருதப்படும் கொழுந்து விட்டெரியும் உந்துதலைப் பெற்றிருக்காவிட்டால் நாகரீகம் என்பது இயலக்கூடிய ஒன்றாக இருந்திருக்காது. அது இல்லாமல், நாம் விலங்குகளைப் போல் அவற்றுக்கு சற்று உயர்ந்த நிலையில் மட்டுமே இருந்திருப்போம்.

இந்த முக்கியமானவராகக் கருதும் எண்ண விருப்பம் தான் ஒரு பள்ளிப் படிப்பறிவில்லாத, வறுமையில் உழன்ற கடைக்கணக்கு எழுத்தரை உபயோகமற்ற பொருள்களுடன் கிடந்த சில சட்ட நூல்களை ஐம்பது சென்ட் கொடுத்து வாங்கிப் படிக்க வைத்தது. இந்தக் கடைக்கணக்கு எழுத்தரைப் பற்றி ஒருவேளை நீங்கள் கேள்விப்பட்டிருப்பீர்கள். அவருடைய பெயர் தான் லின்கன்.

இந்த முக்கியமானவராகக் கருதும் எண்ண விருப்பம் தான், டிக்கன்ஸை அழியாத புகழ் நாவல்களை எழுத வைத்தது. இந்த ஆசை ஸர் கிறிஸ்டோஃபர் வ்ரென் என்பவரை தன் இசை நுணுக்கங்களைக் கல்லில் பதிக்க வைத்தது. இந்த விருப்பம் தான்

ராக்ஃபெல்லரை மிகப்பெரிய அளவில் மில்லியன்களை சேர்க்க வைத்தது. இந்த அதே விருப்பம் தான் உங்கள் நகரின் மிகப் பெரும் பணக்காரக் குடும்பத்தை அவர்களின் தேவைக்கு மேல் அதிகமான பெரிய ஆடம்பர மாளிகையைக் கட்ட வைத்தது.

இந்த விருப்பம் தான் உங்களை நவீன ஆடம்பர உடைகளை அணியவும், நவீன புதிய கார்களை ஓட்டவும், உங்கள் புத்திசாலி பிள்ளைகளைப் பற்றிப் பேசவும் விருப்பம் கொள்ள வைக்கிறது.

இந்த ஆசை தான் பல ஆண்களையும் பெண்களையும் சமூக விரோதக் குழுக்களில் சேரவும் சமூக விரோதச் செயல்களில் ஈடுபடவும் கவர்ந்துத் தூண்டுகிறது. ஒருமுறை நியூயார்க்கின் காவல்துறை ஆணையராக இருந்த ஈ.பி. முல்ரூனே என்பவரின் கூற்றுப்படி, சாதாரண இளம் குற்றவாளி, தன் முனைப்பில் இருந்து தான் முதன் முதலில் கைதான உடனேயே குற்றவாளி கவர்ச்சி கரமான செய்தித்தாள்கள் அவனை பிரபலமாக்க வேண்டும் என்று நினைக்கிறான். அவனுடைய விருப்பத்தை விளையாட்டு வீரர்களைப் போலவும், திரைப்பட மற்றும் தொலைக்காட்சிக் கலைஞர்களைப் போலவும், அரசியல்வாதிகளைப் போலவும் படத்துடன் பகிர்ந்து கொள்ள விரும்புவது ஒத்துக்கொள்ள முடியாத நிலையாகும்.

முக்கியமானவராகக் கருதப்படும் விருப்ப எண்ணத்தை எவ்வாறு பெற்றீர்கள் என்று நீங்கள் கூறினால், நீங்கள் எத்தகையவர் என்று நான் கூறுகிறேன். அது உங்கள் குணநலனைத் தீர்மானிக்கிறது. அதுதான் உங்களைப் பற்றிய முக்கியமான விஷயம். உதாரணமாக, ஜான் டி. ராக்ஃபெல்லர் தான் பார்த்திராத, ஒருபோதும் பார்க்கும் வாய்ப்பில்லாத மில்லியன் கணக்கான ஏழை மக்கள் பயனடைவதற்காக சீனாவின் பீகிங் நகருக்கு ஒரு நவீன மருத்துவமனையை நிறுவ பணம் கொடுத்து உதவியதன் மூலம் முக்கியமானவராக நினைக்கும் எண்ணத்தைப் பெற்றார். இதற்கு எதிர்மாறாக, டில்லிங்கர் என்பவன் ஒரு கொள்ளைக்காரன் அல்லது வங்கிக் கொள்ளை செய்பவனாக வருவதன் மூலம் தான் முக்கியமானவன் என்ற ஆசை எண்ணத்தைப் பெற்றான். எஃப்பிஐ (ஃபெடரல் பீரோ ஆஃப் இன்வெஸ்டிகேஷன்) அதிகாரிகள் அவனைத் தேடிக்கொண்டிருந்த போது மின்னிசோட்டா பண்ணை இல்லத்தில் கண்டுபிடித்தார்கள். அப்போது அவன், ''நான் டில்லிங்கர்!'' என்றான். அவன் தான் முதல்நிலை மக்கள் எதிரி என்று சொல்லிக் கொள்வதில் பெருமிதம் கொண்டான். ''நான் உங்களைத் தாக்கப் போவதில்லை, ஆனால் நான் டில்லிங்கர்!'' என்று கூறினான்.

ஆமாம், டில்லிங்கருக்கும் ராக்ஃபெல்லருக்கும் இடையில் உள்ள ஒரு முக்கியமான வேற்றுமை என்பது முக்கியமானவர் என்று ஆகும்

உணர்வை அவர்கள் எந்த வகையில் பெற்றார்கள் என்பது தான்.

மிகப் பிரபலமானவர்கள் தாங்கள் முக்கியமானவராகக் கருதப்பட வேண்டும் என்ற எண்ணத்திற்காகப் போராடி எடுத்த முயற்சிகள் பற்றிய நகைப்புக்குரிய உதாராணங்களை வரலாறு அள்ளித் தெளிக்கிறது. ஜார்ஜ் வாஷிங்டனே கூட ''ஹிஸ் ம்மைட்டினெஸ், தி பிரசிடென்ட் ஆஃப் யுனைட்டட் ஸ்டேட்ஸ்'' என்று அழைக்கப்பட வேண்டும் என்று விரும்பினார். ''அட்மிரல் ஆஃப் தி ஓஷன் மற்றும் வைஸ்ராய் ஆஃப் இந்தியா'' என்ற தகுதிகளைப் பெற கொலம்பஸ் கெஞ்சினார். ''ஹர் இம்பீரியல் மெஜஸ்டி'' என்று முகவரி எழுதப்படாத கடிதங்களைத் திறந்து பார்ப்பதற்கே கேத்ரின் பேரரசி மறுத்துவிட்டார். வெள்ளை மாளிகையில் திருமதி. லின்கன் திருமதி. க்ரான்ட் என்பவரை புலி போல் உறுமி கர்ஜித்து, ''நான் அழைத்து உட்காரச் சொல்லு முன் என் முன்னே உட்காருவதற்கு உனக்கு எத்தனை தைரியம்!'' என்று சப்தமிட்டார்.

1928ஆம் ஆண்டில் அட்மிரல் பயர்ட் மேற்கொண்ட அண்டார்டிக் மலையேற்ற முயற்சிக்கு நம்முடைய பணக்கார மில்லியனர்கள் தங்கள் பெயர் அந்த மலைச் சிகரங்களுக்கு சூட்டப்பட வேண்டும் என்ற நிபந்தனையுடன் பண உதவி செய்தார்கள். விக்டர் ஹுகோ சிறியதாக இல்லாமல் பாரிஸ் நகரம் தன் பெயரில் மாற்றப்பட வேண்டும் என்று விரும்பினார். புகழுக்கே புகழ் சேர்த்த ஷேக்ஸ்பியரே கூட தன் பெயருக்கு புகழ் கூட்டிக் கொள்வதற்காக தன்னுடைய குடும்பத்திற்காக பல விருதுகளையும் பதக்கங்களையும் பெற்று சேர்த்துக் கொண்டார்.

சில சமயங்களில் மக்கள் இரக்கத்தையும் கவனத்தையும் பெற்று முக்கியமானவராகக் கருதப்படுவதற்காக ஒன்றுமில்லாதவர்களாகவும் ஆகிவிடுகிறார்கள். உதாரணத்திற்கு திருமதி. மக்கின்லியை எடுத்துக் கொள்ளுங்கள். அமெரிக்க நாட்டின் ஜனாதிபதியான தன் கணவரை நிர்ப்பந்தித்து செயல்படச் செய்வதன் மூலம் அவர் முக்கியமானவராகக் கருதப்படும் உணர்வைப் பெற்றார். அவர் நாட்டின் முக்கியமான பிரச்சினைகளைக்கூட கைவிடச் செய்து தன்னோடு பல மணி நேரங்கள் படுக்கையில் இருந்து அவர் கைகளை தன் மீது வைத்துக் கொண்டு தூக்கம் வருவதற்கு துணைபுரிய வேண்டும் என்று வற்புறுத்துவதன் மூலம் தான் முக்கியமானவராகக் கருதப்பட வேண்டும் என்று எண்ணினார். கவனத்தைக் கவர வேண்டும் என்ற நச்சரித்துக் கொண்டிருக்கிற விருப்பத்தை நிறைவேற்றிக் கொள்வதற்காக அவர் தான் பல்லைப் பொருத்திக் கொள்ளும் வரை உடனிருக்க வேண்டும் என்று

வற்புறுத்தினார். ஒருமுறை அவர் தன்னுடைய செயலாளரான ஜான் ஹே யோடு முன்னரே சந்திப்பு நிகழ்ச்சி ஏற்பாடு செய்துவிட்டதால் ஒரு பல்மருத்துவரை பல்பொருத்துவதற்காக இருக்கச் செய்ததால் ஒரு ரகளை நடத்தி பிரளயத்தை உண்டாக்கி விட்டார்.

தான் முக்கியமானவராகக் கருதப்பட வேண்டும் என்ற உணர்வால் ஒன்றுமில்லாதவராகிப் போன ஒரு அறிவு கூர்மையுள்ள சுறுசுறுப்பான இளம்பெண்ணைப் பற்றி எழுத்தாளர் மேரி ராபர்ட்ஸ் ரினேஹர்ட் என்னிடம் கூறினார். ''ஒரு நாள்,'' இந்தப் பெண் சிலவற்றை எதிர்கொள்ள வேண்டியதாகி விட்டது. தனிமையான ஆண்டுகள் நீண்டு கொண்டிருந்தன. அவர் இறுதியை எதிர்பார்க்க சிறிது காலம் இருந்தது.

''அவள் படுத்த படுக்கையானாள். பத்து ஆண்டுகள் அவளுடைய வயதான தாய் மூன்றாம் மாடிக்கு சென்று வந்து தட்டுகளை எடுத்துக்கொண்டும், அவளுக்கு மருத்துவ உதவிகள் செய்து கொண்டும் இருந்தார். பிறகு ஒருநாள் அந்த வயதான தாய் சேவை செய்த அயர்வினால் கீழே விழுந்து காலமாகி விட்டார். சிலவாரங்கள் ஒன்றுமில்லாதவராகிப் போன அந்த பெண் நலிவுற்றிருந்தாள். பிறகு அவள் படுக்கையை விட்டு எழுந்துவிட்டாள். தன்னுடைய உடைகளை அணிந்து கொண்டு மறுபடியும் முன்பு போல் வாழத் தொடங்கி விட்டாள்.''

கொடுமையான உண்மை உலகத்தில் முக்கியமானவராகக் கருதப்படாமல் மறுக்கப்பட்டவர்கள், மயக்க உலகத்தில் அதனை அடைவதற்காக உண்மையில் பைத்தியாமாகி விடுகிறார்கள் என்று சில நிபுனர்கள் கூறுகிறார்கள். அமெரிக்க நாட்டில் ஒட்டுமொத்த வேறு எந்த நோய்களையும் விட மனநோயால் பாதிக்கப்பட்டிருப்பவர்கள் அதிகமாக இருக்கிறார்கள்.

பைத்தியமாவதற்கு என்ன காரணம்?

பெரும்பான்மையான இந்தக் கேள்விகளுக்கு யாராலும் பதில் கூறமுடியாது. ஆனால் கிரந்தி என்ற பாலியல் நோய், மனத்தளர்ச்சி போன்ற நோய்கள் மூளையின் செல்களை அழித்து பைத்தியத்தில் கொண்டு விட்டு விடுகிறது என்பதை நாம் அறிவோம். உண்மையில், ஏறக்குறைய மனநோய்களில் பாதிக்கு மேலானவைக்கு உடலியல் காரணங்களான மூளைச்சிதைவுகள், மதுவகைகள், போதைப்பொருள்கள், காயங்கள் ஆகியவற்றைக் கூறலாம். ஆனால் மற்ற பாதியான மக்கள் - இதுதான் திகைக்கச் செய்யும் கதைப்பகுதி - பைத்தியமாகிறவர்களின் மூளை செல்களில் எந்தவிதமான கோளாறும் இருப்பதில்லை. பிரேதப் பரிசோதனைகளில், அவர்களின்

மூளை திசுக்களை மிக சக்திவாய்ந்த நுண்நோக்கிகளைக் கொண்டு ஆய்வு செய்தபின் அவர்களின் மூளைத்திசுக்கள் உங்களுடையதும் என்னுடையதும் போலவே ஆரோக்கியமாக இருந்தன.

இவர்கள் ஏன் பைத்தியமாகிப் போனார்கள்?

அந்தக் கேள்வியை முக்கியமான மனோதத்துவ மருத்துவ மனைகளில் ஒன்றின் தலைமை மருத்துவரிடம் நான் கேட்டேன். மிக உயர்ந்த கவுரவங்களையும் இந்தத்துறை அறிவுக்காகப் பலப்பல விருதுகளையும் பெற்ற இந்த மருத்துவர், பலர் ஏன் பைத்திமாகிப் போகிறார்கள் என்று தனக்குத் தெரியவில்லை என்று என்னிடம் வெளிப்படையாகக் கூறினார். உறுதியாக ஒருவரும் அறியவில்லை. ஆனால் உண்மையான உலகில் முக்கியத்துவமானவரான உணர்வைப் பெறமுடியாதவர்களான பெரும்பாலான மக்கள் அதனை பைத்தியமான உணர்வில் பெற நினைக்கிறார்கள் என்று அவர் கூறினார். பிறகு அவர் எனக்கு இந்த கதையைக் கூறினார்:

திருமணம் நேரிடையாக துன்பமான விபத்தாக முடிவடைந்த ஒரு நோயாளி என்னிடம் இருந்தார். அவள் காதல், அன்பு, பாலியல் மனநிறைவு, குழந்தை, கவுரவம் ஆகியன தனக்கு வேண்டும் என்று விரும்பினாள். ஆனால் அவளுடைய நம்பிக்கை அனைத்தையும் வாழ்க்கை சுக்குநூறாகி விட்டது. அவளுடைய கணவர் அவளிடம் அன்பு செலுத்தவில்லை. அவன் அவளோடு அமர்ந்து உணவு உண்ணவில்லை. அவருக்கு மாடியில் உணவு கொண்டு வந்து கொடுக்குமாறு நிர்ப்பந்தித்தார். அவளுக்குக் குழந்தை இல்லை. சமூக அந்தஸ்தும் இல்லை. அவள் பைத்தியமாகி விட்டாள். அவளுடைய கற்பனையில் அவள் தன் கணவனை விவாகரத்து செய்துவிட்டு இளம்வயது பெயரைச் சூட்டிக் கொண்டாள். இப்போது அவள் ஆங்கில பிரபுக்கள் குடும்பத்தில் திருமணமாகி உள்ளதாக நம்பினாள். லேடி ஸ்மித் என்று தான் அழைக்கப்பட வேண்டும் என்று வற்புறுத்தினாள்.

''குழந்தையைப் பொறுத்தவரை அவள் இப்போது ஒவ்வொரு இரவிலும் ஒரு புதிய குழந்தையைப் பெறுவதாகக் கற்பனை செய்கிறாள். ஒவ்வொரு முறை நான் அவளை சென்று பார்க்கும் போதும் ''டாக்டர், நான் நேற்று இரவு ஒரு குழந்தை பெற்றேன்'' என்று கூறுகிறாள்.

அவளுடைய எல்லா கனவுக் கப்பல்களையும் வாழ்க்கையானது நிஜம் என்ற பாறையில் ஒருமுறை மோதி சிதைத்துவிட்டது. ஆனால் ஒளி நிறைந்த, அழகான பைத்தியம் என்ற தீவுகளில் மூன்று

பாய்மரங்கள் உள்ள மரக்கலத்தில் பாய்மரம் வழியாகவும் கொடிமரம் வழியாகவும் காற்று இசை கொடுக்கப் பயணம் செய்கிறாள்.

''துன்பமான நிகழ்வா? ஓஹோ, அப்படி நான் அறியவில்லை.'' அவளுடைய மருத்துவர் என்னிடம் இப்படி சொன்னார்: ''என்னால் முடியுமென்றால் என் கரங்களை நீட்டி அவளுடைய மனநோயை தீர்க்க முடியுமென்றால், அதனை நான் செய்யமாட்டேன். அவள் இப்படி இருப்பதிலேயே மிகவும் மகிழ்ச்சியாக இருக்கிறாள்.''

சில மனிதர்கள் இந்த முக்கியமாக உணரப்படுதல் என்ற உணர்வினால் அதனை அடைவதற்காகப் பைத்தியமாகி விடுவதால், நாம் அத்தகைய நிலையில் உள்ளவர்களுக்கு மக்களுக்கு உண்மையான பாராட்டை நீங்களும் நானும் வழங்கினால் எப்படி இருக்கும் என்பதைக் கற்பனை செய்து பாருங்கள்.

அமெரிக்க வர்த்தக உலகில் ஆண்டிற்கு மில்லியன் டாலர்கள் (வருமான வரி இல்லாத அந்த காலத்தில் வாரத்திற்கு ஐம்பது டாலர்கள் சம்பாதிப்பவர் வசதியுடன் இருப்பவர் என்று கருதப்பட்டார்) பெறுபவர்களில் முதல் மனிதராக இருந்தவர் சார்லஸ் ஷ்வாப். 1921ஆம் ஆண்டில் முப்பத்தெட்டு வயதே நிரம்பிய ஷ்வாப், புதிதாக தோற்றுவிக்கப்பட்ட யுனைடெட் ஸ்டேட் ஸ்டீல் கம்பெனியின் முதல் தலைவராகத் தேர்ந்தெடுக்கப்பட்டு ஆன்ட்ரூ கார்னகியால் அழைத்துச் செல்லப்பட்டார். (யு.எஸ். ஸ்டீலை விட்டு பின்னர் ஷ்வாப் விலகி பெத்லஹேம் ஸ்டீல் கம்பெனியில் பொறுப்பேற்கச் சென்றார். அதனை அமெரிக்காவின் லாபகரமான கம்பெனிகளில் ஒன்றாக மறுசீரமைத்தார்.)

சார்லஸ் ஷ்வாபுக்கு ஆண்டுக்கு மில்லியன் டாலர் அல்லது ஒரு நாளைக்கு மூவாயிரம் டாலருக்கு மேல் ஆன்ட்ரூ கார்னகி ஏன் வழங்கினார். ஏன்? ஷ்வாப் ஒரு சிறந்த அறிவாளி என்பதாலா? இல்லை. ஸ்டீல் உற்பத்தியில் மற்றவர்களைவிட அதிகமாகத் தெரிந்தவர் என்பதாலா? அபத்தம். ஸ்டீல் உற்பத்தியில் அவர் செய்ததைவிட அதிகமாகத் தெரிந்த பலர் அவருக்காகப் பணியாற்றினார்கள் என்று சார்லஸ் ஷ்வாப் என்னிடமே கூறினார்.

மனிதர்களைக் கையாள்வதில் அவருக்கிருந்த சிறப்பான திறமைக்காகவே பெரும்பாலும் இந்தச் சம்பளம் வழங்கப்பட்டதாக ஷ்வாப் கூறுகிறார். அவர் இதனை எவ்வாறு செய்தார் என்று நான் அவரைக் கேட்டேன். அவர் தன் சொற்களிலேயே கூறிய ரகசியம் இங்கே இருக்கிறது. அந்த சொற்கள் பொன்னெழுத்துக்களால் பொறிக்கப்பட வேண்டியவை. உலகில் ஒவ்வொரு வீட்டிலும் பள்ளிகளிலும் கடைகளிலும் அலுவலகங்களிலும்

காட்சிக்கு வைக்கப்பட வேண்டியவை. லத்தீன் வினைச்சொற்களை இணைக்கக் கற்றுக் கொள்வதற்கு பதிலாக அல்லது பிரேசிலில் ஆண்டுக்கு அதிக மழையளவை மனப்பாடம் செய்வதற்கு வீணாக்கும் நேரத்திற்குப் பதிலாக குழந்தைகள் இந்த சொற்களை மனப்பாடம் செய்ய வேண்டும். இந்த சொற்கள் நாம் அதன்படி வாழ்ந்தால் உங்கள் வாழ்க்கையையும் என்னுடைய வாழ்க்கையையும் மாற்றி அமைத்துவிடும்:

''என்னுடைய மக்களிடம் ஆர்வமுயற்சியைத் தூண்டிவிடும் என்னுடைய திறமையையும் ஒரு நபரிடம் உள்ள சிறந்த ஒன்றை பாராட்டுவதன் மூலமும் ஊக்கமளிப்பது மூலமும் மேம்படுத்துவதற்கு மேற்கொள்ளும் வழிமுறைகளையும் நான் பெற்றிருக்கும் மிகப்பெரிய சொத்தாக நினைக்கிறேன்'' என்று ஷ்வாப் கூறினார்.

ஒரு மனிதரின் ஆசைகளை அழித்து சாகடிப்பதில் மேல்நிலையில் உள்ளவர்களிடமிருந்து வரும் கிண்டலான விமர்சனத்தைப் போல வேறு எதுவும் இல்லை. ஒரு நபருக்கு அவரது வேலையில் ஊக்கத்தொகை கொடுப்பதில் நான் நம்பிக்கைக் கொண்டுள்ளேன். ஆகவே நான் குற்றம் கண்டுபிடிப்பதை விரும்புவதற்குப் பதிலாக பாராட்டுவதில் ஆர்வமாக இருக்கிறேன்.. எதையாவது நான் விரும்பினால், *பாராட்டுவதில் இதயப்பூர்வமாகவும் புகழ்வதில் அளவில்லாமலும் இருக்கிறேன்.''*

அதைத்தான் ஷ்வாப் செய்தார். ஆனால் சாதாரண மனிதர்கள் என்ன செய்கிறார்கள்? இதற்கு முற்றிலும் மாறுபட்டதைச் செய்கிறார்கள். அவர்கள் ஒரு விஷயத்தைப் பிடிக்காவிட்டால், தங்கள் கீழ் உள்ளவர்களைத் திட்டி கத்துகிறார்கள். அவர்கள் அதை விரும்பினால் பேசாமல் இருந்து விடுகிறார்கள். ''நான் ஒருமுறை தீயதாகச் செய்தால் நான் எப்போதும் கேட்டிராததைக் கேட்கிறேன். அதைப்போல இரண்டு மடங்கு நன்மையானதைச் செய்தால் எதையுமே கேட்பதில்லை'' என்று ஒரு புகழ் பெற்ற பழமொழி கூறுகிறது.

உலகத்தின் பல்வேறுபட்ட பகுதிகளில் உள்ள அதிகமான மற்றும் பெரிய மனிதர்களை சந்தித்த என்னுடைய பரந்துபட்ட வாழ்க்கை அனுபவத்தில், நான் இதுவரை இப்படிப்பட்டவரை சந்திக்கவே இல்லை. அவர் எவ்வளவு பெரியவர்கள் மற்றும் வாழ்க்கையில் உயர்ந்த நிலையில் இருப்பவர்களாக இருந்தாலும் ஒத்துப்போதல் என்ற உணர்வில் இல்லாமல், கிண்டலான விமர்சனம் செய்து சிறந்த வேலை செய்தவரை நான் இதுவரை பார்க்கவில்லை.

இது ஆன்ட்ரூ கார்னகியின் தனிப்பட்ட வெற்றிக்கு இதுதான் காரணமென்று வெளிப்படையாகக் கூறினார். கார்னகி தன் சக உடன் உழைப்பவர்களை பொது இடத்திலும், தனிப்பட்ட முறையிலும் பாராட்டினார்.

தன்னுடைய அடக்கக்கல்லறையின் எழுத்திலும் தன் உதவியாளர்களைப் பாராட்ட விரும்பினார். அவருக்காக எழுதப்பட்ட கல்லறை வாசகம் இப்படி எழுதப்பட்டுள்ளது: ''தன்னைவிடவும் அதிக புத்திசாலிகளான மனிதர்களைத் தன்னைச்சுற்றி வைத்திருப்பது எப்படி என்று தெரிந்த ஒருவர் இங்கே உறங்குகிறார்.''

மனிதர்களைக் கையாள்வதில் முதலாம் ஜான் டி ராக்ஃபெல்லரின் மனப்பூர்வமான பாராட்டும் குணமானது வெற்றிக்கான ரகசியங்களில் ஒன்றாகும். உதாரணமாக, அவரது பங்குதாரர்களில் ஒருவரான எட்வர்ட் டி. பெட்ஃபோர்ட் மூலம் தென்அமெரிக்காவில் நடைபெற்ற ஒரு கொள்முதலினால் மில்லியன் டாலர்கள் கம்பெனிக்கு இழப்பு ஏற்பட்டது. ஜான் டி விமர்சனம் செய்திருக்க முடியும். ஆனால் பெட்ஃபோர்ட் தன்னால் இயன்ற அனைத்தும் செய்தார் என்பதை அவர் அறிவார். அதனால் இந்த நிகழ்ச்சி விடப்பட்டு விட்டது. ஆகையால் ராக்ஃபெல்லர் பாராட்டுவதற்கும் சிலவற்றைக் கண்டார். அவர் முதலீடு செய்த தொகையில் 60 சதவிகிதத்தை சேமித்தமைக்குப் பாராட்டினார். ''அது சிறப்பானது. நாம் எப்போதுமே உயர்நிலையிலேயே செய்ய முடியாது'' என்று ராக்ஃபெல்லர் கூறினார்.

எப்போதுமே நடக்க இயலாது என்று தோன்றும் ஆனால் ஒரு உண்மையை நிரூபித்துக் காட்டும் ஒரு கதையை நான் என் சேமிப்பின் இடையில் வைத்திருக்கிறேன். ஆகவே அதனை இங்கே தருகிறேன்:

இந்த சாதாரணக் கதையின்படி, ஒரு பண்ணை இல்லத்துப் பெண்மணி, தன்னுடைய பகல் வேலை எல்லாவற்றையும் முடித்த பின்னர், அங்குள்ளவற்றை ஆண்களுக்காகக் குவியலாக வைத்துவிடுவார். அவர்கள் கோபத்துடன் அவளுக்குப் பைத்தியம் பிடித்துவிட்டதா என்று கேட்டார்கள். அதற்கு அவள், ''ஏன், இப்படி நீங்கள் நினைப்பீர்கள் என்பது எனக்கு எப்படித் தெரியும்? நான் உங்களுக்காகக் கடந்த இருபது ஆண்டுகளுக்கு மேலாக சமைத்துக் கொண்டிருக்கிறேன். இந்த எல்லா காலங்களிலும் நான் அறிந்து கொள்ளும் வகையில் ஒருவார்த்தை எதுவும் சொல்லாமலே சாப்பிட்டீர்கள்'' என்று பதில் கூறினாள்.

வீட்டைவிட்டு ஓடிப்போகும் பெண்களைப் பற்றிய ஒரு ஆய்வு

நடத்தப்பட்ட போது அவர்கள் அப்படி ஓடிப்போவதற்கான அடிப்படையான காரணம் என்ன என்று கண்டுபிடித்திருப்பார்கள் என்று நீங்கள் நினைக்கிறீர்கள்? அது ''பாராட்டத்தவறியது தான்.'' வீட்டைவிட்டு ஓடிப்போகும் கணவர்களிடம் இத்தகைய ஆய்வு நடத்தப்பட்டாலும் இதே முடிவு தான் இருக்கும் என்று நான் உறுதியாகக் கூறுகிறேன். நாம் பெரும்பாலும் நம் மனைவிகள் செய்வதை அப்படியே சரியென்று எடுத்துக் கொள்கிறோம். நாம் அவர்களைப் பாராட்டுகிறோம் என்பதை நாம் அவர்களிடம் வெளிப்படுத்துவதில்லை.

எங்கள் வகுப்புகளில் ஒன்றில் இருந்த உறுப்பினர் ஒருவர் தன்னுடைய மனைவியின் ஒரு வேண்டுகோள் பற்றி கூறினார். அவருடைய மனைவியும் அவரது தேவாலயத்தில் உள்ள மற்ற ஒரு பெண்கள் குழுவினரும் சுயமுன்னேற்ற நிகழ்ச்சி ஒன்றில் ஈடுபட்டிருந்தார்கள். அவள் சிறந்த மனைவியாக இருப்பதற்கு உதவக்கூடிய அவர் நம்புகின்ற ஆறு விஷயங்களைப் பட்டியலிட்டுத் தருமாறு அவள் அவரிடம் கேட்டுக் கொண்டார். ''அத்தகைய வேண்டுகோளால் நான் ஆச்சரியப்பட்டு விட்டேன். வெளிப்படையாகச் சொல்வதென்றால் நான் அவளிடம் மாற்றிக் கொள்வதற்கான ஆறு விஷயங்களைப் பற்றி எளிதாகப் பட்டியலிட்டுக் கொடுத்திருக்க முடியும். ஆனால் நான் அதைச் செய்யவில்லை. ஆச்சரியம், என்னைப்பற்றி அவள் மாற்றிக்கொள்ள வேண்டிய விஷயங்கள் என்று ஒரு ஆயிரம் அளவில் பட்டியலிட்டுக் கொடுக்க முடியும். 'இதைப்பற்றி நன்றாக சிந்தித்து உனக்கு காலையில் பதில் தருகிறேன்' என்று நான் அவளிடம் கூறிவிட்டேன்.

''அடுத்தநாள் நான் அதிகாலையிலேயே எழுந்துவிட்டேன். பூங்கொத்து வணிகர் ஒருவரைக் கூப்பிட்டு ஆறு சிவப்பு ரோஜாக்களை 'நீ மாற்றிக் கொள்ள வேண்டியதான அந்த ஆறு விஷயங்களை என்னால் எண்ணிப் பார்க்க முடியவில்லை. நீ எப்படி இருக்கிறாயோ அப்படியே உன்னை நேசிக்கிறேன்' என்ற குறிப்பை எழுதி வைத்து என் மனைவியிடம் கொடுத்துவிடுமாறு அனுப்பினேன்.

''நான் மாலையில் வீடு திரும்பிய போது வாசலில் வந்து என்னை யார் வாழ்த்தி வரவேற்றிருப்பார் என்று நீங்கள் நினைக்கிறீர்கள். ஆமாம் அது சரிதான். என் மனைவிதான்! அவள் ஏறக்குறைய கண்ணீர் ததும்ப நின்றாள். அவளை நான் அவள் கேட்டுக் கொண்டபடி விமர்சனம் செய்யவில்லை என்பதால் நான் மிகுந்த

மகிழ்ச்சியுடன் இருந்தேன் என்பதைச் சொல்ல வேண்டியதில்லை.''

''அவள் தன் திட்டவரைவை முடிவாக கொடுத்தபிறகு, தொடர்ந்த அடுத்த ஞாயிறு அன்று, அவளோடு ஆய்வு மேற்கொண்ட பல பெண்கள் தேவாலயத்தில் என்னைச் சந்தித்தார்கள். 'இதுதான் இதுவரைக் கேள்விப்பட்டதிலேயே மிகவும் பரிவு மிக்க விஷயம்' என்று கூறினார்கள். இதன்பிறகு நான் பாராட்டுவதன் மூலம் கிடைக்கும் சக்தியை உணர்ந்து கொண்டேன்.''

பிராட்வேயை எப்போதும் மயக்கிய கண்கவர் தயாரிப்புகளைத் தந்த தயாரிப்பாளர் ஃப்லோரென்ஸ் ஜீக்ஃபெல்ட் தன்னுடைய நுணுக்கமானதிறமையால் ''அமெரிக்கப்பெண்களைப்பாராட்டுவதன் மூலம்'' மிகப்பெரிய பெயரை ஈட்டிக்கொண்டார். காலம் செல்லச்செல்ல அவர் ஒழுங்குமுறையற்ற ஒருவரும் எப்போதும் இரண்டாம்முறை திரும்பிப் பார்த்திராத சின்னஞ்சிறு ஜந்துக்களை எடுத்துக்காட்டி அவற்றை மேடையில் மயக்கும் ஆச்சரியப்பட வைக்கும் புகழ்வாய்ந்த தன்மையைக் கொடுத்தார். பாராட்டு மற்றும் தன்னம்பிக்கை ஆகியவற்றின் மதிப்பை தெரிந்து கொண்டு அவர்களின் துணிச்சல் மற்றும் கருணைத்தன்மை ஆகியவற்றின் வலிமையால் பெண்களை அவர்கள் அழகாக இருப்பதாக உணர வைத்தார். அவர் யதார்த்தமானவர். குழுப்பாடல் பாடும் பெண்களின் வார ஊதியத்தை பதின்மூன்று டாலரிலிருந்து நூற்று எழுபத்தைந்து டாலராக உயர்த்தினார். அவர் துணிச்சலானவராகவும் இருந்தார். ஃபோல்லீஸின் தொடக்க இரவில் நடிக்கக்கூடிய நட்சத்திரங்களுக்கு தந்தி கொடுப்பார். அவர்கள் பங்கேற்கும் அந்தக் காட்சியில் அதிக அளவில் அமெரிக்க அழகு ரோஜாக்களுடன் குழுப்பாடல் பெண்களையும் பங்கேற்க வைத்துப் பெருமைப்படுத்துவார்.

ஒருமுறை நான் பட்டினி இருக்க நேர்ந்தது. ஆறு பகலும் ஆறு இரவுகளும் சாப்பிடாமல் இருந்தேன். இது கடினமானதல்ல. இரண்டாவது நாளின் கடைசியில் இருந்ததைவிட ஆறாவது நாள் கடைசியில் பசி குறைவாகவே இருந்தது. இருப்பினும், தங்கள் குடும்பத்தினரோ தொழிலாளர்களோ ஆறு நாட்கள் உணவின்றி இருக்க விடுவது குற்றம் செய்துவிட்டதாக உணர்வார்கள் என்பது உங்களுக்குத் தெரிந்தது போலவே எனக்கும் தெரியும். ஆனால் அவர்களை ஆறுநாட்கள், ஆறு வாரங்கள், சில சமயம் ஆறு ஆண்டுகள் அவர்களுக்கு உணவில்லாமல் வைத்திருப்பார்கள். ஆனாலும் அவர்களுக்கு அதற்கான பாராட்டையும் கேட்க சம்பந்தப்பட்டவர்கள் ஏங்கிக் கொண்டு இருப்பார்கள்.

அவருடைய காலத்தில் மிகப்பெரிய நடிகர்களில் ஒருவராக

ஆல்ஃப்ரட் லன்ட் இருந்த போது, *வியன்னாவின் மறுஇணைப்பில்* மிக முக்கிய பங்கு வகித்தார். அப்போது, ''என் சுயமரியாதைக்கு ஊக்கமும் ஊட்டமும் கொடுப்பதைத்தவிர வேறு எதுவும் எனக்குத் தேவையில்லை'' என்று கூறினார்.

குழந்தைகளுக்கும், நண்பர்களுக்கும், தொழிலாளர்களுக்கும் நாம் அவர்களது உடலுக்கு ஊட்டம் கொடுத்து வளர்க்கிறோம். ஆனால் எப்போதும் அவர்களது சுயமரியாதைக்கான ஊட்டத்தை வழங்குகிறோமா? நாம் அவர்களுக்கு வறுத்த பன்றிக்கறியும் உருளைக்கிழங்கும் கொடுத்து சக்தியூட்டுகிறோம். ஆனால் காலை நட்சத்திரங்களின் இசையைப்போல காலமெல்லாம் நினைவில் நின்று எதிரொலித்து மகிழ்விக்கும் பாராட்டு நிறைந்த இனிய சொற்களைக் கொடுப்பதற்கு தவறிவிடுகிறோம்.

உண்மையான மனம் நிறைந்த பாராட்டு ஒரு தனிநபரின் வாழ்க்கையில் மாற்றத்தை ஏற்படுத்துகிறது என்பதை பால் ஹார்வீ தன்னுடைய வானொலி ஒலிபரப்புகளில் ஒன்றான ''தி ரெஸ்ட் ஆஃப் தி ஸ்டோரி'' என்பதில் சிறப்பாகக் கூறியுள்ளார். பல ஆண்டுகளுக்குமுன், டெட்ராய்ட்டில் உள்ள ஒரு ஆசிரியர் ஸ்டீவி மோரிஸை அழைத்து வகுப்பறையின் காணாமல் போன சுண்டெலியைக் கண்டுபிடிக்க உதவுமாறு கூறியுள்ளார். அந்த அறையில் இருப்பவர்களில் ஒருவருக்கும் இல்லாத தனிச்சிறப்பான திறன் ஸ்டீவிக்கு இருப்பதாகப் பாராட்டினார் என்றால் பார்த்துக் கொள்ளுங்கள். பார்வைத்திறனற்ற கண்களுக்குப் பதிலாக சிறப்பு மிக்க கேட்கும் திறனுடைய இரண்டு காதுகளை ஸ்டீவிக்கு இயற்கைக் கொடுத்திருக்கிறது. ஆனால் உண்மையில் ஸ்டீவி தன் சிறப்பான திறனுள்ள காதுகளுக்காகப் பாராட்டப் பெறுவது இதுதான் முதல் முறையாகும். இப்போது, பல ஆண்டுகளுக்குப்பின், இந்த மாதிரியான பாராட்டுத்தான் தன் புது வாழ்க்கைக்குத் தொடக்கம் என்று அவர் கூறியுள்ளார். அந்தச் சமயத்திலிருந்து அவர் தனக்கு வரப்பிரசாதமாகக் கிடைத்துள்ள கேட்கும் திறனைப் பயன்படுத்தி, மேடைகளில் ஸ்டீவி வொன்டர் என்ற மேடைப்பெயரில் அவரைப் புகழ்பெற்ற பாப் இசைப்பாடகராகவும், பாடலாசிரியராகவும் எழுபதாம் ஆண்டுகளில் புகழுடன் மிளிர வைத்தது என்பதை நீங்கள் பாருங்கள்.★

★ பால் ஆரன்ட், *பால் ஆர்வியின்* தி ரெஸ்ட் ஆப் தி வேர்ல்ட் (நியூயார்க்: டபுள்டே, 1977) திருத்தி தொகுத்தவர் லின்னே ஆர்வி. காப்பிரைட் (C) பை பால் லின்னே, ஐஎன்சி.

இந்த வரிகளைப் படித்த பிறகு சில வாசகர்கள் அப்பட்டமாக இப்படிக் கூறுகிறார்கள்: ''பிதற்றல்! *வஞ்சப்புகழ்ச்சி! கரடி விடுதல்!* அந்த விஷயத்தை நான் முயற்சி செய்தேன். அது சரிபட்டு வரவில்லை - புத்திசாலிகளிடம் இது வேலை செய்யாது.''

ஒருவேளை நுட்பமானவர்களிடம் வஞ்சப்புகழ்ச்சி சரிப்பட்டு வருவதில்லை. இது ஆழமற்றதாகவும் தன்னலத்தோடும் உண்மையாக இல்லாமலும் இருக்கிறது. இது தோல்வி தான் அடைய முடியும். வழக்கமாக அது அப்படித்தான் நடக்கிறது. உண்மைதான். சில மனிதர்கள் மிகவும் பசியாக இருக்கிறார்கள். மிகவும் தாகத்துடன் இருக்கிறார்கள். பசியால் துடிப்பவன் ஒருவன் புல்லையும் புழு பூச்சிகளையும் கூட சாப்பிடுவான்.

பேரரசி விக்டோரியாவும் கூட வஞ்சப்புகழ்ச்சிக்கு ஆட்பட்டு பாதிக்கப்பட்டுள்ளார். பிரதமர் பெஞ்சமின் டிஸ்ரேலி அரசியிடம் தான் அதிகமாக இதனைப் பயன்படுத்தியுள்ளதாக ஒத்துக்கொண்டுள்ளார். அவருடைய வார்த்தைகளிலேயே சொல்வதென்றால் அவர், ''கொலு பொம்மைக் காட்சிகளினூடே அதனை பரப்பி வைத்தேன்'' என்று கூறினார். ஆனால் விரிந்து பரந்த ஆங்கிலேய அரசாட்சியில் இருந்த எவரையும் விட டிஸ்ரேலி மிகவும் பண்பட்ட, செயல்திறன் மிக்க, கைதேர்ந்த ஆட்சியாளர்களில் ஒருவராக இருந்தார். அவருடைய துறையில் அவர் மிகவும் அறிவுகூர்மை மிக்கவர். அவருக்கு எது பொருந்தி வருகிறதோ அது உங்களுக்கும் எனக்கும் பொருந்திவர வேண்டும் என்பது அவசியமில்லை. காலப்போக்கில், வஞ்சப்புகழ்ச்சி உங்களுக்கு நன்மை செய்வதைவிட தீமைகளை அதிகம் கொடுக்கும். வஞ்சப்புகழ்ச்சி போலியான பணத்தைப்போல செல்லுபடியாகாதது. நீங்கள் அதனை யாருக்காவது செலுத்தினால் முடிவில் உங்களைத் துன்பத்தில் ஆழ்த்திவிடும்.

பாராட்டுக்கும் வஞ்சப்புகழ்ச்சிக்கும் இடையில் உள்ள வேறுபாடு என்ன? அது எளிதானது. ஒன்று உண்மையானது மற்றது உண்மைத்தன்மையற்றது. ஒன்று இதயத்திலிருந்து வெளிவருவது மற்றது வாயிலிருந்து வெளிவருவது. ஒன்று தன்னலமற்றது. மற்றது தன்னலமுடையது. ஒன்று உலக அளவில் புகழப்பட்டது. மற்றொன்று உலக அளவில் கண்டிக்கப்பட்டது.

மெக்ஸிகோ நகரத்தில் உள்ள சபுல்டேபெக் அரண்மனையில் மெக்ஸிகன் தலைவர் ஜெனரல் அல்வாரோ ஒப்ரேகோன் அவர்களின் மார்பளவு சிலையை அண்மையில் பார்த்தேன் சிலையின் அடியில் ஜெனரல் ஒப்ரேகோனின் தத்துவத்திலிருந்து எடுத்த இந்தச் சொற்கள் பொறிக்கப்பட்டிருந்தது: ''உங்களைத் தாக்குகின்ற எதிரிகளைப் பற்றிப்

பயப்படாதீர்கள். ஆனால் வஞ்சப்புகழ்ச்சி செய்யும் நண்பர்களைக் கண்டு அஞ்சுங்கள்.''

இல்லை! இல்லை! இல்லை! நான் வஞ்சப்புகழ்ச்சியைப் பற்றி யோசனை சொல்லவில்லை! நான் ஒரு புதிய வாழ்க்கை முறையைப் பற்றிப் பேசிக்கொண்டிருக்கிறேன். மீண்டும் சொல்கிறேன். *நான் ஒரு புதிய வாழ்க்கை முறையைப் பற்றிப் பேசிக்கொண்டிருக்கிறேன்.*

பக்கிங்ஹாம் அரண்மனையின் படிப்பறையில் ஐந்தாம் மன்னர் ஜார்ஜ் ஆறு வகையான கோட்பாடுகளை சுவர்களில் காட்சிக்கு வைத்திருந்தார். அந்தக் கோட்பாடுகளில் ஒன்று இப்படிக் கூறுகிறது: ''நான் விரும்பியதையோ அல்லது அற்பமான பாராட்டுக்களையோ எனக்குக் கற்பிக்காதீர்கள்.'' வஞ்சப்புகழ்ச்சி என்பது அற்பமான பாராட்டுக்கள் தான். வஞ்சப்புகழ்ச்சி என்பதற்கான வரையறையை நான் ஒருமுறைப் படித்தேன். அதைத் திரும்பக் கூறுவது பயனுள்ளதாக இருக்கும். ''ஒரு மனிதன் தன்னைப்பற்றி என்ன நினைக்கின்றானோ அதனை சுருக்கமாகச் சொல்வது தான் வஞ்சப்புகழ்ச்சி.''

''உங்களால் முடிந்த மொழியைப் பயன்படுத்துங்கள். நீங்கள் எப்படி இருக்கிறீர்களோ அதைத்தவிர வேறெதுவும் ஒருபோதும் உங்களால் கூறமுடியாது,'' என்றார் ரால்ஃப் வால்டோ எமர்சன்.

நாம் அனைவரும் செய்ய வேண்டியது வஞ்சப்புகழ்ச்சி தான் என்றால், எல்லோரும் நம்மைப் பற்றிக்கொண்டு நாமே மக்கள் தொடர்பில் நிபுணர்களாக இருப்போம்.

சில குறிப்பிட்ட பிரச்சினையைப் பற்றி சிந்திப்பதில் நாம் கவனம் செலுத்தவில்லை என்றால், நாம் நம்மைப் பற்றியே சிந்திப்பதில் தான் 95 சதவிகித நேரத்தை வழக்கமாக செலவழிப்போம். இப்போது, நாம் நம்மைப்பற்றியே சிந்திப்பதை நிறுத்திவிட்டு மற்றவர்களின் நல்ல கருத்துக்களை நினைக்கத் தொடங்கினால், நாம் மிகவும் அற்பமானதான தவறான வாயிலிருந்து வெளிவருவதற்கு முன்பே அறிந்து கொள்ளக்கூடிய வஞ்சப்புகழ்ச்சிக்கு ஆட்படமாட்டோம்.

நம்முடைய அன்றாட இருப்பில் நாம் மிகவும் ஒதுக்கிக் கொண்டிருக்கின்ற நல்ல குணங்களில் ஒன்று பாராட்டுதல் தான். எப்படியோ, நம்முடைய மகனோ மகளோ நல்ல மதிப்பெண் பட்டியலுடன் வரும் போது அவர்களைப் பாராட்டாமல் ஒதுக்கிவிடுகிறோம். நம்முடைய குழந்தைகள் முதன்முதலாக ஒரு சிறப்பான கேக்கைத் தயாரிக்கும் போது அல்லது ஒரு குருவிக்கூடு அமைத்துக் காட்டும் போது அவர்களைப் பாராட்டத் தவறிவிடுகிறோம். இந்த வகையான பெற்றோர்களின் ஆர்வமுடன்

அங்கீகரித்துப் பாராட்டுவதைத்தவிர வேறெதுவும் குழந்தைகளைத் திருப்திப்படுத்துவதில்லை.

அடுத்தமுறை கேளிக்கை விடுதியில் மென்மையான ஆட்டுக்கறி உணவை நீங்கள் உண்டு மகிழும் போது, அது மிக நன்றாகத் தயாரிக்கப்பட்டுள்ளது என்ற வார்த்தையை அதைத் தயாரித்தவருக்குச் சொல்லிப் பாராட்டுங்கள். அங்குள்ள களைத்துப் போயிருக்கும் விற்பனைப் பணியாளர் உங்களிடம் வழக்கத்திற்கு மாறான பரிவு காட்டினால், தயவு செய்து அதனைக் குறிப்பிட்டுப் பாராட்டுங்கள்.

ஒவ்வொரு அமைச்சர், விரிவுரையாளர், மேடைப்பேச்சாளர் ஆகிய யாராக இருந்தாலும் பார்வையாளர்களிடமிருந்து பாராட்டுக்கூறும் அதிர்வலை இல்லை என்றால் அவர்கள் அவர்கள் மீது வெறுப்பான தன்மையை பொழிகிறார்கள் என்பதை அறிந்துள்ளார்கள். தொழில்முறை வல்லுநர்களுக்கு எது பொருந்துகிறதோ அதுவே அலுவலகங்கள், கடைகள், தொழிற்சாலைகள் ஆகியவற்றில் பணிபுரியும் தொழிலாளர்களுக்கும், நம்முடைய குடும்பத்தினருக்கும், நண்பர்களுக்கும் பொருந்துகிறது. பலருடன் இருக்கும் நம்முடைய தனிப்பட்ட உறவுகளில், நம்மோடு தொடர்புடையவர்கள் அனைவரும் மனிதர்கள் என்பதையும் அவர்களுக்குப் பாராட்டுபெறுவதில் தீராத ஆர்வம் உள்ளது என்பதையும் நாம் மறக்கக் கூடாது. இதுதான் ஒவ்வொரு ஆத்மாவும் அனுபவிக்கும் உரிமையான விருப்பம் ஆகும்.

நீங்கள் உங்கள் அன்றாட பயணங்களில் நட்புணர்வுகளுடன் கூடிய நல்ஒளியை நன்றியுணர்வுடன் அங்குள்ளவர்களிடம் விட்டு வருவதற்கு முயற்சி செய்யுங்கள். நீங்கள் அடுத்தமுறை செல்லும் போது அவர்கள் வெளிப்படுத்தும் நட்புணர்வு தீபம் ரோஜா மணத்தின் அலைகளாக உருவாகி இருப்பதைக் கண்டு வியந்து போவீர்கள்.

கனெக்டிகட்டின் நியூ ஃபேர்ஃபீல்டு பெமலா டன்ஹேம் அவளுடைய பொறுப்புகளுடன் தன் வேலையில் திறமையில்லாத ஒரு வாயிற்காவலரின் பணியை மேற்பார்வையிடும் பொறுப்பையும் ஏற்றிருந்தாள். மற்ற ஊழியர்கள் அவனை ஏளனம் செய்து வழியெங்கும் குப்பைகளைப் போட்டுவிட்டு அவன் எவ்வளவு மோசமாக வேலை செய்கிறான் என்று குறை கூறுவார்கள். அந்தக் கடையில் உற்பத்தி நேரம் வீணாகி இருந்தது மிகவும் கெடுதலாகும்.

இந்த மனிதனை ஊக்கப்படுத்துவதற்காக பல்வேறு வழிகளை எந்தவித வெற்றியுமில்லாமல் செய்து கொண்டிருந்தாள். அவன் சில சமயங்களில் சில நல்ல வேலைகளைச் செய்வதையும் அவள்

கவனித்தாள். மற்றவர்கள் முன்னே அவனது நல்ல வேலைகளுக்காகப் பாராட்டுவதைக் கவனத்தில் கொண்டாள். ஒவ்வொரு நாளும் அவன் செய்த வேலைகளில் முன்னேற்றம் ஏற்பட்டது. வெகு விரைவிலேயே அவனுடைய எல்லா வேலைகளையும் திறமையுடன் செய்யத் தொடங்கினான். இப்போது அவன் மிகத்திறமையாக வேலைகளைச் செய்து மற்றவர்களின் பாராட்டுக்களையும் அங்கீகாரத்தையும் பெறுகிறான். நேர்மையான பாராட்டுக்கள் மிகுந்த பலனைத் தருகிறது. ஆனால் கிண்டலான விமர்சனமும் கேலி செய்வதும் தோற்றுப் போகிறது.

மற்றவரைப் புண்படுத்துவது மாற்றம் எதனையும் கொண்டு வருவதில்லை என்பது மட்டுமல்லாமல் அது ஒருபோதும் விரும்பத் தக்கதுமல்ல. ஒரு நல்ல பழமொழி உள்ளது. அதனை வெட்டி என் கண்ணாடியில் ஒட்டி வைத்துள்ளேன். ஒவ்வொரு நாளும் அதைப் பார்ப்பதிலிருந்து நான் தவற முடியாது:

> நான் இந்த வழியாக ஒருமுறை மட்டுமே கடந்து செல்வேன்; எந்த மனிதருக்கும் ஏதாவது நன்மையோ அல்லது ஏதாவது அன்பான செயலோ நான் செய்துகாட்ட முடியுமென்றால், அதனை இப்போதே செய்யவிடுங்கள். அதை நான் தள்ளிப்போடவோ தவிர்த்து விடவோ கூடாது ஏனெனில் இந்த வழியாக மறுபடியும் நான் செல்லமாட்டேன்.

''நான் சந்திக்கின்ற ஒவ்வொரு மனிதனும் எனக்கு சிலவகையில் மேல்நிலையில் உள்ளவர் தான். அவரிடமிருந்து நான் கற்றுக் கொள்கிறேன்'' என்று எமர்சன் கூறினார்.

இது எமர்சனைப் பொறுத்தவரையில் உண்மையானதென்றால், எனக்கும் உங்களுக்கும் ஆயிரம் மடங்கு அதிகமாக உண்மையான தல்லவா? நம்மிடம் இருப்பதைப் பற்றியும், நம்முடைய விருப்பங்களைப் பற்றியும் சிந்திப்பதை நிறுத்திவிடுவோம். நாம் மற்றவர்களின் நல்ல விஷயங்களை முன்னிறுத்த முயற்சி செய்வோம். பிறகு வஞ்சப்புகழ்ச்சியை விட்டு விடுவோம். நேர்மையான உண்மையான பாராட்டுக்களை வழங்குவோம். ''உங்களுடைய பாராட்டுக்களில் ஆத்மார்த்தமாகவும் புகழ்வதில் அதிகமாகவும்'' செயல்படுங்கள். உங்கள் சொற்களை மக்கள் விரும்புவார்கள். அவற்றைப் பொக்கிஷமாகக் கருதுவார்கள். வாழ்க்கை முழுவதும் சொல்லிக் கொண்டிருப்பார்கள். நீங்கள்

அவர்களை மறந்த பின்னரும் காலாகாலத்திற்கும் - திரும்பத் திரும்பச் சொல்லிக் கொண்டிருப்பார்கள்.

கொள்கை 2

நேர்மையான உண்மையான பாராட்டுக்களை வழங்குங்கள்.

3

''இதனைச் செய்ய முடிந்தவர் உலகம் முழுமையும் தன்வசம் வைத்துள்ளார். செய்ய முடியாதவர் தனிவழியில் நடக்கிறார்''

கோடைக்காலத்தில் நான் அடிக்கடி மைன் பகுதிக்கு மீன்பிடிப்பதற்குச் சென்றேன். எனக்கு ஸ்ட்ராபெர்ரியும் கேக்கும் பிடிக்கும். ஆனால் ஏதோ விநோதமான காரணங்களால் மீனுக்குப் புழுவைப் பிடித்திருக்கிறது என்பதை நான் கண்டு கொண்டேன். ஆகவே நான் மீன் பிடிக்கச் சென்ற போது நான் என்ன விரும்பினேன் என்பதைப்பற்றி நினைக்கவில்லை. நான் அவைகளுக்கு என்ன பிடிக்கும் என்பதைப் பற்றி நினைத்தேன். தூண்டில் முள்ளில் நான் ஸ்ட்ராபெர்ரியையும் கிரீமையும் கோர்த்து வைக்கவில்லை. அதற்கு மாறாக, புழுவையோ அல்லது வெட்டுக்கிளியையோ தான் மீனுக்கு முன்னர் முள்ளில் கோர்த்து ஆட்டினேன். நான் கூறினேன்: ''அதை நீ பெறுவதற்கு விரும்பவில்லையா?''

இதே பொதுஅறிவை மக்களைக் கவர்வதற்கு முயலும் போது ஏன் பயன்படுத்தவில்லை?

முதலாம் உலகப்போரின் போது இங்கிலாந்து பிரதமராயிருந்த லாயிட் ஜார்ஜ் இதைத்தான் செய்தார். போர்க்காலத்தின் மற்ற தலைவர்களான வில்சன், ஆர்லேண்டோ, கிளமென்சியூ போன்றவர்கள் மறக்கப்பட்ட போதும் இவர் மட்டும் எப்படி ஆட்சியில் தொடர்ந்தார் என்று சிலர் கேட்ட போது அவர் மீனுக்கு ஏற்ற இரையைத் தூண்டிலில் முள்ளில் வைக்க வேண்டும் என்பதை அறிந்திருந்தது தான் அவரை மேல்நிலையில் வைத்திருந்ததற்கு காரணம் என்று கூறினார்.

நாம் என்ன விரும்புகிறோம் என்பதைப் பற்றி ஏன் பேசுகிறோம்? அது குழந்தைத்தனமானது. முட்டாள்தனமானது. ஒருவேளை, நீங்கள் என்ன விரும்புகிறீர்களோ அதில் ஆர்வம் காட்டுகிறீர்கள். அதில் எப்போதும் ஆர்வம் கொண்டுள்ளீர்கள். ஆனால் மற்ற

எவருமல்ல. மீதியுள்ள மற்ற நம்மவர்கள் உங்களைப் போலத்தான் இருக்கிறார்கள். நாம் எதை விரும்புகிறோமோ அதில் தான் ஆர்வம் கொண்டிருக்கிறோம்.

ஆகவே இந்த உலகத்தில் மற்ற மக்களைக் கவர்வதற்கான ஒரே வழி அவர்கள் விரும்புவதைப் பற்றிப் பேசுவதும், அதை ***அவர்கள்*** எப்படி பெறுவது என்பதைக் காட்டுவதும் தான்.

நீங்கள் சிலரை சில விஷயங்களைச் செய்ய நாளை முயல்கிறீர்கள் என்பதை நினைவில் கொள்ளுங்கள். உதாரணத்திற்கு எடுத்துக் கொண்டால், நீங்கள் உங்கள் குழந்தைகள் புகைப்பிடிப்பதை விரும்பமாட்டீர்கள். அவர்களுக்கு போதனை செய்யாதீர்கள். நீங்கள் என்ன விரும்புகிறீர்கள் என்பதைப் பற்றியும் பேசாதீர்கள். ஆனால் புகைப்பிடித்தால் அது அவர்கள் கூடைபந்துப் போட்டியில் அல்லது நூறு கஜ ஓட்டபந்தயத்தில் வெற்றி பெறுவதை விட்டும் விலக்கிவிடும் என்பதைக் காட்டுங்கள்.

நீங்கள் குழந்தைகளைக் கையாள்வதானாலும் அல்லது கன்றுக்குட்டிகளைப் கையாள்வதானாலும் அல்லது குரங்குகளைக் கையாள்வதானாலும் எது என்று இல்லாமல் எல்லாவற்றுக்கும் நினைவில் கொள்ளத்தக்க நல்ல விஷயம் இதுவாகும். உதாரணமாக, ஒருநாள் ரால்ஃப் வால்டோ எமர்சனும் அவரது மகனும் ஒரு கன்றுக்குட்டியைக் கொட்டகைக்குள் கொண்டுவர முயற்சி செய்தார்கள். ஆனால் அவர்கள் என்ன விரும்புகிறார்கள் என்பதை மட்டுமே நினைக்கின்ற பொதுவான தவறைச் செய்தார்கள். எமர்சன் இழுத்தார் அவரது மகன் தள்ளினார். ஆனால் கன்றுக்குட்டியும் அவர்கள் என்ன செய்தார்களோ அதைத்தான் செய்து கொண்டிருந்தது. அது என்ன விரும்புகிறது என்பதை மட்டுமே நினைத்துக் கொண்டிருந்தது. ஆகவே அது தன் கால்களை விரைப்பாக வைத்துக்கொண்டு மேய்ச்சலை விட்டு வர மறுத்தது. அங்கிருந்த ஐரிஷ் பணிப்பெண் இந்த இக்கட்டான சூழ்நிலையைக் கண்டாள். அவளால் கட்டுரை எழுதவோ புத்தகங்கள் எழுதவோ முடியாது. ஆனால் இந்த சமயத்திலாவது அவளுக்கு குதிரைகளின் உணர்வும் கன்றுக்குட்டிகளின் உணர்வும் எமர்சனைவிட நன்றாகத் தெரிந்திருந்தது. அவள் அந்த கன்றுக்குட்டி எதை விரும்புகிறது என்பதைப்பற்றி நினைத்தாள். ஆகவே அவள் கன்றுக்குட்டியின் வாயில் தன்னுடைய தாய்மை உணர்வுள்ள விரலை வைத்து அது சூப்பிக்கொண்டிருக்குமாறு செய்து மென்மையாக அதனைக் கொட்டகைக்குள் அழைத்துச் சென்றாள்.

''இதனைச் செய்ய முடிந்தவர் உலகம் முழுமையும் தன்வசம் வைத்துள்ளார்.
செய்ய முடியாதவர் தனிவழியில் நடக்கிறார்''

நீங்கள் பிறந்தது முதல் செய்து கொண்டிருந்த ஒவ்வொரு செயலும் நீங்கள் சிலவற்றை விரும்பியதால் செய்தீர்கள். செஞ்சிலுவை சேவைக்கு அதிகமாக கொடுத்த பங்களிப்பைப் பற்றி என்ன சொல்கிறீர்கள்? 'ஆம்' அதாவது அதில் சட்டத்திற்கு விதிவிலக்கு இல்லை. செஞ்சிலுவை சேவைக்கு நீங்கள் உதவிக்கரம் நீட்ட விரும்பியதால் அதற்கு நன்கொடை அதிகமாகக் கொடுத்தீர்கள். நீங்கள் ஒரு அழகான, தன்னலமற்ற, தெய்வீகத்தன்மை கொண்ட செயலைச் செய்ய விரும்பினீர்கள். ''என்னுடைய சகோதரர்களில் எளிமையானவருக்கு நீங்கள் செய்கின்றவை எனக்குச் செய்தவை போலாகும்.''

நீங்கள் பணத்தை விரும்பியதற்கு மேலானதாக அந்த உணர்வை நினைத்திருக்காவிட்டால் நீங்கள் அந்த பங்களிப்பைச் செய்திருக்க முடியாது. ஒருவேளை இந்த பங்களிப்பை நீங்கள் மறுப்பதற்கு வெட்கப்பட்டுக் கொண்டோ அல்லது உங்கள் வாடிக்கையாளர் கேட்டார் என்ற காரணத்தாலும் நீங்கள் இதனைச் செய்திருக்கலாம். ஆனால் ஒன்று மட்டும் நிச்சயம். நீங்கள் எதையோ விரும்பிய காரணத்தால் தான் நீங்கள் அந்தப் பங்களிப்பைச் செய்துள்ளீர்கள்.

ஹாரி ஏ. ஓவர்ஸ்ட்ரீட் என்பவர் தன்னுடைய புகழ்பெற்ற நூலான ***இன்ஃப்ளுயன்சிங் ஹ்யூமன் பிஹேவியர்*** என்ற நூலில் இவ்வாறு கூறினார்: ''நாம் அடிப்படையில் விரும்பியதிலிருந்து தான் செயல்பட கிளர்ந்தெழுகிறது. வணிகத்திலானாலும், இல்லத்திலானாலும், பள்ளியிலானாலும், அரசியலிலானாலும் மிகச்சிறந்த அறிவுரையைக் கூறுபவர்கள் தொடர்ந்து வருபவர்கள் தான். அது ''முதலில் மற்ற நபரின் ஆர்வமான விருப்பத்தை தூண்டிவிடுதல். இதனைச் செய்ய முடிந்தவர்கள். உலகம் முழுவதையும் கைவசம் வைத்துள்ளார்கள். அப்படிச் செய்ய முடியாதவர் தனிவழியில் நடக்கிறார்.''

மணிக்கு இரண்டு சென்ட் ஊதியத்தில் தொடங்கி நிறைவாக 365 மில்லியன் டாலர் வழங்கிய, வறுமையில் உழன்ற ஸ்காட்லாந்தைச் சேர்ந்த ஆன்ட்ரூ கார்னகி என்ற இளைஞன் சிறு வயதிலேயே மக்களைக் கவர்வதற்குச் சிறந்தவழி தனிநபர் எதை விரும்புகிறார் என்பதை அறிந்துச் செயல்படுவது தான் என்பதைக் கற்றுக் கொண்டார். அவர் பள்ளியில் நான்கு ஆண்டுகளே படித்தார். ஆனால் மக்களைக் கையாள்வது எப்படி என்பதைக் கற்றுக் கொண்டார்.

இதை நிரூபிப்பதற்கு: அவருடைய மைத்துனி தன் இரண்டு மகன்களைக் குறித்த கவலையில் நோய்வாய்ப்பட்டு விட்டார். அவர்கள் யேலில் இருந்தார்கள். அவர்கள் தங்கள் வேலைகளில் குறியாக இருந்து கொண்டு வீட்டிற்குக் கடிதம் எழுதாமலும்

எந்தவித அக்கறையும் இல்லாமலும் தாயார் எழுதிய கடிதங்களுக்கு பதிலளிக்காமலும் இருந்தார்கள்.

பிறகு கார்னகி அவர்களிடமிருந்து கேட்காமலேயே கடிதம் வரவழைப்பதற்காக நூறு டாலர்களைப் பிணையம் வைக்க முன்வந்தார். சிலர் அவருடன் பந்தயம் கட்டினார்கள். ஆகவே அவர் தன் மருமகன்களுக்கு ஒவ்வொருவருக்கும் ஐந்து டாலர் அனுப்பியிருப்பதாகப் பின்குறிப்பு எழுதி கடிதம் அனுப்பினார்.

ஆனால் இருப்பினும் அவர் பணத்தை இணைக்கத் தவறி விட்டார்.

''அன்புள்ள மாமா ஆன்ட்ரூ'' என்று தொடங்கி அவரது குறிப்புக்கு நன்றி கூறி பதில் கடிதங்கள் மறு தபாலிலேயே வந்த சேர்ந்துவிட்டன. அந்த வாக்கியத்தை நீங்கள் முடித்துக் கொள்ள முடியும்.

தொடர்முயற்சி பற்றிய மற்றொரு உதாரணம் ஓஹியோவின் கிளேவ்லேன்டைச்சேர்ந்த எங்கள் பயிற்சி வகுப்பில் பங்கேற்பவரான, ஸ்டான் நோவாக்கிடமிருந்து வருகிறது. ஒருநாள் மாலையில் ஸ்டான் வேலை முடித்து வீட்டுக்குத் திரும்பினார். அவருடைய இளைய மகன், டிம் முன் அறையின் தரையில் படுத்துப் புரண்டு அழுது கொண்டிருந்தான். அடுத்த நாளில் அவன் ஒரு மழலையர் பள்ளியில் சேர வேண்டும். அவன் போகமாட்டேன் என்று மறுப்புத் தெரிவித்துக் கொண்டிருந்தான். குழந்தையை அப்புறப்படுத்தித் தன்னுடைய அறைக்கு அழைத்துச் சென்று அவனைச் சமாதானப்படுத்தி மனத்தை மாற்றிப் பள்ளிக்கு செல்ல வைக்க வேண்டும் என்பது தான் ஸ்டானின் வழக்கமான செயல்பாடாக இருந்திருக்க வேண்டும். அவருக்கு வேறு வழியும் இல்லை. நல்ல மனத்தோடு டிம் பள்ளிக்குச் செல்வதற்கு இது நல்லமுறையில் பயன்படாது என்பதை உணர்ந்து கொண்டு அன்றைய இரவில் ஸ்டான் உட்கார்ந்து சிந்தித்தார். ''நான் டிம்மாக இருந்தால் மழலையர் பள்ளிக்குச் செல்வதற்கு நான் ஏன் தயக்கம் காட்டுவேன்?'' அவரும் அவரது மனைவியும் உட்கார்ந்து டிம் விரும்பிச் செய்யும் செயல்களான விரலால் ஓவியம் வரைதல், பாடல்களைப் பாடுதல், புதிய நண்பர்களை உருவாக்கிக் கொள்ளுதல் ஆகியவை போன்ற விளையாட்டான எல்லா விஷயங்களைப் பற்றிப் பட்டியலிட்டார்கள்.

''என்னுடைய மனைவி லில், என்னுடைய மற்றொரு மகன் பாப், ஆகியோருடன் நானும் சேர்ந்து விளையாட்டான விரலால் வரையும் ஓவியங்களைச் சமையலறை மேஜையில் வரையத் தொடங்கினோம். விரைவிலேயே டிம் அங்கே ஒரு மூலைக்கு வந்து எட்டிப் பார்த்துக் கொண்டு நின்றான். பிறகு அவன் அதில் பங்கு கொள்ள விரும்பி வேண்டினான். 'இல்லை இல்லை.

விரலால் ஓவியம் வரைவதற்குக் கற்றுக்கொள்வதற்கு நீ முதலில் மழலையர் பள்ளிக்குச் செல்ல வேண்டும்.' எல்லா வகையான உற்சாகத்துடனும், அவன் புரிந்து கொள்ளக்கூடிய வகையில் அவனுக்கு அந்த பட்டியலைப் பார்த்து மழலையர் பள்ளியில் இருக்கும் மகிழ்ச்சி தரும் விளையாட்டுக்களைப் பற்றித் தகவல்களைத் திரட்டினேன். அடுத்த நாள் காலையில், நான் தான் முதலாவதாக இருக்கும் என்று எண்ணிக் கொண்டு கீழே இறங்கி அறையின் பகுதிக்குச் சென்றேன். அங்கே ஒரு நாற்காலியில் டிம் உறங்கிக் கொண்டிருப்பதைப் பார்த்தேன்.

'இங்கே என்ன செய்து கொண்டிருக்கிறாய்?' என்று நான் கேட்டேன். 'நான் மழலையர் பள்ளிக்குப் போவதற்காகக் காத்துக் கொண்டிருக்கிறேன். நான் அங்கு காலதாமதமாகப் போவதற்கு விரும்பவில்லை' என்றான். எங்கள் குடும்பத்தினர் அனைவரும் கொடுத்த ஊக்கம் டிம்மின் மனத்தில் ஆர்வமிக்க விருப்பத்தை உருவாக்கி இருந்தது. அதனை வேறு எந்த உரையாடல் அல்லது பயமுறுத்தல் மூலம் கூட நிறைவேற்றியிருக்க சாத்தியமில்லை.''

நாளை நீங்கள் யாரையாவது இப்படி தொடர்முயற்சி செய்து சிலவற்றைச் செய்வதற்கு விரும்பலாம். நீங்கள் பேசுவதற்கு முன்பாக சிறிது சிந்தித்து உங்களுக்குள், ''இந்த நபரை விரும்பியதைச் செய்ய நான் எப்படி உருவாக்கலாம்?'' என்று கேட்டுக் கொள்ளுங்கள்.

நம்முடைய விருப்பங்களைப் பற்றிப் பயனற்ற பேச்சுக்களுடன், அக்கறையற்ற நிலையிலான சூழ்நிலைக்கு விரைந்து போவதிலிருந்து இந்தக் கேள்வி நம்மைத் தடுத்துவிடும்.

நியூயார்க்கிலுள்ள ஒரு ஹோட்டலில் ஒரு ஆடம்பரமான நாட்டிய அரங்கத்தை குறிப்பிட்ட காலத்தொடர் வகுப்புகள் நடத்துவதற்காக ஒருமுறை இருபது இரவுகளுக்கு வாடகைக்கு எடுத்திருந்தேன்.

ஒரு குறிப்பிட்ட காலத்தின் தொடக்கத்தில், நான் முன்பு கொடுத்து வந்த வாடகையைவிட மூன்றுமடங்கு அதிகமான வாடகை கொடுக்க வேண்டும் என்று திடீரென தெரிவித்தார்கள். நான் அதற்கான நுழைவுச் சீட்டுகளை அச்சடித்து விநியோகித்து அறிவிப்புகள் வெளியிட்ட பின்னர் தான் இந்தச் செய்தி கிடைத்தது.

இயற்கையாக, அந்த வாடகை உயர்வைக் கொடுக்க நான் விரும்பவில்லை. ஆனால் என்னுடைய விருப்பத்தைப் பற்றி ஹோட்டல் உரிமையாளருக்குக் கூறுவதால் என்ன பயன்? அவர்கள் அவர்கள் விருப்பத்தில் தான் குறியாக இருப்பார்கள். ஆகவே இரண்டொரு நாட்களுக்குப் பின்னர் அந்த ஹோட்டல் மேலாளரைப் பார்ப்பதற்காகச் சென்றேன்.

‘‘உங்கள் கடிதத்தைப் பார்த்தவுடன் நான் கொஞ்சம் அதிர்ச்சி அடைந்தேன்’’ என்று கூறினேன். ‘‘ஆனால் நான் ஒருபோதும் உங்களைக் குறைகூற விரும்பவில்லை. நான் உங்கள் இடத்திலிருந்தால் நானே கூட இதுபோன்ற கடிதத்தைத்தான் எழுதியிருப்பேன். ஹோட்டல் மேலாளர் என்ற வகையில் முடிந்த அளவுக்கு லாபம் சம்பாதித்துக் கொடுக்க வேண்டும் என்பது உங்கள் கடமை. நீங்கள் அதைச் செய்யாவிட்டால் கண்டிக்கப்படுவீர்கள். கண்டிக்கப்பட வேண்டும். இப்போது நாம் ஒரு தாளை எடுத்துக்கொண்டு, இந்த வாடகையை உயர்த்துவதைக் கட்டாயப்படுத்துவதால் உங்களுக்கு ஏற்படும் லாப நஷ்டங்களைப் பற்றிக் குறிப்பிட்டு எழுதுவோம்’’ என்றும் கூறினேன்.

பிறகு நான் ஒரு கடிதத்தாளை எடுத்து மத்தியில் ஒரு கோட்டைப் போட்டு ஒரு பக்கத்தில் ‘‘லாபப் பயன்கள்’’ என்றும் மற்றொரு பக்கத்தில் ‘‘நஷ்டங்கள் விபரம்’’ என்றும் தலைப்பிட்டு எழுதினேன்.

‘‘லாபப் பயன்கள்’’ என்பதற்குக் கீழே ‘‘நடன அரங்கம் இலவசம்’’ என்ற வார்த்தைகளை எழுதினேன். நான் இப்படி சொல்லத் தொடங்கினேன். ‘‘நீங்கள் அரங்கத்தை நடன நிகழ்ச்சிகள், கூட்டங்களுக்கு விடுவதற்கு அரங்கம் தயாராக இருக்கும். அந்த மாதிரி நிகழ்ச்சி நடத்துபவர்கள் தொடர் உரை நிகழ்த்துகின்றவர்களை விட உங்களுக்கு அதிக வாடகை தருவார்கள். இது ஒரு மிகப்பெரிய நன்மை. நான் அந்த சமயத்தில் அரங்கத்தைத் தொடர்ந்து இருபது இரவுகளுக்கு எடுத்துக்கொண்டு விட்டால், உங்களுக்கு வரக்கூடிய லாபமான வணிகத்தில் நஷ்டத்தைக் கொடுக்கும் என்பது நிச்சயம்.

‘‘இப்போது நஷ்டங்களைப் பற்றி எண்ணிப் பார்ப்போம். முதலாவதாக, என்னிடமிருந்து வருவாயை அதிகரிப்பதற்குப் பதிலாக நீங்கள் அதனைக் குறைக்கப் போகிறீர்கள். உண்மையில் அதனை வெட்டிவிடப் போகின்றீர்கள். ஏனென்றால், நீங்கள் கேட்கும் வாடகையை என்னால் கொடுக்க இயலாது. நான் இந்த உரை நிகழ்ச்சிகளை வேறொரு இடத்தில் நடத்த நிர்ப்பநிதிக்கப்படுவேன்.

‘‘உங்களுக்கு மற்றுமொரு நஷ்டமும் கூட இருக்கிறது. இந்த உரைகள் படித்தவர்களையும் பண்பட்ட சான்றோர்களையும் உங்கள் ஹோட்டலுக்கு அதிகமாக அழைத்துக் கொண்டு வரும். இது உங்கள் ஹோட்டலுக்குப் பெரிய விளம்பரமாக அமையும் அல்லவா? உண்மையில் நீங்கள் ஐயாயிரம் டாலர்கள் செலவழித்து செய்தித்தாள்களில் விளம்பரம் செய்தாலும் கூட நான் என் உரைகளால் உங்களுடைய ஹோட்டலுக்கு அழைத்து வரமுடியும்

அளவுக்கு அழைத்துவர முடியாது. இது ஒரு ஹோட்டலுக்கு அதிக மதிப்புடையது அல்லவா?''

நான் பேசிக்கொண்டே, இந்த இரண்டு நஷ்டங்களையும் பொருத்தமான தலைப்பில் எழுதி மேலாளரிடம் கொடுத்துவிட்டு, ''நீங்கள் லாபப் பயன்களையும் நஷ்டங்களையும் நன்றாக கவனமாக ஆராய்ந்து பார்த்து அதன் பிறகு எனக்கு இறுதியான முடிவைத் தெரிவிக்க விரும்புகிறேன்'' என்று கூறினேன்.

அடுத்த நாளே நான் ஒரு கடிதத்தைப் பெற்றேன். அதில் எனக்கு உயர்த்தப் போகும் வாடகை 300 சதவிகித உயர்வாக இல்லாமல் 50 சதவிகித உயர்வாக மட்டுமே இருக்கும் என்று குறிப்பிட்டிருந்தது.

மனத்தில் கொள்ளுங்கள். இந்த வாடகைக் குறைப்பு நான் விரும்பியது எதனையும் ஒரு வார்த்தைகூட சொல்லாமலேயே பெற்றேன். எல்லா நேரத்திலும் மற்றவர் என்ன விரும்பினார் என்பதையும் அவர் அதனை எவ்வாறு பெறலாம் என்பதைப் பற்றியும் மட்டுமே பேசினேன்.

ஒருவேளை மனிதனுக்கு இயற்கையாக உள்ளபடி எல்லோரும் செய்வது போல கோபாவேசத்துடன் சென்று, ''நுழைவுச்சீட்டுகள் அச்சடிக்கப்பட்டு அறிவிப்புகள் எல்லாம் செய்த பின்னர், எனக்கு வாடகையை முன்னூறு சதவிகிதம் உயர்த்துவதற்கு என்ன நினைத்துக் கொண்டிருக்கிறீர்கள்? முன்னூறு சதவிகிதம்! நகைப்புக்கு இடமானது. அபத்தமானது! நான் அதனைக் கொடுக்க மாட்டேன்!''

பிறகு என்ன நிகழ்ந்திருக்கும்? ஒரு காரசாரமான விவாதம் தொடங்கி கொதித்துப் பொங்கியெழுந்து ஒருவருக்கொருவர் காறித்துப்பிக் கொள்ள நேர்ந்திருக்கும். ஒரு விவாதம் எப்படி முடியும் என்பது உங்களுக்கு தெரியுமே. நான் அவர் செய்தது தவறு தான் என்று நிரூபித்திருப்பதாக திருப்தியடைந்தாலும்கூட, அவருடைய சுயகௌரவம் அதனை கஷ்டமானதாக்கி அவரைப் பின்வாங்கி விட்டுக் கொடுக்க இடந்தராது.

மிகச் சிறப்பான மக்கள் தொடர்புக்கலையைப் பற்றி மிகவும் உயர்ந்த அறிவுரைகளில் ஒன்று இங்கே இருக்கிறது. ''வெற்றிக்கு ஏதாவதொரு ரகசியம் இருக்கிறதென்றால், அது ஒன்றை பற்றிய மற்ற நபரின் கருத்தை அறிந்து ஒரு விஷயத்தை நம்முடைய பார்வையில் நோக்குவது போலவே அவரது பார்வையிலும் நோக்கிச் செயல்பட வேண்டும் என்பதில் இருக்கிறது'' என்று ஹென்றி ஃபோர்டு கூறினார்.

அது மிக மிக சிறப்பானது. அதனை மீண்டும் கூற விரும்புகிறேன்: *''வெற்றிக்கு ஏதாவதொரு ரகசியம் இருக்கிறதென்றால், அது ஒன்றை*

பற்றிய மற்ற நபரின் கருத்தை அறிந்து ஒரு விஷயத்தை நம்முடைய பார்வையில் நோக்குவது போலவே அவரது பார்வையிலும் நோக்கிச் செயல்பட வேண்டும் என்பதில் இருக்கிறது.''

இது மிகவும் எளிமையானது. மிகவும் வெளிப்படையானது. இதன் உண்மையினை எவரும் ஒரு பார்வையிலேயே பார்க்க முடியும். இருந்தாலும், இந்த உலக மக்களில் 90 சதவிகிதத்தினர் 90 சதவிகித சமயங்களில் அதனை கைவிட்டு விடுகிறார்கள்.

ஒரு உதாரணம் வேண்டுமா? நாளை காலை உங்களுக்கு வரும் கடிதங்களைப் பாருங்கள். அவற்றில் பெரும்பாலானவை இந்த பொதுவான அறிவின் தத்துவத்தை மீறியவைகளாக இருக்கும். ஒரு விளம்பர முகமையின் வானொலி துறையிலிருந்து அந்தக் கண்டத்தில் பரவலாக உள்ள அதன் அலுவலங்களுக்கு எழுதிய இந்த ஒரு கடிதத்தை உதாரணமாக எடுத்துக் கொள்வோம். இந்தக் கடிதம் நாடெங்கும் உள்ள வானொலி நிலையங்களுக்கு அனுப்பப்பட்டிருந்தது. (ஒவ்வொரு பாராவின் முடிவிலும் என்னுடைய கருத்தை அடைப்புக் குறிக்குள் கொடுத்திருக்கிறேன்)

மிஸ்டர். ஜான் ப்ளாங்க்
ப்ளாங்க்வில்
இண்டியானா
அன்புள்ள மிஸ்டர் ப்ளாங்க்:
வானொலித் தளத்தில் விளம்பர முகமையில் கம்பெனி தலைமை பெற்று விளங்க விரும்புகிறது.

[உங்கள் கம்பெனி விரும்புவதைப் பற்றி யார் கவலைப்படுகிறார்கள்? நான் என்னுடைய சொந்தப் பிரச்சினைகளைப் பற்றிக் கவலைப்படுகிறேன். என் வீட்டில் உள்ள அடமானக் கடனை வங்கி முன்னதாக முடிக்கப் போகிறது, என் தோட்டத்து வண்ண மலர்ச்செடிகளை பூச்சி அரிக்கிறது, பங்குச்சந்தை நேற்று சரிந்துள்ளது, இன்று காலை நான் எட்டு பதினைந்தைத் தவற விட்டுவிட்டேன், நேற்று இரவு நான் ஜோன்ஸின் நடனத்திற்கு அழைக்கப்படவில்லை, எனக்கு இரத்த அழுத்தம் அதிகரித்திருப்பதாகவும் நரம்புத் தளர்ச்சி உள்ளதாகவும், பொடுகு பிடித்திருப்பதாகவும் மருத்துவர் கூறுகிறார், அதற்கு பிறகு என்ன நடக்கிறது? நான் கவலையுடனேயே அலுவலகத்திற்கு வந்து தபால்களைப் பார்த்தேன். அவனுடைய கம்பெனி எதை

விரும்புகிறது என்பதைப் பற்றி சலசலப்பான அளவளாவல் இருந்தது. அய்யோ! அவருடைய கடிதம் எத்தகைய உணர்வை ஏற்படுத்தும் என்பதை மட்டும் அவர் புரிந்து கொண்டால், அவர் விளம்பர வணிகத்தை விட்டுவிட்டு, ஆடுகளுக்கு பயன்படுத்தும் கிருமிநாசினி தயாரிப்பில் ஈடுபட்டு விடுவார்.]

இந்த முகமையின் தேசிய விளம்பர வருவாய்க் கணக்குகள் அந்த அமைப்பின் அரணாக இருந்தது. அதைத் தொடர்ந்த நிலைய நேரத்தை சரிபடுத்தியது ஆண்டுக்கு ஆண்டு உயர்நிலை முகமைகளில் ஒன்றாக உருவாக்கியது.

[நீங்கள் பெரிய செல்வ வளமுள்ள உயர்நிலையில் இருக்கிறீர்கள் அல்லவா? அதனால் என்ன? நீங்கள் ஜெனரல் மோட்டார்ஸ் போலவோ, ஜெனரல் எலெக்டிரிக் போலவோ அமெரிக்க இராணுவம் உள்ளிட்ட மொத்த பொது ஊழியர் போலவோ பெரிய அளவில் இருந்தாலும் நான் ஒரேடியாகக் கூச்சலிட்டுப் புகழ மாட்டேன். அரை அறிவு கொண்டுள்ள ஓசனிச் சிட்டுக்குருவி போல உணர்வு கொண்டிருந்தால் நான் எவ்வளவு பெரியவனாயிருக்கிறேன் என்பதில் நான் ஆர்வமாயிருக்கிறேன் என்பதை நீங்கள் புரிந்து கொள்வீர்கள். நீங்கள் எவ்வளவு பெரிய அளவில் இருக்கிறீர்கள் என்பதில் அல்ல.]

வானொலி நிலையத்தின் கடைசிச் சொல் தகவல் வரை நம்முடைய வாடிக்கையாளர்களுக்கு நாங்கள் சேவை விரும்புகிறோம்.

[நீங்கள் விரும்புகிறீர்கள்! நீங்கள் விரும்புகிறீர்கள். நீங்கள் ஒரு கட்டுப்படுத்தப்பட்ட கழுதை. நீங்கள் என்ன விரும்புகிறீர்கள் என்பதைப் பற்றியோ அமெரிக்க ஐக்கியக் குடியரசின் ஜனாதிபதி என்ன விரும்புகிறார் என்பதைப் பற்றியோ எனக்கு ஆர்வம் கிடையாது. நான் என்ன விரும்புகிறேன் என்பதில் தான் நான் ஆர்வம் கொண்டுள்ளேன் என்பதை உங்களிடம் முற்றிலுமாகச் சொல்லிவிடுகிறேன். இதுவரை அதைப்பற்றி ஒரு வார்த்தைக்கூட உங்களின் அபத்தமான கடிதங்களில் சொல்லவில்லை.]

ஆகவே, ஒவ்வொரு தனிப்பட்ட விவரத்தையும் ஒரு முகமை தனக்கான நேரத்தை அறிவுபூர்வமாக அமைத்துக்

கொள்வதற்கேற்ப கம்பெனியின் வாராந்திர நிலையத் தகவலின் முதன்மைப்படுத்தும் பட்டியலைக் கொடுப்பீர்களா?

[''முதன்மைப்படுத்தும் பட்டியல்.'' நீங்கள் உங்கள் நரம்புகளைப் பெற்றுள்ளீர்கள். உங்கள் கம்பெனியைப் பற்றி மிகவும் பெரிய அளவில் பேசிய பேச்சால், என்னைக் குறைந்த நிலையில் உணருமாறு செய்துவிட்டீர்கள். உங்களை ''முதன்மைப்படுத்தும் பட்டியலில்'' வைக்குமாறு என்னிடம் கேட்கிறீர்கள். அப்படிக் கேட்கும் போது ''தயவுசெய்து'' என்று கூட சொல்லவில்லை.]

இந்தக் கடிதத்தைப் பெற்றுக் கொண்டதற்கான ஒப்புதல் உடன் அனுப்புவதுடன் அண்மையில் நீங்கள் ''செய்தவற்றைப் பற்றியும்'' தெரிவித்தால் அது நம் இருவருக்கும் பயனுள்ளதாக இருக்கும்.

[நீங்கள் முட்டாள்! இலையுதிர் இலைகளைப் போல அங்கொன்றும் இங்கொன்றுமாகச் சிதறிக் கிடக்கும் ஒரு மலிவான வடிவில் அமைந்த ஒரு கடிதத்தை நீங்கள் எனக்கு அனுப்பியுள்ளீர்கள். நான் என்னுடைய அடமான பிரச்சினை பற்றியும், என்னுடைய மலர்ச்செடிகள் பற்றியும், என்னுடைய இரத்த அழுத்தம் பற்றியும் நான் கவலையுற்றிருக்கும் போது உங்கள் அந்த வகைக் கடிதத்திற்கு நான் தனிப்பட்ட குறிப்பைக் கூறிக் கொண்டிருக்க வேண்டும். அதுவும் ''சரியாக உடனேயே'' அதனைச் செய்யும்படிக் கேட்கிறீர்கள். ''சரியாக உடனேயே'' என்று எதைக் குறிப்பிடுகிறீர்கள்? நானும் உங்களைப் போலவே சுறுசுறுப்பாக போதிய நேரமின்றி இருக்கிறேன் என்பதை அறிவீர்களா? அல்லது குறைந்த பட்சம் நான் எப்படி இருக்கிறேன் என்பதை நினைக்க விரும்புகிறேன். நாங்கள் அதனைப் பற்றிய செயல்பாட்டில் இருக்கும் போது இப்படி எனக்கு உத்தரவிட உயர்மட்ட அதிகாரத்தைக் கொடுத்தது யார்? . . . ''இருவருக்கும் பயனுள்ளதாக இருக்கும்'' என்று நீங்கள் கூறுகிறீர்கள். கடைசியில், கடைசியில் மட்டுமே நீங்கள் என்னுடைய கருத்தை உணரத் தொடங்கியிருக்கிறீர்கள். ஆனால் அது எனக்கு எந்தவகையில் பயனுள்ளதாக இருக்கும் என்று சொல்வதில் தெளிவற்று இருக்கிறீர்கள்.]

''இதனைச் செய்ய முடிந்தவர் உலகம் முழுமையும் தன்வசம் வைத்துள்ளார்.
செய்ய முடியாதவர் தனிவழியில் நடக்கிறார்''

மிகவும் உண்மையுடன் தங்கள்,
ஜான் டோ
வானொலித் துறை மேலாளர்

பின்குறிப்பு: இத்துடன் இணைக்கப்பட்டுள்ள ப்ளாங்க்வில் இதழிலிருந்து எடுத்து எழுதப்பட்ட வாசகங்கள் உங்களுக்கு ஆர்வத்தைத் தரும் அதனை உங்கள் நிலையத்தின் வழியாக ஒலிபரப்புவதற்கு நீங்கள் விரும்பலாம்.

[நிறைவாக, கீழே இங்கே பின்குறிப்பில் என்னுடைய பிரச்சினைகளில் ஒன்றைத் தீர்க்க உதவலாம் என்ற சிலவற்றைக் குறிப்பிட்டுள்ளீர்கள். இதனை ஏன் உங்கள் கடிதத்தின் தொடக்கத்திலேயே குறிப்பிடவில்லை - ஆனால் என்ன பிரயோ ஜனம்? நீங்கள் எனக்கு அனுப்பியுள்ளது போன்ற அபத்தத்தை செய்திருந்த குற்ற உணர்வுள்ள ஒரு விளம்பரத்துறை நபர் தன்னுடைய மத்திய மூளையில் ஏதோ குறைபாடுடன் இருக்கிறார். நாங்கள் அண்மையில் செய்ததைப் பற்றிய ஒரு கடிதம் உங்களுக்குத் தேவையில்லை. உங்களுக்கு என்ன தேவை என்றால் உங்கள் தைராய்டு சுரப்பியில் சிறிதளவு அயோடின் தேவை என்பது தான்.]

விளம்பரத்தில் தங்கள் வாழ்க்கையை அர்ப்பணித்தவர்கள் வாங்குவதற்கு மக்களைக் கவர்ந்திழுப்பதான கலையில் தாங்கள் நிபுணர்கள் என்று கூறிக்கொண்டால் - அதைப்போல ஒரு கடிதத்தை எழுதினால், நாம் கசாப்புக்கடைக்காரர், ரொட்டிக்கடைக்காரார் அல்லது ஆட்டோ மெக்கானிக் ஆகியோரிடமிருந்து நாம் என்ன எதிர்பார்க்க முடியும்?

இங்கே ஒரு சரக்கு முனையத்தின் கண்காணிப்பாளர், இந்த பயிற்சி வகுப்பின் மாணவர் எட்வர்ட் வெர்மைலென் என்பவருக்கு எழுதிய மற்றுமொரு கடிதம் இருக்கிறது. அந்தக் கடிதம் அனுப்பப்பட்ட மனிதருக்கு இந்தக் கடிதம் என்ன விளைவைக் கொடுத்தது? நீங்கள் படியுங்கள். பிறகு நான் அதனைப்பற்றிச் சொல்கிறேன்.

ஏ. ஜெரேகஸ் சன்ஸ் ஐஎன்சி
28 ஃப்ரன்ட் தெரு,
ப்ரூக்ளின், நியூயார்க். 11201
மிஸ்டர் எட்வர்ட் வெர்மைலென் கவனத்திற்கு:
பெருந்தகையீர்:

இங்கிருந்து வெளிச்செல்லும் ரயில்களில் பெறுகின்ற ரயில் நிலையங்களில் மொத்த வணிகத்தில்

பொருள்களில் பெரும்பாலானவை பிற்பகல் நேரங்களில் பட்டுவாடா செய்யப்படுவதால் செயல்பாடுகள் பெரிதும் இன்னலுக்குள்ளாகின்றன. இந்த மாதிரியான நிலைமைகள் பொருள் தேங்குதல், ஊழியர்களுக்கு கூடுதல் நேர ஊதியம், வண்டிகள் காலதாமதமாதல், சில நேரங்களில் சரக்குகளுக்குத் தாமதம் ஆகியவற்றை உண்டாக்குகிறது. கடந்த நவம்பர் 10ஆம் தேதி, உங்கள் கம்பெனியிலிருந்து 510 பொருள்கள் அளவுக்கு மாலை 4.20 மணிக்குத்தான் வரப்பெற்றோம்.

சரக்கு காலதாமதமாகி வருவதால் ஏற்படும் விரும்பத்தகாத விளைவுகளைப் போக்கிக் கொள்வதற்கு உங்கள் ஒத்துழைப்பை வேண்டுகிறோம். அந்த குறிப்பிட்ட நாளில் வரப்பெற்ற சரக்குகளை அனுப்பும் போது, சரக்கு வண்டியை இங்கே முன்னதாக வரச்செய்வதற்கோ அல்லது பகுதியான சரக்குகளைக் காலையில் பட்டுவாடா செய்வதற்கோ ஏற்பாடு செய்ய நாங்கள் உங்களைக் கேட்டுக்கொள்ளலாமா?

அந்த ஏற்பாட்டால் ஏற்படும் பயன் என்னவென்றால் உங்கள் சரக்கு வாகனங்கள் அதிக வேகமாக போய்ச் சேர்வதற்கும் உங்கள் வணிகப்பொருள்கள் வந்த தேதியிலேயே அனுப்பப்பட்டு விடும்.

அதிகமான உண்மை உணர்வுடன்
ஜே - பி -, கண்காணிப்பாளர்.

ஏ. ஜெரேகஸ் சன்ஸ் ஐஎன்சின் விற்பனை மேலாளர் மிஸ்டர் வெர்மைலென் அந்த கடிதத்தைப் படித்த பிறகு அதனைப் பின்வரும் கருத்துக்களுடன் எனக்கு அனுப்பி வைத்தார்:

தான் தெரிவிக்க வேண்டி விரும்பியதற்கு மாறாக இந்த கடிதம் எதிர்மறையான விளைவைப் பெற்றிருக்கிறது. பொதுவாகச் சொல்வதென்றால் இந்த கடிதம் நமக்கு ஆர்வமில்லாத சரக்கு முனையத்தின் கஷ்டங்களைப் பற்றி விவரித்துத் தொடங்குகிறது. பிறகு நமக்கு எந்தவித தொந்தரவும் இருக்குமா என்பதைப் பற்றிக் கவலைப்படாத எண்ணத்துடன் நம்முடைய ஒத்துழைப்பு கோரப்பட்டுள்ளது. பிறகும் நிறைவாகக் கடைசிப் பத்தியில் இந்த உண்மை குறிப்பிடப்பட்டுள்ளது. நாம் ஒத்துழைப்புக் கொடுத்தல் என்பது நம்முடைய சரக்கு வண்டிகள் வேகமாக அனுப்பி வைத்து நம்முடைய சரக்குகள் வந்த அன்றே அனுப்புவதற்குப்

பயன்படும் என்று குறிப்பிடப்பட்டுள்ளதாகும்.

வேறு வகையில் சொல்வதென்றால், அதில் நாம் விரும்பும் விஷயம் கடைசியில் குறிப்பிடப்பட்டுள்ளது. அதன் முழுமையான விளைவு ஒத்துழைப்பு என்பதற்கு பதிலாக முரண்பாடு என்பதாகத் தான் இருக்கிறது.

இந்தக் கடிதத்தைத் திருத்தி மீண்டும் மேம்படுத்தி எழுத முடியுமா என்பதைக் காண்போம். நம்முடைய பிரச்சினைகளைப் பற்றிப் பேசி நேரத்தை வீணாக்க வேண்டாம். ''நம்முடைய கண்ணோட்டத்துடன் ஒரு விஷயத்தைப் பார்ப்பது போலவே மற்றவர்களின் கருத்தையும் பெற வேண்டும்'' என்று ஹென்றி ஃபோர்ட் அச்சமூட்டி எச்சரிக்கைச் செய்துள்ளார். அந்தக் கடிதத்தை மாற்றி அமைப்பதற்கு ஒரு சிறந்த வழி உள்ளது. இது மிகச் சிறந்த வழியாக இல்லாமலிருக்கலாம், ஆனால் இது ஒரு முன்னேற்றம் இல்லையா?

மிஸ்டர். எட்வர்ட் வெர்மைலென்
c/o ஏ. ஜெரேகஸ் சன்ஸ், ஐஎன்சி.
28 ஃப்ரன்ட் தெரு, ப்ரூக்ளின், நியூயார்க் 11201
அன்புள்ள மிஸ்டர் வெர்மைலென்:

உங்கள் கம்பெனி கடந்த பதினான்கு ஆண்டுகளாக எங்களின் சிறந்த வாடிக்கையாளராக இருந்து வருகிறது. இயற்கையாகவே, தங்கள் ஆதரவுக்கு நன்றி தெரிவிப்பதுடன், நீங்கள் விரும்பும் சேவையை உங்களுக்கு வேகமான திறமையான முறையில் வழங்குவதற்கு மிகுந்த ஆர்வம் கொண்டுள்ளோம். இருப்பினும் உங்களுடைய சரக்கு வாகனங்கள் கடந்த நவம்பர் 10ஆம் தேதி செய்தது போல மிக அதிக அளவிலான சரக்குகளை பிற்பகலில் கொண்டு வந்தால் அதனைச் செய்வதற்கு எங்களால் இயலாது என்பதைத் தெரிவிப்பதில் வருந்துகிறோம். ஏன்? ஏனென்றால் மற்ற பல வாடிக்கையாளர்களும் கூட பிற்பகலில் தான் பட்டுவாடா செய்கின்றார்கள். இயற்கையாகவே அது தேக்கநிலையை உண்டாக்கி விடுகிறது. உங்கள் சரக்கு வாகனங்கள் கப்பல் துறையிலேயே தேவையில்லாமல் நிறுத்தப்பட்டு சில சமயங்களில் உங்கள் சரக்குகளுக்குத் தாமதம் ஏற்பட்டு விடுகிறது.

இது தவறானது. ஆனால் இதனைத் தவிர்க்க முடியும். இயலும் போது உங்கள் சரக்குகளை காலையிலேயே கப்பல்துறையில் கொடுத்தால், உங்கள் சரக்கு வாகனங்கள் போய்க்கொண்டே

இருக்கும். உங்கள் சரக்குகள் உடனடியான கவனத்தைப் பெறும். உங்கள் பணியாளர்கள் இரவில் முன்னதாக வீட்டிற்குச் சென்று நீங்கள் தயாரிக்கும் நூடுல்ஸ்களைப் பயன்படுத்தித் தயாராகும் இரவு உணவை மகிழ்ச்சியுடன் சாப்பிடுவார்கள்.

உங்கள் சரக்குகள் எப்போது வருகிறது என்பது இல்லாமல், எங்கள் சக்திக்குட்பட்ட அனைத்தையும் செய்து மகிழ்ச்சியுடன் உங்களுக்குச் சிறப்பாகப் பணி உடனே செய்வோம்.

நீங்கள் மிகவும் பணிகளினால் நேரமின்றி இருப்பீர்கள். தயவு செய்து இந்தக் குறிப்பிற்குப் பதில் எழுதும் சிரமத்தை ஏற்க வேண்டாம்.

தங்கள் உண்மையுள்ள
ஜே - பி -, கண்காணிப்பாளர்

நியூயார்க் வங்கியில் பணி செய்து வந்த பார்பரா ஆண்டர்சன், தன் மகன் உடல்நலத்தைக் கருத்தில் கொண்டு அரிஸோனாவின் ஃபோனிக்ஸ்க்குச் சென்றுவிட விரும்பினார். எங்கள் பயிற்சியில் அவர் கற்றுக்கொண்ட கொள்கைகளைக் கையாண்டு ஃபோனிக்ஸில் உள்ள பன்னிரெண்டு வங்கிகளுக்குக் கீழ்க்கண்ட கடிதத்தை எழுதினார்:

அன்புள்ள ஐயா,

விரைவாக வளர்ந்து வந்து கொண்டிருக்கும் தங்கள் வங்கி போன்ற வங்கிக்கு என்னுடைய பத்தாண்டு கால வங்கிப்பணி அனுபவம் விரும்பத்தக்கதாக இருக்கும்.

நியூயார்க் பேங்கர்ஸ் ட்ரஸ்ட் கம்பெனியில் பல்வேறு பட்ட வங்கிப்பணிச் செயல்பாடுகளில் என்னுடைய தற்போதைய கிளை மேலாளர் நிலை வரை பணியாற்றியுள்ளேன். முதலீட்டாளர்கள் நல்லுறவுகள், வைப்புகள், கடன்கள், நிர்வாகம் ஆகிய அனைத்துத் தளங்களிலும் அனுபவத்திறமைகள் பெற்றிருக்கிறேன்.

நான் மே மாதத்தில் ஃபோனிக்ஸ்க்கு என் இருப்பிடத்தை மாற்றுகிறேன். உங்கள் வளர்ச்சியிலும் லாபத்திலும் சிறந்த பங்கை என்னால் ஆற்ற முடியும். நான் இந்த வாரம் ஏப்ரல் 3ஆம் தேதியன்று ஃபோனிக்ஸில் இருப்பேன். உங்கள் வங்கி அதன் கொள்கைச் செயல்பாடுகளில் உயர்நிலை அடைய என்னால் உதவி முடியும் என்பதை நிரூபிப்பதற்கு நீங்கள் கொடுக்கும் வாய்ப்பிற்குப் பெரிதும் பாராட்டி மகிழ்வேன்.

உண்மையுள்ள
பார்பரா எல். ஆண்டர்சன்

''இதனைச் செய்ய முடிந்தவர் உலகம் முழுமையும் தன்வசம் வைத்துள்ளார்.
செய்ய முடியாதவர் தனிவழியில் நடக்கிறார்''

இந்தக் கடிதத்திற்கு திருமதி. ஆன்டர்சன் ஏதாவது பதில் கிடைக்கப் பெற்றாரா? பன்னிரெண்டு வங்கிகளில் பதினோரு வங்கிகள் அவரை நேர்முகத் தேர்வுக்கு அழைத்தனர். வங்கிகள் கொடுத்த வாய்ப்புகளை வேண்டியதைத் தேர்ந்தெடுக்கும் வாய்ப்பைப் பெற்றார். ஏன்? திருமதி. ஆன்டர்சன் அவர் விரும்பியதைப் பற்றிக் கூறவில்லை. ஆனால் தன்னுடைய விருப்பங்களைக் குறிப்பிடாமல் அவர்களது விருப்பத்தை முன்னிறுத்தி தான் எவ்வாறு அவர்களுக்கு உதவ முடியும் என்பதைக் குறிப்பிட்டார்.

ஆயிரக்கணக்கான விற்பனையாளர்கள் இன்று நடைபாதைகளில் அலைந்து கொண்டு, ஊக்கமில்லாமல், மிகவும் குறைவான வருவாய் பெற்றுத் திணறிக் கொண்டிருக்கிறார்கள். ஏன்? அவர்கள் எப்போதும் தாங்கள் என்ன விரும்புகிறார்கள் என்பதைப் பற்றியே நினைத்துக் கொண்டிருக்கிறார்கள். நானோ நீங்களோ என்ன வாங்க விரும்புகிறோம் என்பதை அவர்கள் உணர்வதில்லை. நாம் விரும்பினால் நாம் வெளியில் சென்று வாங்கிக் கொள்கிறோம். ஆனால் நாம் இருவரும் எப்போதுமே நம்முடைய பிரச்சினைகளை நாம் தீர்த்துக்கொள்ள ஆர்வம் கொண்டிருக்கிறோம். விற்பனையாளர்கள் தங்கள் பொருள்களோ அல்லது சேவைகளோ நம்முடைய பிரச்சினைகளைத் தீர்ப்பதற்கு எவ்வாறு உதவும் என்று காட்ட முடியும் என்றால் அவர்கள் விற்க வேண்டும் என்ற அவசியமில்லை. நாமே வாங்கிக் கொள்வோம். வாடிக்கையாளர்களும் தங்களுக்குப் பொருள் விற்பதை விடவும் தாங்களே வாங்குவதைத்தான் விரும்புகிறார்கள்.

இன்னும் வாடிக்கையாளர்களின் கண்ணோட்டத்தில் பார்க்காமலேயே பல விற்பனையாளர்கள் தங்கள் வாழ்க்கை முழுவதும் பொருள்களை விற்றுக் கொண்டிருக்கிறார்கள். உதாரணமாக, நியூயார்க்கின் மத்தியில் உள்ள, சிறிய சமூகமான தனிப்பட்டவர்களின் வீடுகள் உள்ள ஃபாரஸ்ட் ஹில்ஸ் பகுதியில் பல ஆண்டுகள் வாழ்ந்தேன். ஒரு நாள் நான் வேகமாக ஸ்டேஷனுக்குப் போய்க் கொண்டிருந்த போது அந்தப் பகுதியில் பல ஆண்டுகளாக சொத்துகள் வாங்கி விற்றுக் கொண்டிருக்கும் ஒரு நில விற்பனையாளர் ஒருவரை சந்தித்தேன். அவருக்கு ஃபாரஸ்ட் ஹில் பகுதியை நன்றாகத் தெரியும். ஆகவே அவரிடம் அவசரமாக என்னுடைய காரை பூச்சு கொண்ட வீடு கம்பிக் கட்டினால் கட்டப்பட்டுள்ளதா அல்லது ஹாலோ ஓடுகளால் கட்டப்பட்டுள்ளதா என்று கேட்டேன். அவர் தனக்குத் தெரியாது என்று கூறிவிட்டு எனக்குத் தெரிந்த ஒரு தகவலைத் தெரிவித்தார். ஃபாரஸ்ட் ஹில்ஸ்

கார்டன் சங்கத்தைக் கேட்டால் தெரியும் என்று கூறினார். அடுத்தநாள் காலையில் அவரிடமிருந்து ஒரு கடிதம் வந்தது. அதில் நான் விரும்பிய தகவலைத் தெரிவித்திருந்தாரா? ஒரு தொலைபேசி அழைப்பின் மூலம் கூட அந்தத் தகவலை 60 செகன்டுகளில் அவர் பெற்றிருக்க முடியும். ஆனால் அவர் அவ்வாறு செய்யவில்லை. அவர் மீண்டும் ஒரு தொலைபேசி அழைப்பின் மூலம் இந்தத் தகவலைப் பெற முடியும் என்று கூறினார். அதன்பிறகு என்னுடைய காப்பீட்டு விஷயங்களைத் தான் பார்த்துக் கொள்வதாகக் கூறினார்.

அவர் எனக்கு உதவி செய்வதில் ஆர்வம் காட்டவில்லை. அவர் தனக்கு மட்டும் உதவி செய்து கொள்வதிலேயே ஆர்வமாக இருந்தார்.

அலபமாவின் பர்மிங்ஹாமைச் சேர்ந்த ஜெ. ஹோவார்ட் லுகாஸ் ஒரே கம்பெனியைச் சேர்ந்த இரண்டு விற்பனையாளர்கள் ஒரே மாதிரியான சூழ்நிலையில் எப்படிச் செயல்பட்டார்கள் என்பதை கூறுகிறார். அவர் இவ்வாறு குறிப்பிட்டுள்ளார்:

''பல ஆண்டுகளுக்கு முன் ஒரு சிறிய கம்பெனியின் மேலாண்மைக் குழுவில் இருந்தேன். ஒரு மிகப்பெரிய காப்பீட்டு நிறுவனத்தின் தலைமை மாவட்ட அலுவலகம் எங்களுக்கு அருகில் இருந்தது. அவர்களின் முகவர்களுக்கு பணி எல்லைகள் ஒதுக்கப்பட்டிருந்தன. எங்கள் கம்பெனி இரண்டு முகவர்களுக்கு ஒதுக்கப்பட்டிருந்தது. அவர்கள் கார்ல் மற்றும் ஜான் என்று அறிந்து கூறுகிறேன்.

''ஒரு நாள் காலையில், கார்ல் எங்கள் அலுவலகம் வந்தார். நிர்வாக அதிகாரிகளுக்குப் பயன்படும் புதிய பாலிஸியை தங்கள் கம்பெனி புதிதாக அறிமுகப்படுத்தியிருப்பதாக சர்வசாதாரணமாகக் கூறினார். பின்னர் அதில் நாங்கள் ஆர்வம் காட்டுவோம் என்று கருதுவதாகக் குறிப்பிட்டார். அதைப்பற்றிய முழு விவரங்கள் தெரிந்த பிறகு எங்களை மீண்டும் வந்து சந்திப்பதாகவும் கூறினார்.

''அதே நாளில், ஜான் காபி இடைவேளையில் ஓரமாக நடந்து போய்க் கொண்டிருந்த போது எங்களைப் பார்த்தார். வேகமாக எங்களை அழைத்துக் கூப்பிட்டார்: 'ஹாய் ல்யூக்; நில்லுங்கள் உங்கள் அனைவருக்காகவும் ஒரு மிகப்பெரிய செய்தி வைத்துள்ளேன்' என்றார். எங்களை நோக்கி வந்து மிகவும் ஆர்வமிக்க மகிழ்ச்சியுடன் அவருடைய கம்பெனி நிர்வாக அதிகாரிகளுக்கான ஆயுள் காப்பீட்டுப் பாலிஸியை அந்த நாளில் அறிமுகப்படுத்தியிருப்பதாகக் கூறினார். (கார்ல் சர்வசாதாரணமாகக் குறிப்பிட்ட பாலிஸியும் இதுதான்.) நாங்கள் தான் முதன் முதலில் அந்தப் பாலிஸியை

எடுக்க வேண்டும் என்று அவர் விரும்பினார். அதன் முக்கியமான சிறப்பு அம்சங்கள் சிலவற்றையும் எடுத்துக் கூறினார். இப்படிக் கூறி தன் பேச்சை முடித்தார்: 'இந்தப் பாலிஸி மிகவும் புதியது. என்னுடைய தலைமை அலுவலகத்திலிருந்து சிலரை வரவழைத்து நாளை அவற்றைப் பற்றி விளக்கமாகக் கூறச்சொல்கிறேன். அதற்கு இடையில், நாம் விண்ணப்பங்களைப் பூர்த்தி செய்து நீங்கள் கையொப்பமிட்டு விடுங்கள். அந்த வழியில் வருபவர் மிகுதியான தகவல்களைக் கூறுவார்கள்.' நாங்கள் இன்னும் விவரங்ளைப் பெறவில்லை என்றாலும், அவருடைய ஆர்வமிக்க ஊக்கம் எங்களுக்குள் ஆர்வமான விருப்பத்தைத் தூண்டிவிட்டது. அவைகள் எங்களுக்குக் கொடுக்கப்பட்டதும் ஜான் ஆரம்பத்தில் புரிந்து கொண்டு கூறியவற்றை உறுதி செய்தன. அவர் எங்கள் ஒவ்வொருவருக்கும் ஒரு பாலிஸி வீதம் வணிகம் செய்திருந்தது மட்டுமல்லாமல் பின்னர் அதன் பயன்களை இரட்டிப்பு மடங்காக்கிக் கொடுத்தார்.

''கார்ல் இந்த விற்பனைகளைச் செய்து முடித்திருக்கலாம். ஆனால் அவர் அந்தப் பாலிஸிகளை எடுத்துக்கொள்ளும் விருப்பத்தை எங்களிடம் உருவாக்க எந்த முயற்சியும் எடுத்துக் கொள்ளவில்லை.''

இந்த உலகம் சுரண்டுகின்றவர்களையும், தன்னலக்காரர்களையும் அதிகமாகக் கொண்டுள்ளது. ஆகவே தன்னலமின்றி பிறருக்காகப் பணியாற்ற விரும்பி முயல்கின்ற அரிதான தனிப்பட்ட மனிதர்கள் அதிகமாகப் பயனடைகிறார்கள். அவர்களுக்குக் குறைவான போட்டியே இருக்கிறது. ஒரு புகழ்பெற்ற வழக்கறிஞரும் அமெரிக்காவின் வணிகப்பெருந்தலைவர்களில் ஒருவருமான ஓவன் டி. யங் ஒருமுறை இப்படிச் சொன்னார்: ''தங்களை மற்றவர்களின் இடத்தில் வைத்துப் பார்க்க முடிகின்றவர்களும் தங்கள் மனம் செயல்படுவதை புரிந்து கொள்ளக் கூடியவர்களும் எதிர்காலம் தங்களுக்கு என்ன வைத்திருக்கிறது என்பதைப்பற்றிக் கவலைப்படத் தேவையில்லை.''

இந்தப் புத்தகத்தைப் படித்ததன் மூலம் நீங்கள் இந்த ஒரு விஷயத்தைப் பெற்றால் - மற்றவர்களின் பார்வையில் சிந்திக்கும் ஆர்வத்தை அதிகமாகப் பெற்று விஷயங்களை மற்றவர் கோணத்தில் பார்ப்பது என்ற - இந்த ஒரு விஷயத்தை இந்தப் புத்தகத்தின் மூலம் பெற்றுக் கொண்டால், உங்கள் வேலைகளை உருவாக்கும் கற்களாக அமையும் என்பதை மிக எளிதாக நிரூபிக்கலாம்.

மற்றவர் பார்வைக் கோணத்தில் பார்ப்பதும் அதன் மூலம் அவரின் ஆர்வமிக்க விருப்பத்தை சிலவற்றில் தூண்டுவதும் அதன் மூலம் அவர் உங்கள் பயனுக்காகவும் அவருடைய முடிவுப்படியும் ஒன்றைச்

செய்வது அந்த நபரை முக்கியம் பண்ணுவதாகக் கருதப்படமாட்டாது. இந்த பேரத்தின் மூலம் ஒவ்வொருவரும் பயன் பெறுதல் வேண்டும். மிஸ்டர் வெர்மிலைனுக்கு எழுதிய கடிதங்களில் என்ன யோசனை கூறப்பட்டதோ அதை நடைமுறைப்படுத்தியதன் மூலம் அந்தக் கடிதத்தை எழுதியவரும் பெற்றுக் கொண்டவரும் ஆகிய இருவருமே பயன்பெற்றார்கள். வங்கியும் திருமதி. ஆன்டர்சன் ஆகிய இருவரும் அவரது கடிதத்தால் வெற்றியடைந்தார்கள். வங்கி மிகச்சிறந்த மதிப்புவாய்ந்த ஒரு ஊழியரைப் பெற்றது. திருமதி. ஆன்டர்சன் ஒரு பொருத்தமான வேலையைப் பெற்றார். மிஸ்டர் லூகாஸுக்கு ஜான் காப்பீட்டு வணிகம் செய்தது ஆகிய இந்த உதாரணத்தில் இந்த பரிவர்த்தனை மூலம் இருவருமே பயன்பெற்றார்கள்.

ஆர்வமிக்க விருப்பத்தைத் தூண்டுவதான கொள்கையின் மூலம் ஒவ்வொருவரும் பயனடைகிறார்கள் என்பதற்கு மற்றொரு உதாரணம் உள்ளது. ரோடே தீவின் வார்விக்கின் மைக்கேல் ஈ. விட்டன் என்பவர் ஷெல் எண்ணெய் கம்பெனியின் மண்டலப்பகுதி விற்பனையாளராக இருந்தார். மைக் மாவட்டத்தின் முதல் எண் விற்பனையாளராக வருவதற்கு விரும்பினார். ஆனால் ஒரு சேவை நிலையம் அவரை பின்னுக்கு இழுத்து வைத்திருந்தது. அது ஒரு வயதானவரால் நடத்தப்பட்டது. அவர் தன் நிலையத்தை சிறப்பாக்கும் நிலைக்கு அவரை ஊக்கப்படுத்த இயலாது. அந்த மோசமான அமைப்பினால் விற்பனை குறிப்பிடத்தக்க வகையில் குறைந்தது.

இந்த மேலாளர் அந்த நிலையத்தை மேம்படுத்துவதற்கு கோரும் மைக்கின் எந்த ஒரு விண்ணப்பத்தையும் கவனிக்க மாட்டார். நற்பணிக்குத் தூண்டும் செயல்கள் இதயம் திறந்த உரையாடல் ஆகியவற்றுக்குப் பிறகு, அவையெல்லாம் எந்தவித தாக்கத்தையும் உண்டாக்காத நிலையில், மைக் அவருடைய பகுதியில் உள்ள ஒரு புத்தம் புதிய நிலையத்தைப் பார்வையிட மேலாளரை அழைக்க முடிவு செய்தார்.

புதிய நிலையத்தில் இருந்த வசதிகளைப் பார்த்து அந்த மேலாளர் மிகவும் கவரப்பட்டுவிட்டார். மைக் மறுபடி அவரைச் சந்தித்த போது, அவருடைய நிலையம் முற்றிலும் தூய்மைப்படுத்தப்பட்டு விற்பனையின் முன்னேற்றத்தைப் பதிவாக்கியிருந்தது. அவருடைய மாவட்டத்தில் முதலாம் நிலை நிலையமாக மைக் அடைவதற்கு இது உருவாக்கியிருந்தது. அவர் மேற்கொண்ட பேச்சுவார்த்தைகளோ, கலந்துரையாடல்களோ எல்லாம் உதவி செய்யவில்லை. ஆனால் மேலாளரிடத்தில் ஒரு ஆர்வமான விருப்பத்தை உருவாக்கியதன் மூலமும் நவீனமயமாக்கப்பட்ட நிலையத்தை அவருக்குக்

''இதனைச் செய்ய முடிந்தவர் உலகம் முழுமையும் தன்வசம் வைத்துள்ளார்.
செய்ய முடியாதவர் தனிவழியில் நடக்கிறார்''

காட்டியதன் மூலமும் அவர் தன்னுடைய குறிக்கோளை அடைந்தார். மேலாளர், மைக் என்ற இருவருமே பயன்பெற்றார்கள்.

பெரும்பாலானவர்கள் தங்கள் சொந்த மனத்தில் என்ன செயல்பாடு உள்ளது என்பதைக் கண்டுகொள்ளாமலேயே, கல்லூரிக்குச் சென்று வர்ஜிலைப் பற்றியும், கால்குலஸ் கணித அதிசயங்களைப் பற்றியும் படிக்க முயற்சிக்கிறார்கள். உதாரணமாக: ஒருமுறை கேரியர் கார்ப்பரேஷன் என்ற குளிர்பதன கருவி உற்பத்தி கம்பெனிக்கு வேலையில் சேர இருந்த இளைஞர்களான கல்லூரி பட்டதாரிகளுக்கு திறமையான பேச்சாற்றல் என்ற பயிற்சி கொடுத்தேன். அதில் கலந்து கொண்டவர்களில் ஒருவர் தங்கள் ஓய்வு நேரத்தில் மற்றவர்களைக் கூடைப்பந்து விளையாடச் செய்வதற்கு தொடர்ந்து முயற்சி செய்தார். அதற்காக அவர் இப்படிக் கூறினார்: ''நீங்கள் வெளியில் வந்து கூடைப்பந்து விளையாட வேண்டும் என்று நான் விரும்புகிறேன். நான் கூடைப்பந்து விளையாட விரும்புகிறேன். ஆனால் கடந்த சிலமுறைகள் நான் உடற்பயிற்சிக் கூடத்திற்குச் சென்று வந்தேன். அதைப் பயிற்சி செய்ய போதுமான நபர்கள் வரவில்லை. இரவில் நாம் இரண்டு அல்லது மூன்று பேர் பந்தை எடுத்து போட வேண்டும். நான் இரவில் அவ்வாறு செய்து நல்ல கருப்புநிறக் கண்களைப் பெற்றேன். நாளை இரவு நீங்கள் அனைவரும் வரவேண்டும் என்று நான் விரும்புகிறேன். நீங்கள் கூடைப்பந்து விளையாட வேண்டும் என்று நான் விரும்புகிறேன்.''

நீங்கள் விரும்பும் எதைப்பற்றியாவது அவர் பேசியிருக்கிறாரா? யாரும் போகாத உடற்பயிற்சிக் கூடத்திற்கு நீங்கள் செல்ல விரும்பவில்லை அல்லவா? அவர் எதை விரும்புகிறார் என்பதைப் பற்றி நீங்கள் விரும்பவில்லை. நீங்கள் கருப்புநிறக் கண்கள் பெறுவதற்கு விரும்பவில்லை.

உடற்பயிற்சிக் கூடத்தைப் பயன்படுத்தி நீங்கள் என்ன நன்மைகள் பெற முடியும் என்பதைப் பற்றி அவரால் எடுத்துக்கூற முடிந்ததா? நிச்சயமாக. மிகவும் ஆர்வமூட்டுவதாக. பசிக்கு உச்சகட்டமாக. மூளையைத் தெளிவாக்குவதாக. நகைச்சுவையாக. விளையாட்டுக்களாக. கூடைப்பந்து விளையாட்டுக்காக.

பேராசிரியர் ஓவர்ஸ்ட்ரீட் கூறிய அறிவார்ந்த அறிவுரையை மீண்டும் சொல்வோம்: *முதலாவதாக, மற்ற நபரின் ஆர்வமிக்க விருப்பத்தைத் தூண்ட வேண்டும். இதைச் செய்ய முடிந்தவரால் உலகம் முழுவதையும் தன் கைக்குள் வைத்திருக்க முடியும். இதைச் செய்ய முடியாதவர்கள் தனிமை வழியில் நடக்கிறார்கள்.*

இந்த நூலாசிரியரின் பயிற்சி வகுப்பில் இருந்த மாணவர்களில்

ஒருவர், தன் இளைய பையனைப் பற்றிக் கவலைப்பட்டுக் கொண்டிருந்தார். அந்தக் குழந்தை எடை குறைவாகவும் சரிவர சாப்பிடாமலும் இருந்தது. பெற்றோர் வழக்கமான முறைகளையே பின்பற்றி வந்தார்கள். அவர்கள் திட்டிக்கொண்டும் வெறுப்பு உணர்வோடும் இருந்தார்கள். ''அம்மா நீ இதை இதைச் சாப்பிட வேண்டும் என்று விரும்புகிறாள்.'' ''நீ வளர்ந்து பெரிய மனிதனாக ஆகவேண்டும் என்று தந்தை விரும்புகிறார்.''

இப்படிக் கெஞ்சிக் கூறுவதற்கெல்லாம் அந்தப் பையன் ஏதாவது கவனம் செலுத்தினானா? கடற்கரை மணலில் ஒரு புள்ளி அளவுக்குக் கொடுத்தது போல் தான் இருந்தது.

முப்பது வயதுள்ள தந்தையின் உள்ளக் கருத்தை உணர்ந்து ஒரு மூன்று வயதுக் குழந்தை புரிந்து கொண்டு நடந்து கொள்ளும் என்று குதிரை உணர்வின் சிறு அளவைக் கொண்டுள்ள எவரும் எதிர்பார்க்க முடியாது. இருப்பினும் சுருக்கமாகச் சொன்னால் அதுதான் தந்தை எதிர்பார்த்தது. இது அபத்தமானது. அதை இறுதியில் அவர் கண்டு கொண்டார். ஆகவே தான் அந்தத் தந்தை தனக்குள்ளே இப்படி சொல்லிக் கொண்டார்: ''இந்த பையன் எதைத்தான் விரும்புகிறான்? அவன் விரும்புவதோடு அவன் விரும்புவதை நான் எப்படி இணைத்து வைக்க முடியும்?''

அதைப்பற்றி அவர் நன்றாக சிந்தித்துப் பார்த்த போது அந்த தந்தைக்கு அது எளிதாக இருந்தது. அந்த பையன் ஒரு மூன்று சக்கர சைக்கிள் வைத்திருந்தான். அதில் ப்ரூக்ளினில் உள்ள வீட்டின் மேலும் கீழும் பக்கவாட்டிலும் சவாரி செய்வதில் மிகுந்த விருப்பம் கொண்டான். சில வீடுகள் தள்ளி குண்டான ஒரு கொடுமைக்கார பெரிய பையன் இருந்தான். அவன் இவனை சைக்கிளிலிருந்து இழுத்து விட்டுவிட்டு அவனே அந்த சைக்கிளை ஓட்டுவான்.

இயற்கையாக இந்தச் சிறுவன் கத்திக்கொண்டே ஓடிச்சென்று தன்னுடைய தாயிடம் இதனைக் கூறுவான். தாய் வந்து பெரிய பையனை அப்புறப்படுத்திவிட்டு சிறுவனுக்கு சைக்கிளை ஓட்டுவதற்குக் கொடுப்பாள். இது ஏறக்குறைய எல்லா நாளிலுமே நடந்தது.

அந்தச் சிறுவன் என்ன விரும்பினான்? இதற்கு விடையளிக்க ஒரு ஷெர்லாக் ஹோம்ஸை எடுக்க வேண்டியதில்லை. தான் முக்கியமாக உணரப்பட வேண்டும் என்ற அவனுடைய கௌரவம், அவனது கோபம், அவனுடைய விருப்பம் போன்ற அவனிடமிருந்த எல்லா வகையான பலமான உணர்வுகள் அவனது மனத்தில் இருந்தன. அது அவனை பழிக்குப்பழி வாங்கும் எண்ணம் கொள்ளச் செய்து.

பெரிய பையனை மூக்கில் குத்த வேண்டும் என்ற எண்ணத்துடன் நடக்கச் செய்தது. தன்னுடைய தாய் விரும்பிச் சாப்பிடச் சொல்வதைச் சாப்பிட்டு வந்தால் என்றாவது ஒருநாளில் எல்லோர் முன்னும் அந்தப் பெரிய பையனை அடித்து வீழ்த்த முடியும் என்று அவனுடைய தந்தை விளக்கிக் கூறினார். அவனுடைய தந்தை உறுதியாகக் கூறிய பிறகு உணவு உண்பதில் எந்த பிரச்சினையும் எழவில்லை. கீரைவகைகள், சிறப்பான ஊறுகாய், மீன்வகைகள் ஆகிய எதனையும் தான் தேவையான அளவுக்குப் பெரிய அளவில் ஆகி தன்னை மிகவும் அடிக்கடி கோபப்படுத்தும் கொடுமைக்கார பையனை அடிக்க எண்ணி அந்த பையன் சாப்பிட்டான்.

இந்தப் பிரச்சினையைத் தீர்த்துவிட பிறகு தன்னுடைய படுக்கையிலேயே சிறுநீர் கழித்து ஈரப்படுத்தும் அவனுடைய மோசமான பழக்கத்தையும் அவனது பெற்றோர் சமாளித்துத் திருத்தினார்கள்.

அவன் தன் பாட்டியுடன் படுத்து உறங்கினான். காலையில் பாட்டி எழுந்து படுக்கை நனைந்ததைப் பார்த்து அந்த பையனிடம், ''பார் ஜானி நேற்று இரவு நீ என்ன செய்திருக்கிறாய் என்பதைப் பார்'' என்று கூறுவாள்.

அவன், ''இல்லை. அதனை நான் செய்யவில்லை. நீதான் செய்து விட்டாய்'' என்று கூறுவான்.

திட்டுதல், பயமுறுத்துதல், அவமானப்படுத்துதல், திரும்பத் திரும்பச் சொல்லுதல் ஆகியவற்றால் செயல்பட்டு அவன் இதனைச் செய்யாமல் இருக்க விரும்பினார்கள். இதில் எதுவுமே படுக்கை நனைவதைத் தடுக்க முடியவில்லை. ''இந்தப் பையனை படுக்கையை நனைப்பதிலிருந்து நாம் எப்படித் தடுக்கலாம்?'' என்று அவனது பெற்றோர் கேட்டனர்.

அவனுடைய விருப்பங்கள் என்ன? முதலில் அவன் பாட்டியைப் போல இரவு கவுன் அணிவதை விட்டுவிட்டுத் தன் தந்தையைப் போல பைஜாமா அணிவதற்கு விரும்பினான். பாட்டி அவனது இரவு நேர அட்டகாசங்களால் வெறுப்புற்றிருந்தாள். அதனால் அவன் தன்னைத் திருத்திக் கொள்வதானால் அவள் மகிழ்ச்சியாக அவனுக்கு இரண்டு ஜோடி பைஜாமா வாங்கிக் கொடுக்க முன்வந்தாள். இரண்டாவதாக அவன் தனக்கென்று தனிப்படுக்கை வேண்டும் என்றான். பாட்டி மறுப்புத் தெரிவிக்கவில்லை.

அவனது தாய் அவனை ப்ரூக்ளினிலுள்ள ஒரு கடைக்கு அழைத்துச் சென்று விற்பனைப் பெண்ணின் அருகில் சென்று

''உங்கள் கடையில் பொருள்கள் வாங்க இங்கே ஒரு சிறிய சிறந்த மனிதர் இருக்கிறார்'' என்று கூறினாள்.

அந்த விற்பனைப் பெண் அவனை மிகவும் முக்கியமானவனாக உணரச் செய்துவிட்டு, ''இளம் மனிதரே, உங்களுக்கு என்னென்ன வகை காட்ட வேண்டும்?'' என்றாள்.

அவன் சில அங்குலம் உயரத்தில் அதிகமாகி நின்று ''நான் எனக்கென்று ஒரு படுக்கை வாங்க விரும்புகிறேன்'' என்றான்.

அவனுடைய தாய் வாங்க விரும்பிய ஒன்றை அவனுக்குக் காண்பித்தபோது, அவள் விற்பனைப் பெண்ணின் அருகில் ஒதுங்கிக்கொண்டு அந்த பையன் தானே வாங்குவதற்கு கேட்டுக் கொள்ளப்பட்டான்.

அந்தப் படுக்கை அடுத்தநாள் வீட்டுக்கு கொண்டு வந்து கொடுக்கப்பட்டு விட்டது. அந்த இரவு தன்னுடைய தந்தை வீட்டிற்கு வந்ததும், அந்தச் சிறுவன் சத்தமிட்டுக் கொண்டே வாசலுக்கு ஓடி, ''அப்பா! அப்பா! மாடிக்கு வந்து நான் வாங்கியுள்ள படுக்கையைப் பாருங்கள்!'' என்றான்.

அந்தத் தந்தை படுக்கையைப் பார்த்துக்கொண்டே, சார்லஸ் ஷ்வாபின் கட்டளைக்கு உட்பட்டார். அவர் ''பாராட்டுவதில் மனப்பூர்வமாகவும் புகழ்வதில் அதிகமான அளவிலும்'' இருந்தார்.

''நீ இந்தப் படுக்கையை நனைத்துவிட மாட்டாய் அல்லவா?'' என்று தந்தை கூறினார்.

''ஓ, இல்லை இல்லை! நான் படுக்கையை நனைக்கப் போவதில்லை'' என்றான். இதில் அவனது சுயகௌரவம் உள்ளடங்கி இருப்பதால், தன்னுடைய உறுதிமொழியைக் காப்பாற்றினான். அது அவனது படுக்கை. அவன் மற்றும் அவன் மட்டுமே அதனை வாங்கியுள்ளான். அவனே தான் அதனைக் கொண்டு வந்தான். ஒரு சிறிய மனிதனைப் போல இப்போது அவன் பைஜாமா அணிந்திருந்தான். அவன் சொன்னபடி செய்துவிட்டான்.

இந்தப் பயிற்சியில் ஒரு மாணவரும், தொலைபேசி பொறியாளருமான மற்றுமொரு தந்தை கே.டி. டட்ஸ்ச்மான் தன்னுடைய மூன்று வயது மகளை காலை உணவு சாப்பிட வைக்க முடியவில்லை. வழக்கமான திட்டுதல், கெஞ்சுதல், மோதலுக்கும் சண்டைக்குமான வழிகள் ஆகிய எல்லாமும் பயனற்றதாகி விட்டன. ஆகவே பெற்றோர்கள் தங்களுக்குள்ளே, ''இதைச் செய்வதற்கு அவள் விரும்புமாறு செய்வது எப்படி?'' என்று கேட்டுக் கொண்டார்கள்.

அந்தச் சிறுமி தன் தாயைப் போலவே செய்வதற்கும் தன்னை பெரியவளாக நினைத்துக் கொள்வதற்கும் வளர்ந்தவளாகக் காட்டிக்

கொள்வதற்கும் விரும்பினாள். ஆகவே ஒருநாள் காலையில் அவளை ஒரு நாற்காலியில் நிற்க வைத்து காலை உணவை அவள் தயார் செய்வது போல் செய்தார்கள். அந்த மன மகிழ்ச்சி நேரத்தில் அவள் உணவைக் கிளறிக் கொண்டு இருந்த போது தந்தை சமையலறைக்குள் நுழைந்தார். அவள், ''ஓ, அப்பா, இங்கே பாருங்கள் இன்று காலையில் நான் தானிய உணவைத் தயாரிக்கிறேன்'' என்று கூறினாள்.

அவள் இரண்டு பங்கு தேவையான அளவுக்கு எந்தவித மோதலோ முரண்பாடோ இன்றி சாப்பிட்டாள். ஏனென்றால் அவள் அதில் ஆர்வம் கொண்டிருந்தாள். அவள் தான் முக்கியத்துவம் வாய்ந்தவள் என்ற உணர்வை அடைந்துவிட்டாள். தன்னை வெளிப்படுத்திக் கொள்வதில் தானிய உணவைத் தயாரிப்பதனால் கண்டு கொண்டாள்.

''தன்னை வெளிப்படுத்திக் காட்டுதல் மனித இயற்கையின் முக்கியமான தேவை'' என்று வில்லியம் வின்டர் ஒருமுறை குறிப்பிட்டார். வணிகச் செயல்பாடுகளுக்கு நாம் ஏன் இந்த மாதிரியான மனோதத்துவத்தைப் பயன்படுத்தக்கூடாது? நம்மிடத்தில் ஒரு அறிவார்ந்த கருத்து இருக்கும் போது, அது நம்முடையது என்று மற்றவர்கள் தெரிந்து கொள்ள வைப்பதைவிட ஏன் அவர்களையே அதைப்பற்றிச் சிந்திக்க வைத்து அவர்களே அதனைப் பெறச் செய்யக்கூடாது? பிறகு அதனை அவர்கள் தங்களுடையது என்று கருதுவார்கள். அவர்கள் அதனை விரும்பி அதை ஏற்றுக் கொள்ளவும் செய்வார்கள்.

நினைவில் கொள்ளுங்கள்: ''முதலாவதாக, மற்ற நபரிடத்தில் ஒரு ஆர்வமிக்க விருப்பத்தை உருவாக்குங்கள். இதனைச் செய்யக்கூடியவர் இந்த உலகத்தை தன் வசம் வைத்திருப்பார். அதைச் செய்ய முடியாதவர்கள் தனிமை வழியில் நடப்பார்கள்.''

கொள்கை 3

மற்ற நபரிடத்தில் ஒரு ஆர்வமிக்க விருப்பத்தை உருவாக்குங்கள்.

சுருக்கமாக - மக்களைக் கையாள்வதில் உள்ள அடிப்படை உத்திகள்

கொள்கை 1
குறைகூறாதீர்கள், கண்டனம் அல்லது புகார் கூறாதீர்கள்.

கொள்கை 2
நேர்மையான உண்மையான பாராட்டை வழங்குங்கள்.

கொள்கை 3
மற்ற நபரிடத்தில் ஆர்வமிக்க விருப்பத்தை உருவாக்குங்கள்.

பகுதி இரண்டு

மக்கள் உங்களை விரும்ப வைப்பதற்கான ஆறு வழிகள்

1

இதனைச் செய்யுங்கள் நீங்கள் எங்கெங்கும் விரும்பப்படுவீர்கள்

நண்பர்களை வெற்றிக் கொள்வது எப்படி என்பதை அறிவதற்கு இந்த நூலை ஏன் படிக்க வேண்டும்? உலகில் நண்பர்களை வெற்றிக் கொண்ட வெற்றியாளர்களின் உத்திகளைப் பற்றிப் படிக்கக்கூடாதா? தெருவில் நடக்கும் போதே அவரை நாளை சந்திக்க முடியும். நீங்கள் அவருக்குப் பத்து மீட்டர் தூரத்தில் வரும் போதே அவர் தன் வாலை அசைத்து மகிழ்வார். நீங்கள் நின்று தட்டிக்கொடுத்தால், அவர் உங்களை எந்த அளவுக்கு விரும்புகிறார் என்பதைக் காட்ட ஏறக்குறைய உங்கள் மீது தாவிக் குதித்து விளையாடுவார். இந்த அன்பை வெளிப்படுத்தும் காட்சிக்குப் பின்னால் எந்தவித உள்நோக்கமும் இல்லை என்பதை நீங்கள் அறிந்து கொள்வீர்கள். அவர் உங்களை எந்த வீட்டையும் விற்க வேண்டும் என்று எதிர்பார்க்க மாட்டார். அவர் உங்களைத் திருமணம் செய்து கொள்ள விரும்பமாட்டார்.

வாழ்வதற்கு எந்த வேலையும் செய்ய வேண்டியது இல்லாத ஒரே பிராணி நாய் தான் என்பதை என்றாவது நீங்கள் நின்று சிந்தித்துப் பார்த்திருக்கிறீர்களா? கோழிகள் முட்டையிட வேண்டும். பசு பால் கறக்க வேண்டும். அழகான இளமஞ்சள் கேனரி குருவி பாட வேண்டும். ஆனால் உங்களுக்கு அன்பைத் தவிர வேறு எதனையும் கொடுக்காமலேயே தன் வாழ்க்கையை நடத்துகிறது.

நான் ஐந்து வயதாக இருக்கும் போது என்னுடைய தந்தை மஞ்சள் நிற முடியுள்ள ஒரு நாய்க்குட்டியை ஐம்பது சென்ட்கள் விலை கொடுத்து வாங்கி வந்தார், என்னுடைய குழந்தைப் பருவத்தில் அதுதான் எனக்கு ஒளியாகவும் மகிழ்ச்சியாகவும் இருந்தது. ஒவ்வொரு நாள் மாலையில் நாலரை மணியானாலும் வீட்டு வாசல் முற்றத்தில் வந்தமர்ந்து கொண்டு அழகான கண்களால் வைத்த கண்

மாறாமல் வழியையே பார்த்துக் கொண்டிருக்கும். என்னுடைய குரலைக் கேட்டதும் அல்லது உணவுப் பாத்திரத்தை ஊஞ்சல் போல் ஆட்டிக்கொண்டு வரும் என்னைப் பார்த்ததும், வேகமாக சீறிப்பாய்ந்து மூச்சிரைக்க மலையில் ஏறி வந்து எல்லையற்ற மகிழ்ச்சியில் மெய்மறந்த இன்பத்தில் குரைத்துக் கொண்டு ஓடிவரும்.

டிப்பி எனக்கு நிரந்தரமான துணையாக ஐந்து ஆண்டுகள் இருந்தது. பிறகு என் கண் முன்னால் எனக்குப் பத்தடி தூரத்தில் - நான் மறக்கவே முடியாத ஒரு துன்பமான இரவில் - மின்னல் தாக்கி கொல்லப்பட்டுவிட்டது. டிப்பியின் இறப்பு தான் என் இளமைப்பருவத்தில் நிகழ்ந்த துன்பமான நிகழ்ச்சி.

டிப்பி நீ மனோதத்துவப் புத்தகம் எதுவும் படிக்கவில்லை. அது உனக்குத் தேவையுமில்லை. நீ உண்மையாக மற்றவர்கள் மீது ஆர்வமும் அக்கறையும் கொண்டு இரண்டு மாதத்திற்குள் பெறும் அன்பு இரண்டு ஆண்டுகள் ஆனாலும் கூட உன் மீது அன்பு காட்டுகிற மற்ற மனிதர்கள் இரண்டு ஆண்டுகள் காட்டுவதைவிட அதிகம். அதையே மீண்டும் சொல்கிறேன். நீ உண்மையாக மற்றவர்கள் மீது ஆர்வமும் அக்கறையும் கொண்டு இரண்டு மாதத்திற்குள் பெறும் அன்பு இரண்டு ஆண்டுகள் ஆனாலும் கூட உன் மீது அன்பு காட்டுகிற மற்ற மனிதர்கள் இரண்டு ஆண்டுகள் காட்டுவதைவிட அதிகம்.

இருந்த போதிலும் மற்றவர்கள் தங்கள் மேல் ஆர்வம் கொள்ள வேண்டும் என்பதற்கு ஊசலாடிக் கொண்டிருப்பதை நான் அறிவேன் நீங்களும் அறிவீர்கள்.

ஒருவேளை இது சரியாகச் செயல்படாது. மக்கள் உங்கள் மீது ஆர்வம் கொண்டிருக்கவில்லை. என் மீதும் ஆர்வம் கொண்டிருக்கவில்லை. காலை, மாலை, இரவு உணவுக்குப் பின்னும் கூட எப்போதும் அவர்கள் தங்கள் மீது மட்டுமே ஆர்வம் கொண்டிருக்கிறார்கள்.

நியூயார்க் தொலைப்பேசி கம்பெனி எந்த சொல் அதிகமாகப் பயன்படுத்தப்பட்டுள்ளது என்பதை அறிய தொலைப்பேசி உரையாடல்களை மிக விரிவாக ஆய்வு செய்தது. நீங்கள் அதனை ஊகித்துவிட்டீர்கள். தனிப்பட்ட பிரதிபெயர்ச் சொல்லான ''ஐ'' (நான்) என்பதே அது: ''ஐ'' (நான்). ''ஐ'' (நான்). 500 தொலைப்பேசி உரையாடல்களில் 3,900 தடவைகள் பயன்படுத்தப்பட்டுள்ளது. ''ஐ'' (நான்). ''ஐ'' (நான்). ''ஐ'' (நான்). ''ஐ'' (நான்).

நீங்களும் உள்ள ஒரு குழு புகைப்படத்தைப் பார்த்தால் முதலில்

நீங்கள் யாருடைய படத்தைப் பார்ப்பதற்கு முதலில் முயற்சி செய்வீர்கள்?

நாம் மக்களை கவர்வதற்கும் நம்மிடம் ஆர்வம் காட்ட வேண்டும் என்று மட்டும் முயற்சித்தால், நாம் உண்மையான நம்பிக்கைக்குகந்த நண்பர்களை ஒருபோதும் பெற முடியாது. நண்பர்கள், உண்மையான நண்பர்கள் இந்த வழியில் உருவாக்கப்படுவதில்லை.

நெப்போலியன் ஒருமுறை இதனை முயற்சித்தார். ஜோசஃபைனைக் கடைசியாகச் சந்தித்த போது, இவ்வாறு கூறினார்: ''ஜோசஃபைன், இந்த உலகத்தில் எந்த மனிதனும் இதுவரைப் பெற்றிராத அதிர்ஷ்டத்தைப் பெற்றுள்ளேன். இருந்த போதிலும், இந்த நேரத்தில், இந்த உலகத்தில் நான் நம்பக்கூடிய ஒரே ஒரு நபர் நீ மட்டும் தான்.'' அவளைக்கூட நம்பியிருப்பாரா என்பதில் வரலாற்றாளர்களுக்கு சந்தேகம் உள்ளது.

ஆல்ஃப்ரட் அட்லேர் என்ற வியன்னாவைச் சேர்ந்த மனோதத்துவ நிபுணர் *வாட் லைஃப் ஷுல்ட் மீன் டு யூ* என்ற நூலை எழுதினார். அந்த நூலில், அவர் சொல்கிறார்: ''சகமனிதன் மேல் ஆர்வம் காட்டாத தனிமனிதன் தன் வாழ்க்கையில் மிக அதிகமான கஷ்டங்களைப் பெறுவதோடு, மற்றவர்களுக்கு மிகப்பெரிய துன்பத்தையும் உண்டாக்குகிறான். இத்தகைய தனிப்பட்டவர்களால் தான் எல்லா வகையான மனிதத் தோல்விகளும் உருவாகின்றன.''

உங்களுக்கும் எனக்கும் பொருந்துவதான மிகவும் முக்கியத்துவம் வாய்ந்த இந்த வாக்கியங்களைப் பார்க்காமல் நீங்கள் பலப்பல ஆழ்ந்து படிக்கத்தக்க மிகப்பெரிய நூல்களைப் படித்திருக்கலாம். அட்லேரின் வாக்கியங்கள் அர்த்தத்தில் மிகவும் உயர்ந்தவை என்பதால் அவற்றை சாய்வெழுத்துக்களில் திருப்பி எழுதிக்காட்டப் போகிறேன்:

> *சகமனிதன் மேல் ஆர்வம் காட்டாத தனிமனிதன் தன் வாழ்க்கையில் மிக அதிகமான கஷ்டங்களைப் பெறுவதோடு, மற்றவர்களுக்கு மிகப்பெரிய துன்பத்தையும் உண்டாக்குகிறான். இத்தகைய தனிப்பட்டவர்களால் தான் எல்லா வகையான மனிதத் தோல்விகளும் உருவாகின்றன.*

நியூயார்க் பல்கலைக்கழகத்தில் நான் ஒருமுறை சிறுகதை எழுதுவதைப் பற்றிய பயிற்சி வகுப்பு நடத்தினேன். அந்தப் பயிற்சி வகுப்பில் ஒரு பிரபலமான பத்திரிகையின் ஆசிரியர் பேசினார். தன்னுடைய மேஜையின் மேல் தினந்தோறும்

வைக்கப்படும் டஜன் கணக்கிலான சிறுகதைகளில் எதனையும் எடுத்துப் படித்து சில பத்திகளைப் படித்து முடித்த உடனேயே அந்த கதையாசிரியர் மக்கள் மீது ஆர்வம் கொண்டுள்ளாரா இல்லையா என்பதை உணர்ந்து கொள்வேன். ''அந்த ஆசிரியர் மக்களை விரும்பவில்லை என்றால், மக்கள் அவருடைய சிறுகதைகளை விரும்பமாட்டார்கள்'' என்று கூறினார்.

கொதிப்படைந்த இந்தப் பத்திரிகை ஆசிரியர், சிறுகதை எழுதுவது பற்றிய பயிற்சியின் இடையில் இரண்டு முறை நிறுத்தி, உபதேச உரை நிகழ்த்துவதற்காக மன்னிப்புக் கோரினார். ''நான் உங்களுக்கு உங்கள் ஆசிரியர் சொல்லப் போவதையே சொல்லிக் கொண்டிருக்கிறேன். ஆனால் நினைவில் கொள்ளுங்கள், கதைகள் எழுதுவதில் வெற்றிப் பெற்றவர்களாக ஆக வேண்டுமென்றால் நீங்கள் மக்களிடம் ஆர்வம் கொண்டவர்களாக இருக்க வேண்டும்.''

புனைகதை எழுதுவதற்கு இது உண்மையாக இருக்குமென்றால், மக்களை நேருக்கு நேர் சந்தித்துக் கையாள்வதற்கும் இது உண்மையானது தான்.

ஹோவார்ட் தர்ஸ்டன் சென்ற முறை பிராட்வே வந்த போது ஒரு மாலையில் அவரது ஒப்பனை அறையில் அவரோடு இருந்தேன். தர்ஸ்டன் மிகவும் அங்கீகாரம் பெற்ற புகழ்பெற்ற மேஜிக் நிபுணர். நாற்பது ஆண்டுகள் உலகம் முழுமைக்கும் அடிக்கடி பயணம் செய்து மக்களிடம் மாயைத் தோற்றங்களை உருவாக்கி பார்வையாளர்களைக் கவர்ந்திழுத்து அவர்களை வியப்பில் ஆழ்த்தித் திணற வைத்தார். அவருடைய மேஜிக் காட்சிகளுக்கு 60 மில்லியன் பார்வையாளர்களுக்கு மேல் அனுமதிக்கப்பட்டு 2 மில்லியன் டாலர் வருவாய் பெற்றுள்ளார்.

அவருடைய வெற்றியின் ரகசியம் என்ன என்று மிஸ்டர் தர்ஸ்டனிடம் நான் கேட்டேன். அவருடைய பள்ளிப்படிப்பு நிச்சயமாக இதில் எந்த விதத்திலும் உதவவில்லை, ஏனென்றால் அவர் சிறு வயதாயிருக்கும் போது வீட்டை விட்டு ஓடிவிட்டார். நாடோடியாக அலைந்து திரிந்து சிறிய வாகனங்களில் பயணம் செய்து வைக்கோல் போர்களில் உறங்கி ரயில் வழிகளில் உள்ள அறிவிப்புகளைப் பார்த்துப் படிக்கக் கற்றுக் கொண்டார்.

அவருக்கு மேஜிக்கைப் பற்றிய மிகப்பெரிய அறிவு எதுவும் இருந்ததா? இல்லை. ஆயிரக்கணக்கான நூல்கள் மாற்று வித்தைகளைப் பற்றி வெளி வந்துள்ளதாகவும், அவர் செய்வதை விடவும் அதிகமாகத் தெரிந்த மக்கள் மிகப் பலர் இருப்பதாகவும் அவர் என்னிடம் கூறினார். ஆனால் மற்றவர்களிடம் இல்லாத

இரண்டு விஷயங்கள் அவர் பெற்றிருந்தார். முதலாவதாக, தன் தனிப்பட்டத் திறமைகளை பாதைவெளி அரங்கு வெளிச்சத்தில் வெளிப்படுத்தும் அரிய திறன் பெற்றிருந்தார். அவர் ஒப்பற்ற உயர்ந்த காட்சியாளர். அவருக்கு மனிதப் பண்புகள் நன்றாகத் தெரியும். ஒவ்வொரு தோற்றம், குரலின் ஒவ்வொரு ஏற்ற இறக்கம், கண் புருவ அசைவின் ஒவ்வொரு வகை ஆகிய எல்லாமும் முன்னதாக கவனமாக ஒத்திகைப் பார்க்கப்பட்டவைகளாகும். அவருடைய நடிப்பின் அசைவுகள் ஒவ்வொரு நொடிக்கும் என்று பிரிக்கப்பட்டதாயிருக்கும். ஆனால் அதற்கு மேலாகவும் தர்ஸ்டன் மக்கள் மீது உண்மையான நேர்மையான ஆர்வம் கொண்டிருந்தார். பல மேஜிக் நிபுணர்களான தந்திரவித்தைக்காரர்கள் பார்வையாளர்களைப் பார்த்துக் கொண்டு தமக்குத்தாமே, ''நன்று, இங்கே நிறைய பேர், மற்றவர்களைப் பற்றி அறியக்கூடியவர்களாவும் நாட்டுப்புறத்து மக்களாகவும் இருக்கிறீர்கள். நான் அவர்களை 'அப்படியே''' என்று கூறுவார்கள் என்று அவர் கூறினார். ஆனால் தர்ஸ்டனின் முறையோ முற்றிலும் வேறுபட்டது. ஒவ்வொரு முறை அரங்கத்தில் ஏறும் போதும், ''என்னைப் பார்ப்பதற்கு இங்கு வந்திருப்பதால் மக்கள் அனைவருக்கும் நான் நன்றிக்கடன் பட்டுள்ளேன். அவர்கள் தான் ஒத்துக்கொள்ளக்கூடிய வகையில் என் வாழ்க்கை அமைவதற்கு உதவுகிறார்கள். என் திறமையால் முடிந்த அனைத்தையும் நான் அவர்களுக்கு வழங்கப் போகிறேன்'' என்று அவர் தனக்குத்தானே சொல்லிக் கொள்வதாகக் கூறினார்.

''என்னுடைய பார்வையாளர்களை நேசிக்கிறேன். என்னுடைய பார்வையாளர்களை நேசிக்கிறேன்'' என்று முதலில் சொல்லிக் கொள்ளாமல் எந்த ஒரு அரங்கத்தின் ஒளி வெளிச்சத்தில் ஒருபோதும் ஏறியதில்லை என்று அவர் வெளிப்படுத்தினார். பரிகசிக்கத்தக்கதல்லவா? அபத்தமானதல்லவா? நீங்கள் விரும்பியபடி சிந்திக்க உங்களுக்கு உரிமை விளங்கிய ஒரு மேஜிக் நிபுணரின் வெளிப்பாட்டை நான் உங்களுக்கு அப்படியே வழங்கிக் கொண்டிருக்கிறேன்.

ஜார்ஜ் டைக் என்ற பென்சில்வேனியாவின் வடக்கு வார்ரன் என்ற இடத்தைச் சேர்ந்தவர். அவரின் நிலையம் இருந்த பகுதி வழியாக ஒரு புதிய நெடுஞ்சாலை கட்டுமானப்பணி தொடங்கியதால், சர்வீஸ் ஸ்டேஷன் வணிகத்திலிருந்து முப்பது ஆண்டுகளுக்குப் பிறகு ஓய்வெடுத்து வெளியேற வேண்டிய கட்டாயம் ஏற்பட்டது. அவர் ஓய்வு பெறுவதற்கு கொஞ்ச காலம் முன்பாக வேலைகள் இல்லாமல் ஓய்வாக இருந்த போது அவருக்கு அலுப்புத்தட்ட

ஆரம்பித்தது. ஆகவே தன்னுடைய பழைய ஃபிடிலைக் கொண்டு இசைப் பயிற்சி செய்ய ஆரம்பித்து அந்த நேரத்தைப் போக்கினார். விரைவிலேயே இசையைக் கேட்பதற்காக அந்தப் பகுதியில் பயணம் செய்து கொண்டு இருந்தார். பல சிறந்த ஃபிடில் கலைஞர்களுடன் உரையாடிக் கொண்டிருந்தார். தன்னுடைய பணிவான நட்பு ரீதியான பழக்கத்தால் தான் சந்தித்த ஒவ்வொரு இசைக்கலைஞரின் பின்புலத்தையும் அவர்களுக்கு இசையின் மேல் இருந்த குறையாத ஆர்வத்தைப் பற்றியும் கற்றுக் கொண்டார். அவர் ஒரு பெரிய ஃபிடில் கலைஞர் இல்லை என்ற போதிலும், தன்னுடைய தொடர்ந்த முயற்சிகளால் அவர் பல நண்பர்களை உருவாக்கிக் கொண்டார். இசைப்போட்டிகளிலும் கலந்து கொண்டார். விரைவிலேயே அமெரிக்காவின் கிழக்குப் பகுதியில் இருந்த நாட்டின் இசை ஆர்வலர்கள் அனைவருக்கும் ''கின்ஜுவா கவுன்ட்டியில் ஃபிடில் வாசிக்கும் அங்கிள் ஜார்ஜ்'' என்பதாகத் தெரிந்தவராக உருவாகி விட்டார். நாம் அங்கிள் ஜார்ஜ் என்ற சிறப்புப் பெயரில் அறியப்பட்ட போது, அவருக்கு வயது எழுபத்திரண்டாகவும், வாழ்க்கையின் ஒவ்வொரு மணித்துளியையும் மகிழ்ச்சியுடன் கழிப்பவராகவும் இருந்தார். பெரும்பாலானவர்கள் தங்களின் சிறந்த செயல்பாட்டுக்கான வாழ்க்கை முடிந்துவிட்டதாக எண்ணும் போது, மற்ற மக்கள் மீது நிலையான ஆர்வத்தை பெற்றுக் கொண்டு தனக்கென ஒரு புதிய வாழ்க்கையை உருவாக்கிக் கொண்டார்.

தியோடர் ரூஸ்வெல்டின் வியக்கத்தக்க பிரபலத்திற்கு இதுவும் கூட வெற்றிக்கான ரகசியங்களில் ஒன்றாக இருந்தது. அவருடைய வேலையாட்கள் கூட அவரை விரும்பினார்கள். அவருடைய தனிப்பட்ட உதவியாளரான, ஜேம்ஸ் ஈ. அமோஸ், அவரைப்பற்றி ஒரு நூல் *தியோடர் ரூஸ்வெல்ட், ஹீரோ டு ஹிஸ் வாலெட்* என்ற தலைப்பில் எழுதினார். அந்த நூலில் பின்வரும் புகழ்பெற்ற நிகழ்ச்சியைக் குறிப்பிட்டுள்ளார்:

> என் மனைவி ஜனாதிபதியிடம் ஒரு முறை வெள்ளை நிறக் காடை பறவையைப் பற்றிக் கேட்டாள். அவள் அப்படி ஒன்றை ஒருபோதும் பார்த்ததில்லை. அவர் அதைப்பற்றி அவளுக்கு முழுமையாக விவரித்துக் கூறினார். சில நாட்களுக்குப் பிறகு எங்கள் சிறிய வீட்டின் தொலைப்பேசி மணி ஒலித்தது. [அமோஸும் அவரது மனைவியும் ஓயிஸ்ட்டர் பேயில் உள்ள ரூஸ்வெல்டின் பண்ணையில் உள்ள சிறிய வீட்டில் வசித்தனர்.] என்னுடைய மனைவி தொலைப்பேசி அழைப்பை

எடுத்துக் கேட்டாள். அது ரூஸ்வெல்டின் அழைப்பு தான். அவர் அவளை அழைத்து, அவள் வெள்ளை காடையைப் பார்க்க விரும்பினால் அவள் வீட்டு ஜன்னலுக்கு அருகில் அந்தப் பறவை இருப்பதாகவும் அதைப் பார்த்துக்கொள்ள முடியும் என்று கூறினார். இதைப்போன்ற மிகச்சிறிய விஷயங்கள் கூட அவருடைய குணாதிசயமாகி இருந்தது. எங்கள் சிறிய வீட்டின் பக்கமாக அவர் செல்லும் போது, ''ஊ-ஊ-ஊ, ஆனி'' அல்லது ''ஊ-ஊ-ஊ, ஜேம்ஸ்!'' என்று நாங்கள் இல்லாத போதும் கூட அழைத்துச் செல்வார். அவர் அந்தப் பகுதிக்கு வந்ததால் ஒரு நட்பு ரீதியான வாழ்த்தாக இருந்தது.

இப்படிப்பட்ட ஒரு உயர்ந்த மனிதரை ஊழியர்கள் அவர்கள் விரும்புவதிலிருந்து எப்படி விலகி நிற்க முடியும்? அவரை விரும்புவதிலிருந்து யாரால் தான் விலகி நிற்க முடியும்?

ரூஸ்வெல்ட் வெள்ளை மாளிகைக்கு ஒரு முறை வந்தார். அப்போது ஜனாதிபதியும் திருமதி. டாஃப்டும் வெளியே சென்றிருந்தனர். அங்குள்ள புறக்கடை ஊழியர்கள் உள்ளிட்ட ஊழியர்கள் எல்லோரையும் பெயர் சொல்லி அழைத்ததன் மூலம், சாதாரண மனிதர்களையும் மதிக்கும் அவரது உயர்ந்த குணம் வெளிப்பட்டது.

''அலிஸ் என்ற சமையல்காரப் பெண்ணைப் பார்த்த போது, அவள் இன்னும் சோள ரொட்டி செய்கிறாளா என்று கேட்டார். ஊழியர்களுக்காக மட்டும் சில சமயங்களில் செய்வதாகவும், ஆனால் மாடியில் இருப்பவர்கள் யாரும் சாப்பிடுவதில்லை என்றும் கூறினாள்'' என்று ஆர்ச்சி பட் எழுதுகிறார்.

'அவர்களுக்கு சுவை தெரியவில்லை. ஜனாதிபதியைப் பார்க்கும் போது நான் கூறுகிறேன்' என்று ரூஸ்வெல்ட் வாயிலிருந்து வந்தது.

''அலிஸ் ஒரு பிளேட்டில் வைத்து ஒரு துண்டைக் கொண்டு வந்து கொடுத்தாள். அவர் அதனைத் தின்றுகொண்டே அலுவலகத்திற்குச் சென்றார். செல்லும் போதே தோட்டக்காரர்களையும் ஊழியர்களையும் வாழ்த்திக் கூறிக்கொண்டே சென்றார்...

''கடந்த காலத்தில் அவர் அழைத்தது போலவே ஒவ்வொரு நபரையும் அழைத்தார். வெள்ளை மாளிகையில் நாற்பது ஆண்டுகள் தலைமை வரவேற்பாளராகப் பணியாற்றிய இகே ஹூவர் தன்னுடைய கண்களில் கண்ணீருடன் இப்படிக் கூறினார்: 'ஏறக்குறைய இரண்டு ஆண்டுகளில் நாங்கள் அடைந்த மிகவும் மகிழ்ச்சியான நாள்

இதுமட்டுமே. நூறு டாலர் தொகை கொடுத்தால் கூட எங்களுக்கு இதற்கு ஈடாக அமையாது.'''

கண்ணுக்கு எதிரில் முக்கியமில்லாதவர்களாகக் கருதப்படும் மக்களுக்கு செய்தவை பற்றி நியூஜெர்ஸியின் சாத்தம் (Chatham) என்பவரின் ஜூனியரான விற்பனைப் பிரதிநிதி எட்வர்ட் எம். ஸைக்ஸ் ஒரு கணக்கு தொடர்பான தகவலைத் தருகிறார். ''பல ஆண்டுகளுக்கு முன், மஸ்ஸசுசெட்ஸ் (Massachusetts) பகுதியில் உள்ள வாடிக்கையாளர்களை ஜான்சன் அன்ட் ஜான்சன் கம்பெனிக்காகச் சந்தித்தேன். ஹிங்ஹாம் என்ற மருந்துக்கடை என்பது ஒரு கணக்கு வைத்த நிறுவனம். அங்கு நான் செல்லும் போதெல்லாம் கடை முதலாளியைப் பார்த்து ஆர்டர்கள் பெறுவதற்கு முன்பாக அங்குள்ள சாதாரண சோடா எழுத்தர் மற்றும் விற்பனை எழுத்தர் ஆகியோரிடம் சில நிமிடங்களாவது வழக்கமாகப் பேசுவேன். ஒரு நாள் நான் அந்தக்கடையின் முதலாளியைச் சென்று சந்தித்தேன். அவர் ஜெ அன்ட் ஜெ பொருள்களைத் தாம் வாங்குவதில் ஆர்வம் காட்டவில்லை என்றும் காரணம் அவர்கள் சிறிய மருந்துக்கடைக்காரர்களுக்கு பாதிப்பு வரும் வகையில் உணவு மற்றும் தள்ளுபடி கடைகளுக்கு ஏற்ப தங்கள் செயல்பாட்டை வைத்துள்ளார்கள் என்பது தான் காரணம் என்று கூறினார். நான் அப்படியே என் வாலைச் சுருட்டிக் கொண்டு பல மணி நேரம் அந்த நகரையே சுற்றிச் சுற்றி வந்தேன்.

''நான் மீண்டும் திரும்பி வந்த போது, நான் அந்தக் கடைக்குள் சென்று வழக்கமாக சாதாரண எழுத்தருக்கும் விற்பனை எழுத்தருக்கும் வணக்கம் சொல்லிவிட்டு உள்ளே சென்றேன். நான் முதலாளியிடம் சென்ற போது அவர் என்னைப் பார்த்துப் புன்னகைத்து என்னை மீண்டும் வரவேற்றார். அவர் எனக்கு வழக்கமாக வழங்கும் ஆர்டரைப் போல இரண்டு மடங்கு ஆர்டர் வழங்கினார். நான் அவரை மிகவும் ஆச்சரியத்துடன் பார்த்து சில மணிகளுக்கு முன் நான் வந்து போய்விட்டு வந்த பிறகு என்ன நிகழ்ந்தது என்று கேட்டேன். சோடா விற்பனைப் பகுதியில் உள்ள ஒரு இளைஞனைச் சுட்டிக்காட்டி நான் சென்ற பிறகு அந்த இளைஞன் வந்து வருகின்ற எத்தனையோ விற்பனைப் பிரதிநிதிகளில் இங்கு கடைக்கு வரும் போது அவர்களைப் போன்றவர்களுக்கும் மற்றவர்களுக்கும் வணக்கம் சொல்லி வருபவர் என்று கூறினார். அவர் முதலாளியிடம் மற்ற விற்பனைப் பிரதிநிதிகளுக்கு தகுதி உண்டென்றால் எனக்கும் உண்டு என்று கூறியுள்ளார். அந்த முதலாளி அதற்கு ஒத்துக்கொண்டு ஒரு உண்மையான வாடிக்கையாளரை தக்கவைத்துக் கொண்டார்.

ஒரு விற்பனைப் பிரதிநிதிக்கு மற்றவர்கள் மீது உண்மையான அக்கறை கொண்டிருப்பது என்பது மிக முக்கியமான தகுதி என்பதை நான் ஒருபோதும் மறப்பதில்லை. இது மற்ற எந்த மனிதருக்கும் பொருந்தக் கூடியதே.''

ஒருவர் மிகவும் வென்றவர்களின் கவனத்தையும், காலத்தையும், ஒத்துழைப்பையும் கூட அவர்கள் மீது உண்மையான ஆர்வத்தைக் கொண்டிருந்தால் வெற்றி கொள்ள முடியும் என்பதை என்னுடைய தனிப்பட்ட அனுபவத்திலிருந்து நான் கண்டு கொண்டேன். அதை நான் நிரூபணமாகக் காட்டுகிறேன்.

சில ஆண்டுகளுக்கு முன் நான் ப்ரூக்ளின் கலை மற்றும் அறிவியல் கல்வி நிறுவனத்தில் புனைகதை எழுதுவதைப் பற்றி ஒரு பயிற்சி வகுப்பு நடத்தினேன். நாங்கள் மிகவும் உயர்ந்த நிலையிலும் மிகவும் நேரமின்றி உழைத்துக் கொண்டும் இருக்கின்ற புகழ் பெற்ற எழுத்தாளர்களான கத்லீன் நோரிஸ், ஃபேன்னி ஹர்ஸ்ட், இடா டர்பெல், ஆல்பர்ட் பேசன் டெர்ஹூன், ரூபர்ட் ஹக்ஸ் ஆகியோரை ப்ரூக்ளினுக்கு அழைத்து அவர்களின் அனுபவங்களை எங்களுக்கு வழங்கிப் பயன் தருமாறு விரும்பினோம். ஆகவே அவர்களின் படைப்புகளை மிகவும் போற்றி மகிழ்வதாகவும், அவர்களின் அறிவுரையைப் பெறுவதில் ஆழ்ந்த ஆர்வம் கொண்டிருப்பதாகவும், அவர்களின் வெற்றிகளின் ரகசியங்களை கற்றுக் கொள்ள விரும்புவதாகவும் அவர்களுக்குக் கடிதம் எழுதினோம்.

அவர்களுக்கு எழுதிய ஒவ்வொரு கடிதமும் ஏறக்குறைய நூற்று ஐம்பது மாணவர்களின் கையெழுத்துடன் அனுப்பப்பட்டது. அந்த எழுத்தாளர்கள் எல்லோரும் மிகமிக செயல்வேக நிலையில் நேரமின்மையைக் கொண்டிருப்பதை உணர்வதாகவும் நாங்கள் கூறினோம். அவர்களுக்கு பேசுவதற்கான உரையைத் தயாரிப்பதற்கான நேரம் இருக்காது என்பதை உணர்வதாகவும் குறிப்பிட்டோம். ஆகவே அவர்களைப் பற்றியும் அவர்கள் செயல்படும் வழிமுறைகளைப் பற்றியும் கேள்வியாக ஒரு பட்டியலை இணைத்து அனுப்பினோம். அவர்கள் அதனை விரும்பினார்கள். யார் தான் இதனை விரும்ப மாட்டார்கள்? ஆகவே எங்களுக்கு உதவிக்கரம் நீட்டுவதற்காக தங்கள் இல்லங்களிலிருந்து பயணம் செய்து ப்ரூக்ளினுக்கு வந்தார்கள்.

இதேமாதிரியான முறையைப் பயன்படுத்தி நான் தியோடர் ரூஸ்வெட் அமைச்சரவையில் கருவூல செயலாளராக இருந்த லெஸ்லி எம். ஷா, டஃப்டின் அமைச்சரவையில் அட்டார்னி ஜெனரலாக இருந்த ஜார்ஜ் டபிள்யூ. விக்கர்ஷம், வில்லியம் ஜென்னிங்ஸ்

ப்ரையான், ஃப்ரேங்க்ளின் டி. ரூஸ்வெல்ட் மற்றும் பல பிரபலமான மனிதர்களைத் தொடர்ந்து தொடர்பு கொண்டு என்னுடைய பயிற்சி வகுப்பில் உள்ள மாணவர்களுக்கு வந்து உரை நிகழ்த்துமாறு செய்திருக்கிறேன்.

தொழிற்சாலை தொழிலாளர்களாக இருந்தாலும், ஒரு அலுவகத்தின் எழுத்தர்களாக இருந்தாலும், தங்கள் துறையில் மன்னர்களாகத் திகழ்பவர்களாக இருந்தாலும் நாங்கள் அனைவரும் எங்களைப் பாராட்டிய மக்களை நாங்கள் விரும்பினோம். உதாரணத்திற்கு ஜெர்மன் கெய்சரை எடுத்துக் கொள்வோம். முதலாம் உலகப்போர் முடிவுக்கு வந்த போது, அவர் உலகம் முழுமைக்கும் காட்டுமிராண்டித்தனமாக வெறுக்கப்பட்டவராக இருந்தார். அவருடைய சொந்த நாடே கூட அவருக்கு எதிராகத் திரும்பியதும் அவர் தன்னைக் காப்பாற்றிக் கொள்ள ஹாலந்துக்குள் பறந்து சென்று தஞ்சமடைந்தார். மில்லியன் கணக்கான மக்கள் அவரது கை கால்களை முறிக்கவும், அவரைத் தீயிட்டுக் கொளுத்தவும் விரும்பும் அளவுக்கு அவருக்கெதிரான வெறுப்பின் வலிமை மிகுந்து இருந்தது. இந்த தீ நாக்குகளுக்கிடையிலும், ஒரு சிறுவன் கெய்சருக்கு ஒரு எளிமையான கடிதத்தை அன்பும் பாராட்டும் பொங்க எழுதினான். மற்றவர்கள் என்ன நினைத்தாலும் சரி, அவர் வில்ஹெல்ம்மைத் தன் சக்கரவர்த்தியாக நினைத்து எப்போதும் விரும்பினார் என்று எழுதினான். கெய்சர் அவனது கடிதத்தால் மிகவும் ஆழ்ந்த நிலையில் ஈர்க்கப்பட்டு, தன்னை வந்து சந்திக்குமாறு வரவேற்றார். அவனது தாயார் அவ்வாறு செய்ய அவன் அவரை வந்து சந்தித்தான். கெய்சர் அவளைத் திருமணம் செய்து கொண்டார். ஹௌ டு வின் ஃப்ரண்ட்ஸ் அண்ட் இன்ஃப்ளுயன்ஸ் பீப்பிள் நூலை இந்தச் சிறுவன் படிக்க வேண்டியதில்லை. அது அவனது உள்ளுணர்விலேயே ஊறியிருக்கிறது.

நாம் நண்பர்களைப் பெற விரும்பினால், மற்ற மனிதர்களுக்காக சில விஷயங்களைச் செய்வதற்கு நம்மை ஆட்படுத்த வேண்டும். காலம், சக்தி, தன்னலமின்மை, சிந்தனைச்சிறப்பு ஆகிவற்றைக் கொண்டு செய்யும் விஷயங்கள் அவை. விண்ட்சர் பிரபு வேல்ஸின் இளவரசராக இருந்த போது, அவர் தென் அமெரிக்காவுக்குப் பயணம் செய்யும் திட்டமிட்டிமிருந்தது. அந்தப் பயணத்தைத் தொடங்குவதற்கு முன்பாக அவர் ஸ்பானிஷ் மொழியைக் கற்றுக் கொள்வதற்குப் பல மாதங்கள் செலவிட்டார். ஏனென்றால் அவர்கள் நாட்டு மொழியில் அந்த மக்களிடம் உரையாடுவதற்கு முடியும் எனக்

கருதினார். இதற்காகத் தென் அமெரிக்க மக்கள் அவரைப் பெரிதும் விரும்பினார்கள்.

என்னுடைய நண்பர்களின் பிறந்த நாட்களை அறிவதற்காக நான் பல ஆண்டுகள் முயற்சி செய்தேன். எப்படி? ஜாதகத்தில் எனக்கு ஒரு துளியளவு கூட நம்பிக்கை இல்லை என்றாலும் மற்றவர்களிடம் நான் பிறந்த நாளுக்கும் குணத்திற்கும் மன நிலைக்கும் ஏதாவது தொடர்பு இருக்கிறது என்று நம்புகிறார்களா என்று கேட்பதன் மூலம் தொடங்கினேன். அதன் பிறகு நான் அவர்கள் பிறந்த மாதத்தையும் தேதியையும் கூறுமாறு கேட்டேன். அவரோ அல்லது அவளோ உதாரணத்திற்கு நவம்பர் 24 என்று கூறினால், நான் ''நவம்பர் 24, நவம்பர் 24'' என்று எனக்குள்ளே கூறிக்கொண்டேன். அந்த நண்பர் அந்த இடத்தை விட்டு நீங்கிய அடுத்த நிமிடமே அவருடைய பெயரைக் குறித்துக் கொண்டு அதன் பிறகு நான் வைத்திருக்கும் பிறந்தநாள் குறிப்பேட்டில் குறித்து வைத்து விடுவேன். ஒவ்வொரு ஆண்டு தொடக்கத்தின் போதும், என்னுடைய காலண்டரில் அந்தப் பிறந்தநாட்களைக் குறித்து வைத்துக் கொள்வேன். அதனால் தானாகவே அவர்களின் கவனம் எனக்குள் வந்துவிடும். பிறந்தநாள் வரும் போது, அவர்களுக்கு என்னுடைய கடிதமோ தந்தியோ சென்று சேர்ந்துவிடும். இது என்ன தாக்கத்தை உண்டாக்கியது தெரியுமா! இந்த உலகத்திலேயே ஆண்டு முழுவதும் அடிக்கடி நினைத்துக் கொண்டிருக்கக் கூடிய ஒரே மனிதன் நான் என்று ஆகிவிட்டேன்.

நாம் நண்பர்களைப் பெற விரும்பினால் அவர்களை ஆர்வத்துடனும் உடலசைவு உணர்வுகளோடும் வாழ்த்த வேண்டும். யாராவது உங்களைத் தொலைப்பேசியில் அழைத்தால் இதே மனோதத்துவத்தைப் பயன்படுத்துங்கள். அந்த நபரின் அழைப்பைப் பெறுவதற்கு **நீங்கள்** எவ்வளவு ஆர்வத்தோடு இருந்தீர்கள் என்பதை வெளிப்படுத்தும் வகையில் ''ஹலோ'' என்பதைக் குரலில் உணர்வு காட்டிச் சொல்லுங்கள். பல கம்பெனிகள் தங்கள் தொலைப்பேசி இயக்குபவர்களுக்கு தங்கள் அழைப்பாளர்களை ஆர்வமும் ஊக்கமும் நிறைந்த குரலில் பதில் கூறுமாறு பயிற்சி அளிக்கின்றன. அழைப்பவர்கள் அந்தக் கம்பெனி தங்களின்பால் ஆர்வம் கொண்டுள்ளது என்பதை உணர்கிறார்கள். நாளை நாம் தொலைப்பேசி அழைப்பை ஏற்கும் போது இதனை நினைவில் கொள்வோம்.

மற்றவர்கள் மேல் உண்மையாகக் காட்டுகிற அக்கறை நண்பர்களைப் பெற்றுத் தருவதோடு மட்டுமல்லாமல், தன்

வாடிக்கையாளர்களிடம் கம்பெனிக்கு நம்பிக்கையையும் பெற்றுத் தருகிறது. நியூயார்க்கின் வட அமெரிக்க தேசிய வங்கியின் வெளியீடு ஒன்றில் மேடலின் ரோஸ்டேல் என்ற முதலீட்டாளர் ஒருவரின் பின்வரும் கடிதம் வெளியிடப்பட்டுள்ளது:★

''உங்கள் ஊழியர்களை நான் எந்த அளவுக்குப் பாராட்டுகிறேன் என்பதை நீங்கள் தெரிந்து கொள்ள வேண்டும். ஒவ்வொருவரும் கனிவானவராகவும், அமைதியானவராகவும், உதவக்கூடியவராகவும் இருக்கின்றனர். மிக அதிக நேரம் வரிசையில் காத்திருந்து விட்டுச் சென்ற போது, உங்கள் ஊழியர் இனிமையுடன் வாழ்த்து கூறியது எத்தகைய இன்பத்தை அளித்தது தெரியுமா?

''சென்ற ஆண்டு என்னுடைய தாயார் ஒரு மருத்துவமனையில் ஐந்து மாதங்கள் அனுமதிக்கப்பட்டு சிகிச்சைப் பெற்றார். மேரி பெட்ருசெல்லோ என்ற ஒரு வரவேற்பாளரை நான் செல்லும் போது அடிக்கடி சென்று பார்த்து வந்தேன். அவள் என்னுடைய தாயாரின் மேல் அக்கறை கொண்டு அவரது உடல் நலம் பற்றி விசாரித்துக் கொண்டே இருந்தார்.''

திருமதி. ரோஸ்டேல் தொடர்ந்து அந்த வங்கியையே பயன்படுத்துவார் என்பதில் ஏதாவது சந்தேகம் இருக்குமோ?

நியூயார்க் நகரத்தில் உள்ள மிகப்பெரிய வங்கிகளில் ஒன்றின் சார்லஸ் ஆர். வால்டர்ஸ் என்பவரிடம் ஒரு குறிப்பிட்ட கார்ப்போரேஷனைப் பற்றிய ரகசியக் குறிப்புகள் தயாரித்துக் கொடுக்குமாறு பணி கொடுக்கப்பட்டது. அவருக்கு மிகவும் அவசரமாகத் தேவைப்பட்ட தகவல்களைப் பெற்றிருக்கும் ஒரே ஒரு நபரை மட்டும் தான் அவருக்கு தெரியும். மிஸ்டர் வால்டர்ஸ் தலைவரின் அலுவலகத்தில் அறிமுகப்படுத்தப்பட்ட போது ஒரு இளம்பெண் தன் தலையை மோதியவாறு தலைவரின் அறைக்குள் நுழைந்து அன்று தன்னால் ஒரு தபால்தலை கூட அவருக்காகச் சேர்த்துக் கொண்டுவர இயலவில்லை என்று கூறினாள்.

''என்னுடைய பன்னிரெண்டு வயது மகனுக்காக தபால்தலைகள் சேர்த்துக் கொண்டிருக்கிறேன்,'' என்று மிஸ்டர். வால்டர்ஸுக்கு தலைவர் விளக்கிக் கூறினார்.

மிஸ்டர். வால்டர்ஸ் தன்னுடைய நோக்கத்தை விளக்கிக் கூறி கேள்விகளைக் கேட்கத் தொடங்கினார். தலைவர் விவரம்

★ 1978, மார்ச் 31 தேதியிட்ட, நியூயார்க்கில் உள்ள வட அமெரிக்க தேசிய வங்கியின், ஈகிள் என்ற வெளியீடு.

இல்லாமலும், பொதுவாகவும், தெளிவில்லாமலும் கூறினார். அவர் பேசவே விரும்பவில்லை. அவரைப் பேச வைப்பதற்கு எதனைச் செய்வதென்றும் தோன்றவில்லை. அந்த நேர்காணல் சுருக்கமாகவும் வெற்றுநிலையிலும் இருந்தது.

''வெளிப்படையாகச் சொல்வதென்றால், எனக்கு என்ன செய்வதென்றே தெரியவில்லை. பிறகு அவருடைய செயலாளர் அவரிடம் கூறியது நினைவுக்கு வந்தது. தபால்தலைகள், பன்னிரெண்டு வயது மகன் . . . நான் இன்னொன்றையும் நினைவுக்குக் கொண்டு வந்தேன். எங்களுடைய வங்கியின் வெளிநாட்டு செயல்பாட்டுப் பகுதியில் ஏழு கடல்களும் முத்தமிடும் எல்லா நாடுகளிலிருந்தும் வரும் கடிதங்களில் இருந்த தபால்தலைகளைச் சேர்த்து வைத்திருந்தார்கள்,'' என்று மிஸ்டர் வால்டர் தான் கூறிய கதையின் தொடர்பாக இதை மாணவர்களுக்குக் கூறினார்.

''அடுத்த நாள் பிற்பகலில் இந்த மனிதரைச் சந்திக்கச் சென்று அவருடைய பையனுக்காகச் சில தபால்தலைகள் வைத்துள்ளதாகச் சொல்லி அனுப்பினேன். நான் அவருக்கு உற்சாகத்துடன் அறிமுகம் பெற்றேனா? ஆம், அய்யா. அவர் என்னுடன் இணைவதற்காக வேகத்தினால் ஓடி வந்திருக்கவில்லை என்றால், இத்தகைய அதிக உற்சாகத்துடன் என்னை வரவேற்று கைகுலுக்கி இருக்க இயலாது. அவர் புன்னகையையும் நல்லெண்ணத்தையும் பரவவிட்டார். 'என்னுடைய ஜார்ஜ் இதனை மிகவும் விரும்புவான்' என்று மகிழ்ச்சியுடன் தபால்தலைகளைத் தொட்டுப்பார்த்துக் கொண்டே கூறினார்.'' 'இதனைப் பாருங்கள். இது ஒரு மிகப்பெரிய பொக்கிஷம்' என்று தொடர்ந்து கூறினார்.

''ஒரு அரைமணி நேரம் தபால்தலைகளைப் பற்றிப் பேசிக் கொண்டும் அவருடைய மகனின் படத்தைப் பார்த்துக் கொண்டும் இருந்தோம். அதன் பிறகு ஒரு மணி நேரத்திற்கும் மேலான தன்னுடைய நேரத்தை அன்புடன் ஒதுக்கி எனக்கு நான் விரும்பிய ஒவ்வொரு தகவலையும் - அவ்வாறு செய்ய நான் யோசனை கூறாமலேயே - அவர் கூறினார். அவர் தனக்குத் தெரிந்த எல்லா தகவல்களையும் கூறினார். தன்னுடைய அலுவலக ஊழியர்களையும் அழைத்து வினவினார். தன்னோடு தொடர்புடையவர்களுக்கெல்லாம் தொலைப்பேசியில் பேசி தகவலறிந்தார். உண்மைத் தகவல்கள், புள்ளி விரங்கள், அறிக்கைகள், எழுத்து மூலமான தகவல் பரிவர்த்தனைகள் என்று எல்லாவற்றையும் எனக்கு வேண்டியதற்கும் மேலாகக்

கொடுத்தார். செய்தித்தாள் நிருபர்களுக்கு இணையாக நான் அந்தத் தொகுப்பினைப் பெற்றேன்.''

இங்கே இன்னுமொரு நிரூபணம் தருகிறேன்:

ஃபிலடெல்ஃபியாவின் ஜூனியர் சி.எம். நாஃப்லே ஒரு தொடர் நிறுவனமான கடைகளில் எரிபொருளை விற்பதற்குப் பல ஆண்டுகளாக முயன்று வந்தார். ஆனால் அந்தத் தொடர்கடை நிறுவனம் நகரத்தைத் தாண்டியுள்ள ஒரு வேறு இடத்திலிருந்த விற்பனையாளர் மூலமாக எரிபொருளை வாங்கி நாஃப்லே அலுவலகம் வழியாகச் சுமையேற்றிச் சென்றனர். என்னுடைய பயிற்சி வகுப்பு நடப்பதற்கு ஒருநாள் இரவு முன்பாக மிஸ்டர் நாஃப்லே அந்தத் தொடர் நிறுவனக் கடைகளின் மேல் உள்ள கோபத்தைக் கொட்டி அந்த நிறுவனம் நாட்டிற்கு ஒரு சாபக்கேடு என்று கூறி பேசியுள்ளார்.

இருந்தபோதிலும் ஏன் அவரால் அவர்களுக்கு விற்பதற்கு முடியவில்லை என்று வியப்படைந்தார்.

அவர் வேறுவிதமான உத்திகளைக் கையாளுமாறு நான் யோசனை கூறினேன். சுருக்கமாகச் சொல்வதென்றால் இதுதான் நடந்தது. அந்த தொடர்கடைகள் நிறுவனம் நாட்டிற்கு நன்மைகளைவிட அதிகத் தீமைகளைச் செய்கிறதா என்பதைப் பற்றிய ஒரு விவாதத்தை பயிற்சி வகுப்பு மாணவர்களிடையே செய்யுமாறு செய்தோம்.

நாஃப்லே என்னுடைய ஆலோசனையின் பேரில், எதிர்மறைச் செயல்பாட்டைத் தொடங்கினார். அந்தத் தொடர்கடைகள் நிறுவனத்திற்கு பாதுகாப்பாக இருக்க ஒத்துக்கொண்டார். பிறகு அவர் நேரிடையாக அவர் வெறுத்துக் கொண்டிருக்கும் அந்த நிறுவனத்தின் நிர்வாக அதிகாரிகளில் ஒருவரைச் சந்தித்து, ''நான் இங்கே என்னுடைய எரிபொருளை விற்பனை செய்வதற்காக வரவில்லை. எனக்காக வேறு ஒரு சாதகம் செய்ய வேண்டும் என்று கேட்பதற்காகவே வந்துள்ளேன்'' என்று கூறினார். பிறகு தான் மேற்கொண்ட விவாதத்தைப் பற்றி எடுத்துரைத்து, ''நான் இங்கே ஒரு உதவிக்காகவே வந்துள்ளேன். ஏனென்றால் நான் விரும்பும் உண்மைத் தகவல்களைக் கொடுப்பதற்குத் தகுதியுடையவர் உங்களைத் தவிர வேறு யாரும் இருக்க முடியாது என்று நான் நினைக்கிறேன். இந்த விவாதத்தில் நான் வெற்றி பெறுவதற்கு மிகுந்த ஆர்வத்துடன் இருக்கிறேன். நீங்கள் எனக்குக் கொடுத்து உதவும் எந்தத் தகவலுக்கும் நான் ஆழ்ந்த நன்றியுடன் பாராட்டுவேன்'' என்று கூறினார்.

அந்தக் கதையின் மீதிப்பகுதி இங்கே மிஸ்டர். நாஃப்லேயின் சொற்களிலேயே தரப்படுகிறது:

நான் அந்த மனிதரிடம் ஒரே ஒரு நிமிடம் மட்டும் சுருக்கமாகப் பேசுவதற்குக் கேட்டேன். அந்தப் புரிந்துணர்வோடு தான் அவர் என்னைச் சந்திக்க ஒத்துக்கொண்டார். என்னுடைய தரப்பு விஷயத்தை எடுத்துக் கூறியதும், அவர் என்னை நாற்காலியில் உட்காரச் சொல்லி சரியாக ஒருமணி நாற்பத்தேழு நிமிடங்கள் என்னிடம் பேசினார். அந்தத் தொடர் நிறுவனக் கடைகளைப் பற்றி ஒரு நூல் எழுதியுள்ள நிர்வாகி ஒருவரை அழைத்தார். தேசிய தொடர் கடைகள் சங்கத்திற்காக எழுதினார். அந்தப் பொருள் பற்றிய ஒரு விவாதத்தையும் எனக்கு வாங்கிக் கொடுத்தார். அவர் தொடர் கடைகள் மனித சமுதாயத்திற்கு நல்ல சேவை செய்து வருகிறது என்று உணர்ந்தார். நூற்றுக்கணக்கான சமுதாயங்களுக்கு தான் செய்து வருவதைப் பற்றி மிகவும் பெருமை கொண்டிருந்தார். அவர் பேசிய போது அவரது கண்கள் ஒளியால் மின்னின. நான் கனவு கூட கண்டிராத வகையில் அவர் என் கண்களைத் திறந்துவிட்டார். நான் மன்னிப்புக் கேட்க வேண்டும். அவர் என் மனத்தின் அனைத்து உணர்வுகளையும் மாற்றிவிட்டார்.

நான் புறப்பட்டு வெளி வரும் போது, அவர் வாசல் வரை வந்து என் தோள் மீது கைகளைப் போட்டுக் கொண்டு அந்த விவாதத்தில் நான் வெற்றி பெற வேண்டும் என்று வாழ்த்தினார். மறுபடியும் வந்து தன்னைப் பார்க்க வேண்டும் என்றும், அங்கே நான் எப்படி செயல்பட்டேன் என்பதைத் தெரிவிக்க வேண்டும் என்றும் கேட்டுக் கொண்டார். அவர் நான் புறப்பட்டு வரும் போது கூறிய கடைசி வார்த்தைகள் இவைகள் தான்: ''பின்னர் வசந்த காலத்தில் தயவு செய்து என்னை வந்து சந்தியுங்கள். உங்கள் எரிபொருளுக்கு நான் ஆர்டர் கொடுக்க விரும்புகிறேன்.''

என்னைப் பொருத்தவரையில் இது ஒரு அதிசயம் தான். நான் கேட்டுக் கொள்ளாமலேயே அவர் எரிபொருளை வாங்குவதற்கு இங்கு தயாராக இருக்கிறார். பத்து ஆண்டுகளாக நான் என் மீது ஆர்வமும் என் பொருள் மீது ஆர்வமும் கொண்டு முயற்சி செய்ததைவிட அதிகமாக அவர் மீதும் அவருடைய பிரச்சினைகளின் மீதும் நான் உண்மையான ஆர்வம் கொண்டதன் மூலம், இரண்டு மணி நேரத்தில் நான் மிக அதிகமான வழிகளில் பயன் பெற்றேன்.

மிஸ்டர் நா:ஃப்லே, நீங்கள் ஒரு உண்மையைக் கண்டு பிடிக்கவில்லை. ஏனென்றால் இயேசுவுக்கு நூறு ஆண்டுகளுக்கு முன்பாகவே ஒரு புகழ் பெற்ற முதிய ரோமானிய கவிஞரான, பப்ளிலியஸ் ஸைரஸ் என்பவர் பிறந்து இவ்வாறு குறிப்பிட்டுள்ளார்: ''மற்றவர் நம் மீது ஆர்வம் கொள்ளும் போது, நாம் அவர்கள் மீது ஆர்வம் காட்டுகிறோம்.''

மனித உறவுகளின் மற்றவற்றைப் போலவே ஆர்வம் காட்டுவதும் உண்மையானதாக இருக்க வேண்டும். ஆர்வம் காட்டுகிறவர்களுக்கு மட்டுமல்லாமல் ஆனால் கவனத்தை பெறுகிற நபருக்கும் அது பயனை விளைக்க வேண்டும். இது இருவழிப்பாதை. இரண்டு நபர்களும் பயன் பெறுகிறார்கள்.

நியூயார்க் லாங்க் ஐலண்டில் எங்கள் பயிற்சி வகுப்பில் உரையாற்றிய மார்டின் கின்ஸ்பர்க், ஒரு செவிலியர் தன் மீது காட்டிய தனிப்பட்ட ஆர்வம் தன் வாழ்வில் எப்படிப்பட்ட ஆழ்ந்த தாக்கத்தை ஏற்படுத்தியது என்பதை இவ்வாறு குறிப்பிடுகின்றார்:

''அது ஒரு நன்றி அறிவிப்பு தினம். அப்போது எனக்கு வயது பத்து. அடுத்த நாள் எனக்கு மிகப்பெரிய அறுவை சிகிச்சை செய்வதற்காக ஒரு நகர மருத்துவமனையில் ஒரு வார்டில் இருந்தேன். பல மாதங்கள் கட்டுப்பாட்டிலும், ஆறுதலைப் பெற்றுக் கொண்டும் வலியோடு இருக்க வேண்டும் என்பது எனக்குத் தெரியும். என்னுடைய தந்தை இறந்துவிட்டார். என் தாயுடன் ஒரு சிறிய குடியிருப்பில் தனியாக வசித்து வந்தேன். நாங்கள் நன்கொடையில் வசித்து வந்தோம். அந்த நாளில் என்னுடைய தாயால் வர இயலவில்லை.''

''அந்த நாள் கடந்து கொண்டிருந்த நிலையில், நான் தனிமை, வெறுமை, பயம் ஆகியவற்றால் அதிகமாக உணர்ச்சி பெற்றிருந்தேன். என்னைப் பற்றிக் கவலைப்பட்டுக் கொண்டும், தன்னோடு யாருமே இல்லாமலும், அவளோடு உணவருந்த யாரும் இல்லாமலும், நன்றி அறிவிப்பு நாளைக் கொண்டாட விருந்து கொடுப்பதற்குப் பணம் இல்லாமலும் துன்பப்பட்டுக் கொண்டிருப்பாள் என்பது எனக்கு நன்றாகத் தெரியும்.

''என் கண்களில் கண்ணீர் பெருக்கெடுத்தது. நான் தலையணையில் தலையைப் புதைத்துக் கொண்டு அதன் உறையை இழுத்துக் கொண்டிருந்தேன். அமைதியாக அழுது கொண்டிருந்தேன். ஆனால் மிகவும் வேதனையுடன் இருந்தேன். என்னுடைய உடல் மிகவும் வலியினால் துன்பப்பட்டது.

''நான் தேம்பியழுது கொண்டிருந்ததைக் கேட்ட இளம் பயிற்சி செவிலியர் என்னிடம் வந்தார். அவர் என் தலையணை உறையை

விலக்கிவிட்டு என்னுடைய கண்ணீரைத் துடைத்தார். அவர் எப்படித் தனியாக, தன் குடும்பத்தை விட்டு விட்டு வந்து அந்த நாளில் வேலை செய்ய வேண்டும் என்பதை எனக்குக் கூறினார். அவரோடு இரவு உணவு அருந்த முடியுமா என்று என்னிடம் கேட்டார். இரண்டு தட்டுகளில் உணவை வாங்கிக் கொண்டு வந்தார். வான்கோழி பொறியல், மசித்த உருளைக்கிழங்கு, நெல்லிக்காய் ஊறுகாய், இனிப்புக்காக ஐஸ்க்ரீம் ஆகியவை இருந்தன. அவள் என்னுடன் பேசி என்னுடைய பயத்தைப் போக்க முயன்றார். அவர் மாலை நான்கு மணிக்குப் பணி முடித்துச் செல்ல வேண்டும் என்றாலும் தன்னுடைய ஓய்வின் நேரத்தை இரவு பதினோரு மணி வரை என்னுடன் தங்கிச் செலவழித்தார். அவர் என்னுடன் விளையாடினார். பேசிக் கொண்டிருந்தார். இறுதியாக நான் தூக்கம் வந்து தூங்கும் வரை என்னுடன் இருந்தார்.

''எனக்கு பத்து வயது என்பதால் எத்தனையோ நன்றி அறிவிப்பு தினங்கள் வந்து போயிருக்கும். ஆனால் இது போல ஒன்றும் கழிந்திருக்காது. தனிப்பட்ட வகையில் நினைவில் நின்றிருக்காது. என்னுடைய வெறுமைநிலை உணர்வு, பயம், தனிமை இவற்றுக்கு அன்பான கனிவான ஒரு புதியவரின் பரிவு என்னுடைய வலிகளைத் தாங்கிக் கொள்ளச் செய்தது.''

மற்றவர்கள் உங்களை விரும்ப வேண்டும் என்று விரும்பினால், நீங்கள் உண்மையான நட்பை வளர்த்துக் கொள்ள விரும்பினால், உங்களுக்கு உதவி செய்து கொள்ளும் அதே வேளையில் மற்றவர்களுக்கும் உதவி செய்ய விரும்பினால் இந்தக் கொள்கையை மனத்தில் இருத்திக் கொள்ளுங்கள்:

கொள்கை 1

மற்றவர்கள் மீது உண்மையான ஆர்வம் கொண்டவர்களாக உருவாகுங்கள்.

2

மிகச்சிறந்த முதல் எண்ணப்பதிவினை உருவாக்க ஒரு எளிமையான வழி

நியூயார்க்கில் நடைபெற்ற ஒரு இரவு நேர விருந்தில், தன்னுடைய மூதாதையரிடமிருந்து பணம் மிகுதியாகப் பெற்ற விருந்தினர்களில் ஒருவரான பெண்மணி, ஒவ்வொருவரிடத்தும் மகிழ்ச்சியான உணர்வுப்பதிவை ஏற்படுத்துவதில் ஆர்வம் கொண்டிருந்தார். தனக்குக் கிடைத்த அதிர்ஷ்டத்தில் வளர்ப்புப் பிராணிகள், வைரங்கள், முத்துக்கள் ஆகியவற்றில் செலவிட்டார். ஆனால் அவர் தன் முகத்தைப் பற்றிக் கவலைப்படவில்லை. அதில் வரட்சியும் தன்னலமும் பிரதிபலித்தது. ஒவ்வொருவரும் தெரிந்து வைத்திருப்பதைப் பற்றி அவர் உணரவேயில்லை. உதாரணமாக, ஒருவர் அணிந்திருக்கும் உடைகளை விடவும், அவர் முகத்தில் வெளிப்படுத்தும் உணர்வு மிகவும் முக்கியமானது.

சார்லஸ் ஷ்வாப் அவருடைய புன்னகை மில்லியன் டாலர் மதிப்பு மிக்கது என்று என்னிடம் கூறினார். அவர் உண்மையை உணர்ந்தவராக இருக்கிறார். ஏனென்றால், ஷ்வாபினுடைய தனித்துவத்தோற்றம், அவருடைய புன்னகை, மற்றவர்களை அவரை விரும்ப வைக்கும் திறமை ஆகியனவே அவரது தனித்துவம் மிக்க வெற்றிக்குக் காரணம். அவருடைய தனித்துவச்சிறப்பான உண்மைகளில் மிகவும் முக்கியமானது அவருடைய கவர்ந்திழுக்கும் முகமலர்ச்சி தான்.

செயல்பாடுகள் வார்த்தைகளைவிட வேகமானதாகப் பேசுகின்றன. புன்னகை இப்படிச் சொல்கிறது: ''நான் உன்னை விரும்புகிறேன். நீ என்னை மகிழ்ச்சிப்படுத்துகிறாய். நான் உன்னைப் பார்ப்பதில் மகிழ்ச்சியடைகிறேன்.''

அதனால் தான் நாய்கள் அத்தகைய சிறப்பைப் பெறுகின்றன. அவைகள் நம்மைப் பார்ப்பதற்கும் தாவிக்குதித்து நம்மை

மகிழ்விப்பதற்கும் உண்மையாகவே மகிழ்ச்சியடைகின்றன. ஆகவே இயற்கையாகவே அவைகளைப் பார்ப்பதற்கு மகிழ்ச்சியடைகின்றோம்.

ஒரு குழந்தையின் புன்னகையும் அதேமாதிரியான விளைவைக் கொண்டுள்ளது.

நீங்கள் என்றாவது மருத்துவரின் நோயாளிகள் காத்திருக்கும் அறையையும் அங்கே வாட்டமான முகத்துடன் பொறுமையின்றி அமர்ந்திருக்கும் அனைவரையும் சுற்றிச் சுற்றிப் பார்த்திருக்கிறீர்களா? மிஸௌரியின் ராய்டவுனைச் சேர்ந்த டாக்டர் ஸ்டீபன் கே. ஸ்ப்ரௌல் என்ற விலங்குகள் மருத்துவர் தன்னுடைய மருத்துவமனை வரவேற்பு அறையில் ஒரு சிறப்பான வசந்தகால நாளைப் பற்றிச் சொல்கிறார். அப்போது அந்த அறையில் தன்னுடைய வாடிக்கையாளர்கள் தங்கள் செல்லப் பிராணிகளுக்கு மருத்துவம் செய்து கொள்வதற்காக நிறைந்திருந்தனர். யாருமே மற்றவர் யாருடனும் பேசிக் கொண்டிருக்கவில்லை. எல்லோரும் அநேகமாக இந்த அறையில் காத்திருந்து ''நேரத்தை வீண்டித்து''க் கொண்டிருப்பதைவிட வேறு ஏதாவது செய்யலாம் என்ற பல்வேறுபட்ட பலவிதமான சிந்தனைகளில் மூழ்கி இருந்தனர். அவர் எங்கள் பயிற்சி வகுப்புகள் ஒன்றில் இவ்வாறு கூறினார்: ''ஒரு இளம்பெண் தன்னுடன் ஒரு பூனையையும் ஒன்பது மாத குழந்தையையும் கொண்டு உள்ளே வந்த போது அந்த அறையில் ஆறு அல்லது ஏழு வாடிக்கையாளர்கள் மட்டுமே அமர்ந்திருந்தனர். மருத்துவ சேவைக்காக நீண்ட நேரம் காத்திருந்து மிகுந்த கலக்கமுற்றிருந்த ஒருவருக்கு அருகில் அதிர்ஷ்டவசமாகச் சென்று அவள் அமர்ந்தாள். அடுத்ததாக அந்தக் குழந்தை தனக்கே உரிய மிகப்பெரிய புன்னகையுடன் அவரை நோக்கிச் சிரித்தது. அந்த மனிதர் என்ன செய்தார்? நீங்களும் நானும் செய்வது போலவே அந்தக் குழந்தையைப் பார்த்து பதிலுக்கு புன்னகை செய்தார். உடனேயே அவர் அந்தப் பெண்ணிடம் அவளுடைய குழந்தையைப் பற்றியும் தன்னுடைய பேரக்குழந்தைகளைப் பற்றியும் பேசத் தொடங்கினார். உடனேயே அந்த அறை முழுவதும் உள்ளவர்கள் அதில் கலந்து கொண்டு அங்கிருந்த அலுப்பும் இறுக்கமும் மறைந்து போய் இனிமையும் மகிழ்ச்சியுமான அனுபவ சூழ்நிலை உருவானது.''

இது ஒரு உண்மையற்ற சிரிப்பா? இல்லை. அது யாரையும் முட்டாளாக்காது. அப்படி இருந்தால் அது இயந்திரத்தனமாகவும் சினமூட்டுவதாகவும் இருக்கும் என்பதை நாம் அறிவோம். நான் உண்மையான புன்னகையைப் பற்றிப் பேசுகிறேன். அது மனத்தை

மகிழ்ச்சிப்படுத்தும் புன்னகை. உள்ளிருந்து வருகின்ற உண்மையான புன்னகை. வெளியுலகில் நல்ல மதிப்பைப் பெறக்கூடிய புன்னகை.

மிச்சிகன் பல்கலைக்கழகத்தின் பேராசிரியரும் மனோதத்துவ நிபுணருமான ஜேம்ஸ் வி. மெக்கோன்னெல் புன்னகையைப் பற்றித் தன்னுடைய உணர்வை, வெளிப்படுத்தியுள்ளார். ''புன்னகைக்கும் மக்கள் மிகவும் திறமையாக நிர்வகிப்பதில் பயிற்றுவிப்பதில் விற்பனை செய்வதில் ஆர்வமும் மகிழ்ச்சிமிக்க குழந்தைகளை உருவாக்குவதிலும் ஆர்வம் உள்ளவர்களாகத் திகழ்கிறார்கள். சிடுசிடுப்பு உள்ளவர்களைவிட புன்னகைப்பவர்களிடம் அதிகத் தகவல்கள் உள்ளன. அதனால் ஆர்வமூட்டி ஊக்குவிப்பது தண்டனை அளிப்பதைவிடச் சிறந்த பயிற்றுவிக்கும் முறையாகத் திகழ்கிறது'' என்று கூறினார்.

நியூயார்க்கிலுள்ள ஒரு மிகப்பெரிய விற்பனை நிலையத்தின் வேலைவாய்ப்பு மேலாளரான ஒரு பெண் தத்துவ முனைவர் பட்டம் பெற்று இருந்தாலும் சோகமாகத் தொங்கிய முகத்துடன் இருக்கும் ஒருவரைத் தேர்ந்தெடுப்பதைவிட பள்ளிக்கல்வியை முடிக்காமல் இருந்தாலும் புன்னகை தவழும் முகத்தைப் பெற்றிருந்தால் அவரைத்தான் விற்பனையாளராகத் தேர்ந்தெடுப்பதாக அவர் என்னிடம் கூறினார்.

நேரிடையாகப் பார்க்கவில்லை என்றாலும் புன்னகையின் சக்தி மிகவும் வலிமையானது. அமெரிக்க நாடு முழுமையிலும் உள்ள தொலைப்பேசி கம்பெனிகள் ''தொலைபேசி சக்தி'' என்ற நிகழ்ச்சியை நடத்தின. அது தொலைப்பேசியைத் தங்கள் பொருட்களையோ சேவையையயோ விற்பனை செய்யும் ஊழியர்களுக்காக நடத்தப்பட்டது. இந்த நிகழ்ச்சியில் தொலைப்பேசியில் பேசும் போது புன்னகை செய்தவாறு பேசுங்கள் என்று யோசனை கூறப்பட்டது. உங்களுடைய ''புன்னகை'' உங்கள் குரல் வழியாக வெளிவருகிறது.

ஓஹியோவின் சின்சினாட்டியில் உள்ள ஒரு கணினித் துறையின் மேலாளரான ராபர்ட் க்ரையர் நிரப்புவதற்குக் கடினமான ஒரு பதவிக்குச் சரியான நபரைத் தான் வெற்றிகரமாகத் தேர்ந்தெடுத்தது எவ்வாறு என்பதைப் பற்றி கூறினார்:

''கணினி அறிவியலில் முனைவர் பட்டம் பெற்ற ஒருவரைத்தான் தேர்ந்தெடுக்க வேண்டும் என்று உறுதியாக முயற்சி செய்து கொண்டிருந்தேன். இறுதியாக பர்ட்யூ பல்கலைக்கழகத்தில் பட்டப்படிப்பை முடிக்கவிருந்த இளைஞர் ஒருவரை சரியான தகுதிகளுடன் தேர்ந்தெடுத்தேன். பலமுறை தொலைப்பேசியில் தொடர்பு கொண்ட பிறகு, அவருக்கு

என்னுடைய கம்பெனியைவிட பெரியவையும் சிறந்தவையுமான பல கம்பெனிகளிலிருந்து பலவித வாய்ப்புகள் வந்திருந்தன என்பதைத் தெரிந்து கொண்டேன். அவர் என்னுடைய அழைப்பை ஏற்றுக்கொண்டதற்கு நான் பெரிதும் மகிழ்ந்தேன். அவர் பணியில் சேர்ந்து வேலையைத் தொடங்கிய பிறகு அவர் ஏன் மற்றவர்களை விட்டு விட்டு எங்களைத் தேர்ந்தெடுத்தார் என்று கேட்டேன். அவர் சிறிது நேரம் அமைதியாக இருந்துவிட்டு, ''மற்ற கம்பெனிகளின் மேலாளர்கள் தொலைப்பேசியில் இறுக்கமான, வியாபாரத்தனமான வகையில் பேசியது அது இன்னுமொரு வணிக நடவடிக்கை தான் என்பதை உணர வைத்தது தான் என்று நினைக்கிறேன். உங்கள் குரல் நீங்கள் என்னைப் பற்றிக் கேட்பதில் மகிழ்ச்சி அடையும் வகையில் தோன்றியது... அதாவது நீங்கள் உங்கள் கம்பெனியில் என்னை ஒரு உறுப்பினராகவே ஏற்க விரும்புகிறீர்கள் என்பதை வெளிப்படுத்தியது' என்று கூறினார். 'நான் இப்போதும் தொலைப்பேசி அழைப்புகளுக்குப் புன்னகை புரிந்து கொண்டே தான் பதிலளிக்கிறேன் என்பதை நீங்கள் உறுதியாக நம்ப முடியும்.''

அமெரிக்காவின் மிகப்பெரிய ரப்பர் கம்பெனிகளில் ஒன்றின் இயக்குநர்கள் குழுவின் தலைவரான ஒருவர், அவருடைய பார்வையில் யாரும் தன்னுடைய பணியைச் செய்வதில் மகிழ்ச்சியான நகைச்சுவை உணர்வு கொண்டிருக்கவில்லை என்றால் மிகுதியும் வெற்றி பெறுவதில்லை என்று என்னிடம் கூறினார். இந்த தொழிற்சாலை தலைவர் பழமையான கடின உழைப்பு மட்டுமே வெற்றி அதிசயத்தை நிகழ்த்தி நம்முடைய விருப்பக் கதவுகளைத் திறக்கும் என்பதில் அதிக நம்பிக்கைக் கொள்ளவில்லை. ''தங்கள் வணிகத்தில் கிடைத்து வெளிப்படும் நல்ல நேரம் ஏற்படுத்திய வெற்றியாளர்களை நான் நன்கு அறிவேன். பின்னர் அவர்களும் நகைச்சுவை உணர்வுகள் மூலம் வெற்றி பெற்றதைப் பார்த்துள்ளேன். வணிகம் மெத்தனமாக வளர்ந்துள்ளதையும் அவர்கள் தங்கள் மகிழ்ச்சியை எல்லாம் அதில் இழந்துவிட்டுத் தோல்வியை அடைகிறார்கள்.''

உங்களை மக்கள் சந்திக்க நல்ல நேரத்தை நீங்கள் எதிர்பார்த்தால் அவர்களை சந்திக்க நீங்கள் நல்ல நேரத்தைப் பெற்றிருக்க வேண்டும்.

ஒவ்வொரு நாளின் ஒவ்வொரு மணி நேரத்திலும் யாராவது ஒருவரைப் பார்த்துப் புன்னகைத்து மகிழ்ந்து ஒரு வாரத்திற்குப் பிறகு வந்து தங்களுக்கு ஏற்பட்ட விளைவுகளைப் பற்றிப் பேசுமாறு ஆயிரக்கணக்கான வணிகர்களை நான் கேட்டுக் கொண்டேன். இது எப்படிப் பயன் நல்கியது? நாம் அதனைப்

பார்க்கலாம். . .நியூயார்க்கைச் சேர்ந்த பங்குச்சந்தை தரகர் வில்லியம் பி. ஸ்டெய்ன்ஹார்ட் என்பவரிடமிருந்து இதோ ஒரு கடிதம். இது ஒரு தனித்த கடிதமல்ல. இது நூற்றுக்கணக்கானவர்களின் அனுபவத்தின் தனித்தனி விளைவு தான்.

''எனக்குத் திருமணமாகி பதினெட்டு ஆண்டுகளுக்கு மேல் ஆகிவிட்டது. இந்தப் பதினெட்டு ஆண்டுகளில் நான் என்னுடைய மனைவியைப் பார்த்து ஒருபோதும் புன்னகைக்கவில்லை அல்லது காலை எழுந்ததிலிருந்து வணிகத்திற்காகச் செல்லப் புறப்படும் வரை அவளிடம் ஒரு பத்துப் பதினைந்து வார்த்தைகளைக்கூட பேசியதில்லை. பிராட்வேயில் நடக்கும் மனிதர்களில் மனக்குறையைத் தெரிவிப்பவர்களில் மிகவும் மோசமானவனாக நான் இருந்தேன்.

''புன்னகையைப் பற்றிய என்னுடைய அனுபவங்களைப் பற்றிப் பேச வேண்டும் என்று நீங்கள் என்னிடம் கேட்ட போது, அதனை ஒரு வாரத்திற்கு முயற்சி செய்யலாம் என்று நினைத்தேன். ஆகவே அடுத்தநாள் காலையில் தலைமுடியை வாரிக் கொள்ளும் போது என்னுடைய வாட்டங்கொண்ட முகத்தைக் கண்ணாடியில் பார்த்தேன். நானே என்னிடத்தில், 'பில், உன்னுடைய அசிங்கமான கோபங்கொண்ட முகத்தை நீ இன்று மாற்றிக்கொள்ளப் போகிறாய். நீ புன்னகை செய்யப் போகிறாய். அதனை இப்பொழுதிலிருந்தே நீ செய்யப்போகிறாய்' என்று கூறிக்கொண்டேன். நான் காலை உணவுக்காக உட்கார்ந்த போது, என்னுடைய மனைவிக்கு 'காலை வணக்கம், என் அன்பே' என்று வாழ்த்து கூறினேன். நான் சொன்னபடியே புன்னகை புரிந்தேன்.

''அவள் ஆச்சரியப்படக்கூடும் என்று நீங்கள் என்னை எச்சரித்தீர்கள். நன்று, நீங்கள் அவளுடைய பிரதிபலிப்பைக் குறைவாக மதிப்பிட்டு விட்டீர்கள். அவள் அதிர்ந்து போய்விட்டாள். இது எதிர்காலத்திலும் அவள் வழக்கமாக எதிர்பார்க்கலாம் என்றும் கூறினேன். ஒவ்வொரு காலை நேரத்திலும் இதனைக் கடைபிடித்தேன்.

''என்னுடைய இந்த மாறுபட்ட நடவடிக்கை அதிகமான மகிழ்ச்சியை நான் கடந்த ஆண்டில் தொடங்கிய இந்த இரண்டு மாதங்களில் என்னுடைய இல்லத்தில் கொண்டு வந்துவிட்டது.

''நான் என்னுடைய அலுவலகத்திற்குப் புறப்பட்டுச் செல்லும் போது, லிஃப்ட்டை இயக்குபவருக்கு, 'காலை வணக்கம்' என்று கூறிவிட்டுப் புன்னகை செய்தேன். வாயிற்காவலரையும் புன்னகையுடன் வாழ்த்தினேன். மேம்பாலம் அருகில் உள்ள காசாளரிடம் சில்லறை வாங்கும் போது புன்னகை புரிந்தேன்.''

பங்குச்சந்தை அலுவலகத்தில் தரையில் நிற்கும் போது என்னை அண்மை வரை புன்னகைத்துப் பார்த்திராத மக்களையெல்லாம் பார்த்துப் புன்னகை புரிந்தேன்.

''விரைவிலேயே ஒவ்வொருவரும் என்னைப் பார்த்துப் புன்னகை செய்வதைக் கண்டேன். என்னிடம் புகார் சொல்ல வருபவர்கள் அல்லது குறைபாடுகளைச் சொல்ல வருபவர்களையும் மகிழ்ச்சியான முறையில் சந்தித்துப் பேசினேன். அவர்களைக் கவனித்த போது ஒத்துப்போகின்ற உணர்வு எளிதாக ஏற்படுவதைக் கண்டு நான் புன்னகைத்தேன். புன்னகை நிகழ்வுகள் எனக்குத் தினந்தோறும் டாலர்களை, அதிகமான டாலர்களைக் கொண்டு வருவதை நான் கண்டேன்.

''நான் என்னுடைய அலுவலக விஷயங்களை மற்றுமொரு தரகரிடமும் பகிர்ந்து கொண்டேன். அவருடைய எழுத்தர்களில் ஒருவர் இனிமை குணமுள்ள இளைஞர். நான் என்னுடைய மனித உறவுகளுக்கான புதிய கொள்கை முயற்சிகளின் விளைவுகளை அண்மையில் அவரிடம் கூறிய போது, நான் மிகவும் உயர்வானவனாகக் கருதப்பட்டேன். அவர் பிறகு என்னிடம் தான் முதன்முதலில் என்னுடைய அலுவலகத்திற்கு வந்த போது என்னை மிகவும் கொடூரமான மனக்குறை ஏற்படுத்துபவராகவும் கருதியிருந்து அண்மையில் தான் தன் கருத்தை மாற்றிக் கொண்டதாகவும் ஒத்துக்கொண்டார்.

''நான் என் வாழ்க்கை முறையில் கிண்டலான விமர்சனம் செய்வதையும் கூட முற்றிலும் நீக்கிவிட்டேன். குறைகூறுவதற்குப் பதிலாக இப்போது பாராட்டுகளையும் புகழ்ச்சிகளையும் வழங்குகிறேன். நான் என்ன விரும்புகிறேன் என்பதைப் பற்றிப் பேசுவதை நிறுத்திவிட்டேன். நான் மற்றவர்களின் கருத்து நோக்கில் பார்ப்பதற்கே முயன்று கொண்டிருக்கிறேன். இவை என் வாழ்க்கைப் போக்கில் ஒரு மறுமலர்ச்சியை உண்டாக்கியுள்ளன. நான் முற்றிலும் மாறுபட்ட மனிதன், ஒரு மகிழ்ச்சியான மனிதன், ஒரு செல்வமிக்க மனிதன், நண்பர்கள் பெறுவதிலும் மகிழ்ச்சி அடைவதிலும் வளம் மிக்க மனிதன் - இதற்கெல்லாம் அந்த ஒரு விஷயம் தான் முழு முதல் காரணம்.''

நீங்கள் புன்னகை புரிவதுபோல் உணரவில்லையா? பிறகு என்ன? இரண்டு விஷயங்கள். முதலாவதாக, புன்னகை புரிவதற்கு உங்களை வலியுறுத்துங்கள். நீங்கள் தனிமையில் இருந்தால், விசிலடித்து மகிழ்ந்து, ஒரு இசையையோ ஒரு பாட்டையோ மகிழ்ந்து பாடிக்கொள்ளுங்கள். ஏற்கனவே மகிழ்ச்சியோடிருப்பது போல்

நடித்துப் பாருங்கள். அது உங்களை மகிழ்ச்சிக்குள் உட்படுத்தும். மனோதத்துவ நிபுணரும் தத்துவ ஞானியுமான வில்லியம் ஜேம்ஸ் அதனை இவ்வாறு கூறுகிறார்:

''செயல்பாடு உணர்ச்சியைத் தொடர்வதாகத் தோன்றுகிறது. ஆனால் உண்மையில் செயல்பாடும் உணர்ச்சியும் ஒன்றாகத்தான் செல்கின்றன. நம்முடைய விருப்பத்தின் மிகுந்த நேரடிக் கட்டுப்பாட்டில் உள்ள செயல்பாட்டை ஒழுங்குப்படுத்துவதன் மூலம் நம்முடைய விருப்பத்தின் நேரடிக் கட்டுப்பாட்டில் இல்லாத உணர்ச்சியை நாம் மறைமுகமாக ஒழுங்குபடுத்த முடியும்.''

''நம்முடைய மகிழ்ச்சி நிலை இழந்திருந்தால், அதனை பெறுவதற்கான சிறந்த வழி, மகிழ்ச்சி மிகுந்த நிலையில் அமர்ந்து கொண்டு, நாம் ஏற்கனவே மகிழ்ச்சி மிகுந்து இருப்பது போல் பேசுவதும் அதைப்போல் நடிப்பதும் ஆகும்...''

இந்த உலகத்தில் உள்ள ஒவ்வொருவரும் மகிழ்ச்சியையே தேடுகிறார்கள். அதைக் காண்பதற்கு நிச்சயமான வழி ஒன்று உள்ளது. அது உங்கள் எண்ணங்களைக் கட்டுப்படுத்துவதில் இருக்கிறது. மகிழ்ச்சி என்பது வெளிப்புற நிலைகளைச் சார்ந்திருப்பதில்லை. அது உள்புற நிலைமைகளையே சார்ந்திருக்கிறது.

உங்களை மகிழ்ச்சி அல்லது மகிழ்ச்சியற்ற நிலையில் வைத்திருப்பது நீங்கள் என்ன பெற்றிருக்கிறீர்கள் என்பதிலோ, நீங்கள் யார் என்பதிலோ, நீங்கள் எங்கு இருக்கிறீர்கள் என்பதிலோ, நீங்கள் என்ன செய்து கொண்டிருக்கிறீர்கள் என்பதிலோ இல்லை. நீங்கள் அதைப்பற்றி என்ன நினைக்கிறீர்கள் என்பதில் தான் அடங்கி உள்ளது. உதாரணமாக, ஒரே இடத்தில், ஒரே மாதிரியான பணி செய்து கொண்டு இருவரும் சமமான அளவுக்கு பணமும் பதவி வாய்ப்பும் பெற்றுக்கொண்டு இருந்த போதிலும் ஒருவர் துன்பமான நிலையிலும் மற்றவர் மகிழ்ச்சியாகவும் இருப்பது ஏன்? ஏனென்றால் அவர்கள் மாறுபட்ட மனச்சுபாவம் பெற்றுள்ளார்கள். நியூயார்க், சிகாகோ, லாஸ் ஏஞ்ஜல்ஸ் ஆகிய நகர குளிரூட்டப்பெற்ற வசதியான அலுவலகங்களில் இருப்பவர்களில் காண்பது போலவே, சுட்டெரிக்கும் வெயிலிலும் தங்கள் விவசாயக் கருவிகளை வைத்துக்கொண்டு ஓயாது உழைக்கும் விவசாயப் பெருமக்களிடமும் மகிழ்ச்சியான முகங்களை நான் பார்த்திருக்கிறேன்.

''நல்லது என்றோ கெட்டது என்றோ எதுவும் இல்லை. ஆனால் எண்ணம் தான் அதனை அவ்வாறு ஆக்கி வைக்கிறது'' என்று ஷேக்ஸ்ஃபியர் கூறினார்.

''பெரும்பாலான நாட்டுப்புற மக்கள் தங்கள் மனத்தை

பக்குவப்படுத்துவதால் அதற்கேற்ப மிகுந்த மகிழ்ச்சியுடன் இருக்கிறார்கள்'' என்று ஆபி லின்கன் ஒருமுறை குறிப்பிட்டார். அவர் சொல்வது மிகச்சரி. நான் நியூயார்க்கின் லாங் ஐலண்ட் ரயில்வே நிலையத்தின் மாடிப்படிக்கட்டுகளில் நடந்து போய்க் கொண்டிருந்த போது இந்த உண்மைக்கான நிரூபணத்தைக் கண்டேன். என் கண்ணெதிரில் முப்பது அல்லது நாற்பது முடமான சிறுவர்கள் கம்புகளை ஊன்றிக் கொண்டு மாடிப்படிகளில் போராடிக் கொண்டு ஏறிக்கொண்டிருந்தார்கள். அவர்களில் ஒருவனைத் தூக்கிச் சென்று மேலே கொண்டுவர வேண்டியதாயிருந்தது. நான் அவர்களின் பலத்த சிரிப்பொலியையும் மகிழ்ச்சிப் பெருக்கையும் கண்டு வியப்படைந்தேன். அந்த பையன்களுக்குப் பொறுப்பாளராக இருந்த ஒருவரிடம் இதைப்பற்றிக் கேட்டேன். ''ஓ ஆமாம், ஒரு சிறுவன் தான் வாழ்க்கை முழுவதும் இப்படி முடமாக இருக்க வேண்டுமே என்று உணரும் போது முதலில் இவன் அதிர்ச்சியடைகிறான். ஆனால் அதிலிருந்து விடுபட்டு தனக்கு இது விதிக்கப்பட்டது என்று வழக்கமாக உணர்கிறான். அதன் பிறகு மற்ற சிறுவர்களைப் போலவே மகிழ்ச்சி அடைந்து விடுகிறார்கள்'' என்று அவர் கூறினார்.

அந்தப் பையன்களுக்கு நான் தலைதாழ்த்தி வணக்கம் செலுத்த வேண்டும் என்று தோன்றியது. நான் எப்பொழுதுமே மறக்க முடியாத ஒரு பாடத்தை அவர்களிடமிருந்து கற்றுக் கொண்டேன்.

ஒரு அலுவலகத்தின் மூடப்பட்ட அறையில் மட்டுமே அமர்ந்து எல்லா வேலைகளையும் பார்த்துக் கொண்டிருப்பது தனிமையாயிருப்பது மட்டுமல்லாமல், கம்பெனியின் மற்ற ஊழியர்களிடம் நட்பு பாராட்டும் நல்வாய்ப்பிலிருந்தும் ஒருவரைத் தடுத்துவிடுகிறது. மெக்ஸிகோவின் கோடலராஜாவைச் சேர்ந்த செகோரா மரியா கோன்சலஸ் அத்தகைய ஒரு வேலையில் இருந்தார். அங்கு கம்பெனியில் உள்ள மற்றவர்கள் மகிழ்ச்சியாகப் பேசிக் கொண்டும் சிரித்துக்கொண்டும் தோழமை உணர்வுடன் இருப்பதைப் பார்த்து அவள் பொறாமை கொண்டாள். அவள் வேலையில் சேர்ந்த முதல் வாரத்தில், ஹாலில் மற்றவர்களைக் கடந்து செல்ல நேரும் போது, கூச்ச உணர்வுடன் வேறுவிதமாகப் பார்த்தாள்.

சில வாரங்களுக்குப் பிறகு, அவள் தனக்குள்ளே, ''மரியா அந்தப் பெண்கள் உன் அருகில் வருவார்கள் என்று நீ எதிர்பார்க்க முடியாது,'' என்று கூறினாள். நீதான் வெளியே வந்து அவர்களைச் சந்திக்க வேண்டும். குளிர்ந்த குடிநீர் இருக்கும் பகுதிக்கு அடுத்தமுறை சென்ற போது, அவள் மிகவும் ஒளி நிறைந்த புன்னகையைத் தனக்குள் வரவழைத்துக்கொண்டு, ''ஹாய், நீங்கள் எவ்வாறு இருக்கிறீர்கள்?''

தான் சந்தித்த ஒவ்வொருவரிடமும் கூறினாள். அதன் விளைவு உடனடியாகத் தெரிந்தது. புன்சிரிப்பும் பூரிப்பான அழைப்புகளும் அவளுக்குத் திரும்பக் கிடைத்தன. ஹாலிற்குச் செல்லும் வழி மிகவும் பிரகாசமாகத் தோன்றியது. வேலை பார்ப்பது நட்புடன் திகழ்ந்தது. பழகும் வாய்ப்புகள் மேம்பட்டன. அவற்றுள் சில நட்பாக மலர்ந்து கனிந்தன. அவளுடைய வேலையும் வாழ்க்கையும் மிகவும் இனிமையானதாகவும் ஆர்வம் மிக்கதாகவும் உருவானது.

கட்டுரையாளரும் வெளியீட்டாளருமான எல்பர்ட் ஹப்பார்டு கூறும் இந்தப் புனிதமான அறிவுரையைப் பயன்படுத்துங்கள். ஆனால் அதைச் செயல்படுத்தாமல் தொடர்ந்து அறிவுரையாகப் பின்பற்றுவது மட்டும் உங்களுக்கு எந்த நன்மையும் தராது:

> நீங்கள் அறையை விட்டு வெளிவரும் போதெல்லாம், தொங்கும் முகத்தை மாற்றுங்கள், முகத்தில் ஒளியைக் கூட்டுங்கள், மூச்சுக்காற்றை உள்நிரப்பிக் கொள்ளுங்கள், சூரிய ஒளியில் குளியுங்கள், உங்கள் நண்பர்களைப் புன்னகை நிறைத்து வாழ்த்துங்கள். ஒவ்வொரு முறை கைகுலுக்கும் போதும் ஆத்மார்த்தமாக உணருங்கள். தவறாகப் புரிந்து கொள்ளப்படு வோமோ என்று அச்சமடையாதீர்கள். உங்கள் பகைவர்களைப் பற்றி எண்ணிக் கொண்டு ஒரு நிமிடத்தைக்கூட வீண்டிக்காதீர்கள். நீங்கள் என்ன செய்ய விரும்புகிறீர்கள் என்பதில் உறுதியாக இருங்கள். அதன் பிறகு நீங்கள் திசைமாறிப் போகாமல், உங்கள் குறிக்கோளை நோக்கி நேராகச் செல்வீர்கள். நீங்கள் செய்ய விரும்புகின்ற மிகப்பெரிய அற்புதமான விஷயங்களில் உங்கள் மனத்தைச் செலுத்துங்கள். அதன் பிறகு, காலம் செல்லச்செல்ல உங்களை அறியாமலேயே உங்கள் விருப்பங்களை நிறைவேற்றி வைக்கும் நல்வாய்ப்புகளைத் தானாகப் பெற்றுக் கொள்வீர்கள். இது பவளப்பாறை உயிரினங்கள் தங்களுக்கு வேண்டியவற்றை கடந்து செல்லும் அலைகளிலிருந்து எடுத்துக் கொள்வதைப் போன்றது. நீங்கள் விரும்புகின்ற மிகவும் திறமையான, நேர்மையான, பயனுள்ள மனிதன் என்ற உருவத்தை உங்கள் உள்ளத்துக்குள் வரைந்து கொள்ளுங்கள்... நீங்கள் ஏற்கின்ற எண்ணங்கள் ஒவ்வொரு மணியிலும் கற்பனை செய்துபார்த்த அந்த குறிப்பிட்ட தனிநபர் உங்களுக்குள் உருவாக்கப்படுவார். எண்ணங்கள்தான் உயர்வானவை. உன்னதமானவை. துணிவான, வெளிப்படையான, நல்ல மகிழ்ச்சி நிறைந்த சரியான மனநிலையை நிலைநிறுத்திக் கொள்ளுங்கள். சரியான

எண்ணம்தான் புதியன உருவாக்கும். எல்லா விஷயங்களும் விருப்பத்தின் வழியாகத்தான் வருகின்றன. உண்மையான ஒவ்வொரு வேண்டுதலும் நிறைவேற்றப்படுகிறது. நம்முடைய மனம் எதில் நிலைத்திருக்கிறதோ அதைப் போலவே நாம் உருவாக்கப்படுகிறோம். முகத்தைத் தொங்கப்போட்டுக் கொள்ளாமல் முகத்தில் ஒளிநிறைத்து அழகூட்டுங்கள். புழுவின் கூட்டில் நாம் தான் முதல்வர்கள்.

பழங்கால சீனர்கள் மிகவும் புத்திசாலிகள். உலகாயத விஷயங்களில் அவர்கள் புத்திசாலிகள். அவர்கள் பயன்படுத்தும் ஒரு பொன்மொழியை வெட்டி எடுத்து நம் தொப்பிகளில் ஒட்டி வைக்க வேண்டும். அது இவ்வாறு கூறுகிறது: ''புன்னகை நிறைந்த முகத்தைப் பெறாதவன் வணிகம் செய்யக்கூடாது.''

உங்கள் புன்னகையே உங்கள் நல்லெண்ணத்தின் தூதுவர். அதைப் பார்க்கின்ற எல்லோரையும் அது பிரகாசமடையச் செய்கிறது. கடுகடுப்போடும், கோபத்தோடும், முகத்தைத் திருப்பிக்கொண்டும் செல்லும் பலரைப் பார்த்தவர்களுக்கு உங்கள் புன்னகை மேகத்தை விட்டு விலகும் சூரியனைப்போலப் பிரகாசிக்கும். குறிப்பாகத் தன்னுடைய மேலதிகாரிகள், தன்னுடைய வாடிக்கையாளர்கள், தன்னுடைய ஆசிரியர்கள் அல்லது பெற்றோர் அல்லது குழந்தைகள் ஆகியோரிடமிருந்து ஒருசிலர் அழுத்தத்திலிருக்கும்போது, ஒரு புன்னகை அவர்களை அவர்கள் நம்பிக்கையற்றவர்கள் அல்ல என்பதையும் உலகத்தில் மகிழ்ச்சி நிறைந்திருக்கிறது என்பதையும் உணர்வதற்கு உதவி செய்ய முடியும்.

சில ஆண்டுகளுக்கு முன்பு, நியூயார்க் நகரத்திலுள்ள ஒரு பெரிய பல்பொருள் கடை கிறிஸ்துமஸ் கூட்டம் மிகுதியால் தங்கள் விற்பனையாளர்கள் அழுத்தத்திலுள்ளார்கள் என்பதை உணர்ந்து கொண்டு பின் கண்ட வாசகங்கள் உள்ள ஒரு விளம்பரக் கையேட்டை அதன் விளம்பரமாக வாடிக்கையாளர்களுக்கு வழங்கியது:

கிறிஸ்துமஸ் நன்னாளில் ஒரு புன்னகையின் அரிய மதிப்பு

இதற்கு விலையேதும் கொடுக்கத் தேவையில்லை, ஆனால் இது விளைக்கும் பயன்கள் மிகமிக அதிகம்.

கொடுப்பவர்களுக்கு எந்தவித குறைவும் இல்லாமல், பெறுகின்றவர்களுக்கு மிகுந்த வளத்தை வழங்குகிறது. மின்னலைப் போல் தோன்றினாலும் மனத்தில் எப்போதும் நிலைத்திருக்கும் நினைவுகளை வழங்கும் உன்னதம் நிகழ்கிறது. இதைப் பெறவில்லை

என்றால் எவராலும் வளத்தோடு திகழ முடியாது. இதன் பயன்களால் யாரும் வளமும் குன்றுவதில்லை, ஆனால் இன்னும் அதிகமான வளத்தைப் பெறுகிறார்கள்.

இது இல்லத்தில் பெருமகிழ்ச்சியையும், வணிகத்தில் நல்லெண்ண உணர்வுகளையும் வளர்க்கிறது. நண்பர்களை அறிமுகப்படுத்தி முன்னிலைப்படுத்துகிறது.

களைப்படைந்தவர்களுக்கு ஓய்வாகவும், ஊக்கமிழந்தவர்களுக்கு உன்னத ஒளியாகவும், வருத்தமுற்றவர்களுக்கு மகிழ்ச்சிச் சூரியனின் மாறாத ஒளியாகவும் இது இருக்கிறது. துன்பங்களுக்கு இயற்கை வழங்கும் மாற்று மருந்தாக இது உள்ளது.

இருப்பினும் இதனை வாங்க முடியாது, பிச்சை எடுத்துப் பெற முடியாது அல்லது திருடிப்பெறவும் முடியாது. ஏனென்றால் மற்றவர்களுக்குக் கொடுக்கப்படும் வரை இது உலகாயதப் பொருளல்ல.

கிருஸ்த்மஸ் விழாக்கால கடைசி நேர விற்பனையில் எங்கள் விற்பனையாளர்களில் சிலர் மிகுந்த அலுப்பின் காரணமாக உங்களிடம் புன்னகை பூத்து மகிழ்விக்காமலிருக்கலாம், புன்னகைப் பூக்களை நீங்கள் வழங்குவீர்கள் என்று நாங்கள் கேட்டுக்கொண்டு மகிழலாமா?

ஏனென்றால் கொடுப்பதற்கு ஒன்றுமில்லாதவர்களுக்குத் தேவைப்படுவதால் வேறு எவருக்கும் அதிக அளவிலான புன்னகை தேவைப்படுவதில்லை!

கொள்கை 2

புன்னகை புரியுங்கள்.

3

நீங்கள் இதைச் செய்யவில்லையென்றால் நீங்கள் துன்பத்திற்கு ஆளாவீர்கள்

நியூயார்க்கில் 1898ஆம் ஆண்டிற்கு முன்னர், ராக்லேண்ட் கவுன்ட்டியில் ஒரு சோகமான நிகழ்வு நடந்தது. ஒரு குழந்தை இறந்துவிட்டது. அந்தக் குறிப்பிட்ட தினத்தில் அக்கம்பக்கத்தினர் இறுதி ஊர்வலத்திற்காக தயார் செய்து கொண்டிருந்தார்கள். ஜிம் ஃபார்லே தன்னுடைய குதிரைக்குப் பயிற்சி கொடுப்பதற்காகக் கொட்டகைக்குச் சென்றார். தரை முழுவதும் பனியால் மூடப்பட்டிருந்தது. காற்று குளிர்ந்தும் நச்சென்று நடுங்கச் செய்வதாகவும் இருந்தது. குதிரை கடந்த பல நாட்களாகவே பயிற்சி அளிக்கப்படாமலிருந்தது. அது தண்ணீர் தொட்டிக்குக் கொண்டு செல்லப்பட்டதால், அது விளையாட்டாக சுற்றிச் சுற்றி வந்து இரண்டு கால்களையும் உயரே தூக்கிக்கொண்டு தாக்கி உதைத்து ஜிம் ஃபார்லே கொல்லப்பட்டு விட்டார். ஆகவே அந்தச் சிறிய கிராமமான ஸ்டோனி பாயின்ட் அந்த வாரத்தில் ஒன்றுக்குப் பதிலாக இரண்டு இறுதி ஊர்வலங்களைக் கண்டது.

ஜிம் ஃபார்லே தனக்குப்பின் மனைவியையும் மூன்று மகன்களையும் சில நூறு டாலர்களான காப்புறுதிப் பணத்தையும் விட்டுச் சென்றார்.

பத்து வயதான அவரது மூத்த மகன் ஜிம், மண்ணைப் பிசைந்து அச்சுக்கட்டைகளில் வைத்து வெயிலில் காய வைத்து செங்கல் உருவாக்கும் செங்கல் சூலைக்கு வேலைக்குச் சென்றான். இந்தப் பையன் ஜிம் பள்ளிக்குச் சென்று படிக்கும் வாய்ப்பைப் பெறவில்லை. ஆனால் அவனுக்கு இயற்கையாக அமைந்த அறிவுத் திறமையைக் கொண்டு மக்கள் அவனை விரும்பச் செய்யும் வகையில் செயலாற்றுவதில் மிகுந்த ஆர்வம் கொண்டிருந்தான். ஆகவே அவன் அரசியலில் ஈடுபட்டான். ஆண்டுகள் செல்லச் செல்ல மக்களின்

பெயர்களை நினைவில் வைத்துக் கொள்ளும் ஒரு விசித்திரமான திறமையை வளர்த்துக் கொண்டான்.

அவன் ஒருபோதும் உயர்நிலைப்பள்ளியின் உள்பக்கத்தைக் கூடப் பார்த்திருக்கவில்லை. ஆனால் நாற்பத்தாறு வயது ஆவதற்கு முன்பே, நான்கு கல்லூரிகள் அவருக்கு கௌரவ டாக்டர் பட்டம் கொடுத்து கௌரவித்தன. டெமாக்ரடிக் நேஷனல் கமிட்டியின் தலைவராகவும் அமெரிக்காவின் அஞ்சல்துறைத் தலைவராகவும் ஆகிவிட்டார்.

நான் ஒரு முறை ஜிம் ஃபார்லேயை பேட்டி கண்டு அவரது வெற்றியின் ரகசியம் என்ன என்று கேட்டேன். ''கடின உழைப்பு'' என்று அவர் கூறினார். ''பரிகசிக்காதீர்கள்'' என்று நான் சொன்னேன்.

பிறகு அவர் என்னிடம் வெற்றிக்கான காரணம் என்று நான் எதை நினைக்கிறேன் என்று கேட்டார். ''பத்து ஆயிரம் மக்களின் பெயர்களை முதல் பெயருடன் அழைக்க உங்களால் முடியும் என்பதை நான் புரிந்து கொண்டுள்ளேன்'' என்று அவருக்கு பதில் கூறினேன்.

''இல்லை. நீங்கள் சொல்வது தவறு. ஐம்பது ஆயிரம் மக்களின் பெயர்களை முதல் பெயருடன் அழைக்க என்னால் முடியும்'' என்று அவர் கூறினார்.

இதைப்பற்றி தவறு செய்யாதீர்கள். 1932ஆம் ஆண்டில் வெள்ளை மாளிகையில் அவர் ரூஸ்வெல்டின் தேர்தல் வேலைகளை நிர்வகித்துக் கொண்டிருந்த போது, ஃப்ராங்க்ளின் டி. ரூஸ்வெல்டை வெள்ளை மாளிகையில் அமர்த்த மிஸ்டர். ஃபார்லேயின் இந்த அரிய திறமை உதவியது.

ஜிம் ஃபார்லே ஒரு ஜிப்சம் கம்பெனிக்காக விற்பனையாளராகப் பணியாற்றிய ஆண்டுகளில், அவர் ஸ்டோனி பாய்ண்ட் இல் நகர எழுத்தராக இருந்தபோது, பெயர்களை நினைவில் கொள்வதற்கு ஒரு முறையை உருவாக்கினார்.

ஆரம்பத்தில் இது மிகவும் எளிதாக இருந்தது. புதிய அறிமுகங்களை அவர் சந்திக்கும் போது, அவர் அவர்களின் முழுப்பெயர், அவர்களைப் பற்றிய அவர்களின் குடும்பம், வியாபாரம், அரசியல் கருத்துக்கள் ஆகியவற்றைப் பற்றிய சில உண்மைகளைத் தெரிந்து கொண்டார். இவற்றையெல்லாம் தன்னுடைய மனத்தில் ஒரு படம் போல் பதிய வைத்துக் கொண்டார். அடுத்தமுறை ஒரு ஆண்டு கழித்து என்றால் கூட, அவரைச் சந்திக்கும் போது, அவரோடு கைகுலுக்கி வாழ்த்திவிட்டு, அவருடைய குடும்பத்தைப் பற்றி விசாரித்து, அவருடைய வீட்டுத் தோட்டத்தில் இருக்கும் வண்ண மலர்ச்செடியைப் பற்றிக்கூட விசாரிக்க முடிந்தது. அவர் தொடர்ந்து

இதை மேம்படுத்திக் கொண்டதால் இதில் வியப்பில்லை!

ஜனாதிபதி தேர்தலுக்கான ரூஸ்வெல்டின் தேர்தல் பணிகள் தொடங்குவதற்கு பல மாதங்கள் முன்பாகவே மேற்கு மற்றும் வடமேற்கு மாநிலங்கள் முழுவதிலுமுள்ள மக்களுக்கு ஒரு நாளைக்கு நூற்றுக்கணக்கான கடிதங்கள் ஜிம் ஃபார்லே எழுதினார். அதன் பிறகு அவர் மிகவும் ஆர்வமாகவும் வேகமாகவும் பயணம் செய்து பத்தொன்பது நாட்களில் பன்னிரெண்டாயிரம் மைல்கள் குதிரைப்பயணம், சாலைப்பயணம், படகுப்பயணம், ரயில்பயணம் ஆகியவற்றைச் செய்து இருபது மாநிலங்களில் பணிகள் செய்து முடித்தார். ஒரு நகரத்தில் இறங்கி, மக்களை மதிய உணவு அல்லது காலை உணவு நேரத்திலோ, தேநீர் அல்லது இரவு உணவு நேரத்திலோ, சென்று சந்தித்து ''மனம் திறந்த உரை'' நிகழ்த்தி பிரச்சாரம் செய்தார். அதன் பிறகு உடனேயே அடுத்த பயணத்திற்கு தயாராவார்.

கிழக்குப் பகுதிக்கு வந்த உடனேயே தான் பயணம் செய்த ஒவ்வொரு நகரத்திலும் ஒருவர் என்று தேர்ந்தெடுத்துக் கடிதம் எழுதினார். அதில் அந்த ஊரில் அவரது உரையைக் கேட்டவர்களின் பட்டியலைக் கேட்டு எழுதினார். அவர் சேகரிக்கும் இறுதிப்பட்டியல் ஆயிரக்கணக்கான பெயர்களைக் கொண்டிருக்கும். இருந்த போதிலும் அந்தப் பட்டியலில் உள்ள ஒவ்வொரு நபருக்கும் தக்கவகையில் புகழ்ந்துரைத்துத் தனிப்பட்ட முறையில் ஜேம்ஸ் ஃபார்லே கடிதம் எழுதினார். அந்தக் கடிதங்கள் ''அன்பான பில்'' என்றோ ''அன்பான ஜேன்'' என்றே தொடங்கப்பட்டு ''ஜிம்'' என்று கையொப்பமிட்டு எழுதப்பட்டிருந்தன.

சாதாரண மக்கள் உலகத்தில் உள்ள ஒட்டுமொத்த அனைத்து பெயர்களையும் விடவும் தன் சொந்தப் பெயரில் தான் அதிக ஆர்வமும் அக்கறையும் கொண்டுள்ளனர் என்பதை தன் இளம்வயதிலேயே ஜிம் ஃபார்லே கண்டுபிடித்துவிட்டார். பெயரை நினைவில் வைத்துக்கொண்டு அதைக்கொண்டு எளிதாக அழைத்தால் நீங்கள் அவருக்கு மிகப்பெரிய நல்வாழ்த்தைத் தெரிவிக்கிறீர்கள். ஆனால் பெயரை மறந்து விட்டாலோ அல்லது தவறாக உச்சரித்து விட்டாலோ நீங்கள் உங்களை பயனற்ற வழியாக ஆக்கிக் கொள்கிறீர்கள். உதாரணமாக, நான் பாரிஸில் பொது மேடைப்பேச்சில் ஒரு பயிற்சி வகுப்பு நடத்தினேன். அந்த நகரத்தில் உள்ள அமெரிக்கர்கள் அனைவருக்கும் வடிவமைத்த கடிதங்களை அனுப்பினேன். ஆங்கிலத்தில் போதுமான அறிவில்லாத ஃப்ரெஞ்சு தட்டச்சர்கள் கடிதங்களில் அவர்களின் பெயர்களைத் தவறாக தட்டச்சு செய்துவிட்டனர். பாரிஸில் உள்ள மிகப்பெரிய அமெரிக்க

வங்கி ஒன்றின் மேலாளர் தன்னுடைய பெயர் கடிதத்தில் தவறாக எழுதப்பட்டு விட்டதால் மிகவும் கோபத்துடன் கடிதம் எழுதினார்.

சில நேரங்களில் பெயரை, குறிப்பாக உச்சரிக்க மிகவும் கடினமாக இருக்கும் பெயரை நினைவில் வைத்துக் கொள்வது கடினமாக இருக்கிறது. அதைக் கற்றுக் கொள்வதற்கு முயல்வதைவிட பலர் அதனை அப்படியே விட்டு விடுகிறார்கள் அல்லது ஒரு செல்லப்பெயரைக் கொண்டு அவர்களை அழைக்கிறார்கள். சித் லீவி சில காலத்திற்கு முன் ஒரு வாடிக்கையாளரைச் சந்தித்தார். அவருடைய பெயர் மிஸ்டர். நிகோடேமுஸ் பபடௌலோஸ் என்பதாகும். அநேக மக்கள் அவரை ''நிக்'' என்ற செல்லப்பெயரில் அழைத்தனர். லீவி ஒருமுறை என்னிடம் இவ்வாறு கூறினார்: ''நான் அவரைச் சந்திப்பதற்கு முன், நான் சிறப்பான முயற்சி செய்து அவருடைய பெயரை பலமுறை உச்சரித்து பயிற்சி செய்தேன். நான் அவரைச் சந்தித்து அவரது முழுப்பெயரை 'மிஸ்டர். நிகோடேமுஸ் பபடௌலோஸ்' என்று கூறி வாழ்த்துத் தெரிவித்த போது, அவர் ஆச்சரியத்தில் திளைத்துவிட்டார். அவர் பலநிமிடங்கள் பதில் பேசாமல் அமைதியாகி விட்டார். இறுதியாக தன் கண்களில் கண்ணீர் பொங்க, 'மிஸ்டர் லீவி, இந்த நாட்டில் வசித்து வரும் இந்த பதினைந்து ஆண்டுகளில், ஒருவர் கூட என் முழுப்பெயரையும் முதல் பெயரோடு சரியாக கூறியதில்லை' என்று நெகிழ்ந்து கூறினார்.

ஆன்ட்ரூ கார்னகியின் வெற்றிக்கான காரணம் என்ன?

அவர் இரும்புத் தொழிலில் மன்னர் என்று அழைக்கப்பட்டார்; இரும்பு உற்பத்தியைப் பற்றி அவருக்கு சிறிதளவே தெரியும். இரும்புத் தொழிலில் அவருக்குத் தெரிந்ததைவிட பல மடங்கு அதிகம் தெரிந்தவர்களை நூற்றுக்கணக்கில் அவர் பெற்றிருந்தார்.

ஆனால் மக்களை எப்படிக் கையாள்வது என்பதைப் பற்றி மிகவும் நன்றாக அறிந்திருந்தார். அதுதான் அவரை செல்வந்தராக்கியது. வாழ்க்கையின் ஆரம்பகாலத்தில் அவர் நிறுவன அமைப்பு பற்றியும் தலைமைப் பண்புகள் பற்றியும் ஆர்வம் கொண்டிருந்தார். அவர் பத்து வயதாயிருக்கும் போதே, மக்கள் சொந்தப்பெயரில் எவ்வளவு தூரத்திற்கு ஆர்வம் வைத்துள்ளார்கள் என்பதைப் பற்றிக் கண்டுபிடித்து விட்டார். அந்தக் கண்டுபிடிப்பை ஒத்துழைப்பை வெற்றி கொள்வதற்கு அவர் பயன்படுத்தினார். இதனை நிரூபணமாகக் காண்பதற்கு: ஸ்காட்லேண்ட் பள்ளியில் அன்று இருந்த போது, ஒரு தாய்முயலைப் பிடித்துவிட்டான். ப்ரெஸ்டோ! விரைவிலேயே கூண்டு முழுவதும் முயல்குட்டிகள் நிறைய ஆரம்பித்தன. அவற்றிற்கு

உணவளிப்பதற்கு எதுவும் கிடைக்கவில்லை. அக்கம்பக்கத்திலிலுள்ள ஆண்களையும் பெண்களையும் அழைத்து அவற்றிற்கு தீவனப்புல்லும் மஞ்சள் மலர் செடிகளும் உணவாகக் கொண்டு வந்து கொடுத்தால் அந்த முயல்களுக்கு அவர்களின் பெயரைச் சூட்டிப் பெருமைப்படுத்துவதாகக் கூறினான்.

இந்த திட்டம் மாயா ஜாலம் போல வேலை செய்தது. இதனை கார்னகி ஒருபோதும் மறக்கவில்லை.

ஆண்டுகள் கடந்த பின்னர், இதே மனோதத்துவத்தை வணிகத்திலும் பயன்படுத்தி மில்லியன் கணக்கில் சம்பாதித்தார். உதாரணமாக, பென்சில்வேனியா ரயில்ரோட் நிறுவனத்திற்கு இரும்பு தண்டவாளங்கள் விற்க அவர் விரும்பினார். ஜெ. எட்கார் தாம்சன் அப்போது பென்சில்வேனியா ரயில்ரோட் நிறுவனத்திற்குத் தலைவராக இருந்தார். ஆகவே ஆன்ட்ரூ கார்னகி ஒரு பெரிய ஸ்டீல் மில்லை உருவாக்கி அதற்கு ''எட்கார் தாம்சன் ஸ்டீல் ஒர்க்ஸ்'' என்று பெயரிட்டார்.

இங்கே ஒரு புதிர் இருக்கிறது. உங்களால் யூகிக்க முடிகிறதா என்று பாருங்கள். பென்சில்வேனியா ரயில்ரோட் இரும்பு தண்டவாளங்கள் தேவையில் இருந்த போது யாரிடம் வாங்கினார்கள் என்று நீங்கள் நினைக்கிறீர்கள்? அவற்றை ஜெ. எட்கார் தாம்சன் வாங்கினார் என்று நினைக்கிறீர்களா? . . . சியர்ஸிலிருந்தா, ரோபக்கிடமிருந்தா? நீங்கள் நினைப்பது தவறு. மீண்டும் யோசித்துப் பாருங்கள்.

கார்னகியும் ஜார்ஜ் புல்மேனும் ரயில்ரோட் தூங்கும் வசதிப்பெட்டி வழங்குவதற்கு ஒருவருக்கொருவர் தங்கள் பெருமையை நிலைநாட்டப் போராடும் போது, இரும்புத் தொழில் மன்னர் மீண்டும் முயல்கள் வழி கற்ற பாடத்தை நினைவுபடுத்திக் கொண்டார்.

ஆன்ட்ரூ கார்னகியின் கட்டுப்பாட்டிலிருந்த சென்ட்ரல் ட்ரான்ஸ்போர்டேஷன் கம்பெனி புல்மேனுக்குச் சொந்தமான கம்பெனியுடன் ஒன்றுக்கொன்று முட்டி மோதிக் கொண்டிருந்தது. அவை இரண்டுமே படுக்கை வசதிப்பெட்டி வணிகத்தை யூனியன் பஸிஃபிக் ரயில்ரோட் கம்பெனியிடமிருந்து பெறுவதற்காக, ஒன்றுக்கொன்று நெளிந்து வளைந்து கொண்டும், விலைகளை தாறுமாறாகக் குறைத்துக் கொண்டும், லாபத்தை எல்லா வகையிலும் அழித்துக் கொண்டும் போராடிக் கொண்டிருந்தன. கார்னகி, புல்மேன் ஆகிய இருவருமே யூனியன் பஸிபிக்கின் நிர்வாகக்குழு இயக்குநர்களைச் சந்திக்க நியூயார்க் சென்றனர். செயின்ட் நிகோலஸ் ஹோட்டலில் ஒருநாள் மாலை நேரத்தில் இருவரும் சந்தித்த போது,

கார்னகி, ''மாலை வணக்கம் மிஸ்டர். புல்மேன், நாம் இருவருமே ஒருவரை ஒருவர் நம்மையே முட்டாள்களாக்கிக் கொண்டிருக்கிறோம் அல்லவா?'' என்று கூறினார்.

''நீங்கள் எதைக் குறிப்பிடுகிறீர்கள்?'' என்று புல்மேன் கண்டிப்புடன் கேட்டார்.

பிறகு கார்னகி தன் மனத்தில் உள்ளதை, இருவரின் தேவைகளையும் ஒன்றிணைக்கும் எண்ணத்தை வெளிப்படுத்தினார். ஒருவருக்கொருவர் எதிரெதிராக வேலை செய்வதை விடுத்து, ஒன்றிணைந்து செயல்படுவதில் உள்ள மிக்க பயன்களை பிரகாசமான விதிமுறைகளுடன் விளக்கிக் கூறினார். ஆனால் அவர் முற்றிலுமாகத் திருப்தி அடையவில்லை. ''அப்படியானால் புதிய கம்பெனியை என்ன மாதிரி நீங்கள் அழைப்பீர்கள்?'' என்று கேட்டார். கார்னகி மிகச்சரியாக உடனேயே,'' ஏன் புல்மேன் பேலஸ் கார் கம்பெனி என்று அழைக்கலாமே'' என்றார்.

புல்மேனின் முகம் பிரகாசமடைந்தது. ''என்னுடைய அறைக்குள் வாருங்கள்'' என்று அவர் கூறினார். ''இதைப்பற்றி நாம் பேசுவோம்'' என்று தொடர்ந்தார். அந்தப் பேச்சுவார்த்தை தொழில்துறை வரலாற்றை உருவாக்கிவிட்டது.

தன்னுடைய நண்பர்களின், வணிகக் கூட்டாளிகளின் பெயர்களை நினைவில் வைத்துப் பெருமைப்படுத்துவது என்ற அவருடைய கொள்கை தான் ஆன்ட்ரூ கார்னகியின் தலைமைபொறுப்பிற்கான வெற்றி ரகசியங்களில் ஒன்றாகும். தொழிற்சாலை பணியாளர்களில் மிகப்பலரின் பெயர்களை அவர்களது முதல் பெயரோடு முடியும் என்பதில் அவர் மிகுந்த பெருமிதம் கொண்டிருந்தார். அவர் தனிப்பட்ட வகையில் பொறுப்பாளராக இருந்த காலங்களில் எந்தவித வேலை நிறுத்தமும் இல்லாமல் இரும்பு உருக்கு ஆலைகள் இடையீடின்றி இயங்கின என்பதில் அவர் மிகுந்த பெருமிதம் கொண்டிருந்தார்.

டெக்ஸாஸ் காமர்ஸ் பேங்க் ஷேர்ஸின் தலைவரான பென்டன் லவ் ஒரு நிறுவனம் பெரியதாகும் போது, அதன் செயல்திறன் குறைந்து விடுகின்றது என்று நம்புகிறார். ''அதனை செயலூக்கம் மிக்கதாக்குவதற்கான ஒரு வழி, மக்களின் பெயர்களை நினைவுபடுத்திக் கொள்வது தான்'' என்று கூறி தொடர்ந்து, ''ஒரு நிர்வாகி என்னிடத்தில் அவர் பெயர்களை நினைவுபடுத்த இயலவில்லை என்று சொல்லும் அதே சமயத்தில் வணிகத்தின் மிக முக்கியமான பகுதியை நினைவுபடுத்த இயலவில்லை என்றும்

கூறுகிறார். அவர் புதைமணலில் செயல்பட்டுக் கொண்டிருக்கிறார்'' என்றும் கூறினார்.

டி.டபிள்யூ.ஏ நிறுவனத்திற்கான உதவியாளரான கலிஃபோர்னியாவின் ராங்கோ பலோஸ் வெர்டெஸ் என்பவள் தன் பணி அறைப்பகுதியில் உள்ள பயணிகளின் பெயர்களில் அதிகமானவர்களின் பெயர்களை அறிந்து கொண்டு அவர்களுக்குச் சேவை செய்யும் போது அந்தப் பெயர்களைப் பயன்படுத்துவதை ஒரு பயிற்சி போலவே மேற்கொண்டாள். இது அவளுடைய சேவை பற்றிய பல பாராட்டுகளை அவளுக்கு நேரடியாகவும் அவளது விமானக் கம்பெனிக்கும் வழங்குவதில் இட்டுச் சென்றது. ஒரு பயணி, ''சில காலம் டி.டபிள்யூ.ஏ விமானங்களில் பயணிக்காமல் இருந்தேன். ஆனால் இன்று முதல் டி.டபிள்யூ.ஏ விமானங்களைத் தவிர வேறு எதிலும் பயணிக்கப் போவதில்லை. நீங்கள் உங்கள் விமான சேவையைத் தனித்துவமிக்கதாக மிகவும் தனிப்பட்ட சேவை மிக்கதாக என்னை உணர வைத்து விட்டீர்கள். எனக்கு அதுதான் மிக முக்கியம்'' என்று எழுதினார்.

மக்கள் தங்கள் பெயரைப்பற்றி மிகுந்த பெருமிதம் கொள்பவர்களாகவும் எக்காரணத்தைக் கொண்டும் அதனை நிலை நிறுத்தவும் முயற்சிக்கிறார்கள். பொறி பறக்கும் கோபக்காரரும், கடுமையானவருமான பழைய பி. டி. பர்னம் என்ற அவருடைய காலத்தில் மிகப்பெரிய அரங்கக்காட்சி நடத்துபவராகத் திகழ்ந்தவர் மிகவும் ஏமாற்றமடைந்திருந்தார். ஏனென்றால் அவருக்குப் பெயரைச் சொல்ல ஆண்மக்கள் யாருமில்லை. அவர் தன்னுடைய பேரனான சி.எச்.சீலே என்பனிடம் தன்னுடைய பெயரை அவன் பெயருடன் இணைத்து ''பர்னம்'' சீலே என்று தன்னை அழைத்துக் கொள்ள வேண்டுமென்று வற்புறுத்தி 25,000 டாலர்கள் கொடுத்தார்.

பல நூற்றாண்டுகளுக்கு முன், பிரபுக்களும், பிரபலமானவர்களும் கலைஞர்கள், இசைவல்லுநர்கள், எழுத்தாளர்களை ஆதரித்து வந்தனர். ஏனென்றால் அவர்களின் படைப்பாக்கங்கள் அவர்களுக்கு அர்பணிக்கப்படும் என்பதால் தான்.

தங்கள் பெயர் தங்கள் இனத்தினரின் நினைவிலிருந்து மறைந்து விடும் என்பதைத் தாங்கிக் கொள்ள முடியாத மக்களுக்கு, நூலகங்களும் அருங்காட்சியகங்களும் தங்களுடைய மிகப்பெரிய வசூல் வருவாய்க்கு இந்த வகையில் கடன்பட்டுள்ளன. நியூயார்க் பொது நூலகம் அதன் அஸ்டார் மற்றும் லினக்ஸ் வசூல்களைப் பெற்றுள்ளது. மெட்ரோபாலிடன் அருங்காட்சியகம் பெஞ்ஜமின் மற்றும் ஜே.பி. மோர்கன் பெயர்களை நிலைநிறுத்தி வைத்துள்ளது.

ஒவ்வொரு தேவாலயத்திலுமுள்ள அழகழகான ஜன்னல் கண்ணாடிகள் அவற்றின் உயபதாரர்களின் பெயரைத் தாங்கியுள்ளன. பெரும்பாலான பல்கலைக்கழக வளாகங்களில் உள்ள மிகுதியான கட்டிடங்கள் கட்டுமானத்திற்கு அதிகமாகத் தொகை கொடுத்தவர்களின் பெயர்களை அவர்களுக்கு மதிப்பளித்து சூட்டப்பட்டுள்ளது.

மக்களில் பலர் பெயர்களை நினைவு வைத்துக் கொள்ளாமைக்கு சாதாரணமான காரணம் அவர்கள் அதில் கவனம் செலுத்தித் திரும்பச் சொல்லிப்பார்த்து மனத்தில் நிலைநிறுத்தி வைப்பதற்குத் தேவையான தங்கள் நேரத்தையும் சக்தியையும் செலவழிப்பதில்லை என்பது தான். அவர்கள் தங்களுக்குத் தானே சமாதானம் சொல்லிக் கொள்கிறார்கள். தங்களுக்கு நேர அவகாசம் இல்லை என்கிறார்கள்.

ஆனால் அவர்கள் ஃப்ராங்க்ளின் டி. ரூஸ்வெட்டை விட செயல்படப் போதிய நேரம் இல்லாதவர்கள் இல்லை. அவர் தான் தொடர்பு கொண்ட ஒரு மெக்கானிக்கின் பெயரைக்கூட நினைவில் வைத்துத் திரும்ப நினைவுக்குக் கொண்டு வருவதற்கான முயற்சியில் தன் நேரத்தைச் செலவழித்தார்.

நிரூபிப்பதற்கு: மிஸ்டர். ரூஸ்வெல்டின் கால்கள் சரிவர இயங்க முடியாமல் போனதால் சாதாரண காரில் பயணிக்க முடியாததால் க்ரிஸ்லர் நிறுவனம் ஒரு சிறப்பான காரை அவருக்காக உருவாக்கியது. டபிள்யூ. எஃப். சேம்பர்லைன் மற்றும் ஒரு மெக்கானிக் வெள்ளை மாளிகைக்கு வந்து அந்தக் காரைக் கொடுத்தார்கள். மிஸ்டர். சேம்பர்லைன் தன் சொந்த அனுபவத்தை வெளிப்படுத்திய கடிதம் ஒன்றை உங்கள் முன் வைக்கிறேன். ''ஜனாதிபதி ரூஸ்வெல்டுக்கு நான் வழக்கத்திற்கு மாறான கருவிகள் இருந்த அந்தக் காரைக் கையாண்டு ஓட்டுவதற்குக் கற்றுக் கொடுத்தேன். ஆனால் அவர் மக்களை எப்படிக் கையாள்வது என்பதைப் பற்றி எனக்குக் கற்றுக் கொடுத்தார்.''

''வெள்ளை மாளிகையில் சந்தித்த போது, ஜனாதிபதி மிகுந்த திருப்தியும் மகிழ்ச்சியும் அடைந்தார். அவர் என்னைப் பெயர் சொல்லி அழைத்து, என்னை மிகவும் வசதியாக இருக்கும்படிச் செய்து, நான் காட்டிச் சொல்ல வேண்டிய தகவல்கள் அனைத்திலும் முற்றிலும் ஆர்வம் கொண்டு இருந்தார் என்பதில் குறிப்பாக என்னைக் கவர்ந்தார். முற்றிலும் கைகளாலேயே இயக்கும் வகையில் அந்தக் கார் வடிவமைக்கப்பட்டிருந்தது. அந்தக் காரைப் பார்ப்பதற்கு அங்கே ஒரு கூட்டம் கூடிவிட்டது. அப்போது அவர் இவ்வாறு கூறினார்: 'இது மிகவும் அற்புதமானது என்று நான் நினைக்கிறேன். நீங்கள் செய்ய வேண்டியதெல்லாம் ஒரு பட்டனைத் தொட்டுவிட வேண்டியது தான்

உடனே கார் நகரத் தொடங்கி விடுகிறது. எந்தவித சிரமமுமில்லாமல் அதனை நீங்கள் ஓட்ட முடியும். இது மிகவும் சிறப்பானது என்று நினைக்கிறேன். இதை எது இவ்வாறு இயக்க வைக்கிறது என்பது எனக்குத் தெரியவில்லை. இதைப் பிரித்துப் பார்த்து இது எவ்வாறு இயங்குகிறது என்பதை அறிய நான் விரும்புகிறேன்.'

''ரூஸ்வெல்டின் நண்பர்களும் கூட்டாளிகளும் மெக்கானிக்கை வியந்து பாராட்டிய போது, அவர்களின் முன்னிலையில் அவர் இவ்வாறு கூறினார்: 'மிஸ்டர் சேம்பர்லைன், இந்த காரை வடிவமைப்பதில் நீங்கள் செலவிட்ட நேரத்தையும் முயற்சியையும் நிச்சயமாக நான் எப்பொழுதும் பாராட்டுவேன். இது மிகவும் திறமையான அழகான வேலை.' அவர் ரேடியேட்டர், சிறப்பான பின்பார்வை கண்ணாடி மற்றும் கடிகாரம், சிறப்பான விளக்கு, இருக்கைகளை அலங்கரித்த விதம், ஓட்டுநர் இருக்கையை சிறப்புடன் உட்காரும் வகையில் உருவாக்கியிருந்த நிலை, ஒவ்வொரு பெட்டியிலும் அவருடைய இலட்சனையைப் பொறித்து அவற்றை சிறப்பாக பொருத்தியிருந்த நேர்த்தி, ஆகியவற்றை வியந்து பாராட்டினார். வேறு வகையில் சொல்வதென்றால், நான் கவனம் செலுத்தி உருவாக்கிய அனைத்திலும் விவரமாகக் கவனித்துப் பார்த்துள்ளார். இவற்றையெல்லாம் திருமதி. ரூஸ்வெல்ட், அவருடைய தொழிலாளர் துறைச் செயலாளரும் அவரது தனிச்செயலாளருமான செல்வி. பெர்கின்ஸ் ஆகியோரது கவனத்திற்கும் பாராட்டிற்கும் இவற்றைத் தெரியப்படுத்தி வியந்தார். அவர் வெள்ளை மாளிகையில் உள்ள வயதான போர்ட்டரையும் அழைத்து, 'ஜார்ஜ், நீ இந்த பெட்டிகளின் மீது சிறப்பான கவனம் செலுத்துவதற்கு விரும்புவாய்' என்று கூறி பெருமிதம் கொண்டார்.

''இந்தக் கார் ஓட்டும் பயிற்சிப் பாடம் முடிந்தவுடன் ஜனாதிபதி என்னிடத்தில் திரும்பி, இவ்வாறு கூறினார்: 'நன்று, மிஸ்டர். சேம்பர்லைன், ஃபெடரல் ரிசர்வ் போர்டு பங்கேற்பாளர்களை முப்பது நிமிடங்களாகக் காத்திருக்கச் செய்துவிட்டேன். நான் இப்போது என் வேலைக்குத் திரும்பலாம் என்று நினைக்கிறேன்.'

''நான் வெள்ளை மாளிகைக்கு என்னுடன் ஒரு மெக்கானிக்கை அழைத்துச் சென்றிருந்தேன். ரூஸ்வெல்ட் வந்த போது அவரை அறிமுகப்படுத்தி இருந்தோம். அவர் ஜனாதிபதியிடம் எதுவும் பேசவில்லை ஆனால் அவரின் பெயரை ஜனாதிபதி ஒருமுறை மட்டுமே கேட்டிருந்தார். அவர் ஒரு கூச்ச சுபாவமுள்ள பையன். அவர் பின்னுக்குத் தான் நின்றிருந்தார். ஆனால் ஜனாதிபதி எங்களை விட்டுச் செல்வதற்கு முன் மெக்கானிக்கைப் பார்த்துப் பெயர் சொல்லி அழைத்துக் கை குலுக்கிவிட்டு வாஷிங்டனுக்கு வந்ததற்காக

அவருக்கு நன்றி தெரிவித்தார். அவருடைய நன்றி தெரிவித்தலில் அக்கறை மிகுந்திருந்தது. அவர் சொன்னதை உளமாறச் சொன்னார். அதை என்னால் உணர முடிந்தது.

''நியூயார்க்குக்குத் திரும்பி வந்த சில நாட்களுக்குப் பிறகு, ஜனாதிபதி ரூஸ்வெல்ட் கையெழுத்திட்ட புகைப்படம் ஒன்று என்னுடைய உதவிக்காக நன்றி தெரிவிக்கும் குறிப்பு எழுதப்பட்டு வந்து சேர்ந்தது. இதையெல்லாம் செய்வதற்கு அவருக்கு எப்படி நேரம் கிடைக்கிறது என்பது எனக்கு வியப்பாக இருந்தது.''

நல்லெண்ணத்தைப் பெறுவதற்கு உள்ள வழிகளில் மிகவும் சாதாரணமானதாகவும் வெளிப்படையானதாகவும் முக்கியமானதுமான ஒன்று பெயர்களை நினைவில் வைத்துக் கொள்வதும் அவர்களை முக்கியமானவர்களாகக் கருதச் செய்வது தான் என்று ஃப்ராங்க்ளின் ரூஸ்வெல்ட் தெரிந்து வைத்திருந்தார். இருப்பினும் நம்மில் எத்தனை பேர் இதனைச் செய்கிறோம்?

நாம் ஒரு புதியவருக்கு அறிமுகப்படுத்தி வைக்கும் போது, பாதி நேரங்களில் நாம் சில நிமிடங்கள் பேசிவிட்டு வருகிறோம். நாம் அவர்களை விட்டுப் பிரிந்து வரும் போது அவர்களின் பெயர்களைக்கூட நினைவில் வைத்துக் கொள்வதில்லை.

ஒரு அரசியல்வாதி கற்கின்ற முதல் பாடங்களில் ஒன்று இதுதான்: ''வாக்காளர்களின் பெயர்களை நினைவில் வைத்திருந்து வெளிப்படுத்துவது ராஜதந்திரத் திறமை. பெயரை மறந்துவிடுவது அவர்களை மறந்துவிடுவது தான்.''

அரசியலில் இருப்பதைப் போலவே, பெயர்களை நினைவில் வைத்து மீண்டும் நினைவுபடுத்துவது வணிகம் மற்றும் சமூகத் தொடர்புகளிலும் முக்கியமானது.

பெரிய நெப்போலியனின் உறவினரும் ஃபிரான்சின் சக்கரவர்த்தியுமான மூன்றாம் நெப்போலியன் தன்னுடைய அத்தனை அரசியல் கடமைகளுக்கிடையிலும் தான் சந்தித்த ஒவ்வொரு நபரின் பெயரையும் தன்னால் நினைவில் வைத்துக்கொள்ள முடியும் என்பதைப் பெருமை பொங்க கூறுவார்.

அவருடைய உத்தி என்ன? மிகவும் எளிதானது. அவர் யாருடைய பெயரையாவது தெளிவாகக் கேட்க முடியவில்லை என்றால், அவர், ''மன்னிக்கவும். அந்தப் பெயரை என்னால் தெளிவாக அறிய முடியவில்லை'' என்று கூறினார். பிறகு அது வழக்கத்திற்கு மாறாக உள்ள பெயராக இருந்தால், ''அதை எப்படி உச்சரிக்க வேண்டும்?'' என்று கேட்டுத் தெரிந்து கொள்வார்.

உரையாடல்களின் போது, அந்தப் பெயர்களை பலமுறை

சொல்லிப் பார்ப்பார். அந்தப் பெயர் கொண்ட நபரின் சிறப்பு குணங்கள், பேச்சுமுறை, பொதுவான தோற்றம் ஆகியவற்றுடன் ஒப்பிட்டுப் பார்த்து நினைவில் வைத்துக்கொள்வார்.

அந்த நபர் மிகவும் முக்கியமானவர் என்றால் சிறப்பான முயற்சி எடுத்து கஷ்டப்பட்டு நினைவில் இருத்துவார். மாண்புமிகு சக்கரவர்த்தி தனிமையில் இருக்கும் போது, ஒரு சிறிய தாளில் அந்தப் பெயரை எழுதி, அதைக் கவனமாகப் பார்த்துக் கொண்டிருந்துவிட்டு, அதில் அதிக அக்கறை கொண்டு நோக்கிவிட்டு, தன் மனத்தில் நிலையாக இருத்தியபின் அந்தத் தாளைக் கிழித்துவிடுவார். இதன் மூலம் கண்பார்வை வழியாகவும் கேள்விப்புலன் வழியாகவும் ஒரு சிறந்த பதிவினைத் தன்னுள் ஏற்படுத்திக் கொள்வார்.

இவையெல்லாம் நேரத்தை எடுத்துக் கொள்ளும். ஆனால் ''நல்ல பழக்கங்கள் சில சிறிய தியாகங்களால் உருவாகிறது'' என்று எமர்சன் கூறினார்.

பெயர்களை நினைவில் வைத்துக் கொள்வதும் அதைப் பயன்படுத்துவதும் என்பது மன்னர்களுக்கும் உயர்நிலை தொழில் துறையினருக்கும் மட்டும் சிறப்பானது என்பது இல்லை. இது நம் அனைவருக்குமே பயன் கொடுக்கும். இண்டியானாவில் உள்ள ஜெனரல் மோட்டார்ஸ் நிறுவனத்தின் ஒரு தொழிலாளியான கென் நாட்டிங்ஹாம் வழக்கமாக மதிய உணவை கம்பெனி உணவகத்தில் சாப்பிடுவார். கவுண்ட்டருக்குப் பின் இருந்து பணியாற்றிய பெண் தன் முகத்தில் கோப உணர்வுடன் இருப்பதை அவர் கவனித்தார். ''அவள் ஏறக்குறைய இரண்டு மணி நேரம் எடுத்துக்கொண்டு சாண்ட்விச் செய்தாள். நானும் ஒரு சாண்ட்விச் என்று அவள் நினைத்துக் கொண்டாள். அவளிடம் எனக்கு வேண்டியதைக் கூறினேன். பன்றி இறைச்சியை ஒரு தராசில் நிறுத்து எடுத்து, ஒரு துண்டு கீரை உணவும், சிறிதளவு உருளைக்கிழங்கு சிப்ஸும் வைத்து என்னிடம் கொடுத்தாள்.

''அடுத்த நாள் அதே வரிசையில் நான் நின்று சென்று கொண்டிருந்தேன். அதே பெண் அதே மாதிரி கோபத்துடன் இருந்தாள். ஒரே ஒரு வித்தியாசம் நான் அவளது பெயரைக் கவனித்துவிட்டேன். நான் புன்னகைத்துக் கொண்டே, 'ஹலோ, யூனிஸ்' என்று அழைத்து நான் விரும்பிய உணவை அவளிடம் கூறினேன். நன்று அவள் தராசைத் தொடவில்லை. பன்றி இறைச்சி யை குவியலாக வைத்து, மூன்று கீரை உணவுடன் நிறைய உருளைக்கிழங்கு சிப்ஸ் வைத்து, அவை தட்டிலிருந்து நிறைந்து விழும் அளவுக்குக் கொடுத்தாள்.''

நாம் பெயரில் உள்ள *மந்திர* சக்தியை புரிந்து கொள்ள வேண்டும். அந்த ஒரேயொரு வார்த்தை முற்றிலுமாக முழுவதுமாக நாம் யாருடன் தொடர்பு கொள்கிறோமோ அவருக்கு மட்டுமே உரித்தானது. வேறு யாருக்கும் அல்ல.

அந்தப் பெயர் அந்த தனிநபரை ஒதுக்கிவிட்டு, மற்றவர்கள் மத்தியில் தனித்துவத்தை ஏற்படுத்துகிறது. அந்தத் தனிநபரின் பெயர் மூலம் நாம் அணுகும்போது உள்ள சூழ்நிலையில் நாம் அவருக்கு சரியாகச் சொல்கிறோம் அல்லது நாம் வைக்கும் வேண்டுகோள் முக்கியத்துவம் பெற்றுவிடுகிறது. மற்றவர்களை நாம் கையாளும் போது, பணிப்பெண் முதல் மிகப்பெரிய முதுநிலை நிர்வாகிகள் வரை பெயர் என்பது மிகுந்த பயனைக் கொடுக்கும்.

கொள்கை 3

ஒரு நபரின் பெயர் எந்த மொழியாக இருந்தாலும் அந்த நபருக்கு அது இனிமையானதும் மிகவும் முக்கியமானதுமாகும் என்பதை நினைவில் கொள்ளுங்கள்.

4

சிறந்த உரையாடலில் வல்லவராக ஒரு எளிய வழி

சில காலத்திற்கு முன், நான் பிரிட்ஜ் விருந்து ஒன்றில் கலந்து கொண்டேன். நான் பிரிட்ஜ் விளையாடுவதில்லை - அதைப்போலவே பிரிட்ஜ் விளையாடாத பெண்மணியும் இருந்தார். லோவெல் தாமஸ் வானொலிக்குச் செல்வதற்கு முன்பாக ஒருமுறை நான் அவருடைய மேலாளராக இருந்தேன் என்பதையும், அப்போது நான் ஐரோப்பாவில் பயணம் மேற்கொண்டு அவர் அப்போது ஆற்றிக்கொண்டிருந்த பயணங்கள் பற்றிய உரைகளை தயாரிப்பதற்கு மிகவும் உதவிக் கொண்டிருந்ததையும் அவள் கண்டுபிடித்து விட்டாள். ஆகவே அவள், ''ஓ, மிஸ்டர் கார்னகி, நீங்கள் பார்த்த அற்புதமான இடங்களையும் அங்கு கண்ட காட்சிகளைப் பற்றியும் நீங்கள் எனக்குக் கூற வேண்டும் என்று நான் விரும்புகிறேன்'' என்று கூறினாள்.

நாங்கள் அங்கிருந்த சோஃபாவில் அமர்ந்து கொண்டதும், அவள் தானும் தன் கணவரும் அண்மையில் ஆப்பிரிக்கா சென்று வந்ததைப் பற்றிக் குறிப்பிட்டாள். ''ஆப்பிரிக்காவா?'' என்று நான் ஆச்சரியத்துடன் கேட்டேன். ''எவ்வளவு ஆர்வம் தரக்கூடியது அல்லவா? நான் ஆப்பிரிகா செல்வதற்கு எப்போதும் விரும்பினேன். ஒருமுறை அல்ஜியர்ஸில் இருபத்து நான்கு மணி நேரங்கள் தங்கியதைத் தவிர நான் வேறு ஒருபோதும் அங்கு செல்லவில்லை. சொல்லுங்கள் நீங்கள் அந்தப் பெரிய விளையாட்டு நாட்டைச் சென்று பார்த்தீர்களா? ஆம். நீங்கள் மிகவும் அதிர்ஷ்டசாலி. நான் உங்களைப் பார்த்துப் பொறாமை கொள்கிறேன். ஆப்பிரிகாவைப் பற்றி எனக்குச் சொல்லுங்கள்'' என்று விரும்பிக் கேட்டேன்.

அது அவளை நாற்பத்தைந்து நிமிடங்கள் பேச வைத்தது. அதற்குப் பிறகு அவள் நான் எங்கு இருந்தேன், எதனைப் பார்த்தேன் என்றெல்லாம் கேட்கவில்லை. அவள் என்னுடைய பயணங்களைப் பற்றிப் பேசுவதைக் கேட்க விரும்பவில்லை. அவள் விரும்பியதெல்லாம் ஆர்வமுடன் கேட்கும் ஒரு நபரைத்தான் விரும்பினாள். ஆகவே அவள் தன்னுடைய தன்முனைப்பை விரிவாக்கிக் கொள்ளவும் அவள் எங்கிருந்தாள் என்பதைப் பற்றியும் கூற முடிந்தது.

அவள் இதில் விதிவிலக்காக இருக்கிறாளா? இல்லை. பெரும்பாலானவர்கள் இப்படித்தான் இருக்கிறார்கள்.

உதாரணமாக, ஒரு நியூயார்க் புத்தக வெளியீட்டாளர் கொடுத்த விருந்து ஒன்றில் மிகவும் சிறப்புப் பெற்ற தாவரவியலாளர் ஒருவரைச் சந்தித்தேன். இதற்கு முன்பு நான் ஒரு தாவரவியலாளரிடம் பேசியதில்லை. அவர் என்னைக் கவர்வதாக உணர்ந்தேன். அவர் கவர்ச்சிகரமான தாவரங்களைப் பற்றியும் புதியவகைத் தாவரங்களை உருவாக்கும் பரிசோதனைகள் பற்றியும் வீட்டினுள் தோட்டம் அமைப்பது பற்றியும் பேசிய போது நான் ஆர்வத்துடன் நாற்காலியின் விளிம்பில் அமர்ந்து கொண்டு கேட்டேன். (அவர் சாதாரண உருளைக்கிழங்கு பற்றியும் கூட வியக்கத்தக்க உண்மைகளை எடுத்துக் கூறினார்) நான் வீட்டினுள் சிறிய தோட்டம் வைத்திருந்தேன். என்னுடைய பிரச்சினைகள் சிலவற்றைத் தீர்ப்பதற்கு அவரால் போதுமான வழிமுறைகளைக் கூறமுடிந்தது.

நான் கூறியது போல, நாங்கள் இரவு விருந்தில் இருந்தோம். அங்கே டஜன் கணக்கில் விருந்தினர்கள் இருந்தனர். நான் மற்றுமுள்ள வர்களை மரியாதைக்கு சந்திப்பதைக்கூட தவிர்த்துவிட்டேன். மற்ற எல்லோரையும் நான் ஒதுக்கிவிட்டேன். அந்தத் தாவரவியல் அறிஞரோடு மணிக்கணக்கில் பேசிக் கொண்டிருந்தேன்.

நள்ளிரவு நேரம் வந்தது. எல்லோருக்கும் வணக்கம் சொல்லிவிட்டுப் பிரிந்து சென்றுவிட்டேன். அந்தத் தாவரவியலாளர் எங்களுக்கு விருந்து கொடுத்தவரைச் சந்தித்து என்னைப் பற்றி மிகவும் புகழ்ச்சியாகக் கூறினார். நான் ''மிகவும் ஊக்கப்படுத்தக் கூடியவர்'' என்றும், நான் அப்படிப்பட்டவர், இப்படிப்பட்டவர் என்றும் கூறிவிட்டு ''உரையாடுவதில் மிகவும் ஆர்வம் கொண்டிருப்பவர்'' என்றும் கூறி முடித்தார்.

ஆர்வமிக்க ஒரு உரையாடல் வல்லவரா? ஏன்? நான் ஒருபோதும் எதையுமே அங்கே கூறவில்லை. இந்த விஷயத்தை விட்டு மாறாமல் என்னால் வேறு எதையுமே இதைப்பற்றிப் பேச முடியாது.

ஏனென்றால், பெங்குவினின் உடற்கூறு பற்றித் தெரிந்ததை விடவும் அதிகமாக எனக்குத் தாவரவியலைப் பற்றித் தெரியாது. ஆனால் நான் இதனைச் செய்தேன்: நான் விருப்பத்துடன் கூர்ந்து கவனித்துக் கேட்டேன். நான் உண்மையிலேயே ஆர்வம் கொண்டிருந்த காரணத்தால், நான் கவனித்துக் கேட்டேன். அவர் அதனை உணர்ந்து கொண்டுவிட்டார். இயற்கையாகவே அது அவரைத் திருப்திப்படுத்தி விட்டது. நாம் எவருக்கும் செய்யும் மரியாதை அவர்கள் சொல்வதைக் கூர்ந்து கவனிப்பது தான். *ஸ்ட்ரேஞ்ஜர்ஸ் இன் லவ்* என்ற நூலில், ''மனிதர்களில் சிலர் மெய்மறந்த நிலையில் கேட்பதை வலிந்து கொடுக்கும் புகழ்ச்சிக்கு மாற்றாகவே எண்ணுகிறார்கள்'' என்று ஜாக் உட்ஃபோர்ட் எழுதியுள்ளார். நான் மெய்மறந்து கேட்பது என்பதையும் தாண்டிச் சென்றுவிட்டேன். நான் ''பாராட்டுவதில் மனப்பூர்வமாகவும், புகழ்வதில் அதிக அளவிலும்'' இருந்தேன்.

நான் அவரிடத்தில் மிகமிகவாக மகிழ்ச்சியூட்டப்பட்டும் அறிவுறுத்தப்பட்டும் இருந்தேன் என்று கூறினேன் - உண்மையில் அதை நான் பெற்றேன். நான் அவருக்கிருக்கும் அறிவைப் பெற விரும்பினேன் என்று கூறினேன் - அப்படித்தான் செய்தேன். அவரோடு வயல்வெளிகளில் உலா வரவேண்டும் என்று விரும்பினேன் என்று அவரிடம் கூறினேன் - அப்படியே கிடைக்கப் பெற்றேன். நான் அவரை மறுமுறை சந்திக்க வேண்டும் என்று அவரிடம் கூறினேன் - அதைச் செய்தேன்.

உண்மையில் நான் ஒரு நல்ல கவனிப்பாளராக மட்டுமே இருந்த போதும் அவரை ஊக்குவித்துப் பேசச் செய்ததால் என்னை ஒரு நல்ல உரையாடல் செய்யக்கூடியவர் என்று நினைக்கச் செய்துவிட்டேன்.

ஒரு வெற்றிகரமான வணிகத்துறை நேர்முகத்தேர்வின் ரகசியம், அதிசயம் என்ன? நன்று, ஹார்வர்ட்டின் தலைவரான சார்லஸ் டபிள்யூ. எலியட்டின் கூற்றுப்படி, ''வணிக நேர்முக உரையாடலின் அதிசயம் வேறொன்றும் இல்லை . . . உங்களிடம் பேசுகின்ற நபருக்கு தனிப்பட்ட கவனத்தைக் கொடுப்பது என்பது மிகவும் முக்கியமானது. இதைப்போன்ற ஒரு புகழ்ச்சி வேறொன்றும் இல்லை'' என்பதாகும்.

எலியட்டே மற்றவரைக் கவனித்துக் கேட்பது என்ற கலையில் கடந்த காலங்களில் மிகச்சிறந்தவராக விளங்கினார். அமெரிக்காவின் முதல்நிலை சிறந்த நாவலாசிரியர்களில் ஒருவரான ஹென்றி ஜேம்ஸ் இவ்வாறு நினைவு கூர்கிறார்: ''டாக்டர் எலியட்ஸின் கவனிப்பு என்பது வெறும் மௌனமல்ல. ஆனால் அது ஒரு சிறந்த செயல்பாடு. சுழல் இருக்கை முனையில் நேராக நிமிர்ந்து உட்கார்ந்து இரு கைகளையும் இணைத்துத் தொடையில் வைத்துக்கொண்டு கை விரல்களை மட்டும்

வேகமாகவோ மெதுவாகவோ சுழற்றியபடி தன்னோடு பேசுபவரைக் கூர்ந்து நோக்கியபடி கண்களும் காதுகளும் மெய்மறந்து கேட்பது போல இருப்பார். அவர் முழு மனத்தோடு உற்றுக் கவனிப்பார். நீங்கள் சொல்லும் போது என்ன சொல்கிறீர்களோ அதைக் கவனத்தில் கொண்டவராக இருப்பார்... நேர்முக உரையாடலின் முடிவில் அவரோடு பேசிய நபர் தான் பேச நினைத்ததைப் பேசி விட்டதாக உணர்வார்.''

தானே உதாரணம் அல்லவா? இதைக் கண்டுபிடிப்பதற்கு நீங்கள் நான்கு ஆண்டுகள் ஹார்வர்ட்டில் படிக்க வேண்டியதில்லை. இருப்பினும் அதிகமான வாடகை உள்ள இடத்தை வாடகைக்குப் பிடித்து, தாங்கள் விற்கப்போகும் பொருட்களை சிக்கனமான முறையில் வாங்கி, கவர்ந்திழுக்குமாறு ஜன்னல் அலங்காரங்கள் செய்து, ஆயிரக்கணக்கான டாலர்கள் செலவழித்து விளம்பரங்கள் செய்து இருக்கும் விற்பனைக் கடையின் சொந்தக்காரர்களை நீங்களும் அறிந்திருப்பீர்கள், நானும் அறிந்திருப்பேன். நன்கு கவனமாகக் கேட்கத் தெரியாத எழுத்தர்களையும், வாடிக்கையாளர்களிடம் குறுக்கிட்டுப் பேசி, முரண்பட்டு, அவர்களுக்கு எரிச்சலூட்டும் எழுத்தர்களையும் வேலைக்கு வைத்துக் கொள்வதில் பயன் இல்லை. அவர்கள் வாடிக்கையாளர்களைக் கடையை விட்டு விரட்டி விடுவார்கள்.

சிகாகோவில் உள்ள ஒரு பல்பொருள் விற்பனைக் கடையில் ஒரு விற்பனையாளர் வாடிக்கையாளரின் வேண்டுகோளைக் கவனித்துக் கேட்காத காரணத்தால் ஆண்டுக்குப் பல ஆயிரம் டாலர்களுக்குப் பொருள்கள் வாங்கும் ஒரு வழக்கமான வாடிக்கையாளரை ஏறக்குறைய இழக்குமளவுக்கு வந்துவிட்டது. சிகாகோவில் நம்முடைய பயிற்சி வகுப்பில் சேர்ந்திருந்த திருமதி. ஹென்றீ டக்ளஸ் ஒரு சிறப்பு விற்பனையின் போது, கோட் ஒன்றை வாங்கியிருந்தாள். அதை வீட்டுக்குக் கொண்டு வந்து பார்த்த போது, உள்ளிருந்த துணியில் ஒரு கிழிசல் இருந்ததைக் கவனித்து விட்டாள். அடுத்தநாள் அவள் மீண்டும் வந்து அந்த விற்பனையாளரிடம் அதனை மாற்றித் தருமாறு கேட்டாள். அந்த விற்பனையாளர் அவருடைய புகாரைக் கேட்பதற்குக்கூட மறுத்துவிட்டார். ''இதை நீங்கள் சிறப்பு விற்பனையில் வாங்கினீர்கள்'' என்று கூறினாள். அவள் சுவரில் இருந்த ஒரு அறிவிப்பைச் சுட்டிக் காட்டினாள். ''அதைப் படித்துப் பாருங்கள்'' என்று அவள் வியப்புடன் கூறினாள். ''*எல்லா விற்பனைகளும் இறுதியானவை.*'' ஒருமுறை வாங்கி

விட்டால் அதனை நீங்கள் வைத்துக்கொள்ள வேண்டியது தான். கிழிசலை நீங்களே தைத்துக் கொள்ளுங்கள்.''

''ஆனால் இது சிதைந்து போன வியாபாரம்'' என்று திருமதி. டக்ளஸ் புகார் தெரிவித்தார்.

''இது எந்த வேறுபாட்டையும் காட்டவில்லை. இறுதியான முடிவு'' என்று அந்த விற்பனையாளர் திரித்துக் கூறினார்.

திருமதி. டக்ளஸ் கோபத்துடன் இனி இந்தக் கடைக்கு ஒருபோதும் வரவே கூடாது என்று உறுதியுடன் வெளியேறிச் செல்வதற்கு எத்தனித்த போது, பல ஆண்டுகளாக ஆதரவளித்து வருவதால் அவளை முன்பே நன்கு தெரிந்து வைத்திருந்த அந்தப் பகுதியின் மேலாளரால் வாழ்த்துக்கூறி சந்திக்கப் பெற்றார். திருமதி. டக்ளஸ் அவளிடம் என்ன நடந்ததோ அதைப்பற்றி எடுத்துக் கூறினார்.

அவள் கூறியது முழுமையும் அந்த மேலாளர் மிகவும் கவனமாகவும் ஆர்வத்துடனும் கேட்டாள். அந்தக் கோட்டை வாங்கி ஆய்ந்து பார்த்தார். பின்னர், ''சிறப்பு விற்பனைகள் 'இறுதியானவை'. ஆகவே நாங்கள் அந்த சிறப்பு காலம் முடிந்தவுடன் அந்த மாதிரி வர்த்தகத்தை முடித்துக்கொள்ள முடியும். ஆனால் இந்த 'திரும்பப் பெறுவது இல்லை' என்ற கொள்கை சிதைந்து போன பொருள்களுக்குப் பொருந்தாது. நாங்கள் நிச்சயமாக அந்தக் கிழிசலைச் சரி செய்து தருவோம் அல்லது உள்பகுதியை மாற்றிக் கொடுப்போம். அல்லது நீங்கள் விரும்பினால் உங்கள் பணத்தைத் திருப்பித் தந்து விடுவோம்'' என்று கூறினாள்.

வாடிக்கையாளரைக் கையாள்வதில் எத்தகைய வேறுபாடு! அந்த மேலாளர் வந்திருக்கவில்லை என்றால் வாடிக்கையாளர் கூறுவதைக் கனிவுடன் கேட்டிருக்கவில்லை என்றால், ஒரு நீண்ட கால சிறந்த வாடிக்கையாளரை அந்தக் கடை நிரந்தரமாகவே இழந்திருக்கும்.

வணிக உலகத்தைப் போலவே, ஒருவருடைய குடும்ப வாழ்க்கையிலும் ஆர்வமுடன் கவனித்துக் கேட்டல் மிகவும் முக்கியமானது. நியூயார்க்கில் உள்ள க்ரோட்டன் ஆன் ஹட்சன் நிறுவனத்தைச் சேர்ந்த மில்லி எஸ்போசிட்டோ தன்னுடைய குழந்தைகளில் ஒருவர் அவளிடம் பேச விரும்பினால், அவர்களிடம் பேசுவதைத் தன் முக்கியமான பொறுப்பாக ஆக்கிக் கொண்டார். ஒருநாள் அவள் தன் மகன் ராபர்ட்டுடன் சமையலறையில் உட்கார்ந்து கொண்டு இருந்தாள். தன் மனத்தில் உள்ள ஏதோ ஒன்றைப் பற்றிய ஒரு சிறு கலந்துரையாடலுக்குப்பின், ராபர்ட், ''அம்மா, நீங்கள்

என்னை மிகவும் நேசிக்கிறீர்கள் என்பது எனக்குத் தெரியும்'' என்று கூறினான்.

திருமதி. எஸ்போசிட்டோ மிகவும் நெகிழ்ந்து போய்: ''ஆம், நான் உன்னை மிகவும் நேசிக்கிறேன். அதை நீ சந்தேகிக்கிறாயா?'' என்று கேட்டாள்.

ராபர்ட் அதற்குப் பதிலளிக்கும் வகையில், ''இல்லை. ஆனால் நான் ஏதாவது ஒன்றைப்பற்றி உங்களிடம் பேச விரும்பினால், நீங்கள் எதைச் செய்து கொண்டிருந்தாலும் நிறுத்திவிட்டு, நான் சொல்வதைக் கவனித்துக் கேட்கின்ற காரணத்தால் நீங்கள் என்னை நேசிக்கிறீர்கள் என்பதை நான் உண்மையிலேயே அறிகிறேன்'' என்று கூறினான்.

மிகுந்த கொடூரமாக விமர்சித்துத் தாக்குதல் நடத்தக்கூடியவரும், அதிகமான தாக்குதல் முறையில் விமர்சிக்கக் கூடியவருமான ஒருவர் கூட தான் சொல்வதைப் பொறுமையுடனும் கனிவுடனும் கேட்கக் கூடியவரின் முன்னிலையில் அடிக்கடி மென்மையாகி விடுவதும் அடங்கிப் போய்விடுவதும் உண்டு. எப்படிப்பட்டவர் அப்படிக் கேட்கக்கூடியவர் என்றால், கோபாவேசத்துடன் குற்றம் கண்டுபிடிப்பவர், ராஜநாகத்தைப் போல விரிந்து நின்று விஷத்தைக் கக்கினாலும் அப்போதும் கூட அமைதியாக இருந்து அவர் கேட்பவர் என்று பொருள். இதை நிரூபிப்பதற்கு: சில ஆண்டுகளுக்கு முன் நியூயார்க் தொலைப்பேசி கம்பெனி அது ஒரு தீய எண்ணம் கொண்ட வாடிக்கையாளர்களில் ஒருவரைக் கையாள வேண்டும் என்பதைக் கண்டுபிடித்தது. அவர் எப்பொழுதும் வாடிக்கையாளர் சேவைப் பிரதிநிதிகளை சபித்துக்கொண்டே இருந்தார். அவர் சபித்துக்கொண்டு இருந்தார். விமர்சித்துக் கொண்டு இருந்தார். தொலைப்பேசித் துறையை அதன் அடிப்படையிலிருந்து கிழித்துக் குதறப்போவதாக பயமுறுத்தினார். அவர் சில கட்டணங்களைத் தவறானவை எனக்கூறி கட்டுவதற்கும் மறுத்தார். செய்தித்தாள்களுக்கு இதைப்பற்றி எழுதினார். எண்ணற்ற புகார்களைப் பொதுசேவைக் குழுவிற்கு எழுதினார். தொலைப்பேசி கம்பெனியின் மீது பல வழக்குகளைத் தொடுத்தார்.

இறுதியாக, கம்பெனியின் திறமை மிக்கவரான ''குற்றங்களைக் கண்டுபிடிப்பதில் தனித்திறன்'' பெற்றவரான ஒருவர் இந்த புயலாகத் தாக்கும் நபரைச் சந்தித்துத் தீர்வு காண்பதற்காக அனுப்பி வைக்கப்பட்டார். இந்த அதிகாரி அந்த சண்டையிட்டுக் கொண்டேயிருக்கும் வாடிக்கையாளரை சந்தித்து அவருடைய உள்ளக் கிளர்ச்சியைக் கொட்டித்தீர்க்குமாறு கூறி பொறுமையுடன் கவனித்தார்.

தொலைப்பேசி பிரதிநிதி ''ஆம்'' என்று சொல்லிக்கொண்டே அவரது குறைபாடுகளுக்கெல்லாம் பச்சாதாபப்பட்டார்.

''அவர் விமர்சித்துக் கொண்டே இருந்தார். நான் மூன்று மணி நேரம் பொறுமையுடன் கேட்டுக் கொண்டிருந்தேன்.'' எழுத்தாளர்களின் பயிற்சி வகுப்பில் ''குற்றங்களைக் கண்டுபிடிக்கும் தனித்திறன்'' மிக்கவர் கூறினார். ''பிறகு நான் மீண்டும் சென்று அவர் மேலும் கூறியவற்றைக் கேட்டேன். நான் அவரை நான்கு முறை சந்தித்து வந்தேன். நான்காவது சந்திப்பு முடிவதற்கு முன்பாக அவர் தொடங்கிக் கொண்டிருந்த அமைப்பில் மதிப்புறு உறுப்பினராக ஆகிவிட்டேன். அவர் அதனை, 'தொலைப்பேசி உபயோகிப்பாளர் பாதுகாப்பு சங்கம்' என்று அவர் அழைத்தார். அந்த சங்கத்தில் இன்றும் நான் உறுப்பினராக இருக்கிறேன். எனக்குத் தெரிந்த வகையில், அந்த நபரைத் தவிர உலகத்திலேயே நான் மட்டும் தான் அதன் ஒரே உறுப்பினர்.

''இந்தச் சந்திப்புகளிலெல்லாம் ஒவ்வொரு கருத்துக்கும் நான் கூர்ந்து கவனித்து அவருக்கு அனுதாபம் தெரிவித்தேன். இதற்கு முன்பு இந்த வகையில் எந்த ஒரு தொலைப்பேசி பிரதிநிதியும் அவரிடம் பேச்சு மேற்கொண்டதில்லை. அவர் ஏறக்குறைய நண்பராக ஆகிவிட்டார். முதல் சந்திப்பில் அவரை எதற்காகச் சந்திக்க வந்துள்ளேன் என்பதைக்கூட நான் கூறவில்லை. இரண்டாவது சந்திப்பிலோ அல்லது மூன்றாவது சந்திப்பிலோ கூட நான் கூறவில்லை. ஆனால் நான்காவது சந்திப்பில் அந்தப் பிரச்சினையை நான் முற்றிலும் முடித்துவிட்டேன். அவர் செலுத்த வேண்டிய கட்டணம் முழுவதையும் கட்டி முடித்துவிட்டார். தொலைப் பேசி கம்பெனியுடன் அவருக்கிருந்த பிரச்சினைகளில் அதன் வரலாற்றிலேயே முதல் முறையாக அவர் பொதுசேவை குழுவிடம் கொடுத்த எல்லா புகார்களையும் தானே முன் வந்து வாபஸ் பெற்றுக் கொண்டார்.''

உண்மையிலேயே அந்தத் திருவாளர் நபர் தன்னை பொதுமக்களுக்கு ஏற்படும் எல்லாவிதமான சுரண்டல்களிலிருந்தும் மக்களைக் காப்பதற்கென்று புனிதமானவராக உருவெடுத்தவர் என்று நினைத்துக் கொண்டு இருந்தார். ஆனால் உண்மைநிலை என்னவென்றால், அவர் தான் முக்கியமானவராகக் கருதப்பட வேண்டும் என்று உண்மையில் விரும்பினார். அவர் மற்றவர்களைத் தாக்கிப் பேசியும் புகார்கள் கூறியும் தன்னை முக்கியமானவராகக் கருத வேண்டும் என்ற எண்ணத்தைப் பெற்றுக்கொண்டார். கம்பெனியின் பிரதிநிதி வழியாக அவர் முக்கியமானவர் என்ற

உணர்வைப் பெற்றவுடன், அவருடைய புகார் குறைபாடுகள் காற்றில் கரைந்து போய்விட்டது போல் கற்பனை செய்தார்.

பல ஆண்டுகளுக்கு முன் ஒருநாள் காலையில், டெட்மெர் உல்லன் கம்பெனியை நிறுவிய ஜூலியன் எஃப். டெட்மரின் அலுவலகத்துக்கு ஒரு கோபமுற்றிருந்த வாடிக்கையாளர் கூச்சலிட்டுக் கொண்டு வந்தார். தையல் தொழிலுக்கு வேண்டிய கம்பளித்துணியை பெரிய அளவில் உலகம் முழுவதும் விற்பனை செய்த மிகப்பெரிய நிறுவனமாக அது விரிவடைந்தது.

''இந்த நபர் ஒரு சிறிய தொகையான பணத்தைக் கொடுக்க வேண்டியிருந்தது.'' மிஸ்டர். டெட்மர் விளக்கத் தொடங்கினார். ''அந்த வாடிக்கையாளர் அதனை மறுத்தார் ஆனால் அவர் கூறுவது தவறு என்பது எங்களுக்குத் தெரியும். எனவே கடன்களைப் பற்றிக் கவனிக்கும் பிரிவு அவர் அதனை தரவேண்டும் என்று வற்புறுத்தியது. எங்கள் கடன் வசூல் பகுதியிலிருந்து அதிக எண்ணிக்கையிலான வற்புறுத்தல் கடிதங்களைப் பெற்ற பின்னர், அந்த நபர் கோபத்துடனான பிடிவாதத்தையும் மூட்டைக் கட்டிக்கொண்டு, சிகாகோவிற்கு வந்து, தான் கொடுக்க வேண்டிய பணத்தைக் கொடுக்க முடியாது என்று கூறுவதற்கு மட்டுமன்றி, டெட்மர் உல்லன் கம்பெனியிலிருந்து ஒரு டாலர் மதிப்புக்குக்கூட பொருள்கள் வாங்கப் போவதில்லை என்று கூறுவதற்காகவும், என்னுடைய அறைக்குள் வேகமாக நுழைந்தார்.

''அவர் சொல்ல வேண்டியதை எல்லாம் சொல்லி முடிக்கும் வரை நான் பொறுமையாகக் கேட்டேன். எனக்குக் குறுக்கிட்டுப் பேச வேண்டும் போல் தோன்றியது. ஆனால் அது மிகவும் தீய கொள்கை என்று நான் உணர்ந்து கொண்டேன். ஆகவே அவர் மட்டுமே பேசட்டும் என்று விட்டு விட்டேன். இறுதியாக அவர் வெடித்தது போல் பேசியபின் தணிந்து வந்தவராக கேட்கும் நிலைக்கு இறங்கி வந்தார். நான் அமைதியாக, 'இதைப்பற்றி என்னிடம் கூறுவதற்காக சிகாகோவிற்கு வந்தமைக்காக உங்களுக்கு நன்றி கூற ஆசைப்படுகிறேன். நீங்கள் எனக்கு மிகப்பெரிய சாதகத்தைச் செய்துள்ளீர்கள். ஏனென்றால் எங்கள் கடன் பற்றிய பிரிவு தங்களைக் கோபப்படுத்தியிருக்குமேயானால், அது மற்ற நல்ல வாடிக்கையாளர்களைக்கூட கோபமூட்டக்கூடும். அது உண்மையில் மிகவும் தீமையானது. என்னை நம்புங்கள். நீங்கள் கூற விரும்புவதை விட மிகவும் அதிகமாகவே நான் கேட்க விரும்புகிறேன்.'

''இதுதான் இந்த உலகத்தில் அவர் சொல்ல வேண்டும் என்று எதிர்பார்த்த கடைசி விஷயமாகும். அவர் இந்த அற்ப விஷயத்திற்காக ஏமாற்றம் அடைந்துவிட்டார் என்று எண்ணுகிறேன். ஏனென்றால்

அவர் ஒன்று அல்லது இரண்டு விஷயங்கள் சொல்வதற்கு மட்டுமே வந்திருக்கிறார். ஆனால் நான் அவரைக் குறைத்துப் பேசுவதற்குப் பதிலாக அவருக்கு நன்றி செலுத்திக் கொண்டிருக்கிறேன். நாங்கள் அதனை எங்கள் கணக்கிலிருந்து நீக்கி விட்டு மறந்து விடுகிறோம் என்று அவருக்கு உறுதி கூறினேன். ஏனென்றால் அவர் தன் ஒரே ஒரு கணக்கை மட்டுமே கருதுவதால் மிகவும் கவனமுள்ளவராகவும் இருந்தார். ஆனால் எங்கள் எழுத்தர்கள் ஆயிரக்கணக்கான கணக்குகளை கவனிக்க வேண்டியுள்ளது. எனவே எங்களை விட அவர் குறைவாகவே தவறு செய்வதற்கு வாய்ப்பு உள்ளது.

''அவர் எப்படி உணர்ந்தார் என்பதை நான் அப்படியே புரிந்து கொண்டேன் என்று அவரிடம் கூறினேன். நான் அவருடைய இடத்தில் இருந்தாலும் சந்தேகமின்றி அவர் செய்ததைப் போலத்தான் உணர்ந்து செய்திருப்பேன் என்றும் கூறினேன். அவர் இனிமேல் எங்கள் நிறுவனத்தில் எதுவும் வாங்கப் போவதில்லை என்று கூறியதால், வேறு சில கம்பளி விற்பனையாளர்களை அவருக்குப் பரிந்துரை செய்தேன்.

''கடந்த காலங்களில், அவர் சிகாகோ வந்தால் வழக்கமாக எங்களுடன் மதிய உணவு அருந்துவார். ஆகவே அவரை அன்று என்னுடன் மதிய உணவு அருந்த வருமாறு அழைத்தேன். அவர் வேண்டா வெறுப்பாக ஒத்துக்கொண்டார். ஆனால் நாங்கள் மீண்டும் அலுவலகத்திற்கு வந்தபோது, இதுவரைக் கொடுத்த ஆர்டர்களுக்கும் மேலானதாக இப்போது பொருள்களுக்கு ஆர்டர் கொடுத்தார். அவர் வீட்டிற்கு மிகவும் மென்மையான உணர்வு நிலையில் சென்றார். அவருடன் நாங்கள் நேர்மையான முறையில் நடந்தது போலவே அவரும் எங்களுடன் நேர்மையான முறையில் இருக்க விரும்பிய வண்ணம் அவர் சென்றார். பில்களை மீண்டும் பார்த்துவிட்டு அவற்றில் ஒன்று தவறாக வைக்கப்பட்டிருப்பதாக உணர்ந்து கொண்டு தன்னுடைய மன்னிப்புகளுடன் எங்களுக்கு ஒரு செக் அனுப்பியிருந்தார்.

''பின்னர், அவருடைய மனைவிக்கு ஒரு ஆண் குழந்தை பிறந்தபோது, அவர் தன் மகனுக்கு டெட்மர் என்ற இடைநிலைப் பெயருடன்பெயர்சூட்டினார். இருபத்து இரண்டு ஆண்டுகளுக்குப்பின் அவரை மரணம் தழுவும் வரை, எங்கள் நிறுவனத்தின் நண்பராகவும், வாடிக்கையாளராகவும் தொடர்ந்து இருந்து வந்தார்.''

பல ஆண்டுகளுக்கு முன் ஒரு டச்சுக்கார புலம்பெயர்ந்த பையன் தன்னுடைய குடும்பத்திற்கு உதவியாக இருப்பதற்காக, தான் பள்ளிக்குச் சென்று வந்த பிறகு ஒரு ரொட்டிக்கடையின்

ஜன்னல்களைக் கழுவி சுத்தம் செய்தான். இதற்கு மேலாகவும் தெருவில் ஒரு கூடையுடன் சென்று எரிபொருள் வாகனங்களில் இருந்து சிந்தும் கரித்துண்டுகளைப் பொறுக்கிச் சேகரித்துக் கொண்டு வரும் அளவுக்கு அவனது உறவினர்கள் ஏழைகளாக இருந்தனர். எட்வர்ட் போக் என்ற அந்தப் பையன் அவனுடைய வாழ்க்கையில் ஆறு ஆண்டுகளுக்கும் அதிகமாகப் பள்ளிக்குச் சென்று படிக்கவில்லை. இருப்பினும் இறுதியாக அவன் அமெரிக்க இதழியல் வரலாற்றில் மிகவும் வெற்றி பெற்ற இதழ் நடத்துபவராகத் தன்னை உயர்த்திக் கொண்டார். இதை அவர் எப்படிச் செய்தார்? அது ஒரு விரிவான பெரிய கதை. ஆனால் அவரது தொடக்கம் எப்படி இருந்தது என்பதைச் சுருக்கமாகச் சொல்ல முடியும். நூலின் இந்தப் பகுதியில் முன்னிறுத்திக் கூறப்பட்டிருக்கும் கொள்கைகளைப் பயன்படுத்தி தன்னுடைய தொடக்கத்தை அவர் பெற்றார்.

அவன் பதின்மூன்று வயதாயிருக்கும் போது, பள்ளிப்படிப்பை நிறுத்தி விட்டு, வெஸ்டர்ன் யூனியனின் அலுவலகப் பையனாகச் சேர்ந்தான். ஆனால் அவன் கல்வியை விட்டு விடுவது என்ற எண்ணத்தை அவன் ஒரு கணமும் நினைக்கவில்லை. அதற்கு மாறாகத் தன்னைத் தன்னாலே கல்வி கற்றுக்கொள்ளும் நிலைக்கு உருவாக்கத் தொடங்கிவிட்டான். அமெரிக்கர்களின் வாழ்க்கை வரலாற்றுக் கலைக்களஞ்சியம் என்ற நூலை வாங்கும் வரை தன் வாகனச் செலவைச் சேமித்து, மதிய உணவைத் தவிர்த்து போதிய பணத்தைக் கொண்டு அந்த நூலை வாங்கினான். அதற்குப் பிறகு யாரும் கேள்விப்பட்டிராத விஷயத்தை மேற்கொண்டான். மிகவும் புகழ் பெற்றவர்களின் வாழ்க்கை வரலாறுகளை உன்னிப்பாகப் படித்தான். அவர்களின் இளம்வயது பற்றிய கூடுதல் தகவல்களைக் கேட்டு அவர்களுக்குக் கடிதம் எழுதினான். அவன் மிகவும் சிறந்த கவனிப்பாளன். அவன் புகழ் பெற்றவர்களைச் சந்தித்து அவர்ளைப் பற்றிய தகவல்களை அதிகமாகக் கூறுமாறு கேட்டான். அப்போது ஜனாதிபதி பதவிக்குப் போட்டியிட்ட ஜெனரல் ஜேம்ஸ் ஏ. கார்ஃபீல்ட்டுக்கு எழுதி ஒரு சமயத்தில் அவர் ஒரு கால்வாயில் படகோட்டியாக இருந்தாரா என்று கேட்டான். அவர் அதற்கு பதிலளித்தார். ஜெனரல் கிரேண்டுக்கு எழுதி சில போர்களைப் பற்றிக் கேட்டான். கிராண்ட் அவனுக்காக ஒரு வரைபடத்தைத் தயாரித்து வைத்துக் கொண்டு அந்தப் பதினான்கு வயதுப் பையனை இரவு விருந்துக்கு அழைத்து அந்த மாலைப்பொழுதை அவனுடன் பேசிக் கொண்டிருப்பதில் கழித்தார்.

விரைவிலேயே எங்கள் வெஸ்டர்ன் யூனியனின் தகவல் பையன்,

ரால்ஃப் வால்டோ எமர்சன், ஆலிவர் வென்டெல் ஹோல்ம்ஸ், லாங்க்ஃபெல்லோ, திருமதி. ஆப்ரஹாம் லின்கன், லூயிஸா மே அல்காட், ஜெனரல் ஷெர்மன், ஜெஃபர்சன் டேவிஸ் போன்ற நாட்டிலுள்ள மிகப் பிரபலமான புகழ் பெற்ற பல தலைவர்களுக்கும் கடிதம் எழுதிக் கொண்டிருந்தான். இத்தகைய புகழ் பெற்ற பெருமக்களுடன் கடிதத் தொடர்பு கொண்டது மட்டுமல்லாமல், அவனுக்கு விடுமுறை கிடைக்கும் போதெல்லாம் அவர்களின் வீட்டிற்கு அழைக்கப்பட்ட விருந்தினராகச் சென்று சந்தித்து வந்தான். இந்த அனுபவங்கள் விலை மதிப்பற்ற தன்னம்பிக்கையை அவனுள்ளே ஊட்டிவிட்டது. இந்த மனிதர்களும் பெண்மணிகளும் அவனுள்ளே தொலைநோக்குப் பார்வையையும் பேரார்வத்தையும் ஊட்டி அவனுடைய வாழ்க்கையை வடிவமைத்துவிட்டது. நாம் இங்கே சிந்தித்துக் கொண்டிருக்கும் கொள்கைகளை முற்றிலுமாகப் பயன்படுத்தியதால் தான் இவை எல்லாமும் இயல்வதாயிற்று என்பதை நான் மீண்டும் கூறுகிறேன்.

நூற்றுக்கணக்கான புகழ் பெற்ற பிரபலமானவர்களை பேட்டி கண்டவரான ஐசக் எஃப். மார்கோஸ்சன் என்ற பத்திரிகையாளர், பலர் ஒரு சாதகமான பதிவை ஏற்படுத்தாமைக்குக் காரணம், அவர்கள் கூர்ந்து கவனிப்பதில்லை என்பது தான். ''அவர்கள் தங்கள் காதுகளைத் திறந்து வைத்துக் கேட்பதற்குப் பதிலாகத் அவர்கள் அடுத்து என்ன சொல்லப் போகிறார்கள் என்பதில் தான் கவனமாக இருந்தார்கள்... மிகவும் முக்கியமான நபர்கள் என்னிடம் அவர்கள் நல்ல பேச்சாளர்களாக இருப்பதை விட நல்ல கவனிப்பாளர்களாக இருப்பதை விரும்புவதாகக் கூறியுள்ளார்கள். ஆனால் கவனிப்பதற்கான திறமை தான் மற்ற எந்த நல்ல குணங்களை விட அரிதானதாக இருப்பதாகத் தெரிகிறது.

முக்கியமான பிரபலமானவர்கள் மட்டுமல்லாமல் சாதாரண கிராமத்து மக்களும் கூட நல்ல கவனிப்பாளர்களாக இருப்பதில் தான் ஆர்வம் கொண்டுள்ளனர். *ரீடர்ஸ் டைஜஸ்ட்ல்* கூறப்பட்டுள்ளது போல ''பலர் தங்களுக்கு நல்ல கவனிப்பாளர் வேண்டிய போது டாக்டரை அழைக்கிறார்கள்'' என்பதாகும்.

உள்நாட்டுப்போர் மிகவும் கடுமையாக நடந்து கொண்டிருந்த போது, லின்கன் இல்லினோயிஸிலுள்ள ஸ்பிரிங்ஃபீல்டைச் சேர்ந்த தன்னுடைய பழைய நண்பரை வாஷிங்டனுக்கு வரச்சொல்லிக் கடிதம் எழுதினார். லின்கன் தனக்கு சில பிரச்சினைகள் இருப்பதாகவும் அதைப்பற்றி அவரோடு கலந்துரையாட விரும்புவதாகவும் கூறியிருந்தார். அந்த பழைய பக்கத்து வீட்டுக்கார

நண்பர் வாஷிங்டனுக்கு வந்தார். அடிமைகளை விடுவிப்பது பற்றி ஒரு பிரகடனம் வெளியிடுவதற்கு அறிவுரை சொல்வதற்காக அவரிடம் பல மணி நேரங்கள் கலந்துரையாடினார். அந்த பிரகடனம் வெளியிடுவதில் உள்ள நன்மை தீமைகள் பற்றிய அனைத்து விவாதங்களையும் ஆராய்ந்தார். அதன் பிறகு கடிதங்களையும் செய்தித்தாள் கட்டுரைகளையும் படித்தார். அவற்றில் சில விடுதலை செய்யக்கூடாது என்றும் சில அவர் விடுதலை செய்யப்போவதை அச்சுறுத்தி எச்சரித்தும் எழுதப்பட்டிருந்தன. பலமணி நேரம் அவரோடு பேசிக்கொண்டிருந்து விட்டு லின்கன் அவரை எந்தவித கருத்தையும் கூறுமாறு கூட கேட்காமல் கைகுலுக்கி இல்லினோயிஸுக்கு வழியனுப்பி வைத்தார். பேசியது முற்றிலும் லின்கன் மட்டுமே பேசினார். அது அவருடைய மனத்தில் தெளிவை ஏற்படுத்தியது போல் தோன்றியது. ''அந்தப் பேச்சுக்குப் பின்னர் அவர் மிகவும் எளிதாக உணர்ந்தார்'' என்று அந்தப் பழைய நண்பர் கூறினார். லின்கன் அறிவுரையை விரும்பவில்லை. தன்னுடைய பாரத்தை இறக்கி வைக்கக்கூடிய அளவுக்குத் தன்னிடம் கூர்ந்து கேட்கக்கூடிய ஒரு கனிவான ஒருவர் கேட்பதை மட்டுமே விரும்பினார். நாம் ஏதாவது பிரச்சினையில் இருக்கும் போது இதைத்தான் நாம் எல்லோரும் விரும்புகிறோம். அடிக்கடி கோபம் கொண்ட வாடிக்கையாளரும் இதைத்தான் விரும்புகிறார். திருப்தியில்லாத ஊழியர் அல்லது காயபடுத்தப்பட்ட நண்பர் ஆகியோரும் அப்படியே.

நவீன காலத்தில் உள்ள மிகச்சிறந்த கவனிப்பாளர்களில் ஒருவர் சிக்மன்ட் ஃபிராய்ட். சிக்மன்ட் ஃபிராய்டைச் சந்தித்த மனிதர் ஒருவர் அவருடைய கவனித்துக் கேட்கும் ஆற்றலை இவ்வாறு விவரிக்கிறார்: ''அவரை நான் மறக்கவே முடியாத அளவுக்கு அது என்னை பலத்துடன் தாக்கியது. வேறு எந்த மனிதரிடமும் நான் காணாத தகுதிகளை அவர் பெற்றிருந்தார். அத்தகைய கூர்ந்து கவனிக்கும் நிலை உள்ள மனிதரை நான் ஒருபோதும் பார்க்கவில்லை. இதுபோல் துளைத்துச் சென்று 'இதயத்தை ஊடுறுவிச் செல்லும் கூர்ந்த கவனம்' என்ற செயல்பாடு யாரிடத்திலும் இல்லை. அவருடைய குரல் மென்மையாகவும் மெதுவானதாகவும் இருந்தது. அவருடைய அங்க அசைவுகள் வெகு சிலவே. ஆனால் அவர் எனக்கு வழங்கிய கவனம், நான் கூறியவற்றுக்கு வழங்கிய பாராட்டுக்கள், நான் நன்றாக இல்லாமல் கூறிய போதும் அது மிக அதிகமாக இருந்தது. *அதை விரும்புவதற்கு அதைக் கவனிப்பதில் எதைக் குறிப்பிடுவது என்ற உணர்வு இல்லாமல் இருந்தது.''*

மக்கள் உங்களைக் குழப்பி கலைத்து விடுவதற்கும் உங்கள்

முதுகுக்குப் பின்னால் அவர்கள் சிரித்துக் கேலி செய்வதற்கும், ஏன் உங்களைக் குறைகூறித் தூற்றுவதற்கும் விரும்பினால் அதற்கென இதோ ஒரு சுவையான வழி: நீண்ட நேரம் யார் பேசுவதையும் தொடர்ந்து கவனித்துக் கேட்காதீர்கள். உங்களைப் பற்றியே மட்டும் தொடர்ந்து பேசுங்கள். மற்றவர் பேசிக் கொண்டிருக்கும் போது உங்களுக்கு ஏதாவது கருத்துத் தோன்றினால் பொறுத்துக் கொண்டு அவர் முடிக்கும் வரைக் காத்திருக்காதீர்கள். நீங்களே இடையில் ஒரு வாக்கியத்தை முடிக்கும் முன்பே அவசரமாகக் குறுக்கிட்டுப் பேசுங்கள்.

மக்கள் அதனை விரும்புகிறார்கள் என்பது உங்களுக்குத் தெரியுமா? துரதிர்ஷ்டவசமாக எனக்குத் தெரியும். அதில் வியக்கத்தக்க அம்சம் என்னவென்றால் அதில் பலர் மிகவும் பிரபலமானவர்களாயிருப்பார்கள்.

அலுப்படையச் செய்கிறார்கள் - அதுதான் அவர்கள் செய்வது. அவர்கள் தங்களின் தன்முனைப்பில் நிறைந்து மயக்கமுற்றிருக்கிறார்கள். அவர்கள் முக்கியத்துவம் தங்களின் முக்கியத்துவம் என்ற உணர்வு போதையில் இருக்கிறார்கள்.

தங்களைப் பற்றிப் பேசுகிற மக்கள் தங்களைப் பற்றி மட்டுமே சிந்திக்கிறார்கள். இந்த, தங்களைப் பற்றி மட்டுமே சிந்திக்கிறவர்கள், ''பயனற்ற நிலையில் கல்வியறிவு இல்லாதவர்கள். அவர்கள் படித்தவர்கள் அல்ல.'' ''அவர்கள் எவ்வளவுக்கு அறிவுறுத்தப்பட்டவர்களாக இருந்தாலும் சரியே'' என்று கொலம்பியா பல்கலைக்கழகத்தில் நீண்டகாலம் தலைவராக இருந்த டாக்டர் நிகோலஸ் முர்ரே பட்லர் கூறினார்.

ஆகவே நீங்கள் நல்ல உரையாடல் திறன் மிக்கவர்களாக ஆக விரும்பினால் மிகச்சிறந்த கூர்மையான கவனிப்பாளராக இருங்கள். ஆர்வமிக்கவர்களாக சிறந்து இருப்பதற்கு மற்றவர்கள் மேல் ஆர்வமிக்கவர்களாக இருங்கள். மற்றவர்கள் பதிலளிக்க மகிழ்ச்சி கொள்ளும் வகையில் கேள்விகள் கேளுங்கள். அவர்கள் தங்கள் மீதும் தங்கள் தகுதித் திறமைகள் மீதும் ஆர்வம் கொண்டு பேச ஊக்கப்படுத்துங்கள்.

நீங்கள் பேசிக் கொண்டிருப்பவர்கள் உங்கள் மீதும் உங்கள் பிரச்சினைகள் மீதும் கொள்ளும் ஆர்வத்தைவிட தங்கள் மீதும் தங்கள் பிரச்சினைகள் மீதும் நூறு மடங்கு அதிகமாக ஆர்வம் கொண்டிருக்கிறார்கள் என்பதை நினைவில் வைத்துக் கொள்ளுங்கள். ஒரு மனிதனின் பல்வலி என்பது அவனைப் பொறுத்தவரையில் மில்லியன் மக்களைக் கொன்ற சீனப்பஞ்சத்தைவிட அவனுக்கு

முக்கியமானது. ஒரு நபரின் கழுத்தில் இருக்கும் புண் என்பது ஆப்பிரிக்காவின் நிலநடுக்கத்தைவிட அவனுக்கு ஆர்வம் கொடுக்கிறது. அடுத்த முறை ஒரு உரையாடலை நீங்கள் தொடங்கும் பொழுது இதனை எண்ணிப்பாருங்கள்.

கொள்கை 4

நல்ல கவனிப்பாளராக இருங்கள்.

மற்றவர்கள் அவர்களைப் பற்றிப் பேசுவதற்கு ஊக்கமளியுங்கள்.

5

மக்களை எப்படி உற்சாகப்படுத்துவது

தியோடர் ரூஸ்வெட்டின் விருந்தினர்களாக அமைந்தவர்கள் ஒவ்வொருவரும் அவருடைய விரிவான பல்வேறுபட்ட அறிவுத்திறனை வியந்து போற்றியுள்ளார்கள். அவரைச் சந்திப்பவர் ஒரு குதிரை ஓட்டியாக அல்லது வேகமாக செலுத்துபவராக இருந்தாலும், ஒரு நியூயார்க் காவல்துறை காவலராக அல்லது ஒரு வெளிநாட்டுத் தூதராக இருந்தாலும் அவரிடம் என்ன சொல்ல வேண்டும் என்பதை ரூஸ்வெல்ட் அறிந்துள்ளார். அது எவ்வாறு செய்யப்பட்டது? அதற்கான பதில் மிகவும் எளிமையானது. ரூஸ்வெல்ட் ஒரு விருந்தினரை எதிர்பார்க்கும் போது, முதல் நாள் இரவே அமர்ந்து வருகின்ற விருந்தினர் எந்த விஷயத்தில் குறிப்பாக ஆர்வம் கொண்டவர் என்பதைப் பற்றிப் படித்துத் தெரிந்து கொள்வார்.

ஏனென்றால், எல்லா தலைவர்களும் அறிந்தது போலவே ரூஸ்வெல்டும் ஒரு நபரின் இதயத்திற்குள் செல்லும் உயர்நிலை வழி, அவர் அல்லது அவள் மிகவும் பொக்கிஷமாக நினைக்கும் விஷயத்தைப் பற்றித் தெரிந்து கொண்டு பேசுவது தான் என்பதை அறிந்திருந்தார்.

கட்டுரையாளரும், யேல் பல்கலைக்கழகத்தின் இலக்கியத்துறைப் பேராசிரியருமான மிகச் சிறந்த அறவாளி வில்லியம் லையன் ஃபெல்ப்ஸ் இதனைத் தன்னுடைய இளம் வயதிலேயே கற்றுக் கொண்டார்.

''நான் எட்டு வயதாயிருக்கும் போது, ஒரு வாரக் கடைசியில் மகிழ்ச்சியாகக் கழிப்பதற்காக ஹௌஸடோனிக் மேலுள்ள ஸ்ட்ரட்ஃபோர்ட் பகுதியிலுள்ள என் அத்தை வீட்டிற்குச் சென்றேன்,'' என்று *ஹ்யூமன் நேச்சர்* என்ற கட்டுரையில்

எழுதினார். அவர் தொடர்ந்து, ''ஒரு நாள் மாலையில் ஒரு நடுத்தர வயதுடைய மனிதர் அவரை வந்து சந்தித்தார். என் அத்தையுடன் அமைதியான ஒரு புன்னகைக்குப் பின்னர், அவர் தன் கவனத்தை என் பக்கத்தில் செலுத்தினார். அந்தச் சமயத்தில் நான் படகுகளின் மேல் அதிகமான வியப்பு கொண்டிருந்தேன். குறிப்பாக எனக்கு ஆர்வம் ஊட்டும் வகையில் அந்த மனிதர் அந்த விஷயத்தைப் பற்றி கலந்துரையாடினார். அவர் சென்ற பிறகு, நான் அவரைப் பற்றி மிகுந்த ஆர்வத்துடன் பேசினேன். என்ன அற்புதமான மனிதர்! என் அத்தை அவர் நியூயார்க்கைச் சேர்ந்த ஒரு வழக்கறிஞர் என்றும் அவர் படகுகளைப் பற்றிக் கவலைப்படக் கூடியவர் அல்ல என்றும் அந்த விஷயத்தைப் பற்றி அவர் சிறிதளவுக்குக்கூட ஆர்வம் கொண்டவர் அல்ல என்றும் கூறினார். 'ஆனால் அவர் எப்போதும் எதற்காக படகுகளைப் பற்றியே பேசினார்?'

'''ஏனென்றால் அவர் மிகவும் உயர்வான ஒரு மனிதர். நீ படகுகளைப் பற்றி ஆர்வம் காட்டுகிறாய் என்பதைப் பார்த்துவிட்டார். அதனால் அதைப்பற்றிப் பேசினால் உனக்கு நன்றாகப் புரியும் என்பதாலும் உனக்குத் திருப்தியாக இருக்கும் என்பதாலும் அதைப்பற்றிப் பேசினார். அவர் தனக்குத்தானே ஒத்துக்கொள்ளும் நிலையை உருவாக்கினார்.''

''என் அத்தையின் இந்த சொற்களை நான் ஒருபோதும் மறக்கவில்லை'' என்று வில்லியம் லையன் ஃபெல்ப்ஸ் தொடர்ந்து கூறினார்.

இந்தப் பகுதியை நான் எழுதிக் கொண்டிருக்கும் போது, மாணவர் சாரணர் படையில் தீவிரப் பங்கேற்று வந்த எட்வர்ட் எல். சாலிஃப் எழுதியிருந்த கடிதம் என் முன்னே இருந்தது.

''ஒரு நாள் எனக்கு ஒரு சாதகம் தேவை என்று தோன்றியது. ஐரோப்பாவிற்கு ஒரு மிகப்பெரிய புகழ் பெற்ற சாரணர் படைவீரர் வந்து கொண்டிருந்தார். ஒரு பெரிய கம்பெனியின் தலைவர் எங்கள் மாணவர்களில் ஒருவர் அங்கு செல்வதற்கு வேண்டிய செலவுகளைச் செய்ய வேண்டும் என்று விரும்பினேன்'' என்று மிஸ்டர் சாலிஃப் எழுதினார்.

''அதிர்ஷ்டவசமாக, அந்த மனிதரைச் சென்று பார்ப்பதற்கு சிறிது நேரம் முன்னர், அவர் ஒரு மில்லியன் டாலருக்கான காசோலை பெற்றிருப்பதாகவும், மதிப்பு நீக்கியபின் அதை அவர் சட்டம் போட்டுப் பாதுகாப்பதாகவும் நான் கேள்விப்பட்டேன்.

''ஆகவே அவருடைய அலுவலகத்திற்குச் சென்றதுமே நான் செய்த முதல் வேலை அந்தக் காசோலையைப் பற்றிக் கேட்டு

அதனைப் பார்க்க வேண்டும் என்று கேட்டது தான். ஒரு மில்லியன் டாலருக்கான காசோலையா! இதுவரை வேறு யாருமே இத்தகைய தொகைக்குக் காசோலை எழுதியதாகத் தெரியவில்லை என்று நான் கூறினேன். நான் என்னுடைய மாணவர்களிடம் நான் உண்மையில் ஒரு மில்லியன் டாலருக்கான காசோலையைப் பார்த்ததைக் கூற வேண்டும் என்று விரும்பினேன். அவர் அதனை மகிழ்ச்சியுடன் எனக்குக் காட்டினார். நான் அவரை வியந்து பாராட்டிவிட்டு, இந்தக் காசோலை எழுத நேர்ந்ததைப் பற்றிக் கூறுமாறு கேட்டேன்.''

நீங்கள் கவனியுங்கள். கவனிக்கவில்லையா? மிஸ்டர் சாலிஃப் மாணவர் சாரணர் இயக்கத்தைப் பற்றியோ அல்லது ஐரோப்பாவில் இருக்கும் வீரரைப் பற்றியோ அல்லது அவர் விரும்பியதைப் பற்றியோ பேசவில்லை அல்லவா? அவர் மற்றவர் ஆர்வம் கொண்டுள்ளதை மட்டும் பற்றிப் பேசினார். அதன் விளைவு இதுதான்:

''தற்போது நான் பேசிக்கொண்டிருந்த மனிதர், 'ஓ, இதற்கிடையில், நீங்கள் என்னை எதற்காகப் பார்க்க வந்தீர்கள்?' என்று கேட்டார். ஆகவே நான் அவரிடம் அதைப்பற்றிக் கூறினேன்.

''எனக்கு மிகுந்த ஆச்சரியம் ஏற்படத்தக்க வகையில், நான் கேட்டதை உடனே ஏற்றுக் கொண்டதோடு மட்டுமல்லாமல், அதைவிடவும் மிக அதிகமாகச் செய்ய முன்வந்தார். நான் அவரிடம் ஒரு மாணவனை அனுப்ப வேண்டும் என்று கேட்டேன். அவர் ஐந்து மாணவர்களையும் என்னையும் கூட போகச் சொல்லி ஆயிரம் டாலருக்கான மதிப்புறு கடிதத்தையும் வழங்கினார். எங்களை ஐரோப்பாவில் ஏழு வாரங்கள் தங்குமாறும் கேட்டுக் கொண்டார். அங்குள்ள கிளைத் தலைவர்களுக்குக் கடிதமும் கொடுத்து அவர்கள் எங்களுக்கு உதவி செய்யுமாறும் கூட செய்தார். அவரும் பாரிஸுக்கு வந்து எங்களுக்கு நகரத்தைச் சுற்றிக் காண்பித்தார். அதிலிருந்து எங்கள் மாணவர்களில் பணத்தேவை உள்ளவர்களுக்கு வேலைகளும் கொடுத்து வருவதுடன் எங்கள் குழுவில் மிகுந்து ஆர்வத்துடன் இணைந்து செயல்படுகிறார்.

''இருப்பினும் நான் அவருக்கு விருப்பமானதைப் பற்றித் தெரிந்து கொண்டிருக்கவில்லை என்றால், முதலில் அவருக்கு அதைப்பற்றிக் கூறி அவரை மகிழ்ச்சிப்படுத்தியிருக்கவில்லை என்றால், இதுபோன்ற நிலையில் பத்தில் ஒரு பங்கு அளவுக்குக்கூட நடப்பதற்கு வாய்ப்பிருக்காது.''

வணிகத்தில் பயன்படுவதற்கு ஏற்ற மதிப்புள்ள உத்தியா இது? அப்படி இருக்கிறதா? நாம் அதனைப் பார்க்கலாம். நியூயார்க்கிலுள்ள

ஒரு ரொட்டிக் கம்பெனியான டுவெர்னோய் அண்ட் சன்ஸ் நிறுவனத்தின் ஹென்றி ஜி. டுவெர்னோயை எடுத்துக் கொள்வோம்.

நியூயார்க்கிலுள்ள சில ஹோட்டல்களுக்கு ரொட்டியை விற்பதற்கு மிஸ்டர். டுவெர்னோய் முயற்சி செய்து கொண்டு இருந்தார். அவர் அதன் மேலாளரை நான்கு ஆண்டுகளாகச் சந்தித்துக் கொண்டிருந்தார். அவர் அந்த சமூக விவகாரங்களைக் கவனித்த மேலாளரை சந்தித்தார். அவர் வணிகத்தில் ஆர்டர்களைப் பெறுவதற்காக ஹோட்டல்களில் அறை எடுத்துக்கொண்டு தங்கியும் முயற்சி செய்தார். ஆனால் அதில் தோல்வியடைந்தார்.

''பிறகு,'' என்று கூறி மிஸ்டர். டுவெர்னோய் தொடர்ந்தார். ''மக்கள் தொடர்பு தொடர்பான தகவல்களைப் படித்து என்னுடைய உத்திகளை மாற்றிக்கொள்ள முடிவு செய்தேன். அந்த மனிதர் எதில் ஆர்வம் கொண்டுள்ளார் என்பதையும் அவருடைய ஆர்வத்தில் எது பிடிப்பு கொண்டுள்ளது என்பதையும் காண்பதற்கு நான் முடிவெடுத்தேன்.

''அவர் ஹோட்டல் க்ரீட்டர்ஸ் ஆஃப் அமெரிக்கா என்ற ஹோட்டல் நிர்வாகிகள் சங்கத்தைச் சேர்ந்தவர் என்பதைக் கண்டுபிடித்தேன். அவர் அந்தச் சங்கத்தைச் சேர்ந்தவர் என்பது மட்டுமல்லாமல் அவரது கொப்பளித்து எழும் ஆர்வ உணர்வினால் அந்தச் சங்கத்தின் தலைவராகவும் பன்னாட்டு சங்கத்திலும் தலைவராகவும் இருந்தார். மாநாடுகள் எங்கு நடக்கிறது என்பதைப் பற்றிக் கவலைப்படாமல் அங்கெல்லாம் இவர் இருந்தார்.

''ஆகவே அவரை அடுத்த நாளில் சந்தித்த போது, அந்த க்ரீட்டர்ஸ் சங்கத்தைப் பற்றி பேசத் தொடங்கினேன். எத்தகைய ஒரு வரவேற்பைப் பெற்றேன் தெரியுமா! அத்தகையதொரு வரவேற்பு! அவர் க்ரீட்டர்ஸைப் பற்றி அரைமணி நேரம் ஆர்வத்தால் நிறைந்த குரலில் பேசினார். இந்தச் சங்கம் அவருக்கு ஒரு பொழுதுபோக்காக இல்லாமல் வாழ்வின் நோக்கமாகவே இருந்ததை என்னால் தெளிவாக பார்க்க முடிந்தது. நான் அவரது அலுவலகத்தை விட்டு வெளிவருமுன், அவருடைய சங்கத்தின் ஒரு உறுப்பினர் சந்தாவை 'விற்று' என்னை உறுப்பினராக்கி விட்டார்.

''இதற்கிடையில் நான் ரொட்டி விற்பனை பற்றி எதுவும் கூறவில்லை. ஆனால் சில நாட்களுக்குப் பின்னர், அவருடைய ஹோட்டலின் முகமையாள ஊழியர் தொலைப்பேசியில் தொடர்பு கொண்டு மாதிரிகளுடனும் விலை விபரங்களுடனும் வந்து விடுமாறு கூறினார்.

''அந்த வயதானவருக்கு நீங்கள் என்ன செய்தீர்கள் என்பது

எனக்குத் தெரியவில்லை. 'ஆனால் உங்களிடம் வாங்குவதில் நிச்சயமாக உள்ளார்!' என்று அந்த முகமையாள ஊழியர் என்னிடம் கூறி வாழ்த்தினார்.

''இதனை எண்ணிப் பாருங்கள்! அவருடைய வணிகத்தைப் பெறுவதற்காக, அவரை நான்கு ஆண்டுகளாக கேட்டுக் கொண்டே இருந்தேன். இறுதியாக அவருக்கு எதில் ஆர்வம் என்பதையும் எதைப்பற்றிப் பேசுவதில் அவருக்கு விருப்பம் என்பதையும் கண்டுகொள்வதற்கான முயற்சியை மேற்கொள்ளவில்லையானால் இன்றும் கூட கேட்டுக் கொண்டே இருக்க வேண்டியது தான்.''

மேரிலேண்டில் உள்ள ஹேகர்ஸ்டவுனைச் சேர்ந்த எட்வர்ட் ஈ. ஹாரிமன் தன்னுடைய இராணுவப் பணியை முடித்த பிறகு, மேரிலேண்டில் உள்ள அழகான கம்பெர்லேண்ட் பள்ளத்தாக்கில் ஒரு அழகான வீட்டை வசிப்பதற்குத் தேர்ந்தெடுத்தார். துரதிர்ஷ்டவசமாக, அந்தச் சமயத்தில் அந்தப் பகுதியில் சில வேலைகளே இருந்தன. சிறிய ஆராய்ச்சிக்குப் பிறகு, வழக்கத்திற்கு மாறாக வணிகத்தில் பித்துக் கொண்டிருந்த ஆர்.ஜே. ஃபங்க்ஹௌசர் என்பவரால் அதிக அளவில் சொந்தமாக நடத்தப்படுவனவாக அல்லது அவரது கட்டுப்பாட்டில் உள்ளனவாக உள்ள கம்பெனிகள் அங்கே ஏராளமாக இருப்பதையும் அறிய முடிந்தது. அவருடைய வறுமையிருந்து தொடங்கி ஏற்பட்ட பெரும் வளர்ச்சி மிஸ்டர். ஹாரிமனை ஆழ்ந்து சிந்திக்க வைத்தது. இருப்பினும் அவர் வேலை தேடுபவர்கள் எளிதில் அணுக முடியாதவராக இருந்தார். மிஸ்டர். ஹாரிமன் இவ்வாறு எழுதுகிறார்:

''நான் பல நபர்களை சந்தித்து உரையாடினேன். பதவிக்கும் பணத்திற்கும் அதிக முக்கியத்துவம் கொடுப்பதே அவருடைய முதன்மையான ஆர்வம் என்பதைத் தெரிந்து கொண்டேன். கடுமையான எச்சரிக்கை மிக்க ஒரு செயலாளரைக் கொண்டு என்னைப் போன்ற மக்களைச் சந்திப்பதை விட்டும் அவர் காத்துக்கொண்டிருந்ததால், நான் அந்தச் செயலாளரின் ஆர்வத்தையும் கொள்கைகளையும் ஆராய்ந்தேன். அதன் பிறகு தான் ஒருநாள் அவளுடைய அலுவலகத்திற்கு முன்னறிவிப்பு இல்லாமல் சென்றேன். அவள் மிஸ்டர் ஃபங்க்ஹௌசரின் செயலாளராக அவரது சுழலும் மையப்புள்ளியாக பதினைந்து ஆண்டுகளாகச் செயல்பட்டு வருகிறாள். நான் அவருக்காக ஒரு திட்டம் வைத்திருப்பதாகவும் அது அவருக்கு நிதி நிலையிலும் அரசியல் வெற்றியிலும் பெரிதும் உயர்ந்த மாற்றத்தை உண்டாக்கும் என்று கூறியதும் அவள் ஆர்வம் கொண்டாள். அவளுடைய ஆக்கபூர்வமான இந்தப் பங்களிப்பால்

அவருக்கு வெற்றிகள் கிடைக்கும் என்றும் கலந்துரையாடினேன். அதற்குப் பிறகு அவள் மிஸ்டர். ஃபங்க்ஹௌசரை நான் சந்திப்பதற்கு ஏற்பாடு செய்தாள்.

''அவருடைய மிகப்பெரிய கவரக்கூடிய வகையில் அமைந்திருந்த அலுவலகத்துக்குள் நேரடியாக வேலை கேட்கக்கூடாது என்ற தீர்மானத்துடன் நுழைந்தேன். அவர் ஒரு வளைவான மேஜைக்குப் பின்னால் அமர்ந்திருந்தார். அவர் அதிக சப்தத்துடன், 'இளைஞரே, எதற்காக வந்தீர்?' என்று கேட்டார். 'மிஸ்டர். ஃபங்க்ஹௌசர் நான் உங்களுக்காகப் பணம் அதிகமாக உருவாக்க முடியும் என்று நம்புகிறேன்' என்று பதிலளித்தேன். அவர் உடனே நிமிர்ந்து உட்கார்ந்து கொண்டு அங்கிருந்த மிகப்பெரிய அலங்காரமான இருக்கையில் உட்காருமாறு சொல்லி வரவேற்றார். நான் என்னுடைய யோசனைகளை விரிவாக எடுத்துச் சொல்லி அதனைச் செயல்படுத்துவதற்கு என்னிடம் உள்ள தகுதிகளையும் அது எப்படி அவரது தனிப்பட்ட வெற்றியிலும் வணிகத்திலும் வெற்றியைக் கொடுக்கும் என்பதை எடுத்துக் கூறினேன்.

'''ஆர்.ஜே' என்றே எனக்கு அறிமுகமாகித் தெரியப்பட்ட அவர், என்னை உடனடியாகப் பணியமர்த்திக் கொண்டார். இருபது ஆண்டுகளுக்கும் மேலாக அவருடைய நிறுவனத்தில் வளர்ச்சி பெற்றேன். நாங்கள் இருவருமே நிறைந்த வளத்தைப் பெற்றோம்.''

மற்ற நபர்களின் ஆர்வங்களின் அடிப்படையில் பேசுவது இருவருக்குமே மிகுந்த பயனைக் கொடுக்கிறது. ஊழியர் தகவல் தொடர்பியலில் மிகவும் திறமை பெற்றவராக விளங்கிய ஹோவார்ட் இசட். ஹெர்ஜிக் (Howard Z. Herzig) எப்பொழுதும் இந்த முறையையே பின்பற்றியுள்ளார். அதிலிருந்து எத்தகைய வெகுமதியை அவர் பெற்றார் என்று கேட்டபோது, ஒவ்வொரு நபரிடமிருந்தும் தனிப்பட்ட முறையில் வெகுமதி பெற்றதோடல்லாமல், ஒவ்வொரு முறை ஒவ்வொருவரிடம் பேசும் போதும் அவருடைய வாழ்க்கையில் மிகுந்த வளர்ச்சி ஏற்பட்டது என்று மிஸ்டர். ஹெர்ஜிக் பதிலளித்தார்.

கொள்கை 5

மற்ற நபர்களின் ஆர்வங்களின் அடிப்படையில் பேசுங்கள்.

6

மக்கள் உங்களை உடனடியாக எப்படி விரும்பச் செய்வது

நியூயார்க், எட்டாவது அவென்யூ, முப்பத்தி மூன்றாவது தெருவில் உள்ள அஞ்சலகத்தில் ஒரு கடிதத்தை அனுப்புவதற்காக வரிசையில் காத்துக் கொண்டிருந்தேன் - கடிதங்களை எடை போடுவது, தபால்தலைகள் விற்பது, சில்லரையைக் கொடுப்பது, ரசீது கொடுப்பது - போன்ற ஒரேவிதமான வேலைகளில் அரைத்த மாவை அரைப்பது என்று சொல்வது போல ஆண்டுக்கு ஆண்டு செய்து கொண்டு அங்குள்ள அஞ்சலக எழுத்தர் மிகவும் அலுப்புற்று இருப்பதை நான் கவனித்தேன். நான் எனக்குள்ளே இவ்வாறு கூறிக்கொண்டேன்: ''அந்த அஞ்சலக எழுத்தரை என்னைப்போல் மாற்ற முயற்சி செய்யப்போகிறேன். என்னைப்போல் அவரை உருவாக்குவதற்கு வெளிப்படையாக அவரிடம் இனிமையாக ஏதேனும் சொல்ல வேண்டும். என்னைப்பற்றி அல்ல, அவரைப்பற்றி தான். ஆகவே நான் எனக்குள்ளே, 'அவரைப்பற்றி நேர்மையாக நான் பாராட்டுவதற்கு அவரிடத்தில் என்ன உள்ளது?''' என்று கேட்டுக்கொண்டேன். சில வேளைகளில் அது விடையளிப்பதற்கு மிகவும் கஷ்டமான கேள்வியாகும். அதுவும் முன்பின் தெரியாத ஒருவரைப்பற்றி. ஆனால் இந்த விஷயத்தில் எனக்கு அது எளிமையானதாக இருந்தது. அவரை விடாமல் தொடர்ந்து பாராட்டுவதற்கு உடனேயே சிலவற்றைக் கண்டேன்.

ஆகவே அவர் என்னுடைய கடித உறையை எடை போட்டுக் கொண்டிருக்கும் போது, ''அழகான தலைமுடி கொண்ட உங்கள் தலையைப் பற்றி நான் கண்டிப்பாக உங்களை வாழ்த்த விரும்புகிறேன்'' என்று மிகுந்த ஆர்வத்துடன் கூறினேன்.

முகத்தில் கனிவான புன்னகையுடன், பாதி கலவரம் கொண்ட உணர்வுடன், என்னை நிமிர்ந்து பார்த்தார். ''நன்று, அது எப்போதும்

இருக்கும் அளவுக்கு இப்போது அவ்வளவு அழகாக இல்லை'' என்று பணிவான தன்னடக்கத்துடன் அவர் கூறினார். அதன் உண்மையான அழகில் கொஞ்சம் குறைவுபட்டிருந்த போதிலும் இப்போதும் அது அழகுடன் மிளிர்வதாக அவரிடம் உறுதியாகக் கூறினேன். அவர் மிகமிக திருப்தி கொண்டார். நாங்கள் இனிமையான சிறிது நேர உரையாடலை மேற்கொண்டோம். அவர் நிறைவாக என்னிடம், ''என்னுடைய முடியழகைப் பலர் பாராட்டி உள்ளார்கள்'' என்று அவர் கூறினார்.

அந்த நபர் அன்று மதிய உணவுக்கு வெளியில் செல்லும் போது, காற்றில் மிதப்பது போல் மகிழ்ச்சியில் சென்று வருவார் என்று நான் பந்தயம் கட்டி வேண்டுமானாலும் கூறுவேன். அவர் கண்ணாடியைப் பார்த்துக்கொண்டு, ''என்னுடைய தலை அழகுமிக்க முடியை உடையது'' என்று கூறிக்கொள்வார் என்பதையும் நான் உறுதியிட்டுக் கூறுவேன்.

இந்த நிகழ்வை ஒரு பொதுமேடையில் நான் உரையாற்றும் போது கூறினேன். அப்போது அங்கிருந்த ஒருவர் என்னிடம், ''அவரிடமிருந்து நீங்கள் என்ன பெற விரும்புகிறீர்கள்?'' என்று கேட்டார்.

அவரிடமிருந்து நான் என்ன பெறுவதற்கு முயற்சிக்கிறேன்! அவரிடமிருந்து நான் என்ன பெறுவதற்கு முயற்சிக்கிறேன்!!

இப்படியான அலட்சியப்படுத்தத் தக்கதான தன்னலத்தைப் பெற்றிருந்தால் நாம் மகிழ்ச்சி அலைகளை சிறிதளவும் உருவாக்க முடியாது. பதிலுக்கு ஒன்றை அதிலிருந்து எதிர்பார்த்து இருந்தால் நேர்மையான ஒரு பாராட்டை நாம் கொடுக்க முடியாது. அப்படி இருந்தால் தம்முடைய மனம் ஒரு அழுகிய ஆப்பிளைப் போல் தான் இருக்கும். அதற்கு வெகுமதியான தோல்விகள் தான் நாம் சந்திக்க வேண்டும்.

ஆம், உண்மை தான். அந்த நபரிடமிருந்து எதையும் பெற நான் விரும்பவில்லை. விலைமதிப்பற்ற ஏதாவது ஒன்றைப் பெற விரும்பினேன். அதை நான் பெற்றுவிட்டேன். அவர் எனக்கு ஏதாவது செய்ய வேண்டும் என்ற எதிர்பார்ப்பு எதுவுமே இல்லாமல் நான் அவருக்கு ஏதோ ஒன்றைச் செய்துவிட்டேன் என்ற நல்லுணர்வை நான் பெற்றுவிட்டேன். அந்த உணர்வு தான் உங்கள் உள்ளத்தில் அந்த நிகழ்ச்சி நடந்து காலங்கள் கடந்த பின்னரும் உள்ளத்தில் மணம் பரப்பிக் கொண்டு இனிய இசையை உருவாக்கிக் கொண்டு இருக்கும்.

மனிதப் பண்பான நடத்தையில் ஒரு எல்லாவிதமான மிக

முக்கியமான விதிமுறை இருக்கிறது. அந்த விதிமுறையை நாம் பின்பற்றி நடந்து வந்தால், நாம் எந்தவிதமான துன்பத்திலும் ஒருபோதும் சிக்கிக்கொள்ள மாட்டோம். நாம் அதைப் பின்பற்றி நடந்தால் உண்மையில், அந்த விதிமுறை நமக்கு எண்ணற்ற நண்பர்களையும், நிரந்தர மகிழ்ச்சியையும் கொண்டு வந்து சேர்க்கும். ஆனால் அந்த விதிமுறையை நான் உடைத்தெறிந்தால் அந்தக் கணமே நமக்கு முடிவில்லாத துன்பம் வந்து சேரும். இதுதான் அந்த விதிமுறை: *எப்போதும் மற்றவர்களை முக்கியமானவர்களாக உணரச் செய்யுங்கள்.* நாம் முன்பே குறிப்பிட்டுள்ளதைப் போல, மனிதனின் இயற்கையில் முக்கியமானவராக உணரப்பட வேண்டும் என்ற உந்துதல் தான் மனித உள்ளத்தில் ஆழப்பதிந்துள்ளது என்று ஜான் டேவி கூறினார். வில்லியம் ஜேம்ஸ் இவ்வாறு கூறினார்: ''பாராட்டப்பட வேண்டும் என்கின்ற ஏக்கம் தான் மனிதனின் இயற்கையில் அமைந்துள்ள ஆழமான கொள்கையாகும்.'' நான் முன்பே குறிப்பிட்டிருப்பது போல இத்தகைய உந்துதல் தான் மனிதனை மிருகங்களிலிருந்து வேறுபடுத்திக் காட்டுகிறது. நாகரிக வளர்ச்சிக்கே கூட இத்தகைய உந்துதல் தான் காரணமாய் அமைகிறது.

ஆயிரக்கணக்கான ஆண்டுகளாகவே தத்துவஞானிகள் மனித உறவுகளின் சட்டங்களைப் பற்றி யூகித்து சொல்லிக் கொண்டே இருக்கிறார்கள். அந்த யூகங்கள் அனைத்திலிருந்தும் ஒரே ஒரு முக்கியமான அறிவுறுத்தல் மட்டுமே பெறப்பட்டுள்ளது. அது புதியதல்ல. அது வரலாறைப் போலவே பழமையானது. இரண்டாயிரத்து ஐநூறு ஆண்டுகளுக்கு முன்னரே பாரசீகத்தில் ஜொரோஸ்டர் தன்னுடைய சீடர்களுக்கு இதனைப் போதித்துள்ளார். இரண்டாயிரத்து நானூறு ஆண்டுகளுக்கு முன்னரே சீனாவில் கன்ஃப்யூசியஸ் இதனைப் போதித்துள்ளார். டாவோயிசத்தைத் தோற்றுவித்த லாவ்ட்ஸே தன்னுடைய சீடர்களுக்கு ஹான் பள்ளத்தாக்கில் கற்றுக் கொடுத்துள்ளார். கிறிஸ்துவுக்கு ஐந்நூறு ஆண்டுகளுக்கு முன் இந்து மதத்தின் புனித நூல்கள் இதனைக் கற்பித்துள்ளன. பத்தொன்பது நூற்றாண்டுகளுக்கு முன் ஜுடிய மலைகளின் கல்பாறை வெளிகளில் ஏசு கிறிஸ்து இதனைக் கற்றுக் கொடுத்துள்ளார். ஏசு இதனைத் தொகுத்து ஒரே சிந்தனையாக உலகிலேயே ஒரு முக்கிய விதிமுறையாக இப்படிக் கூறியுள்ளார்: ''உங்களுக்கு மற்றவர் செய்ய வேண்டும் என்று நீங்கள் விரும்புவதை மற்றவர்களுக்கு நீங்கள் செய்யுங்கள்.''

நீங்கள் யாரோடு தொடர்பு கொள்கிறீர்களோ அவர்களிடமிருந்து

ஒப்புதல் பெற விரும்புகிறீர்கள். உங்கள் உண்மை மதிப்புக்கு அங்கீகாரம் பெற விரும்புகிறீர்கள். உங்கள் சிறிய உலகத்தில் நீங்கள் முக்கியமானவராகக் கருதப்பட விரும்புகிறீர்கள். சாதாரணமான, நேர்மையற்ற முகஸ்துதியை நீங்கள் கேட்க விரும்புவதில்லை. ஆனால் நீங்களும் உண்மையான பாராட்டுகளுக்காக ஏங்குகிறீர்கள். உங்கள் நண்பர்களும் உங்கள் கூட்டாளிகளும் ''பாராட்டுவதில் மனப்பூர்வமாகவும் புகழ்வதில் அளவில்லாமலும் இருக்க வேண்டும் என்று சார்லஸ் ஷ்வாப் குறிப்பிடுவது போல இருக்க வேண்டும் என்று நீங்கள் விரும்புகிறீர்கள்.'' நாம் எல்லோருமே அதனை விரும்புகிறோம்.

ஆகவே அந்த பொன்னான விதிமுறையைப் பின்பற்றி நடந்து நாம் மற்றவர்களிடமிருந்து எதை நமக்கு எதிர்பார்க்கிறோமோ அதையே நாம் மற்றவர்களுக்கு கொடுக்க வேண்டும் என்ற உணர்வைப் பெறுவோம்.

எவ்வாறு? எப்பொழுது? எங்கே?

அதற்கான விடை: எல்லா நேரத்திலும், எந்த ஒரு இடத்திலும்.

விஸ்கான்ஸினில் உள்ள ஈவா கிளைரைச் சேர்ந்த டேவிட் ஜி. ஸ்மித், எங்கள் வகுப்புகள் ஒன்றில் பேசும் போது, தான் அறக்கட்டளை விழா ஒன்றில் சிற்றுண்டி நிலையத்தில் ஒரு இக்கட்டான சூழ்நிலையை எவ்வாறு கையாண்டார் என்பதைப் பற்றி எடுத்துக் கூறினார்.

''நிகழ்ச்சி இரவில் நான் அந்த வளாகத்திற்கு வந்துவிட்டேன். சிற்றுண்டி இருக்கும் இடத்திற்கு அருகில் மிகவும் மோசமான நகைச்சுவை பேச்சு பேசிக்கொண்டு இரண்டு வயதான பெண்கள் நின்று கொண்டிருந்தார்கள் வெளிப்படையாக ஒவ்வொருவரும் தாங்கள் தான் அந்த நிகழ்ச்சித் திட்டத்தின் பொறுப்பாளர் என்று நினைத்தனர். நான் நின்று கொண்டு என்ன செய்வதென்று தெரியாமல் விழித்துக் கொண்டிருந்த போது, அந்த நிகழ்ச்சியைப் பொறுப்பேற்றிருக்கும் குழு உறுப்பினர்களில் ஒருவர் அங்கே வந்து ஒரு பணப்பெட்டியை என்னிடம் கொடுத்து இந்த நிகழ்ச்சியை ஏற்று நடத்துவதற்கு நன்றி என்று கூறிவிட்டுச் சென்றுவிட்டார். அந்தப் பெண்கள் தங்களை ரோஸ் மற்றும் ஜேன் என்றும் எனக்கு உதவியாளர்களாக உள்ளவர்கள் என்றும் கூறிவிட்டுச் சென்றனர்.

''மிகப்பெரிய மௌனம் தொடர்ந்தது. பணப்பெட்டி என்பது அதிகாரத்தின் (பல்வேறு விதமான) அடையாளம் என்பதை உணர்ந்து கொண்டு, அந்தப் பெட்டியை ரோஸிடம் கொடுத்தேன். பணத்தை நேரடியாக என்னால் வைத்துக்கொள்ள முடியாது என்றும் அவள்

அதற்குப் பொறுப்பெடுத்துக் கொண்டால் தான் மிகவும் நன்றாக இருக்க முடியும் என்றும் அவளிடம் விளக்கிக் கூறினேன். அதன் பிறகு நான் ஜேனை அழைத்து சிற்றுண்டிகளுக்குப் பொறுப்பாக அங்கிருந்த இரண்டு இளைஞர்களைக் காட்டி அவர்களுக்கு சோடா எந்திரத்தை எவ்வாறு இயக்குவது என்று காட்டுமாறு யோசனை கூறி அந்தப் பகுதிக்கு அவள் பொறுப்பாளராக இருக்க வேண்டும் என்று கேட்டுக் கொண்டேன்.

''அன்றைய மாலையில் ரோஸ் மகிழ்ச்சியுடன் பணத்தை எண்ணிக் கொண்டிருந்தாள். ஜேன் அந்த இரண்டு இளைஞர்களின் வேலைகளை மேற்பார்வையிட்டுக் கொண்டிருந்தாள். நான் மகிழ்ச்சியுடன் அந்த நிகழ்ச்சிகளைக் கவனித்துக் கொண்டிருந்தேன்.''

இந்தப் பாராட்டுதல் என்ற தத்துவத்தை நடைமுறைப்படுத்துவதற்கு முன்னர் நீங்கள் ஃபிரான்ஸின் தூதுவராகவோ அல்லது உங்கள் தங்கும் இடத்தின் சமூக நிகழ்ச்சிகளின் பொறுப்பாளராகவோ ஆகின்றவரைப் பொறுத்துக் கொண்டிருக்கத் தேவையில்லை. அந்த அதிசயத்தை ஒவ்வொரு நாளிலும் நிகழ்த்த முடியும்.

உதாரணமாக, நாம் ஃப்ரெஞ்ச் ஃப்ரைட் உணவுக்கு ஆர்டர் கொடுத்திருந்த பொழுது, பணியாளர் உருளைக்கிழங்கு மசியல் கொண்டு வந்துவிட்டால், நாம் இப்படிச் சொல்வோம்: ''நான் உங்களைத் தொந்தரவு செய்வதற்கு வருந்துகிறேன். ஆனால் ஃப்ரெஞ்ச் ஃப்ரைடை விரும்புகிறேன்.'' அவள் நிச்சயமாக ''இதில் தொந்தரவு ஒன்றும் இல்லை'' என்று கூறிவிட்டு உருளைக்கிழங்கு உணவை மாற்றிக் கொடுப்பதில் மகிழ்ச்சி அடைவாள். ஏனென்றால் நாம் அவளுக்கு மரியாதை கொடுத்துள்ளோம்.

''உங்களுக்குத் தொந்தரவு கொடுப்பதற்கு நான் வருந்துகிறேன்,'' ''அவர்களிடம் இருப்பது போல் நீங்கள் அன்புடன் இருப்பீர்களா?,'' ''தயவு செய்து இதனைச் செய்ய முடியாதா?,'' ''நீங்கள் மனத்தில் வைத்துக் கொள்வீர்களா?,'' ''தங்களுக்கு நன்றி'' போன்ற சிறுசிறு கனிவான வாசகங்கள் ஒரே மாதிரியான ஒவ்வொரு நாள் வாழ்க்கையையும் சக்கரங்களுக்கு எண்ணெயிடுவது போல் எளிதாக இயங்க வைக்கும். அதே நேரத்தில் நல்லன உருவாவதற்கு இவைகள் தனித்தன்மை பெற்றவையாக அமையும்.

நாம் மற்றொரு நிரூபணத்தை எடுத்துக் கொள்வோம். இந்த நூற்றாண்டின் ஆரம்ப காலத்தில், *தி கிறிஸ்டியன், தி டீம்ஸ்டர், தி மேங்க்ஸ்மேன்* ஆகிய ஹால் கெயினின் நாவல்கள் எல்லாமும் மிகவும் அதிக விற்பனை உள்ள நாவல்கள். மில்லியன் கணக்கான மக்கள் அவருடைய நாவல்களைப் படித்தனர். எண்ணிக்கை அறிய

முடியா மில்லியன்கள். அவர் ஒரு கொல்லரின் மகன். அவர் தன் வாழ்க்கையில் எட்டு ஆண்டுகளுக்கு மேல் பள்ளிக் கல்வியைப் பெறவில்லை. அவர் இறக்கும் போது அவருடைய காலத்தில் மிக உயர்ந்த இலக்கியவாதியாகத் திகழ்ந்தார்.

அந்தக் கதை இப்படி செல்கிறது: ஹால் கெயின் செய்யுள்களையும் கதைப்பாடல்களையும் விரும்பினார். ஆகவே டான்டே கேப்ரியல் ரோசட்டியின் கவிதைகளை எல்லாம் ஆழ்ந்து படித்து முடித்தார். ரோசட்டியின் கலைச் சாதனைகளை வியந்து பாராட்டி உரையொன்றை எழுதினார். அதன் ஒரு நகலை ரோசட்டிக்கும் அனுப்பி வைத்தார். ரோசட்டி மிகவும் மகிழ்ந்து போனார். ''என்னுடைய திறமையைப் பற்றி மிகவும் உயர்வான கருத்துக் கொண்டிருக்கும் எந்த ஒரு இளைஞனும், நிச்சயமாக மிகவும் அறிவுக்கூர்மை உடையவராகத்தான் இருக்கு வேண்டும்'' என்று ரோசட்டி கூறிக் கொண்டார். ஆகவே இந்த பொற்கொல்லரின் மகனை லண்டனுக்கு அழைத்துத் தன்னுடைய செயலாளராகப் பணியமர்த்திக் கொண்டார். ஹால் கெய்னேயின் வாழ்வில் இது ஒரு திருப்புமுனையாக அமைந்தது; ஏனென்றால் தன்னுடைய புதிய பணியின் மூலம், அந்த நாளில் இருந்த இலக்கியக் கலைஞர்களை அவர் சந்தித்தார். அவர்களது அறிவுரையின் மூலம் பயன்பெற்று அவர்களின் ஊக்கமான ஆக்கபூர்வ சொற்களால் உந்தப்பட்டு அவரை வானளாவிய புகழுக்கு இட்டுச் சென்ற பணிக்குத் தன்னை இணைத்துக் கொண்டார்.

மான் தீவில் உள்ள க்ரீபா கேசில் என்ற அவரது இல்லம் உலகளாவிய அளவில் வருகின்ற சுற்றுலாப் பயணிகளுக்கு சிறந்த இடமாகவும் புனிதம் மிக்கதாகவும் இருந்தது. அவர் பல மில்லியன் டாலர்கள் மதிப்புள்ள எஸ்டேட்டை விட்டுச் சென்றார். இருந்த போதிலும் ஒரு புகழ் பெற்ற மனிதரைப்பற்றி மிகவும் புகழ்ந்து ஒரு கட்டுரை எழுதியிருக்காவிட்டால், அவர் ஏழையாகவோ அல்லது ஒருவருக்கும் தெரியாதவராகவோ இறந்திருப்பார்.

அந்த சக்தி, அப்படிப்பட்ட சக்தி. நேர்மையின் மூலம் கிடைத்த, அந்த உன்னதமான சக்தி உண்மையான, நேர்மையான, மனப்பூர்வமான பாராட்டுக்களால் கிடைத்தது.

ரோசட்டி தன்னைத்தானே முக்கியத்துவம் மிக்கவராகக் கருதினார். அது ஆச்சரியப்படத்தக்க ஒன்றல்ல. ஏறக்குறைய எல்லோருமே தன்னைத் தானே முக்கியமானவர்களாக, அதிகமான முக்கியமானவர்களாகக் கருதுகிறார்கள்.

சிலர் மட்டுமே பல நபர்களை முக்கியமானவர்களாக உணர

வைத்ததால் பலரின் வாழ்க்கை பெரும்பாலும் மாறியிருக்க முடியும். கலிஃபோர்னியாவில் எங்கள் பயிற்சி வகுப்புகளில் பயிற்றுநராக இருந்தவர்களில் ஒருவரான ரோனால்ட் ஜே. ரௌலன்ட் ஒரு கலைகள் மற்றும் கைத்தொழில் ஆசிரியராக இருந்தார். அவர் தன்னுடைய ஆரம்ப கைத்தொழில் வகுப்பில் கிரிஸ் என்ற ஒரு மாணவனைப் பற்றி எங்களுக்கு இவ்வாறு எழுதினார்:

கிரிஸ் மிகவும் அமைதியான, கூச்ச சுபாவத்துடன் தன்னம்பிக்கை குறைவானவனாக தனக்குச் சேரவேண்டிய கவனத்தையும் கூட பெரும்பாலும் பெறமுடியாத ஒரு மாணவனாக இருந்தான். அந்தஸ்தின் அடையாளமாக ஓரளவுக்கு இருக்கக்கூடிய, அதைக் கற்பவருக்கு அதில் ஒரு சாதகம் இருப்பதான ஒரு முன்னேற்றமான வகுப்பையும் கூட நான் நடத்தினேன்.

புதன்கிழமையன்று, கிரிஸ் தன்னுடைய இடத்தில் விடா முயற்சியுடன் வேலை செய்து கொண்டு இருந்தான். அவனிடத்தில் ஆழமான மறைந்திருக்கும் ஆர்வ தீ இருப்பதை நான் உண்மையிலேயே உணர்ந்தேன். அவன் அதனைவிட முன்னேற்றமான வகுப்பில் சேர விரும்புகிறானா என்று கேட்டேன். பதினான்கு வயதேயான வெட்க சுபாவம் கொண்ட கிரிஸின் முகத்தில் கண்ணீரை மறைத்துக் கொள்ள முயன்ற நிலையில் தோன்றிய அந்த பார்வையை நான் எப்படி எடுத்துரைப்பேன்!

''மிஸ்டர். ரௌலன்ட் அவர்களே, என்னையா? நான் அந்த அளவுக்கு சிறந்து இருக்கிறேனா?''

''ஆம் கிரிஸ், நீ மிகவும் சிறந்து காணப்படுகிறாய்.''

அந்த அளவோடு நான் விட்டுவிட வேண்டும். ஏனென்றால் என்னுடைய கண்களில் கண்ணீர் உண்டாகிறது. அன்று கிரிஸ் வகுப்பை விட்டு வெளி வரும் போது, வெளிப்படையாகவே இரண்டு அங்குலம் உயரம் கூடுதலாகத் தெரிந்து பிரகாசமான தன் நீலக்கண்களால் என்னைப் பார்த்தான். நேர்மறையான குரலில், ''மிக்க நன்றி மிஸ்டர். ரௌலன்ட்'' என்று கூறினான்.

நான் எப்போதுமே மறக்க முடியாத முக்கியமானவராக உணரப்படுவதற்கு நம்மிடம் உள்ள விருப்பம் என்ற ஒரு பாடத்தை கிரிஸ் எனக்குக் கற்பித்தார். இந்த விதிமுறையை நான் எப்போதும் மறக்காமல் இருப்பதற்கு உதவுவதற்காக **''நீங்கள் முக்கியமானவர்''** என்ற ஒரு அறிவிப்புப் பலகையை தயார் செய்தேன். இது வகுப்பறையின் முன்னால் அனைவரும்

பார்க்கும் வண்ணம் வைத்தேன். இது எனக்கு ஒவ்வொரு மாணவனின் முகமும் மிகவும் முக்கியமானது என்பதை நினைவுபடுத்திக் கொண்டிருப்பதாகவும் அமைத்தேன்.

நீங்கள் சந்திக்கின்றவர்களில் ஏறக்குறைய எல்லோருமே அவர்கள் உங்களை விட ஏதாவது ஒரு வகையில் உயர்ந்தவர்களாக இருக்கிறார்கள் என்பது மறைக்க முடியாத உண்மையாகும். நீங்கள் அவர்களின் முக்கியத்தை ஏதாவது ஒரு வகையில் அங்கீகரிக்கிறீர்கள் நேர்மையான முறையில் அங்கீகரிக்கிறீர்கள் என்பது தான் அவர்களின் உள்ளத்தில் ஆழப்பதிந்து விடுவதற்கு நிச்சயமான வழியாகும்.

''நான் சந்திக்கின்ற ஒவ்வொரு மனிதனும் ஏதாவது ஒரு வகையில் என்னை விட உயர்ந்தவர். அதன் மூலம் அவரிடமிருந்து நான் கற்றுக் கொள்கிறேன்,'' என்று எமர்சன் கூறியதை நினைவில் கொள்ளுங்கள்.

அதில் வருந்தத்தக்க அம்சம் என்னவென்றால், சாதனை உணர்வில் குறைவான நிலையைப் பெற்றிருப்பவர்கள் அடிக்கடி தங்களது அமளியினாலும் அகந்தையினாலும் தங்கள் தன்முனைப்பைக் காட்டுகிறார்கள். இது வெறுக்கத்தக்கது. சேக்ஸ்ஃபியர் கூறுவது போல, ''. . . மனிதன், தற்பெருமை கொண்ட மனிதன், / ஒரு சிறிய அதிகாரத்தைக் கொண்டிருப்பவன், / . . . சொர்க்கத்தில் இத்தகைய அற்புதமான தந்திரங்களைச் செய்கிறான் / அங்கிருக்கும் தேவதைகளை / அழச்செய்கிறான்.''

என் பயிற்சி வகுப்பில் இருந்த வணிகர்களான மக்கள் எப்படி இந்த கொள்கைகளைப் பயன்படுத்தி குறிப்பிடத்தக்க நன்மை விளைவுகளைப் பெற்றார்கள் என்பதைப் பற்றி நான் உங்களுக்குச் சொல்லப்போகிறேன். கன்னக்டிகட்டின் அட்டார்னியின் உதாரணத்தை எடுத்துக்கொள்வோம். (அவருடைய உறவினர்களின் காரணமாக அவர் தன் பெயரைக் குறிப்பிடுவதை விரும்பவில்லை.)

இந்தப் பயிற்சி வகுப்பில் சேர்ந்த சில நாட்களில், மிஸ்டர். ஆர் - தன் உறவினர்களைக் காண்பதற்காக தன் மனைவியுடன் லாங்க் ஐலன்டுக்குச் சென்றார். அவரது மனைவி அவரை ஒரு வயதான அத்தையுடன் பேசிக்கொண்டிருக்கச் சொல்லிவிட்டு, அவள் இளமையான மற்ற உறவினர்களுடன் உரையாடுவதற்காக வேகமாகச் சென்று விட்டார். அவர் விரைவிலேயே எப்படி பாராட்டுவது என்ற கொள்கைகள் பற்றிய தொழில்முறையான ஒரு உரையை வழங்குவதற்காகத் தயார் செய்ய வேண்டியிருந்தது. அந்த

வயதான பெண்மணியிடம் பேசுவதன் மூலம் பயன்படக்கூடிய அனுபவங்களைத் தெரிந்து கொள்ள முடியும் என்று அவர் கருதினார். ஆகவே அங்கே பாராட்டுவதற்குத் தகுதியான ஒன்றைத் தேடி அவர் அந்த வீட்டில் சுற்றுமுற்றும் பார்த்தார்.

''இந்த வீடு ஏறக்குறைய 1890 ஆம் ஆண்டு அளவில் கட்டப்பட்டது, இல்லையா?'' என்று அவர் வினவினார்.

''ஆம், அதுதான் அது கட்டப்பட்ட சரியான ஆண்டு'' என்று அவள் பதில் கூறினாள்.

''இது என்னுடைய பிறந்த ஆண்டை நினைவுபடுத்துகிறது. இது மிகவும் அழகாக இருக்கிறது. அருமையான முறையில் கட்டப்பட்டுள்ளது. விசாலமான அறைகள். இதுமாதிரியான வீட்டை இனிமேல் கட்ட முடியாது என்பதைத் தெரிந்து கொள்ளுங்கள்'' என்று அவர் கூறினார்.

''நீங்கள் சொல்வது சரிதான்'' என்று ஒத்துக்கொண்டு தொடர்ந்து இவ்வாறு கூறினாள்: ''இப்போதுள்ள இளைஞர்கள் அழகான வீடுகளைப் பற்றிக் கவலைப்படுவதில்லை. அவர்கள் விரும்புவதெல்லாம் சிறிய குடியிருப்பு. அவர்கள் பிறகு தங்கள் வாகனங்களை அழுத்திக்கொண்டு ஓடிவிடுகிறார்கள்.

''இது ஒரு கனவு இல்லம்'' என்று தன் இளமைக்கால நினைவுகள் வெளிப்பட உற்சாகமான குரலில் கூறினாள். ''இந்த வீடு அன்பின் மிகுதியால் கட்டப்பட்டது. இதைக் கட்டுவதற்கு முன்பாக நானும் என் கணவரும் பல ஆண்டுகள் இதைப்பற்றி கற்பனை செய்தோம். நாங்கள் கட்டட வடிவமைப்பாளர் யாரையும் பயன்படுத்தவில்லை. எல்லாவற்றையும் நாங்களே திட்டமிட்டுக் கட்டினோம்.''

அவள் மிஸ்டர் ஆர் - காண்பதற்கு வீட்டைச் சுற்றிக் காண்பித்தாள். அங்கிருந்த பச்சை நிற பய்ஸ்லே போர்வைகள், பழமையான ஆங்கிலேய நேநீர் கோப்பைகள், சீன பளிங்கு பாண்டங்கள், இத்தாலிய ஓவியங்கள், ஒரு காலத்தில் ஃப்ரஞ்சு வளாகங்களில் தொங்கவிடப்பட்டிருந்த மடிப்புத் திரைச்சீலைகள் என்று அவர் வாழ்க்கை முழுவதும் பயணங்களில் தேடித் தேடிச் சேர்த்து வைத்த அழகிய பொக்கிஷங்களைப் பற்றி மனதாரப் பாராட்டு தெரிவித்தார்.

மிஸ்டர். ஆர் - க்கு வீடு முழுவதையும் சுற்றிக் காண்பித்தபின், கார் நிறுத்தும் இடத்திற்கு அழைத்துச் சென்றாள். அங்கே பொன்வைக்கும் இடத்தின் பொக்கிஷம் போல ஒரு பேக்கார்ட் கார் நிறுத்தப்பட்டிருந்தது.

''இறப்பதற்கு சிறிது காலத்திற்கு முன்பு இந்தக் காரை என்னுடைய கணவர் வாங்கினார்,'' என்று மெல்லிய குரலில் கூறினாள். ''அவர்

இறந்ததிலிருந்து நான் இந்தக் காரில் பயணம் செய்யவில்லை. . . நீங்கள் அரிதான பொருள்களை அற்புதமாகப் பாராட்டுகிறீர்கள். நான் இந்தக் காரை உங்களுக்கு வழங்குகிறேன்.''

''அத்தை ஏன், நீங்கள் என்னை அன்பால் திக்குமுக்காடச் செய்கிறீர்கள். உங்கள் பெருந்தன்மையை நான் பாராட்டுகிறேன். ஆனால் என்னால் அதனை ஏற்றுக்கொள்ள இயலாது. நான் உங்களுக்கு உறவினர் கூட இல்லை. என்னிடம் ஒரு புதிய கார் இருக்கிறது. உங்களுக்கு அதிகமான உறவினர்கள் இருக்கிறார்கள். அவர்கள் இந்த பேக்கார்ட் காரை அடைவதற்கு விரும்புவார்கள்'' என்று அவர் கூறினார்.

''உறவினர்களா! ஆம், நான் எப்போது இறப்பேன், இந்தக் காரை அடையலாம் என்று காத்துக்கொண்டிருக்கும் உறவினர்கள் இருக்கிறார்கள். ஆனால் அவர்கள் அதனை அடையப்போவதில்லை'' என்று வியப்புடன் கூறினாள்.

''நீங்கள் இதனை அவர்களுக்குக் கொடுப்பதற்கு விரும்பவில்லை என்றால் ஒரு வியாபாரி மூலம் வெகு எளிதில் விற்றுவிடலாம்'' என்று அவர் அவளிடம் கூறினார்.

''விற்பதா?'' என்று வேகமாகக் கத்தினாள். ''நான் இதனை விற்பேன் என்று நீங்கள் நினைத்தீர்களா? முன்பின் தெரியாதவர்கள் இதில் தெரு முழுவதும் ஓட்டிக்கொண்டு பயணம் செய்வதை என்னால் காணமுடியும் என்று நீங்கள் நினைக்கிறீர்களா? இந்தக் கார் என் கணவர் எனக்காக வாங்கியது அல்லவா? அதை விற்பதை என்னால் கனவிலும் கூட நினைக்க முடியாது. நான் உங்களுக்குத்தான் வழங்கப் போகிறேன். நீங்கள் அழகானவற்றை ஆராதித்துப் பாராட்டுகிறீர்கள்.''

அவர் அந்தக் காரை ஏற்றுக்கொள்வதிலிருந்து விலகி ஓட எவ்வளவோ முயற்சி செய்தார். ஆனால் அவருடைய உணர்வுகளைக் காயப்படுத்தாமல் அதனைச் செய்ய முடியவில்லை.

இந்தப் பெண்மணி, பய்ஸ்லே போர்வைகள், ஃப்ரெஞ்ச் பழங்காலப் பொருள்கள், அவளுடைய பழைய நினைவுகள் ஆகியவற்றோடு பெரிய வீட்டில் தனிமையில் விடப்பட்டு சிறிதளவான அங்கீகாரத்திற்காக ஏங்கித் தவிக்கிறாள். அவற்றைப் பெற்றபோது அவள் இளமையாகவும் அழகாகவும் இருந்தாள். ஒரு காலத்தில் அந்த வீட்டை அன்பின் மிகுதியோடு கட்டினாள். அதனை அழகுபடுத்த ஐரோப்பா முழுவதிலிருந்து பொருள்களைக் கொண்டு வந்து சேர்த்தாள். இப்போது தனிமைப்படுத்தப்பட்ட வயதான காலத்தில், மனித உறவுகளின் அரவணைப்பில் இருக்க

ஏங்குகிறாள். ஒரு சிறிய பாராட்டை எதிர்பார்க்கிறாள். அதை யாரும் அவளுக்கு வழங்கவில்லை. அதை இப்போது பெற்றவுடன் அது அவளுக்குப் பாலைவனத்தில் பனிமலர் வசந்தமாகத் தோன்றுகிறது. அதற்கான நன்றியை அவளால் கட்டுப்படுத்த முடியவில்லை. அந்த மிகச்சிறந்த பேக்கார்டு காரை வழங்குவதைவிடக் குறைவான நன்றியறிதல் அவளுக்குத் தெரியவில்லை.

மற்றுமொரு உதாரணத்தை எடுத்துக் கொள்வோம்: லீவிஸ் அன்ட் வேலன்டைன் நிறுவனத்தைச் சேர்ந்த நியூயார்க்கின் ரையில் செடிகள் உயிரின கன்றுகள் உருவாக்குனராகவும் நிலவடிவமைப்புக் கலைஞராகவும் இருக்கும் டோனால்ட் எம். மேக்மகோன் இந்த நிகழ்ச்சியோடு தொடர்பு உடையவர்:

'ஹௌ டு வின் ஃப்ரன்ட்ஸ் அன்ட் இன்ஃப்ளுயன்ஸ் பீப்பிள்' (நண்பர்களை வெற்றி கொள்வதும் மற்றவர்களைக் கவர்ந்திழுப்பதும் எப்படி என்பது பற்றி உரை) என்ற உரை நிகழ்ச்சியை முடித்த உடனேயே ஒரு புகழ்பெற்ற அட்டார்னி (நீதிபதி) ஒருவரின் நிலங்களை வடிவமைப்பு செய்து கொண்டிருந்தேன். அதன் உரிமையாளர் கொத்துக்கொத்தாய் மலர்கள் கொண்ட பசுமை மாறாச் செடிவகைகளையும், புதராக வளரும் மலர்ச் செடிகளையும் எங்கே அவர் பயிரிட விரும்புகிறார் என்பதைப்பற்றிச் சில அறிவுறுத்தல்களை எனக்கு வழங்குவதற்காக வந்தார்.

'நீதிபதி அவர்களே உங்களுக்கு அற்புதமான ஒரு பொழுதுபோக்கு உள்ளது. நான் உங்களுடைய அழகு நிறைந்த நாய்களை எண்ணி வியந்து கொண்டிருக்கிறேன். மாடிசன் ஸ்கொயர் கார்டனில் ஒவ்வொரு ஆண்டும் நடக்கும் கண்காட்சியில் பங்குகொண்டு நிறைய நீலநிற ரிப்பன் விருதுகளைப் பெற முடியும் என்று நான் புரிந்து கொள்கிறேன்' என்று நான் கூறினேன்.

''இப்படிக் கூறிய சிறிதான பாராட்டினால் ஏற்பட்ட விளைவு உணரக்கூடிய வகையில் இருந்தது.

'ஆம், எனக்கு என்னுடைய நாய்களின் செயல்பாடுகளில் மகிழ்ச்சியும் நகைச்சுவையும் ஏற்படுகிறது. என்னுடைய நாய்க்காட்சியைப் பார்க்க விரும்புகிறீர்களா?' என்று நீதிபதி பதில் கொடுத்தார்.

அவர் நாய்களைக் காட்டுவதிலும் அவைகள் பெற்ற பரிசுகளைக் காட்டுவதிலும் ஒருமணி நேர அளவுக்கு செலவிட்டார். அந்த நாய்களின் வாரிசுகளையும் காண்பித்து அவற்றின் அழகுக்கும் அறிவுக்கூர்மைக்கும் காரணமான இரத்த சம்பந்தங்கள் பற்றியும் விளக்கிக் கூறினார்.

‘‘இறுதியாக என்னிடத்தில் திரும்பி, ‘உங்களுக்கு சிறிய குழந்தைகள் இருக்கிறார்களா?’ என்று கேட்டார்.

‘‘‘ஆமாம் ஒரு மகன் இருக்கிறான்’ என்று நான் பதில் கூறினேன்.

‘‘‘நன்று, அவனுக்கு நாய்க்குட்டி பிடிக்குமா?’ என்று நீதிபதி கேட்டார்.

‘ஓ, ஆம் அவனுக்கு ரொம்ப பிடிக்கும்.’

‘‘‘மிகவும் சரி, நான் அவனுக்கு அத்தகைய ஒன்றை வழங்குகிறேன்,’ நீதிபதி இப்படி அறிவித்தார்.

அந்த நாய்க்குட்டிக்கு எவ்வாறு உணவளிக்க வேண்டும் என்று சொல்லத் தொடங்கினார். பிறகு சிறிது நேர மௌனத்திற்குப்பின் ‘நான் சொல்லிவிட்டு விட்டு விட்டால் நீங்கள் மறந்து விடுவீர்கள். அதனை எழுதிக் கொடுக்கிறேன்.’ ஆகவே நீதிபதி வீட்டுக்குள் சென்று அதன் பாரம்பரிய வாரிசு பற்றியும் அதற்கு உணவளிக்கும் முறைகள் பற்றியும் தெளிவாக தட்டச்சு செய்து கொடுத்தார். அவர் பலநூறு டாலர்கள் மதிப்புள்ள ஒரு நாய்க்குட்டியையும் கொடுத்தார். அவர் எனக்காக தன்னுடைய மதிப்புமிக்க நேரம் ஒரு மணி பதினைந்து நிமிடங்களையும் செலவிட்டார். இது மிகுதியும் எதனால் என்றால், நான் அவருடைய பொழுதுபோக்கு பற்றியும் சாதனைகள் பற்றியும் நேர்மையான பாராட்டுக்களை வழங்கியதால் தான்.’’

கோடக் புகழ் ஜார்ஜ் ஈஸ்ட்மேன் ஒளி ஊடுருவும் படச்சுருள் கண்டுபிடித்தார். அது அசையும் படங்கள் தயாரிப்பில் பெரிதும் பயன்பட்டது. அவர் நூறு மில்லியன் டாலர்கள் அளவுக்கு செல்வம் சேர்த்தார். அது அவரை உலகத்தில் மிகச்சிறந்த தொழிலதிபர்களில் ஒருவராக உயர்த்தியது. இருந்தும் எல்லா வகையான இத்தகைய செல்வச் செழிப்பிலும் என்னையும் உங்களையும் போலவே அவரும் சிறிதளவுக்கேனும் அங்கீகாரத்துக்கான ஏக்கமுற்றார்.

நிரூபணத்திற்கு: ரோசஸ்டரில் ஈஸ்ட்மேன் இசைப்பள்ளி, கில்போர்ன் ஹால் ஆகியவற்றை ஈஸ்ட்மேன் கட்டிக் கொண்டிருந்த போது, இந்தக் கட்டிடங்களுக்கு அரங்கத்திற்கான மேஜை நாற்காலிகள் வாங்குவதற்கு இருந்த ஆர்டரைப் பெறுவதற்காக நியூயார்க்கிலுள்ள சுப்பீரியர் சீட்டிங் கம்பெனியின் தலைவரான ஜேம்ஸ் ஆடம்சன் விரும்பினார். வடிவமைப்பாளருக்குத் தொலைப்பேசியில் பேசி மிஸ்டர் ஆடம்சன் மிஸ்டர் ஈஸ்ட்மேனிடம் ஒரு சந்திப்புக்கு ஏற்பாடு செய்தார்.

ஆடம்சன் வந்தபோது, வடிவமைப்பாளர் இவ்வாறு கூறினார்: ‘‘நீங்கள் இந்த ஆர்டரைப் பெறுவதற்கு விரும்புகிறீர்கள் என்பது எனக்குத்தெரியும். ஆனால் இப்போதே உங்களுக்குச் சொல்கிறேன்

ஜார்ஜ் ஈஸ்ட்மேனின் நேரத்தை ஐந்து நிமிடங்களுக்கு மேல் நீங்கள் எடுத்துக் கொண்டால் அவருக்கு எதிரில் அப்புறம் நிற்க முடியாது. அவர் மிகவும் கறாரான ஒழுக்கப் பண்பு கொண்டவர். அவர் எப்போதும் வேலையிலேயே ஓய்வின்றி இருப்பவர். ஆகவே உங்கள் விஷயத்தை உடனே சொல்லிவிட்டு வெளிவந்து விடுங்கள்.''

ஆடம்சன் அவ்வாறே செய்வதற்குத் தயாராக இருந்தார்.

அவர் அந்த அறைக்குள் நுழைந்தபோது, மிஸ்டர். ஈஸ்ட்மேன் தன்னுடைய மேஜையில் தலைகுனிந்த வண்ணம் நிறைய கோப்புகளை வைத்துக்கொண்டு பார்த்துக் கொண்டு இருந்தார். அந்தச் சமயத்தில் மிஸ்டர் ஈஸ்ட்மேன் கண்ணாடிகளைக் கழற்றிக்கொண்டு மேல்நோக்கிப் பார்த்தார். வடிவமைப்பாளரையும் மிஸ்டர் ஆடம்சனையும் நோக்கி நடந்து வந்து, ''காலை வணக்கம். நான் தங்களுக்கு என்ன செய்ய வேண்டும்?'' என்று கேட்டார்.

அந்த வடிவமைப்பாளர் அவர்களை அறிமுகப்படுத்திக் கொண்டபின், மிஸ்ட்ர். ஆடம்சன், ''மிஸ்டர். ஈஸ்ட்மேன் உங்களுக்காகக் காத்திருந்தபோது, உங்கள் அலுவலகத்தைப் பார்த்து வியந்து பாராட்டிக் கொண்டிருந்தேன். நானே இப்படிப்பட்ட அலுவலகத்தில் ஒரு அறையில் வேலை செய்வதைப் பற்றிப் பெருமைப்படுவேன். நான் உள்அலங்கார மரவேலைப்பாடு வணிகத்தில் இருக்கிறேன். என்னுடைய வாழ்நாள் முழுமையிலும் இதைவிட ஒரு அழகான அலுவலகத்தைப் ஒருபோதும் பார்க்க முடியாது'' என்று கூறினார்.

ஜார்ஜ் ஈஸ்ட்மேன், ''நான் ஏறக்குறைய மறந்து போய்விட்ட ஒன்றைப்பற்றி நீங்கள் நினைவுபடுத்தியுள்ளீர்கள். இது அழகாக இருக்கிறது, அல்லவா? இது முதன்முதலாகக் கட்டப்பட்டபோது, நான் இதனை மிகவும் அதிகமாக விரும்பினேன். ஆனால் இப்போது இங்கு கீழிறங்கி மற்ற பல்வேறு விஷயங்களில் மனத்தைச் செலுத்திக் கொண்டு என் அலுவலகத்தை சமயத்தில் வாரக்கணக்கில் கூட பார்க்காமல் இருக்கிறேன்.''

ஆடம்சன் நடந்து சென்று ஒரு சட்டத்தின் மேல் கை வைத்துத் தேய்த்துவிட்டு, ''இது ஆங்கில ஓக் மரம் இல்லையா? இத்தாலி ஓக்கை விட கொஞ்சம் மாறுதலான அமைப்பு கொண்டுள்ளது'' என்று கூறினார்.

''ஆமாம், இறக்குமதி செய்யப்பட்ட ஆங்கிலேய ஓக் தான். அற்புதமான மரங்களைப்பற்றி அறிந்த என்னுடைய நண்பர் ஒருவர் எனக்காக இதனைத் தேர்ந்தெடுத்தார்'' என்று ஈஸ்ட்மேன் பதிலளித்தார்.

பிறகு ஈஸ்ட்மேன் அவருக்கு அறையை அங்குள்ள கலவைகளின் அளவையும், வண்ணங்கள் பற்றியும், கையால் செதுக்கிச் செய்த வேலைப்பாடுகள் பற்றியும், அவர் திட்டமிடுவதிலும் செயல்படுத்துவதிலும் அவர் உதவிகரமாக இருந்த மற்ற சிறப்புகள் பற்றியும் கூறினார்.

மரவேலைப்பாடுகளைப் பற்றி பாராட்டிக்கொண்டு அறையைச் சுற்றி அழைத்து வரும்போதே, ஒரு ஜன்னல் வழியாக அவர்கள் கடந்து சென்றார்கள். ஜார்ஜ் ஈஸ்ட்மேன் தன் அடக்கமான குரலில், மென்மையாகப் பேசும் தோரணையில், தான் ரோச்சஸ்டர் பல்கலைக்கழகம், பொது மருத்துவமனை, ஹோமியோபதி மருத்துவமனை, நட்புமுறை விடுதி, குழந்தைகள் மருத்துவமனை, போன்றவற்றால் மனித சமுதாயத்திற்கு உதவிகள் செய்ய முயற்சிகள் செய்து கொண்டிருப்பதையும் பற்றி எளிமையாக குறிப்பிட்டுக் காட்டினார். மிஸ்டர் ஆடம்சன் அவரை தன் சொத்துக்களில் மிகப்பலவானவற்றை ஏழைமக்களின் துயரத்தை துடைப்பதற்காகப் பயன்படுத்தி வருவதைப் பற்றி மிகவும் பாராட்டினார். ஜார்ஜ் ஈஸ்ட்மேன் ஒரு கண்ணாடி அலமாரியைத் திறந்து தான் பாதுகாத்துவரும் முதலில் வாங்கிய முதல் கேமராவை இழுத்து ஒரு ஆங்கிலேயரிடமிருந்து அதைக் கண்டுபிடித்ததாகக் கூறி அதைக்காட்டினார்.

வணிகம் தொடங்குவதற்கான அவருடைய ஆரம்பகால போராட்டங்கள் பற்றியெல்லாம் ஆடம்சன் அவரிடம் விரிவாகவே கேட்டார். மிஸ்டர். ஈஸ்ட்மேன் தன்னுடைய இளமைக்கால வறுமை நிலையைப்பற்றியும் கணவனை இழந்த தன்னுடைய தாய் ஒரு தங்கும் இல்லம் நடத்தியும் தான் ஒரு காப்பீட்டு அலுவலகத்தில் எழுத்தராகப் பணியாற்றியும் வாழ்க்கை நடத்தியதைப் பற்றியும் உண்மையான உணர்வுடன் அவர் எடுத்துரைத்தார். வறுமை அவரை இரவும் பகலும் வாட்டி வதைத்தது. தன் தாய் வேலை செய்யாமல் இருப்பதற்காக அவர் அதிக பணம் சம்பாதிக்க முடிவெடுத்தார். மிஸ்டர். ஆடம்சன் மேலும் கேள்விகள் கேட்டு அவரிடம் உள்ள கருத்துக்களை வெளிக்கொணர்ந்தார். உலர் புகைப்பட தட்டுகளில் அவர் ஆராய்ச்சிகள் செய்ததைப் பற்றிக் கூறும்போது அதனை கவனித்து அதில் மூழ்கினார். அவர் ஒரு அலுவலகத்தில் எவ்வாறு நாள் முழுவதும் வேலை செய்தார் என்பதையும் சில இரவுகளில் முழுமையும் ஆராய்ச்சியில் ஈடுபட்டதைப் பற்றியும், இரசாயனங்களில் வேலை செய்யும் போது குட்டித்தூக்கம் மட்டுமே எடுத்துக் கொண்டதையும், சில சமயங்களில் ஒரே ஆடையுடன்

எழுபத்தி இரண்டு மணிகளுக்கு மேல் ஒரே தொடர்ச்சியாக வேலை செய்ததும் தூங்கியதும் பற்றியெல்லாம் அவர் கூறினார்.

ஜேம்ஸ் ஆடம்சன் பத்து மணி பதினைந்து நிமிடத்திற்கு ஈஸ்ட்மேன் அலுவலகத்துக்குள் சென்றார். அவர் ஐந்து நிமிடங்களுக்கு மேல் தங்கக் கூடாது என்று எச்சரிக்கப்பட்டிருந்தார். ஆனால் ஒரு மணி நேரம் கடந்துவிட்டது. பிறகு இரண்டு மணி நேரம் கடந்துவிட்டது. ஆனால் அவர்கள் இன்னும் பேசிக்கொண்டே இருந்தார்கள்.

இறுதியாக, ஜார்ஜ் ஈஸ்ட்மேன் ஆடம்சனை நோக்கித் திரும்பி, ''நான் கடந்தமுறை ஜப்பானில் இருந்தபோது நான் சில நாற்காலிகளை வாங்கினேன். வீட்டுக்குக் கொண்டு வந்து வெயில்படும் இடத்தில் போட்டுவிட்டேன். ஆனால் சூரிய ஒளி அவைகளில் இருந்த வண்ணத்தை சேதமாக்கிவிட்டது. அன்றொரு நாள் நகரத்திற்குச் சென்று சில வண்ணங்களை வாங்கி வந்தேன். நானே நாற்காலிகளுக்கு வண்ணம் பூசினேன். நாற்காலிகளுக்கு வண்ணம் பூசுவதில் என்ன மாதிரி செய்துள்ளேன் என்பதைப் பார்க்க ஆசைப்படுகிறீர்களா? மிகவும் நல்லது. என்னுடைய வீட்டுக்கு வாருங்கள். வீட்டில் மதிய உணவை அருந்தி விட்டு உங்களுக்கு நான் அவற்றைக் காண்பிக்கிறேன்.''

மதிய உணவுக்குப்பிறகு, மிஸ்டர். ஈஸ்ட்மேன் தான் ஜப்பானிலிருந்து வாங்கி வந்த நாற்காலிகளை ஆடம்சனுக்குக் காட்டினார். அவை சில டாலர்களுக்கு மேல் மதிப்பு இல்லாதவை. ஆனால் ஜார்ஜ் ஈஸ்ட்மேன் இப்போது பல மில்லியன்களுக்குச் சொந்தக்காரர். அவர் தானே அவற்றுக்கு வண்ணம் பூசியதால் அவற்றைப்பற்றிப் பெருமை கொண்டார்.

அந்த இருக்கைகளுக்கான ஆர்டர் 90,000 டாலர்கள் மதிப்பு கொண்டது. இந்த ஆர்டர் யாருக்குக் கிடைத்திருக்கும் என்று நீங்கள் ஊகிக்கிறீர்கள். ஜேம்ஸ் ஆடம்சனுக்கா அல்லது அவரது போட்டியாளர்களுக்கா?

இந்தக் கதை நடந்ததிலிருந்து மிஸ்டர். ஈஸ்ட்மேன் இறக்கும் வரையில் அவரும் ஜேம்ஸ் ஆடம்சனும் இணைபிரியாத நண்பர்களாக இருந்தனர்.

ஃப்ரான்சில் உள்ள ரௌன் என்ற இடத்திலிருந்த ஒரு உணவகத்தின் உரிமையாளரான க்ளாட் மரைஸ் இந்தக் கொள்கையைப் பயன்படுத்தி விலக இருந்த தன் உணவகத்தின் மிக முக்கியமான ஒரு ஊழியரைத் தக்க வைத்துள்ளார். அந்தப் பெண்மணி அவருடைய உணவகத்தில் அவரது ஊழியராக ஐந்து ஆண்டுகளுக்குமேல் இருந்துள்ளார். அங்கிருந்த இருபத்தோரு மற்ற ஊழியர்களுக்கும் எம். மரைஸுக்கும்

இணைப்புப் பாலமாகச் செயல்பட்டுள்ளார். அவளிடமிருந்து ஒரு பதிவுத்தபால் அவளுடைய ராஜினாமாவைக் குறிப்பிட்டு வந்தது.

எம். மரைஸ் இவ்வாறு குறிப்பிடுகிறார்: ''நான் மிகவும் அதிர்ச்சியடைந்தேன். அதற்கும் மேலாக ஏமாற்றமடைந்தேன். ஏனென்றால் நான் அவளைப் பொறுத்தவரை நியாயமாகவும் அவளது தேவைகளுக்கு உதவியாகவும் இருந்துள்ளேன். அவளைப் பொறுத்தவரையில் அவள் எனக்கு ஒரு ஊழியர் மட்டுமல்லாமல், ஒரு நண்பராகவும் இருந்தாள். சொல்லப்போனால் அவளை நான் மிகவும் நம்பிக்கையுடன் ஏற்றுக் கொண்டிருந்தேன். மற்ற ஊழியர்களையும் விடவும் அவளிடத்தில் அதிகமான வேலைகளைப் பெற்றுக் கொண்டேன்.

''இந்த ராஜினாமாவை நான் சில விளக்கங்கள் சொல்லாமல் ஏற்றுக்கொள்ளப் போவதில்லை. அவளை அருகே அழைத்து, 'பாலெட்டீ உன்னுடைய ராஜினாமாவை நான் ஏற்றுக்கொள்ள முடியாது என்பதை நீ புரிந்து கொள்ள வேண்டும். நீ எனக்கும் இந்தக் கம்பெனிக்கும் மிகவும் அதிகமான முக்கியத்துவம் பெற்றவள். என்னைப்போலவே இந்த உணவகத்தின் வெற்றிக்கு நீயும் மிகவும் முக்கியமானவள்.' இதனை நான் எல்லா ஊழியர்கள் முன்னிலையிலும் எடுத்துச் சொன்னேன். அவளை என் வீட்டுக்கு அழைத்து வந்து என் குடும்பத்தினர் முன்னிலையில் அவள்மீதுள்ள நம்பிக்கையை மீண்டும் வெளிப்படுத்தினேன்.

''பாலெட்டீ தன் ராஜினாமாவை வாபஸ் பெற்றுக் கொண்டாள். இப்போது நான் அவளை எப்போதும் இல்லாத அளவுக்கு நம்ப முடியும். அவள் செய்த அனைத்தையும் அடிக்கடி பாராட்டி இதனை வலுப்படுத்திக் கொண்டேன். எனக்கும் இந்த உணவகத்திற்கும் எவ்வளவு முக்கியமானது என்பதை அவளுக்கு எடுத்துக் காட்டினேன்.''

''மக்களிடம் அவர்களைப்பற்றிப் பேசுங்கள். மக்களிடம் அவர்களைப் பற்றிப் பேசுங்கள் அவர்கள் மணிக்கணக்கில் கவனமாகக் கேட்டுக் கொண்டிருப்பார்கள்,'' என்று ஆங்கிலேய அரசாங்கத்தை நடத்தியவர்களில் மிகவும் கோபக்கார மனிதரான டிஸ்ரெய்லி கூறினார்.

கொள்கை 6

மற்ற மனிதரை முக்கியமானவராக உணரச் செய்யுங்கள் - அதனை நேர்மையான உண்மையுடன் செய்யுங்கள்.

சுருக்கமாக - மக்கள் உங்களை விரும்பச் செய்வதற்கான ஆறு வழிகள்

கொள்கை 1
மற்ற மக்கள்மீது உண்மையான ஆர்வம் கொள்ளுங்கள்.

கொள்கை 2
புன்னகை புரியுங்கள்.

கொள்கை 3
எந்த மொழியிலும் ஒரு நபரின் பெயர் அவருக்கு இனிமையானதாகவும் மிகுந்த முக்கியமானதாகவும் இருக்கிறது என்பதை நினைவில் கொள்ளுங்கள்.

கொள்கை 4
மிகவும் சிறந்த கவனிப்பவராக இருங்கள். மற்றவர் அவரைப்பற்றிப் பேச ஊக்கம் அளியுங்கள்.

கொள்கை 5
மற்ற நபரின் ஆர்வத்தை அடிப்படையாகக் கொண்டு பேசுங்கள்.

கொள்கை 6
மற்ற நபரை முக்கியமானவராகக் கருதும் உணர்வை உருவாக்குங்கள் - அதனை நேர்மையான உண்மையுடன் செய்யுங்கள்.

பகுதி மூன்று

உங்கள் சிந்தனை வழிமுறைக்கு ஏற்ப மக்களை எப்படி வெற்றி கொள்வது

1

நீங்கள் விவாதத்தினால் வெற்றி பெற முடியாது

முதலாம் உலகப்போர் முடிந்த சிறிது காலத்தில், லண்டனில் ஒருநாள் இரவில் நான் விலைமதிப்பற்ற ஒரு பாடத்தைக் கற்றுக்கொண்டேன். சர் ரோஸ் ஸ்மித்தின் மேலாளராக நான் அப்போது இருந்தேன். போரின்போது, சர் ரோஸ் பாலஸ்தீனத்தில் ஆஸ்திரேலிய முக்கியத்துவம் மிக்கவர். அமைதிநிலை அறிவிக்கப்பட்டவுடன், முப்பது நாட்களில் உலகை வலம் வந்து உலகை வியக்க வைத்தார். இதற்குமுன் இத்தகைய சாதனை முயற்சிக்கப்படவில்லை. இது மிகப்பிரமாண்டமான உணர்வை ஏற்படுத்தியது. ஆஸ்திரேலிய அரசாங்கம் அவருக்கு ஐம்பது ஆயிரம் டாலர்கள் பரிசாக வழங்கியது. ஆங்கில மன்னர் அவருக்கு நைட் பட்டம் வழங்கினார். கொஞ்ச நாட்களுக்கு அவர் தான் அதிகமாகப் பேசப்பட்ட ஒருவராக இருந்தார். சர் ரோஸுக்கு கவுரவம் வழங்கும் வண்ணம் வழங்கப்பட்ட ஒரு இரவு விருந்தில் நான் கலந்து கொண்டேன். அந்த இரவு உணவின் போது, என் அருகில் இருந்த மனிதர் எனக்கு ஒரு நகைச்சுவை மிக்க கதையொன்றைக் கூறினார். அது ''நம்முடைய முடிவை வடிவமைப்பதில் ஒரு தெய்வத்தன்மை இருக்கிறது. நாம் எப்படி இருப்போம் என்பதை பொறுத்து அது இருக்கிறது'' என்ற பொன்மொழியில் அமைந்துள்ளது.

இந்த மேற்கோள் பைபிளிலிருந்து எடுத்து வரப்பெற்றது என்று கதை சொல்லி குறிப்பிட்டார். அது தவறானது. அதனை நான் அறிவேன். அதனை நான் நேர்மறையாகவே அறிவேன். அதைப்பற்றி சிறிதளவுக்கும் கூட சந்தேகம் இருக்க முடியாது. ஆகவே, முக்கியமாகக் கருதப்படும் உணர்வைப் பெறுவதற்கும், என்னுடைய மேலாண்மையை வெளிப்படுத்துவதற்கும் அவரைத்

திருத்துவதற்காகவும், நானே என்னை ஒரு விரும்பாத, வரவேற்பு இல்லாத குழு என்று அமைத்துக் கொண்டேன். அவர் தன் கருத்தில் உறுதியாக இருந்தார். என்ன? ஷேக்ஸ்ஃபியரிலிருந்தா? இருக்க முடியாது! அபத்தமானது! அந்த மேற்கோள் பைபிலிலிருந்து தான். அவர் அறிந்துள்ளார்.

கதை சொல்லி என் வலது பக்கத்தில் அமர்ந்து கொண்டிருந்தார். என்னுடைய பழைய நண்பர் ஃப்ரேங்க் கம்மான்ட் என்னுடைய இடது பக்கத்தில் அமர்ந்திருந்தார். மிஸ்டர். கம்மான்ட் ஷேக்ஸ்ஃபியரை ஆராய்ச்சி செய்வதற்காகப் பல ஆண்டுகளை அர்ப்பணித்து இருந்தார். ஆகவே கதைசொல்லியும் நானும் இந்தக் கேள்வியை மிஸ்டர். கம்மான்ட் இடம் வைப்பதற்கு ஒத்துக்கொண்டோம். மிஸ்டர். கம்மான்ட் கவனித்தார். மேஜைக்கு அடியிலிருந்து என்னைத் தட்டி, ''டேல், நீங்கள் சொல்வது தவறு. அந்த மனிதர் சொல்வதுதான் சரி. இது பைபிளிலிருந்து உள்ளது தான்'' என்று கூறினார்.

அந்த இரவில் வீட்டுக்குத் திரும்பிக் கொண்டிருக்கும் போது, நான் மிஸ்டர். கம்மான்ட் இடம் இவ்வாறு கூறினேன்: ''ஃப்ரேங்க், அந்த மேற்கோள் ஷேக்ஸ்ஃபியரிலிருந்து என்பது உங்களுக்குத் தெரியும்.''

''ஆமாம், உண்மைதான்,'' என்று பதிலளித்து விட்டு தொடர்ந்து, ''*ஹேம்லட்*, அங்கம் ஐந்து, காட்சி இரண்டு. ஆனால் என் அன்பான டேல், நாம் ஒரு விருந்து நிகழ்ச்சியில் விருந்தினர். ஒரு மனிதனுக்கு அவன் சொல்வது தவறு என்று ஏன் புரிய வைக்க வேண்டும்? அது அவன் உங்களை விரும்புவதற்கு வழிசெய்யப் போகிறதா? அவர் தன் நிலையைக் காப்பாற்றிக் கொள்ள ஏன் விட்டுவிடக்கூடாது? அவர் உங்கள் கருத்தைக் கேட்கவில்லை. அவர் அதனை விரும்பவில்லை. ஏன் அவரோடு விவாதம் செய்ய வேண்டும்? எப்போதும் குறுகிய பார்வையை விலக்குங்கள்'' என்று கூறினார். அதைச் சொன்ன அந்த மனிதர் எனக்கு மறக்கவே முடியாத ஒரு பாடத்தைப் புகட்டி விட்டார். நான் கதையைச் சொல்லித் தர்ம சங்கடத்திற்கு ஆளாக்கியதோடு மட்டுமல்லாமல், என்னுடைய நண்பரையும் தர்மசங்கடத்திற்கு ஆளாக்கிவிட்டேன். நான் விவாதம் செய்பவனாக மாறியிருக்கவில்லை என்றால் எவ்வளவு நன்றாக இருந்திருக்கும்.

இது எனக்கு கடுமையாகத் தேவையான பாடம் தான். ஏனென்றால், நான் ஒரு ஓயாத விவாதக்காரனாகவே இருந்தேன். என்னுடைய இளம்வயதில் என்னுடைய சகோதரருடன் வானவீதிக்குக் கீழுள்ள எல்லாவற்றைப் பற்றியும் விவாதம் செய்திருக்கிறேன்.

நான் கல்லூரிக்குச் சென்றபோது, தர்க்கமும் விவாதக்கலையும் படித்தேன். விவாத அரங்கப் போட்டிகளில் பங்கு பெற்றேன். நான் பிறந்த மிசௌரியிலிருந்து வந்ததால் அதைப்பற்றிப் பேசுவேன். நான் வெளிப்படுத்தப்பட வேண்டும். பின்னர், நியூயார்க்கில் நான் வாதம் புரிதல் மற்றும் விவாதம் செய்தல் என்பதைப்பற்றி கற்பித்தேன். இதைக் கூறுவதற்கு வெட்கப்படுகிறேன். ஒருமுறை இந்த கருத்தைப் பற்றி ஒரு நூல் எழுதுவதற்குத் திட்டமிட்டேன். அதிலிருந்து, ஆயிரக்கணக்கான விவாதங்களை கவனித்தேன். அவற்றில் பங்கேற்றேன். அவற்றின் விளைவுகளைக் கவனித்தேன். இவை அனைத்தின் விளைவாக, இந்த உலகத்தில் விவாதம் செய்வதன் மூலம் கிடைக்கக்கூடிய நன்மைகள் பற்றிய முடிவுக்கு வந்தேன். அது விவாதம் செய்வதை விட்டு விடுவது என்பது தான். நச்சுப் பாம்புகளையும் பூகம்பத்தையும் விலக்க விரும்புவது போல இதனையும் விலக்கி விடுங்கள்.

ஒரு விவாதம் பங்கேற்பவர்களைத் திருப்திப்படுத்துவதை விடவும் பத்தில் ஒன்பது முறை அவர் தான் சரி என்ற முடிவில் முடிகிறது.

ஒரு விவாதத்தில் உங்களால் ஒருபோதும் வெற்றி காண முடியாது. ஏனென்றால் அதில் நீங்கள் தோற்றுவிட்டால், தோற்றுப் போகிறீர்கள். வெற்றி பெற்றுவிட்டால் அப்போதும் தோல்வி அடைகிறீர்கள். ஏன் தெரியுமா? நன்று, ஒருவருடைய வாதங்களை மிகவும் ஓட்டைகள் நிறைந்து குறைபாடுகள் உள்ளதாகவும், அவர் *தன் மனத்தைக் கட்டுப்படுத்தும் திறனில்லாதவர்* என்று நிரூபித்தும் நீங்கள் வெற்றி பெறுகிறீர்கள் என்று வைத்துக் கொண்டாலும் அதன் பிறகு என்ன? நீங்கள் நன்றாக உணர்வீர்கள். ஆனால் தோல்வியுற்றவரின் நிலை என்ன? அவரை நீங்கள் *தாழ்வுமனப்பான்மை* கொண்டவராக ஆக்கி விடுகிறீர்கள். அவருடைய கௌரவத்தைச் சிதைத்து விடுகிறீர்கள். உங்கள் வெற்றியின் மீது அவன் கோபம் கொள்கிறான்.

தன் விருப்பத்திற்கு மாறாக ஒருவர்
திருப்தியடைந்தால் இன்னும் அதே கருத்தில் இருப்பார்.

பல ஆண்டுகளுக்கு முன், பேட்ரிக் ஜே. ஓஹையர் என்னுடைய பயிற்சி வகுப்புகளில் சேர்ந்தார். அவருக்கு குறைவான கல்வி அறிவே இருந்தது. பழைய இரும்பினை அவர் எவ்வாறு விரும்புகிறார்! அவர் ஒரு காலத்தில் ஓட்டுநராக இருந்தார். டிரக்குகளை விற்பதில் வெற்றி பெற முடியாமல் முயற்சி செய்து

கொண்டே இருந்ததால், அவர் என்னிடத்தில் பயிற்சிக்கு வந்தார். கொஞ்சம் கேள்விகள் கேட்டுப் பார்த்தவுடனேயே அவர் தன்னிடம் வியாபாரம் செய்ய வருபவர்களிடமே தொடர்ந்து உரசிக்கொண்டும் அவர்களை எரிச்சலூட்டிக் கொண்டும் இருந்திருக்கிறார் என்பது வெளிப்பட்டது. வாங்கிச் செல்ல வருபவர் அவர் விற்கப் போகும் டிரக்கைப் பற்றி ஏதாவது தரக்குறைவாகச் சொன்னால், பேட் உடனே கோபப் பார்வைப் பார்த்து வாடிக்கையாளரின் கழுத்தில் கைவைத்து விடுவார். அந்தக் காலங்களில் பேட் அதிகமான விவாதங்களில் ஈடுபட்டு வந்தார். அவர் பிறகு என்னிடம், ''நான் அலுவலகத்தை விட்டு வெளியில் சென்று, 'அந்தப் பறவையிடம் ஏதோ கூறினேன்' என்று கூறிக் கொள்வேன். நான் அவனிடம் கூறுவேன். ஆனால் அவனிடம் எதுவும் விற்பனை செய்யவில்லை,'' என்று கூறினார்.

என்னுடைய முதல் பிரச்சினை பேட்ரிக் ஜெ. ஓஹையர்ரை பேச வைத்துப் பயிற்சி அளிப்பது அல்ல. என்னுடைய உடனடியான வேலை அவரைப் பேசுவதிலிருந்து கட்டுப்படுத்தி வைத்து வாய்ச்சண்டைப் போடுவதைத் தடுப்பதாகும்.

மிஸ்டர். ஓஹையர் நியூயார்க்கில் உள்ள ஒயிட் மோட்டார் கம்பெனியின் நட்சத்திர விற்பனையாளராகி விட்டார். இதனை அவர் எப்படிச் செய்தார்? இதோ அவரது கதை அவரது சொற்களிலேயே தரப்படுகிறது: ''யாராவது வாங்கக் கூடியவர்களின் அலுவலகத்துக்கு நான் சென்றால், இப்பொழுதெல்லாம் நான், 'என்ன? வெள்ளை டிரக்கா? அவை நன்றாக இல்லை! அதனை நீங்கள் எனக்குக் கொடுத்தாலும் நான் வாங்க மாட்டேன். நான் ஹூஸ்இட் ட்ரக்கைத்தான் வாங்குவேன். அவர்களிடம், ஹூஸ்இட் ட்ரக் சிறப்பான ஒன்று. நீங்கள் ஹூஸ்இட் ட்ரக்கை வாங்கினால் ஒருபோதும் தவறு செய்ய மாட்டீர்கள். ஹூஸ்இட் டிரக் மிகச்சிறந்த கம்பெனியால் தயாரிக்கப்பட்டு மிகச்சிறந்த விற்பனையாளர்களால் விற்கப்படுகிறது,' என்று கூறுகிறேன்.

''அதன் பிறகு அவர் பேசுவதைத் தவிர்த்து விட்டார். விவாதத்துக்கே இடமில்லாமல் போய் விட்டது. ஹூஸ்இட் டிரக் சிறந்தது என்று அவர் கூறினால், நான் நிச்சயமாகச் சரிதான் என்று சொல்கிறேன். அவர் அதற்குமேல் சொல்ல வேண்டியதில்லை. நான் அவர் சொல்வதை ஒத்துக்கொள்ளும்போது, அவர் 'இதுதான் சிறந்தது' என்று நாள் முழுவதும் சொல்லிக்கொண்டிருக்க வேண்டியதில்லை.

''முதன்முதலில் அவர் குறிப்பிட்ட வார்த்தைகள் என்னை

கருஞ்சிவப்பையும் சிவப்பையும் ஆரஞ்சு வண்ணத்தையும் பார்க்க வைத்த ஒரு நேரம் இருந்தது. நான் ஹூஸ்இட் ட்ரக்குக்கு எதிராக விவாதம் செய்யத் தொடங்குவேன். நான் அதிகமாக எதிராக விவாதிக்கத் தொடங்கினால், அதற்கான சாதகமான வாய்ப்பு அதற்காக விவாதித்தது. அவர் அதிகமாக விவாதித்தால் அவருடைய போட்டியாளரின் பொருளை அவரே விற்பனை செய்யும் வாய்ப்பு போல் அமையும்.

''நான் இப்போது பின்னோக்கிப் பார்த்தால், நான் எதையாவது விற்க முடியுமா என்று வியந்து போனேன். என்னுடைய பல ஆண்டுகளை உரசிக்கொண்டும் விவாதித்துக் கொண்டும் இழந்துவிட்டேன். இப்பொழுது என் வாயை மூடிக்கொண்டுள்ளேன். அது எனக்கு வருவாய் வாய்ப்பளிக்கிறது.''

அறிவாளியான பெரியவர் பென் ஃப்ராங்க்ளின் வழக்கமாக இப்படிக் கூறுகிறார்:

> நீங்கள் விவாதித்தாலும், மனத்தில் உறுத்திக் கொண்டிருக்கச் செய்தாலும், முரண்பட்டாலும் சில நேரங்களில் நீங்கள் வெற்றி பெறக்கூடும்; ஆனால் அது ஒருவிதமான வெற்று வெற்றியாகத்தான் இருக்கும். ஏனென்றால் நீங்கள் ஒருபோதும் உங்கள் எதிரியின் நல்லெண்ணத்தைப் பெறமுடியாது.

ஆகவே நீங்கள் இதனை உங்களுக்கென்று எடுத்துக்கொள்ளுங்கள். ஏட்டளவிலான, கொள்கையளவிலான வெற்றியையா அல்லது ஒரு நபரின் நல்லெண்ணத்தையா, எதனை எடுத்துக் கொள்வீர்கள்? ஒருபோதும் நீங்கள் இரண்டையும் பெற முடியாது.

பாஸ்டன் *டிரான்ஸ்கிரிப்ட்* ஒருமுறை மிகக் குறிப்பிடத்தக்க நையாண்டிச் செய்யுள் ஒன்றை அச்சிட்டிருந்தது:

> இங்கே வில்லியம் ஜேயின் உடல் கிடத்தப்பட்டுள்ளது,
> தன்னுடைய வாழ்க்கையை சரியான வழியில் நடத்தியவர் -
> அவர் சரியானவர், சரியான முறையில் இறந்தார்,
> எப்போதும் சரியாக இருந்தது,
> ஆனால் அவர் இறந்தவுடன் தவறாக இருந்தது போல்
> இருக்கிறார்.

நீங்கள் சரியாக இருக்கலாம், சரியாக இறந்திருக்கலாம், உங்கள் விவாதத்தில் நீங்கள் வேகமாகவும் இருந்திருக்கலாம். ஆனால் மற்றவர் மனத்தை மாற்றுவது என்பதைப் பொருத்தவரையில் நீங்கள் தவறானவர் என்பது போன்ற பயனற்ற நிலையில் தான் இருப்பீர்கள்.

வருமான வரி ஆலோசகரான ஃப்ரெடரிக் எஸ். பார்சன்ஸ் அரசாங்க வரி ஆய்வாளரிடம் மணிக்கணக்கில் வாதாடிக்கொண்டு காரசாரமான முறையில் பேசிக்கொண்டிருந்தார். ஒன்பது ஆயிரம் டாலர்கள் பங்குகளாக இருந்த ஒரு விஷயம் இருந்தது. பார்சன் அந்த ஒன்பது ஆயிரம் டாலரும் உண்மையில் வாராக்கடன் என்றும் அதை ஒருபோதும் திரும்ப வாங்க முடியாது என்றும் அதற்கு வரி விதிக்கக்கூடாது என்றும் அதனைக் கோரினார். ''என்னுடைய பார்வையில், வாராக்கடனாக இருந்தாலும் வரி விதிக்கப்பட வேண்டும்'' என்று ஆய்வாளர் அறிக்கை தந்தார்.

மிஸ்டர். பார்சன்ஸ் இந்த விஷயத்தை வகுப்புக்குச் சொல்லும்போது, ''இந்த ஆய்வாளர் கடுமையானவர் கொடூரமாக நடக்கக் கூடியவர் உறுதியாக இருக்கக்கூடியவர்'' என்று கூறினார். ''காரணம் வீணாக்கப்பட்டதால், உண்மைகளும் வீணாக்கப்பட்டன... நாம் அதிகமாக விவாதிக்கும்போது, அவர் அதிகமான பிடிவாதம் அடைகிறார். ஆகவே நான் விவாதிப்பதை விட்டுவிட முடிவெடுத்து அந்த விவகாரத்தை மாற்றிவிட்டு அவருக்குப் பாராட்டுகள் வழங்கினேன்.''

''நான் அவரிடம், 'உண்மையிலேயே முக்கியமானதும் நீங்கள் முடிவெடுக்க வேண்டிய கஷ்டமான பிரச்சனைகளை ஒப்பிடும்போது இது மிகவும் அற்பமான விஷயம் என்று நான் நினைக்கிறேன். நானே வரி விதிப்பது பற்றிப் படித்துள்ளேன். ஆனால் என்னுடைய அறிவெல்லாம் புத்தகங்களிலிருந்து பெற்ற அறிவுதான். நீங்கள் கடுமையான அனுபவங்களின் அடிப்படையில் அதனைப் பெறுகிறீர்கள். இதுபோல ஒரு வேலை எனக்குக் கிடைக்க வேண்டும் என்று சிலசமயம் நான் விருப்பப்பட்டேன். இது எனக்கு பலவற்றைக் கற்றுக்கொடுக்கும்,' என்று கூறினேன்.

'''நன்று' என்று கூறி ஆய்வாளர் நாற்காலியில் நிமிர்ந்து உட்கார்ந்து முதுகைப் பின்புறம் தள்ளி உட்கார்ந்து கொண்டு அவருடைய வேலையைப் பற்றி கூறி மிக புத்திசாலித்தனமான கையாடல்களைக்கூட வெளிக்கொண்டு வந்ததாகக் கூறி நீண்டநேரம் பேசினார். அவருடைய குரல் படிப்படியாக நட்பு அடிப்படையில் வந்து தன்னுடைய குழந்தைகளைப் பற்றியும் என்னிடம் கூறினார்.

அவர் வெளியேறும்போது, அவர் என்னுடைய பிரச்சினையை மீண்டும் கவனிப்பதாகவும், சில நாட்களில் தன் முடிவைத் தெரிவிப்பதாகவும் கூறினார்.

''மூன்று நாட்கள் கழித்து அவர் என்னுடைய அலுவலகத்துக்கு வந்தார். அந்த வரி பற்றிய அறிக்கையை அவர் சமர்ப்பித்தபடியே ஏற்றுக்கொள்வதாகவும் கூறினார்.''

இந்த வரி ஆய்வாளர் மிகவும் பொதுவாக வரி செலுத்துவதில் செய்யும் பலவீனங்களில் ஒன்றை நிரூபணமாகக் காட்டினார். அவர் தன்னை முக்கியமானவராக உணர வேண்டும் என்பதை விரும்பினார். மிஸ்டர். பார்சன் அவருடன் விவாதித்ததன் மூலம் அவருடைய முக்கியத்துவம் பாதிக்கப்பட்டதால் அவர் அதிகாரத்தை நிலைநாட்டத் தொடங்கினார். ஆனால் அவரது முக்கியத்துவம் உணரப்பட்டவுடனேயே விவாதத்தை நிறுத்தியதால் அவர் தன் முனைப்பை மாற்றிக்கொண்டு அவர் தன்னைக் கனிவானவராகவும் ஒரு நல்ல மனிதராகவும் உயர்த்திக் கொண்டார்.

புத்தர் இவ்வாறு கூறினார்: ''வெறுப்பு எப்போதும் வெறுப்பினால் முடிவடைவதில்லை, ஆனால் நேசத்தால் முடிவடைகிறது.'' கருத்து வேறுபாடு விவாதத்தால் முடிவடைவதில்லை, ஆனால் மற்றவர்களின் கருத்துப் பார்வையை உணர்ந்து பார்க்கும் புத்திசாலித்தனமும் பெருந்தன்மையும், அனுசரித்துப் போதலும், இரக்கமான ஆர்வமும் கொண்டு அதனை முடித்துவிட முடியும்.

ஒருமுறை லின்கன் ஒரு இளைய இராணுவ அதிகாரியை அவர் தன் சக ஊழியருடன் வன்முறையான எதிர்ப்பில் ஈடுபட்டதால் நடவடிக்கை எடுத்தார். ''தன்னைப்பற்றி அதிகமாக முடிவெடுத்துக் கொள்ளும் எந்த ஒரு மனிதனும் தன் தனிப்பட்ட கருத்து நினைவுக்கு நேரம் ஒதுக்க முடியும். இன்னும் குறைவாக தன் உணர்வில் பண்பு கெடுதல் மற்றும் தன்நிலை இழத்தல் ஆகியதான அதற்கான விளைவுகளை ஏற்கவும் தயாராக இருக்கிறார். சமமான உரிமைகளுக்கு கொடுக்கும் முக்கியத்துவத்தைக் காட்டிலும் அதிகமான விஷயங்களில் விட்டுக்கொடுங்கள். உங்களுக்குச் சொந்தமானவை என்றாலும் சிறிதளவானவற்றை விட்டுக்கொடுங்கள். சரியான ஒன்றுக்காகப் போராடி துன்பப்படுவதைவிட, நாய் செல்வதற்கு உங்கள் வழியை விட்டுக் கொடுத்து கடிபடுவதைத் தவிர்த்துக் கொள்ளுங்கள்'' என்று லின்கன் கூறினார்.

'பிட்ஸ் அன்ட் பீஸஸ்''★ என்ற ஒரு கட்டுரையில் கருத்து வேறுபாடு விவாதமாக மாறுவதிலிருந்து எவ்வாறு காத்துக்கொள்வது என்பதைப் பற்றிய சில யோசனைகள் கூறப்பட்டுள்ளன:

ஒத்துக்கொள்ளாத கருத்து வேறுபாட்டையும் வரவேற்றுவிடுங்கள்: ''இரண்டு பங்குதாரர்கள் எப்போதும் ஒத்துக்கொண்டிருந்தால், அவர்களில் ஒருவர் தேவையில்லை'' என்ற வாசகத்தை நினைவில் கொள்ளுங்கள். நீங்கள் நினைத்துப் பார்க்காத சில கருத்தை உங்கள் நினைவுக்குக் கொண்டு வந்தால், நன்றி கூறுங்கள். இந்த ஏற்றுக்கொள்ளாத கருத்து மிகப்பெரிய தவறு நிகழ்வதற்கு முன்பாக ஒருவேளை உங்களுக்குக் கிடைத்த வாய்ப்பாகக்கூட இருக்கிறது.

உங்களுக்குத் தோன்றும் முதல் உள்ளுணர்வுப் பதிவை நம்ப வேண்டாம்: ஒரு ஒத்துக்கொள்ள முடியாத சூழ்நிலையில் நம்முடைய முதல் எதிர்வினை பாதுகாப்பானதாக இருக்க வேண்டும். கவனமாக இருங்கள். அமைதியாக இருந்து உங்கள் முதல் எதிர்வினைக்காக உற்றுக் கவனியுங்கள். இது உங்களுக்குச் சிறந்ததாக இல்லாமல் பாதகமாக இருக்கலாம்.

உங்கள் கோபத்தைக் கட்டுப்படுத்துங்கள்: ஒரு மனிதனின் அளவினை அந்த நபரை எது கோபமடையச் செய்கிறது என்பதை வைத்து எடை போட முடியும் என்பதை நினைவில் வைத்துக்கொள்ளுங்கள்.

முதலில் நன்கு கவனியுங்கள்: உங்கள் எதிராளிகள் பேசுவதற்கு வாய்ப்பளியுங்கள். அவர்கள் முடிக்கட்டும் என்று காத்திருங்கள். தடுக்காமலும், மறுக்காமலும் அல்லது விவாதம் செய்யாமலும் இருங்கள். இதுதான் தடைகளை உண்டாக்குகிறது. புரிந்து கொள்வதன் மூலம் இணைப்பை உருவாக்குங்கள். தவறாகப் புரிந்து கொள்வதன் மூலம் தடைகளைப் பெரிதாக்காதீர்கள்.

★ *பிட்ஸ் அண்டு பீஸஸ்*, தி எகனாமிக்ஸ் பிரஸ், ஃபேர்பீல்டு, என்.ஜெ பிரசுரித்தது.

ஒத்துப்போவதற்கான வழிவகைகளைத் தேடுங்கள்: உங்கள் எதிராளி சொன்னதைக் கேட்டவுடன் அவர் கூறியவற்றில் நீங்கள் ஒத்துக் கொள்ளக்கூடிய கருத்துக்களையும் தளங்களையும் பற்றி முதலில் எடுத்துக் கொள்ளுங்கள்.

நேர்மையாக இருங்கள்: நீங்கள் குற்றங்களை ஒத்துக்கொண்டு அப்படிச் சொல்லத்தக்க விஷயங்களைத் தேடுங்கள். உங்கள் தவறுகளுக்கு மன்னிப்புக் கோருங்கள். அது உங்கள் எதிராளிகள் உக்கிரமாவதையும், பாதுகாப்புத் தேடுவதையும் குறைப்பதற்கு உதவும்.

உங்கள் எதிராளிகளின் கருத்தை சிந்தித்து அவற்றை கவனமாக ஆய்ந்து பார்ப்பதாக உறுதி கூறுங்கள்: அதை மனதாரக் கூறுங்கள். உங்கள் எதிராளிகள் சரியானவர்களாக இருக்கலாம். இந்த நேரத்தில் அவர்களுடைய கருத்துக்களை வேகமாக மறுத்து வேகமாக நகர்ந்து செல்வதைவிட அதனை ஒத்துக்கொண்டு சிந்தித்துப் பார்ப்பதாகக் கூறுவது எளிமையானது. ஏனென்றால் பிறகு அவர்கள் ''நாங்கள் சொல்வதற்கு முயன்றோம், நீங்கள் தான் காதுகொடுத்துக் கேட்கவில்லை'' என்று சொல்வதற்கு இடமிருக்காது.

உங்கள் எதிராளிகளின் ஆர்வத்திற்காக உண்மையில் பாராட்டுங்கள்: உங்களோடு ஒத்துக்கொள்ளாத நிலைக்கு நேரம் எடுத்துக்கொள்ளும் எவரும் உங்களைப் போலவே அதே விஷயத்தில் ஆர்வம் காட்டுகிறார்கள். அவர்களை உங்களுக்கு உதவி செய்ய விரும்புபவர்களாகவே எண்ணிக் கொள்ளுங்கள். உங்கள் எதிராளிகளாக இருப்பவர்கள் உங்கள் நண்பர்களாக மாறவும் கூடும்,

பிரச்சினையைப் பற்றி இருதரப்பினரும் சிந்திக்கத் தக்கவகையில் நடவடிக்கையை ஒத்திப்போடுங்கள்: எல்லா உண்மைகளும் வெளிப்படையாகக் கொண்டு வந்த பிறகு, ஒரு புதிய கூட்டம் அன்று மாலையிலோ அடுத்த நாளிலோ நடக்கும் என்று யோசனை கூறுங்கள். இந்தக்கூட்டத்திற்கு தயார் செய்வதற்கு உங்களுக்குள் சில கடினமான கேள்விகளைக் கேட்டுக் கொள்ளுங்கள்:

என்னுடைய எதிராளிகள் சரியான முறையில் இருக்கிறார்களா? பகுதி அளவுக்கு சரியாக இருக்கிறார்களா? அவர்களின் நிலையிலோ விவாதத்திலோ உண்மையோ தகுதியோ இருக்கிறதா? என்னுடைய எதிர்வினை பிரச்சினையைத் தீர்க்கும் ஒன்றாக இருக்குமா? அல்லது அதிருப்தியை மட்டும் தான் குறைக்குமா? என்னுடைய எதிர்வினை என் எதிராளிகளை என்னை விட்டுத் தூர விலக்கி வைக்குமா அல்லது நெருக்கமாக்கிக் கொண்டு வருமா? நல்ல மனிதர்கள் என் மீது வைத்திருக்கும் நல்லெண்ணத்தை என் எதிர்வினை உயர்த்துமா? நான் வெற்றி பெறுவேனா, தோல்வி அடைவேனா? நான் வெற்றி பெற்றால் அதற்காக என்ன விலை கொடுக்க வேண்டியிருக்கும்? நான் அதனைப் பற்றி அமைதி மேற்கொண்டால், ஒத்துக்கொள்ளாத தன்மை அதிகமாகுமா? இந்தக் கடினமான சூழ்நிலை எனக்குக் கிடைத்த ஒரு வாய்ப்பா?

தனக்குத் திருமணமாகி ஏறக்குறைய ஐம்பது ஆண்டுகளுக்குப்பின், ஒபேரா டெனோர் ஜேன் பீர்ஸ் இவ்வாறு கூறினார்: ''என்னுடைய மனைவியும் நானும் வெகுகாலத்திற்கு முன்பு ஒரு ஒப்பந்தம் செய்து கொண்டோம். ஒருவர் எத்தகைய கோபத்தைக் கொண்டு கத்தினாலும் அந்த ஒப்பந்தத்தை மீறாமல் காப்பாற்றினோம். ஒருவர் கோபமுற்றுக் கத்தினால் மற்றவர் அமைதியாக கவனிக்க வேண்டும். ஏனென்றால் இருவருமே கத்திக் கொண்டிருந்தால் எந்தவித தகவல் பரிமாற்றமும் நடக்காது. வெற்றுச் சத்தமும் கெட்ட அலைகளின் இயக்குமுமே இருக்கும்.''

கொள்கை 1

ஒரு விவாதத்திலிருந்து ஒரு நன்மையைப் பெறவேண்டுமானால் அதற்கு வழி விவாதத்தை விட்டு விடுவதுதான்.

2

எதிரிகளை உருவாக்கும் நிச்சயமான வழி. அதனைத் எப்படித் தவிர்ப்பது

தியோடர் ரூஸ்வெல்ட் வெள்ளை மாளிகையில் இருந்தபோது, அவரால் 75 சதவிகித நேரத்தில் சரியாக நடக்க முடியுமென்றால், அவருடைய எதிர்பார்ப்பில் உச்ச அளவை எட்டியிருக்க முடியும் என்று ஒத்துக்கொண்டார்.

இருபதாம் நூற்றாண்டின் மிக பெருமைமிக்க மனிதரால் எட்டமுடிந்த அளவாக இதனை எடுத்துக்கொண்டு நம்பிக்கை கொள்ள முடியும் என்றால், உங்களுக்கும் எனக்கும் எப்படி இருக்கும்?

ஐம்பத்து ஐந்து சதவிகித நேரத்திற்கு மட்டுமே சரியாக இருக்க முடியுமென்று நிச்சயமாக இருந்தால் கூட நீங்கள் வால் ஸ்ட்ரீட்டுக்குச் சென்று ஒரு நாளைக்கு மில்லியன் டாலர் அளவுக்கு சம்பாதிக்க முடியும். ஐம்பத்து ஐந்து சதவிகித நேரத்திற்குக்கூட சரியாக இருக்க முடியும் என்று உங்களால் உறுதி கூற முடியவில்லை என்றால், நீங்கள் மற்றவர்களை ஏன் தவறானவர் என்று கூறுகிறீர்கள்?

ஒரு பார்வை அல்லது ஒரு பேச்சு அல்லது ஒரு தோற்றநிலை ஆகியவற்றால் மனிதர்கள் கெட்டவர்கள் என்று உங்களால் எவ்வளவு முடியுமோ அந்த அளவுக்கு வார்த்தைகளில் நீங்கள் கூறமுடியும். நீங்கள் அவர்களைக் கெட்டவர் என்று கூறினால் அதனை அவர்கள் ஒத்துக்கொள்ள வேண்டும் என்று விரும்புகிறீர்களா? ஒருபோதும் முடியாது! ஏனென்றால், நீங்கள் அவர்களின் அறிவுக்கூர்மை, தகுதியை எடையிடும் ஆற்றல், கௌரவம், சுயமரியாதை ஆகியவற்றின் மீது நேரடியான தாக்குதலைத் தொடுக்கிறீர்கள். அது அவர்களைத் திருப்பித் தாக்கும் நிலைக்கு உள்ளாக்குகிறது. ஆனால் இது அவர்களது மனத்தை மாற்றும் நிலைக்குக் கொண்டு செல்லாது. பிறகு நீங்கள் அவர்களிடம் ஒரு பிளாட்டோ அல்லது ஒரு இம்மானுவேல் கன்ட் ஆகியவர்களின் தத்துவங்களை

எல்லாம் அள்ளி அள்ளி வீசலாம். ஆனால் நீங்கள் அவர்களின் கருத்துக்களை மாற்ற முடியாது. ஏனென்றால், நீங்கள் அவர்களின் உணர்வுகளைக் காயப்படுத்தி விட்டீர்கள்.

''நான் உங்களுக்கு இப்படி இப்படி நிரூபிக்கப் போகிறேன்'' என்று சொல்லிக்கொண்டு ஒருபோதும் தொடங்காதீர்கள். அது மிகவும் தவறானது. இது, ''நான் உங்களை விட சாமர்த்தியமாயிருக்கிறேன். நான் ஏதாவது ஒன்று அல்லது இரண்டு விஷயங்களைக் கூறி உங்கள் மனத்தை மாற்றப்போகிறேன்'' என்று சொல்வதற்கு ஒப்பானது.

அது ஒரு சவால். இது எதிரி உணர்வை மேலெழச் செய்கிறது. கவனிப்பவரை நீங்கள் தொடங்குவதற்கு முன்பே உங்களுடன் போரிட விரும்பச் செய்கிறது.

மிகவும் தீங்கற்ற நிலைகளிலும் கூட மக்களின் மனத்தை மாற்றுவது மிகவும் கடினமானதாகும். ஆகவே ஏன் அதனை இன்னும் கடினமானதாக ஆக்குகிறீர்கள்? நீங்கள் உங்களை ஏன் முடமாக்கி இயலாதவர்களாக்கிக் கொள்கிறீர்கள்?

நீங்கள் எதையாவது நிரூபிக்கப் போகிறீர்கள் என்றால், மற்ற யாரும் தெரியும்படிச் செய்யாதீர்கள். அதனை நுட்பமான முறையிலும், திறமையான வகையிலும், நீங்கள் அதனைச் செய்கிறீர்கள் என்று மற்றவர் அறியாத வகையில் செய்யுங்கள். இது அலெக்ஸான்டர் போப்பினால் சுருக்கமாகக் கூறப்பட்டுள்ளது:

மனிதர்களுக்கு நீங்கள் கற்றுக்கொடுப்பது போலில்லாமல்
கற்றுக் கொடுக்க வேண்டும் தெரியாத விஷயங்களை
மறந்துவிட்ட விஷயங்களைப் போல் முன் வைக்க வேண்டும்.

முன்னூறு ஆண்டுகளுக்கு முன் கலிலியோ இவ்வாறு கூறினார்:

ஒரு மனிதனுக்கு நீங்கள் எதையும் கற்றுக் கொடுக்க முடியாது;
அவனுக்குள் இருக்கும் அதனைக் கண்டுகொள்ள உதவ
மட்டுமே முடியும்

லார்ட் செஸ்டர்ஃபீல்ட் தன் மகனுக்குக் கூறியது போல:

உன்னால் முடிந்தால் மற்றவர்களைவிட அறிவுக்கூர்மையுடன்
இருந்துவிடு ஆனால் அவர்களிடம் அப்படிச் சொல்லிவிடாதே.

ஏதென்ஸில் உள்ள தன்னுடைய சீடர்களுக்கு சாக்ரடீஸ்

திரும்பத்திரும்ப இப்படிச் சொன்னார்:

ஒன்றே ஒன்று மட்டும் தான் எனக்குத் தெரியும், அது எனக்கு ஒன்றுமே தெரியாது என்பது தான்.

நன்று, சாக்ரடீஸைவிட சாமர்த்திய அறிவுடன் இருக்க முடியும் என்று என்னால் நம்பிக்கை கொள்ள முடியாது. ஆகவே மக்கள் அவர்கள் தவறானவர்கள் என்று சொல்வதை விட்டு விட்டேன். அது மிகவும் பயனளிப்பதைக் கண்டு கொண்டேன்.

நீங்கள் நினைப்பது தவறு என்று ஒருநபர் கூறினால் - ஆம், அது தவறென்று நீங்கள் அறிந்த போதிலும் - பின்வருமாறு கூறித் தொடங்குவது சிறந்தது அல்லவா: ''நன்று, இப்போது பாருங்கள். நான் வேறுமுறையில் நினைத்தேன். ஆனால் நான் நினைப்பது தவறாக இருக்கலாம். நான் தவறென்றால் அடிக்கடி நான் இப்படித்தான் இருக்கிறேன். நான் அதனைச் சரிசெய்ய விரும்புகிறேன். நாம் அதன் உண்மைகளை ஆராய்வோம்.''

இதுபோன்ற வாசகங்களில் விந்தை இருக்கிறது. நேர்மறையான விந்தை இருக்கிறது: ''நான் நினைப்பது தவறாக இருக்கலாம். நான் தவறென்றால் அடிக்கடி நான் இப்படித்தான் இருக்கிறேன். நாம் அதன் உண்மைகளை ஆராய்வோம்.''

வானத்தின் மேலோ அல்லது பூமியின் கீழோ அல்லது பூமியின் நீரின் உள்ளேயோ உள்ள எந்த ஒருவரும் உங்களுடைய இந்த வாசகத்தை நிராகரிக்க முடியாது: ''நான் நினைப்பது தவறாக இருக்கலாம். நாம் அதன் உண்மைகளை ஆராய்வோம்.''

தன்னுடைய வாடிக்கையாளர்களிடம் இத்தகைய அணுகு முறையைக் கையாண்ட என்னுடைய பயிற்சி வகுப்பு மாணவர்களில் ஒருவர் மோன்டனாவில் பில்லிங்கில் டாட்ஜ் விற்பனையாளரான ஹெரால்ட் ரெய்ன்கே. ஆட்டோமொபைல் வணிகத்தில் உள்ள அழுத்தத்தால், வாடிக்கையாளர்களின் புகார்களைக் கையாளும் போது அவர் அடிக்கடி கோபமுற்றவராகவும் இரக்கமற்றவராகவும் ஆகிவிடுவதாகக் கூறினார். இது கோப உணர்வுகளை வளர்த்து வணிக இழப்பையும் அமைதியற்ற நிலையையும் உருவாக்கியது.

வகுப்பில் அவர் இவ்வாறு கூறினார்: ''இது என்னை வேகமாகச் செயல்பட விடவில்லை என்பதை உணர்ந்து கொண்டு நான் ஒரு புதிய முறையை முயற்சித்தேன். இதைப்போன்ற இன்னும் சிலவற்றை சொல்ல முடியும்: 'எங்களுடைய விற்பனைப்பகுதி நான் வெட்கப்படும்படியான பலவிதமான தவறுகளைச் செய்துள்ளது.

உங்கள் விஷயத்தில் நாங்கள் தவறு செய்திருக்கலாம். அதைப்பற்றி என்னிடம் கூறுங்கள்.'

''இந்த அணுகுமுறை நிராயுதபாணி போல் ஆக்கிவிட்டது. வாடிக்கையாளர் தன் உணர்வுகளை வெளிப்படுத்தும் போது, அந்த விஷயம் தீர்க்கப்படும் நிலைக்கு வரும் போது வழக்கமாக அவர் மிகவும் நியாயமாக இருக்கிறார். உண்மையில், மிகப்பெரும்பாலான வாடிக்கையாளர்கள் வாங்குவதற்காக இப்படிப்பட்ட புரிந்துணர்வுக்காக எனக்கு நன்றி கூறுகிறார்கள். அவர்களில் இரண்டுபேர் புது கார்களை வாங்குவதற்காக நண்பர்களை அழைத்து வந்தார்கள். இப்பொழுது இருக்கும் போட்டிகள் நிறைந்த வர்த்தகத்தில் எங்களுக்கு இவர்களைப்போன்ற அதிக வாடிக்கையாளர்கள் தேவைப்படுகின்றனர். வாடிக்கையாளர்களின் எல்லாக் கருத்துக்களுக்கும் மதிப்புக் கொடுத்து, அவர்களை உயர்ந்த நிலையிலும் கனிவுடனும் நடத்தி வருவது போட்டிகளைத் தகர்ப்பதற்கு உதவும் என்று நான் நம்புகிறேன்.''

நீங்கள் தவறாக இருக்கலாம் என்பதை ஒத்துக்கொண்டால் நீங்கள் ஒருபோதும் கஷ்டப்பட மாட்டீர்கள். அது எல்லா விவாதங்களையும் நிறுத்திவிடும். உங்கள் எதிரிகளை ஊக்கப்படுத்தி உங்களைப் போலவே நேர்மையோடும் திறந்த பரந்த மனத்தோடும் இருக்க வைக்கும். அது அவரையும் தான் கூடத் தவறாக இருக்கலாம் என்று ஒத்துக்கொள்ள வைத்துவிடும்.

ஒரு நபர் தவறாக இருக்கிறார் என்று நீங்கள் நிச்சயமாகத் தெரிந்து கொண்டால், அதை நீங்கள் அவரிடத்தில் நேரடியாக அப்பட்டமாகச் சொல்லிவிட்டால், என்ன நடக்கும்? நான் நிரூபணமாகக் கூறுகின்றேன். நியூயார்க்கின் இளைய அட்டார்னி ஒருவர் ஒருமுறை அமெரிக்க உச்ச நீதிமன்றத்தில் ஒரு முக்கியமான வழக்கில் வாதாடினார். (*Lustgartenv. Fleet Corporation* 280 U.S 320) அந்த வழக்கில் மிகவும் அதிகமான பணமும் ஒரு முக்கியமான சட்ட கேள்வியும் அடங்கி இருந்தது. அந்த வழக்கு விசாரணையின்போது, உச்ச நீதிமன்ற நீதிபதிகளில் ஒருவர் அவரிடம், ''கடற்படை சட்ட விதிகளில் வரையறை ஆறு ஆண்டுகள் அல்லவா?'' என்று கூறினார்.

மிஸ்டர் எஸ்-நிறுத்திவிட்டு, நீதிபதியை நோக்கி சிறிதுநேரம் முறைத்துப் பார்த்தார். பிறகு ''கடற்படை சட்டத்தில் அப்படிப்பட்ட வரைமுறைகள் எதுவுமில்லை'' என்று அப்பட்டமாகக் கூறினார்.

''ஒரு சிரிப்பொலி கோர்ட்டில் நிறைந்தது'' என்று மிஸ்டர் எஸ் - தன்னுடைய அனுபவத்தை நூலாசிரியரின் பயிற்சி வகுப்புக்கு

சொல்லத்தொடங்கி, ''அந்த அறையின் வெப்பம் பூஜ்ஜியம் டிகிரி அளவுக்கு வந்து விட்டது. நான் சொன்னது சரியானது. நீதிபதி சொன்னது தவறு. நான் அவரிடம் அப்படியே சொன்னேன். ஆனால் அது அவரை நட்பு உணர்வுடன் இருக்க வைத்ததா? இல்லை. சட்டம் என் பக்கத்தில்தான் என்று இன்றும் நம்புகிறேன். இதுவரை நான் பேசியதைவிட இந்த முறை நான் சிறப்பாக பேசியதாக நான் நம்புகிறேன். ஆனால் நான் அதனைத் தொடரவில்லை. மிகவும் நிறையப் படித்த புகழ்பெற்ற ஒரு மனிதரை தவறு என்று கூறி நான் ஒரு மிகப்பெரிய தவறைச் செய்துவிட்டேன்.''

சில மனிதர்கள் தர்க்கவாதிகளாக இருக்கிறார்கள். நம்மில் பலர் சார்புடையவர்களாவும் பாரபட்சம் உள்ளவர்களாகவும் இருக்கிறோம். நம்மில் மிகப்பலர் முன்னரே முடிவெடுத்த நிலையிலும், பொறாமை, சந்தேகம், பயம், அடுத்தவரை ஒப்பிட்டு ஏங்குதல், தற்பெருமை ஆகியவற்றைப் பரவலாகப் பெற்றிருக்கிறோம். காலை உணவுக்கு முன்பாக பெரும்பாலான குடிமக்கள் மதம், அல்லது தங்கள் சிகையலங்காரம், அல்லது சாதி அல்லது தங்கள் விருப்பமான நடிகர் என்று எதனையும் மாற்றிக்கொள்ள விரும்புவதில்லை. ஆகவே மற்றவர்கள் தவறானவர்கள் என்ற எண்ணத்தில் நிலைத்திருந்தால் பின்வரும் பத்தியில் உள்ளவற்றை ஒவ்வொருநாள் காலையிலும் தயவு செய்து படியுங்கள். இது ஜேம்ஸ் ஹார்வே ராபின்சனின் *தி மைன்ட் இன் தி மேக்கிங்* என்ற ஒளியூட்டும் நூலில் உள்ள பகுதியாகும்.

> சில சமயங்களில் நாம் நம்முடைய மனங்களை எவ்வித தடைகளோ அல்லது கனமான உணர்ச்சிகள் இல்லாமலேயே மாற்றிக் கொண்டு இருக்கிறோம். ஆனால் நாம் தவறானவர்கள் என்று கூறப்பட்டால் பொறுப்பேற்பதில் கோபமும் கொண்டு இதயத்தைக் கல்லாக்கிக் கொள்கிறோம். நம்முடைய நம்பிக்கைகளை உருவாக்கிக் கொள்வதில் நம்பமுடியாத அளவுக்கு அக்கறையற்று இருக்கிறோம். ஆனால் மற்றவர் தங்கள் வெற்றியால் அதனைப் பிடுங்க நினைக்கும் போது அவற்றிற்காக நியாயமற்ற ஆர்வம் மிகுந்தவர்களாக இருக்கிறோம். இவை வெளிப்படையான நமக்கு விருப்பமான கருத்துக்கள் மட்டுமல்ல நம்முடைய தன்மானம் அச்சுறுத்தவும் படுகிறது. மனித பிரச்சினைகளில் ''என்னுடைய'' என்ற சிறிய வார்த்தை மிகவும் முக்கியமானதாக இருக்கிறது. அதை முறையாகக் கணக்கிடுதல் என்பதில்தான் அறிவின் தொடக்கம்

இருக்கிறது. அது ''என்னுடைய'' இரவு உணவு, ''என்னுடைய'' நாய், ''என்னுடைய'' வீடு, அல்லது ''என்னுடைய'' தந்தை, ''என்னுடைய'' நாடு, ''என்னுடைய'' கடவுள் என்று எதுவாக இருந்தாலும் அதே வலிமைதான் அது பெற்றிருக்கிறது. நம்முடைய கைக்கடிகாரம் சரியில்லை, அல்லது நம்முடைய கார் அழுக்காக உள்ளது என்பதற்கான பொறுப்பைப் பற்றிக் கோபப்படுவதோடு மட்டுமல்லாமல், செவ்வாய் கிரகத்தின் சுற்றுப்பாதை, ''Epictetus'' என்ற சொல்லின் உச்சரிப்பு, சாலிசின் (மருந்து) உடைய மருத்துவ குணங்கள், அல்லது முதலாம் சர்கானின் சரியான தேதி பற்றிய விபரங்களில் உள்ள நம்முடைய முடிவில் மாற்றத்திற்கு இணங்குகிறோம். நாம் உண்மை என்று பழக்கப்பட்டவற்றில் தொடர்ந்து அதனை நம்புவதற்கு விரும்புகிறோம். அதன்மீது சந்தேகம் எழுப்பப்படும்போது கோபம் தோன்றுகிறது. அந்த நம்பிக்கையை வலியுறுத்துவதற்கு எந்தவிதமான சமாதானங்களையும் தேடுகிறோம். அதன் விளைவு என்னவென்றால் நம்முடைய எண்ணங்களில் மிகப்பலவும் நாம் அதனை முன்பு பின்பற்றுவது போலவே நம்புவதற்கு நம்மை விவாதங்களுக்கு கொண்டு செல்கிறது.

ஆன் பிகமிங் எ பர்சன் என்ற தன்னுடைய நூலில் மிகப்புகழ்பெற்ற மனோதத்துவ நிபுணரான கார்ல் ரோஜர்ஸ் இவ்வாறு எழுதுகிறார்:

மற்ற நபரைப் புரிந்து கொள்வதற்கு என்னை நான் அனுமதிக்கின்றபோது, அது மிகுந்த மதிப்பைப் பெற்றிருப்பதை நான் கண்டுள்ளேன். இந்த வாசகத்தை நான் எவ்வாறு சொல்லமைப்புச் செய்துள்ளேன் என்பது உங்களுக்கு விநோதமாகத் தோன்றலாம். ஒருவர் மற்றவரைப் புரிந்து கொள்வதற்கு தன்னை அனுமதிக்க வேண்டும் என்பது தேவையானதா? தேவையென்று நான் எண்ணுகிறேன். பெரும்பாலான வார்த்தைகளுக்கு (மற்றவர்களிடமிருந்து நாம் கேட்பவை) நாம் முதன்முதலில் செய்யும் எதிர்வினை அதனைப் புரிந்து கொள்வதற்குப் பதிலாக மதிப்பிடுவது அல்லது தீர்ப்பு சொல்வது என்பதாக இருக்கிறது. யாராவது ஒருவர் தன்னுடைய உணர்வை, நடவடிக்கையை, அல்லது நம்பிக்கையை வெளிப்படுத்து கின்ற போது, பெரும்பாலும்

நம்முடைய பழக்கம் உடனேயே ''அதுதான் சரி'' அல்லது ''அது அபத்தமானது,'' ''அது அசாதாரணமானது,'' ''அது காரணமில்லாதது,'' ''அது சரியில்லாதது,'' ''அது தவறானது,'' ''அது நன்மையானதல்ல'' என்று கூறுவதாகத்தான் உள்ளது. மிகவும் குறைவாகவே, அவர் கூறும் வார்த்தைகள் அவரைப் பொருத்தவரை என்ன பொருளைக் கொண்டுள்ளது என்பதைப் பற்றி அறிந்து கொள்ள நம்மை நாம் அனுமதிக்கிறோம்.*

ஒருமுறை என்னுடைய வீட்டுக்குள் மடிப்புத்திரைகளை அமைப்பதற்காக உள்மனை அலங்கரிப்பவர் ஒருவரை அமர்த்தி இருந்தேன். அதற்கான கூலிக்கான ரசீது வந்தவுடன் நான் சோர்ந்து போய்விட்டேன்.

சில நாட்களுக்குப் பிறகு, ஒரு நண்பர் வீட்டுக்குள் வந்தார். அந்த மடிப்புத் திரைகளைப் பார்த்தார். அவருக்கு நான் அந்தக் கட்டணத்தொகையைக் கூறினேன். அவர், ''என்ன? மிகவும் மோசமானது. அவர் உங்களிடம் ஒரு பங்கு அதிகமாக வாங்கி விட்டார் என்று அச்சத்துடன் நினைக்கிறேன்'' என்று வெற்றி வியப்புடன் கூறினார்.

உண்மையா? ஆம், அவர் உண்மையைக் கூறினார். ஆனால் சிலர் தங்கள் முடிவின் மேல் பிரதிபலிக்கிற உண்மையைக் கவனிப்பதற்கு விரும்புகிறார்கள். ஆகவே மனிதன் என்ற வகையில், நான் என்னை தற்காத்துக்கொள்ள முயற்சித்தேன். குறைவான கட்டணம் உள்ளதே இறுதியில் சிறந்தது என்றால் பேரம்பேசுகின்ற முறையில் அதில் தரத்தையும் கலைநுணுக்கத்தையும் காண முடியாது என்று நான் குறிப்பிட்டேன்.

அடுத்தநாள் இன்னொரு நண்பர் உள்ளே வந்தாள். அந்த மடிப்புத் திரைகளை வியந்து போற்றினாள். மிகவும் உற்சாகத்துடனும் தன்னுடைய வீட்டுக்கும் அதுபோல அற்புதமான வேலைப்பாட்டைச் செய்ய விரும்புவதாகக் கூறினாள். என்னுடைய எதிர்வினை முற்றிலும் மாறுபட்டதாக இருந்தது. ''நன்று, உண்மையைச் சொல்வதென்றால், அதை நானே செய்வதில் விருப்பம் கொள்ளவில்லை. நான் மிகவும் அதிகமான தொகை கொடுத்து விட்டேன். அதைச் செய்ததற்காக நான் வருந்துகிறேன்,'' என்று கூறினேன்.

★ கார்ல். ஆர். ராஜேர்ஸ்ன், *ஆன் பிகமிங் அ பெர்சன்* இருந்து எடுக்கப்பட்டது (பாஸ்டன்: ஹௌவுடன் மிஃப்லின், 1961), பிபி 18 அடி.

நாம் தவறு செய்துவிட்ட போது அதனை நாமே ஒத்துக்கொள்ளலாம். நாம் சிறப்பாகவும் திறமையாகவும் செய்து கொடுக்கப்பட்டால் அதனை நாம் மற்றவர்களுக்குக் கிடைக்க ஒத்துக் கொள்ளலாம். இதன் மூலம் நம்முடைய வெளிப்படைத் தன்மைக்காகவும் பரந்த மனப்பான்மைக்காகவும் நாம் பெருமையும் கூட கொள்ள முடியும். ஆனால் மற்றவர் நம்முடைய உள்ளுக்குள் சுவையற்ற உண்மையைத் திணிக்க முயன்றால் அப்படி இருக்கக்கூடாது.

உள்நாட்டு போர் சமயத்தில் அமெரிக்காவின் மிகப் புகழ்பெற்ற பத்திரிகை ஆசிரியர், ஹோரஸே க்ரீலி லின்கனின் கொள்கைகளை ஒத்துக்கொள்ளாமல் மிகத்தீவிரமாக எதிர்த்தார். அவர் விவாதங்கள், கேலி செய்தல், குற்றம் சுமத்தல் ஆகிய ஏற்பாடுகளினால் லின்கனை தன் கருத்துக்கு ஒத்துப்போக வைத்துவிடலாம் என்று நம்பினார். இதுமாதிரியான கசப்பான இயக்கங்களை மாதாமாதமும் வருடா வருடமும் நடத்தினார். உண்மையில், அவர் கொடுமையான, கசப்பான, கேலி செய்வதான முறையில் ஜனாதிபதி லின்கனை தனிப்பட்ட விஷயங்களைப் பற்றி அவர் பூத்தால் சுடப்பட்ட இரவில் எழுதினார்.

ஆனால் இந்த கசப்பான செயல்பாடுகள் லின்கனை க்ரீலியுடன் ஒத்துப்போக வைத்ததா? ஒருபோதும் அப்படிச் செய்யவில்லை. கிண்டலும் குற்றம் சுமத்தலும் ஒருபோதும் பயனளிக்காது.

நீங்கள் மக்களைக் கையாள்வதைப் பற்றிய மிகச்சிறந்த யோசனைகளைப் பெறுவதற்கும், உங்களை நீங்களே மேலாண்மை செய்து கொள்வதற்கும், உங்கள் தனிப்பட்ட திறன்களை மேம்படுத்திக் கொள்வதற்கும் விரும்பினால், பெஞ்ஜமின் ஃப்ராங்க்ளினுடைய வரலாற்றைப் படியுங்கள். இதுவரை எழுதப்பட்டவற்றுள் அது கவர்ந்திழுக்கும் கதையாகவும், அமெரிக்க இலக்கியங்களில் மிகச்சிறந்த ஒன்றாகவும் இருக்கிறது. விவாதம் செய்வதான துன்பகரமான பழக்கத்தை எப்படி அவர் வெற்றி கொண்டார் என்றும் அது எவ்வாறு தன்னை அமெரிக்க வரலாற்றில் மிகவும் திறமை வாய்ந்த, நளினமான, பெருமைமிக்க மனிதராக மாற்றியது என்பதையும் பென் ஃப்ராங்க்ளின் அதில் கூறுகிறார்.

பென் ஃப்ராங்க்ளின் தவறுகள் செய்யக்கூடிய சாதாரண இளைஞராக இருந்த பொழுது, ஒருநாள், நண்பர்கள் கழகத்தைச் சேர்ந்த ஒரு வயதான நண்பர் அவரை ஒருபக்கம் அழைத்துச் சென்று பலங்கொண்டவரை அடித்து பின்வருவன போன்ற சில உண்மைகளை எடுத்துக் கூறினார்:

பென், நீ எதுவும் செய்ய முடியாதவனாயிருக்கிறாய். ஒவ்வொருவரும் உன்னோடு முரண்படுவதால் உன்னுடைய கருத்துக்கள் தாக்கப்படுகின்றன. உன்னுடைய நண்பர்கள் நீ அவர்களோடு இல்லாத சமயத்தில் மகிழ்ச்சி அடைகிறார்கள். வேறு யாரும் எதுவும் உனக்குச் சொல்ல முடியாத வகையில் நீ எல்லாமும் அறிந்திருக்கிறாய். உண்மையில், அதற்கு யாரும் முயற்சி செய்யப்போவதில்லை. ஏனென்றால், அவர்களின் முயற்சி அவர்களை சங்கடத்திலும் அதிக உழைப்பு செய்யும் நிலையிலும் ஆக்கிவிடும். ஆகவே நீ இப்போது பெற்றிருக்கும் மிகக்குறைந்த அறிவைவிட இதற்குமேல் வேறு எதுவும் கற்றுக்கொள்ள முடியாது.

சாமர்த்தியமான இந்த எதிர்ப்பை பென் ஃப்ராங்க்ளின் ஏற்றுக்கொண்ட முறையில் தான் அவருடைய அற்புதமான விஷயங்களில் ஒன்று எனக்குத் தெரிந்தது. இது உண்மை தான் என்பதை உணர்ந்து கொண்டு தான் தோல்விக்கும் சமுதாய அழிவுக்கும் உட்பட்டிருப்பதை அறிந்து கொண்டதில் அவர் போதுமான உயர்நிலையிலும் அறிவுத்திறனிலும் சிறந்து காணப்பட்டார். ஆகவே அவர் சரியான வழிக்குத் தன் கவனத்தைத் திருப்பினார். அவர் தன்னுடைய ஆணவமிக்க, தன் கருத்தில் மட்டுமே நிலைத்திருந்த வழிகளிலிருந்து தன்னை மாற்றிக் கொண்டார்.

''நேரடியான மற்றவர்களின் கருத்து மாறுபாட்டை அவர்களின் உணர்வுக்கு ஏற்ப பொறுமையாகவும் உறுதியாகவும் ஏற்றுக்கொள்வதும், என்னுடைய நேர்மறை நிலைப்பாடுகளை எல்லாம் மேற்கொள்வதானதுமான இதை ஒரு விதிமுறையாகவே வைத்துக் கொண்டேன். ஒரு வரையறுத்த கருத்தை வெளிப்படுத்துவதான ''நிச்சயமாக,'' ''சந்தேகமே இல்லாமல்'' போன்ற வாக்கியப் பிரயோகங்களைக் கூட முற்றிலும் தடை செய்துவிட்டேன். அவற்றிற்குப் பதிலாக, நான் ஏதாவது ஒன்றைப்பற்றி இப்படி அல்லது அப்படி என்று எண்ணினால் ''எனக்குத் தோன்றுகிறது,'' நான் நினைக்கிறேன்'' அல்லது ''நான் கற்பனை செய்கிறேன்,'' அல்லது ''தற்போது எனக்கு அது இப்படித் தோன்றுகிறது'' போன்ற வாசகங்களை உபயோகித்தேன். மற்றவர் ஏதாவது ஒன்றை உறுதி செய்தால், நான் தவறு என்று நினைத்து உடனேயே அவர்களிடம் மாறுபட்டுப் பேசுகின்ற நிலையையோ அவர்களுடைய முன்வைப்பில் உள்ள குறைபாடுகளைச் சுட்டிக்

காட்டுவதையோ செய்யும் இன்பத்தை எனக்குள்ளே மறுத்துக் கொண்டேன். சில விஷயங்களில் அல்லது சில சமயங்களில் அவருடைய கருத்து சரியானது என்றும் ஆனால் இந்தக் குறிப்பிட்ட ஒன்றில் சில மாறுபாடுகள் இருப்பதாகத் தோன்றுகிறது என்பது போன்ற வாசகங்களை பதில் அளிக்கும் போது பயன்படுத்தினேன். விரைவிலேயே என்னுடைய இந்த மாற்றத்தால் பயன்விளைவதை நான் கண்டேன். நான் மேற்கொண்ட கலந்துரையாடல்கள் மிகவும் இனிமை நிறைந்தனவாக இருந்தன. என்னுடைய கருத்துக்களை நான் அமைதியான முறையிலும் பணிவுடனும் வெளிப்படுத்திய முறையினால் அவை உடனேயே வரவேற்பைப் பெற்றும், குறைவான எதிர்ப்புகளைப் பெற்றும் இருந்தன. என்னுடைய கருத்து தவறாக இருந்த போது அவமானம் குறைவான அளவிலே மட்டும் இருந்தது. மற்றவர்கள் அவர்களது தவறை விட்டு விடுவதற்கும் என்னுடைய சரியான முறைகளை ஏற்றுக் கொள்வதற்கும் இது எளிதாக அமைந்தது.

''நான் முதன்முதலில் இயற்கைக்கு மாறான சில வன்முறைகளுடன் ஏற்ற இந்த முறை, காலப்போக்கில் மாறி மிகவும் எளிதானதாகவும் வழக்கமான ஒன்றாகவும் எனக்கு அமைந்துவிட்டது. இந்த ஐம்பது ஆண்டுகளில் எவரும் நான் இந்த சித்தாந்தத்திலிருந்து விலகியதைக் காணவில்லை. இந்தப் பழக்க வழக்கத்தினால் (என்னுடைய நேர்மையான பண்பிற்குப் பிறகு) ஏற்பட்ட இந்தக் கொள்கையின் காரணமாகத்தான் சக குடிமக்களிடையே மிகுந்த மதிப்பைப் பெற்றுள்ளதாக நான் நினைக்கிறேன். அதனை சில நிறுவனங்களைத் தொடங்குவதற்கும் ஏற்கனவே இருப்பவற்றில் மாற்றங்களை ஏற்படுத்துவதற்கும் என்னுடைய கருத்து ஏற்றுக்கொள்ளப்பட்டுள்ளது. நான் உறுப்பினரான பொழுது பொதுமக்கள் குழுக்களில் எனக்கு மிகுந்த மரியாதை கிடைத்தது. நான் சிறந்த பேச்சாளராக இல்லாதபோதும், ஒருபோதும் பெரியதான உரை நிகழ்த்தாத பொழுதும், வார்த்தைகளைப் பயன்படுத்துவதில் மிகுந்த தயக்கம் காட்டிய போதும் மொழியைச் சரிவரக் கையாளாதபோதிலும் கூட என் கருத்து மற்றவர்களைச் சென்றடைந்தது.''

பென் ஃப்ராங்க்ளினின் வழிமுறைகள் வணிகத்தில் எவ்வாறு பயன்படும்? நாம் இரண்டு உதாரணங்களைக் காண்போம்.

வடக்கு கரோலினாவில் உள்ள கிங்ஸ் மௌண்டன் என்ற இடத்தில் உள்ள நூற்பாலை ஒன்றில் கேதரின் ஏ. ஆல்ரெட் என்பவர் தொழிற்சாலை பொறியியல் மேற்பார்வையாளராக இருந்தார். ஒரு உணர்ச்சிபூர்வமான பிரச்சினையை வகுப்பில் பயிற்சி பெறுவதற்கு

முன்பும் பயிற்சி பெற்ற பின்னரும் எவ்வாறு கையாண்டார் என்பதை எங்கள் பயிற்சி வகுப்புகளில் ஒன்றில் இவ்வாறு கூறினாள்:

''என்னுடைய பொறுப்புகளில் ஒருபகுதி'' என்று தொடங்கி விட்டு, தொடர்ந்து, ''எங்கள் இயந்திர இயக்குநர்களில் அதிக நூல் உற்பத்தியின் மூலம் அதிகமான வருமானம் பெறக்கூடியவர்களுக்கு ஒரு ஊக்கத்தொகைத் திட்டத்தை உருவாக்கி அதற்கான தகுதிமுறைகளைக் கொண்டு வருவதைப் பற்றிய வேலைகளைச் செய்வதாகும். நாங்கள் பயன்படுத்தி வந்த வழிமுறை இரண்டு அல்லது மூன்று வகையான நூல்களை மட்டும் உற்பத்தி செய்து கொண்டிருந்த வரையில் சரியாக இருந்தது. ஆனால் அண்மையில் நாங்கள் பன்னிரெண்டு வகைகளுக்கும் மேலான நூல்களை உற்பத்தி செய்யும் முறையை விரிவு செய்தோம். தற்போது இருக்கும் முறை அவர்கள் பார்க்கும் வேலைகளுக்கு ஏற்ப நேர்மையான முறையில் ஊக்கத்தொகை வழங்குவதற்கும் உற்பத்தியைப் பெருக்குவதற்கும் ஏற்றவகையில் அமையவில்லை. அந்த ஊழியர்களுக்கு அவர்கள் ஒரு குறிப்பிட்ட நேரத்தில் உற்பத்தி செய்யும் நூல் வகைக்கு ஏற்ப ஊக்கத்தொகை வழங்கும் வகையில் அமைந்த ஒரு முறையை நான் வடிவமைத்தேன். இந்தப் புதிய முறையைப் பற்றிய தகவல்களுடன், இந்த முறை சரியானது என்று மேலாண்மை அதிகாரிகளுக்கு நிரூபிக்கும் எண்ணத்தில் உறுதியுடன் அந்தக் கூட்டத்திற்குச் சென்றேன். கூட்டத்தில் நான் அவர்கள் பின்பற்றும் முறை எவ்வாறு தவறானது என்றும் அவர்கள் செய்வதில் எந்த இடத்தில் நேர்மையான முறை இல்லை என்றும் நான் அனைத்து பிரச்சினைகளுக்கும் பதில் வைத்திருப்பதாகவும் கூறினேன். சுருக்கமாகச் சொல்வதென்றால், நான் முற்றிலும் தோற்றுப் போய் விட்டேன்! என்னுடைய நிலையைச் சரியென நிரூபிப்பதற்கு நான் அதிகமாகக் கஷ்டப்பட்டேன். அவர்கள் இப்போதுள்ள பழைய முறையில் உள்ள பிரச்சினைகளை ஒத்துக்கொள்வதற்கு நான் அவர்களுக்கு போதிய வாய்ப்பு கொடுக்கவில்லை. இந்த விஷயம் அத்தோடு முடிந்துவிட்டது.

''இந்தப் பயிற்சியின் பல வகுப்புகளுக்கு பிறகு, எங்கெல்லாம் தவறு செய்திருக்கிறேன் என்ற எல்லாவற்றையும் நான் உணர்ந்தேன். நான் முறைப்படி ஒரு கூட்டத்திற்கு அழைப்பு விடுத்தேன். இந்த முறை அவர்கள் எந்த இடத்தில் அவர்களுக்குப் பிரச்சினைகள் உள்ளன என்று கேட்டேன். ஒவ்வொரு விஷயத்தையும் பற்றி நாங்கள் கலந்துரையாடினோம். தொடர்வதற்கு ஏற்ற சிறந்தவழி எது என்று அவர்களிடம் கருத்துக்களைக் கேட்டேன். சரியான

இடைவெளி விட்டு சில சாதாரண தீர்வுகளுடன் என்னுடைய திட்டத்தை அவர்கள் மேம்படுத்துவதற்கு அவர்களிடமே விட்டு விட்டேன். கூட்டத்தின் முடிவில், நான் என்னுடைய திட்டத்தை உண்மையாக முன் வைத்த போது, அவர்கள் ஆர்வத்துடன் அதனை ஏற்றுக் கொண்டார்கள்.

''ஒரு நபர் தவறு செய்கிறாரென்று எடுத்த எடுப்பிலேயே சொல்லிவிடுவது அவருக்கு எந்தவிதமான நன்மையையும் ஏற்படுத்தாமல், மிகுதியான கெடுதலை உண்டாக்கிவிடும் என்பதை நான் இப்போது தெரிந்து கொண்டேன். நீங்கள் ஒரு நபரின் சுயகௌரவத்தை குலைத்து விடுவதைத் தவிர வேறு ஒன்றும் செய்யாததோடு, எந்த ஒரு கலந்துரையாடலிலும் நீங்கள் வரவேற்கப்படாதவராக உங்களை ஆக்கிக் கொள்கிறீர்கள்.''

நாம் இன்னுமொரு உதாரணத்தை எடுத்துக் கொள்வோம். நான் எடுத்துக்காட்டும் இந்தத் தகவல்கள் எல்லாம் ஆயிரக்கணக்கான மற்ற மக்களின் அனுபவங்களின் மிகச்சரியான எடுத்துக் காட்டுகளாகும். ஆர். வி. க்ரௌலே என்பவர் நியூயார்க்கில் உள்ள ஒரு மரப்பொருள்கள் கடையில் விற்பனையாளராக இருந்தார். பல ஆண்டுகள் அங்குள்ள கோபமுறும் ஆய்வாளர்களிடம் அவர்கள் செய்வது தவறு என்று கூறிக்கொண்டிருந்தார் என்பதை தான் ஒத்துக் கொள்கிறார். விவாதங்களில் அவர் வெற்றியும் கூட பெற்றுள்ளார். ஆனால் அது எந்த நன்மையையும் விளைக்கவில்லை. ''ஏனென்றால் இந்த ஆய்வாளர்கள் எல்லாம் பேஸ்பால் போட்டிக்கான நடுவர்களைப் போல தாங்கள் முடிவெடுத்தால் அதனை மாற்றிக்கொள்ள மாட்டார்கள்,'' என்று மிஸ்டர் க்ரௌலே கூறினார்.

அவர் மேற்கொண்டு வெற்றி பெற்ற விவாதங்களால் அவருடைய நிறுவனம் ஆயிரக்கணக்கான டாலர்களை இழந்து கொண்டிருந்தது. ஆகவே என் பயிற்சி வகுப்பில் சேர்ந்து பயின்ற போது அவர் தன்னுடைய நடைமுறைகளை மாற்றிக் கொள்வதென்றும் விவாதம் செய்வதை விட்டு விடுவதென்றும் முடிவெடுத்தார். அதன் விளைவுகள் என்ன? அவருடைய வகுப்பில் உள்ள மற்றவர்களுக்கு அவர் கூறிய கதை இதோ அவர் கூறியபடியே கீழே கொடுக்கிறோம்:

''ஒரு நாள் காலையில் என்னுடைய அலுவலகத்தில் தொலைப்பேசி ஒலித்தது. மறுமுனையில் பாதிக்கப்பட்ட ஒரு நபர் கோபத்துடன் பேசினார். நாங்கள் கப்பலில் காரில் அனுப்பிய பொருள்கள் முழுவதும் திருப்தியற்றவையாக இருப்பதாக அவர் தெரிவித்தார். அவர்களின் நிறுவனம் அதை இறக்குவதை நிறுத்திவிட்டதாகவும் அவர்களுடைய இடத்திலிருந்து அதனை நீக்குவதற்கு உடனடி

நடவடிக்கை எடுக்க வேண்டும் என்றும் கேட்டுக் கொண்டார். காரில் உள்ளவற்றில் கால்பகுதி இறக்கப்பட்ட பிறகு, அவர்களின் ஆய்வாளர் அந்தப் பொருள்கள் 55 சதவிகித அளவுக்கு குறைந்த தரத்தில் உள்ளதாக அறிக்கைக் கொடுத்துள்ளனர். இத்தகைய சூழ்நிலையில் அதை ஏற்றுக்கொள்ள அவர்கள் மறுத்தனர்.

''நான் உடனேயே அவர்களது தொழிற்சாலைக்குச் சென்றேன். வழியெங்கும் இந்தச் சூழ்நிலையை எப்படிக் கையாளுவது என்ற நினைப்பிலேயே சென்று கொண்டிருந்தேன். பொதுவாக இந்த மாதிரியான சூழ்நிலைகளில் நான் ஒரு ஆய்வாளர் என்ற முறையில் என்னுடைய அனுபவங்களையும் அறிவையும் கொண்டு மற்ற ஆய்வாளரிடம் அவரைத் திருப்திப்படுத்த நான் தரம் பிரிக்கும் விதிமுறைகளைக் கூறியிருக்க வேண்டும். உண்மையில் அந்தப் பொருள்கள் தேவையான தரத்தில் இருந்தன. அவர் தன்னுடைய ஆய்வில் இந்த விதிமுறைகளைத் தவறாகப் பொருள் கூறிக் கொண்டிருந்தார். எப்படியிருப்பினும் நான் என் பயிற்சி வகுப்பில் கற்றுக்கொண்ட கொள்கைகளைக் கடைப்பிடிக்க வேண்டும் என்று நினைத்தேன்.

''அந்தத் தொழிற்சாலைக்கு நான் வந்தபோது, வாங்குகிற முகவரும் ஆய்வாளரும் கிண்டலான முறையில் இருவருமே விவாதம் செய்யவும் சண்டையிடவும் முடிவெடுத்தவர்களாகப் பேசிக் கொண்டிருந்தனர். பொருள்கள் இறக்கப்பட்டுக் கொண்டிருக்கும் காரை நோக்கி நாங்கள் நடந்து சென்றோம். அனைத்து பொருள்களையும் இறக்கினால் நான் முழுவதுமாகப் பார்க்க முடியும் என்று எண்ணி அவ்வாறே செய்யச் சொன்னேன். நான் அந்தத் தொழிற்சாலையின் ஆய்வாளரை முழுவதையும் ஆராய்ந்து ஒதுக்க வேண்டியவற்றைத் தனியாகவும் உபயோகமுள்ளவற்றைத் தனியாகவும் பிரித்துத் தனித்தனிக் குவியலாகவும் பிரித்துப் போடச் சொன்னேன்.

''அவரைச் சிறிது நேரத்திற்குக் கவனித்த பிறகு, அவருடைய ஆய்வு மிகவும் கராறாகவும் விதிமுறைகளைத் தவறாகப் புரிந்த கொண்ட நிலையிலும் இருப்பதை நான் கண்டேன். இந்தக் குறிப்பிட்ட மரங்கள் வெள்ளை பைன் வகையைச் சேர்ந்தவை. இந்த ஆய்வாளர் முழுவதும் கடின மரங்களைப் பற்றியே முழுமையாகப் படித்துவிட்டு வந்தவர் என்பதை நான் தெரிந்து கொண்டேன். ஆனால் அவர் வெள்ளை பைன் மரங்களைப் பற்றிய வகையில் அதைப்பற்றிப் படிக்காதவராகவும், அனுபவம் இல்லாதவராகவும் இருந்தார். என்னைப் பொருத்தவரையில் நான் வெள்ளை பைன் மரங்களைப் பற்றி தெளிவான அறிவு பெற்றிருந்தேன். அவர் தரம் பிரிக்கும்

முறையைப் பற்றி நான் என்னுடைய கருத்தைக் கூறினேனா? ஒருபோதும் அப்படிச் செய்யவில்லை. நான் கவனித்துக் கொண்டே இருந்துவிட்டு, கொஞ்சம் கொஞ்சமாக அவர் திருப்தி இல்லாதவை என்று கூறியவைகளைப் பற்றி விவரம் கேட்டேன். எந்த ஒரு நிலையிலும் நான் அந்த ஆய்வாளர் செய்வது தவறு என்று கூறவே இல்லை. என்னுடைய ஒரே நோக்கம் அடுத்தமுறை அனுப்பும் போது அவர்கள் விரும்புவதை மட்டும் அனுப்புவதற்காகவே நான் கேள்விகள் கேட்கிறேன் என்பதை வலியுறுத்திக் கூறினேன்.

''மிகவும் நட்பான முறையிலும், கூட்டுறவு உணர்விலும், அவர்களுக்குத் தேவையில்லாதவற்றை அவர்கள் ஒதுக்கி வைப்பது சரிதான் என்ற வகையிலும் தொடர்ந்து வலியுறுத்திக் கொண்டு அதற்கான கேள்விகளைக் கேட்டேன். நான் அவரை மகிழ்ச்சிப்படுத்தியதால் எங்களிடையே இருந்த இறுக்கமான உறவுகள் மாயமாக மறைந்து கரைந்துவிட்டது. என்னைப் பொருத்தவரையில் எப்பொழுதாவது நான் அவரிடம் கவனமாகக் கேட்ட கேள்விகள் அவருடைய மனத்தில் ஒதுக்கி வைக்கப்பட்ட பொருள்களில் பலவும் தகுதியான தரத்துடன் இருப்பதாகவும் அவர்களது தேவை இதைவிட சிறந்த ஒன்றாக இருப்பதாகவும் எண்ணத்தை உருவாக்கி விட்டது. நான் மிக மிக கவனமாக இருந்தேன். இருப்பினும் இந்தக் கருத்தை நான் ஒரு பிரச்சினையாக ஆக்குவதாக அவரை நினைக்க வைத்துவிடக் கூடாது என்பதில் கவனமாக இருந்தேன்.

''படிப்படியாக அவருடைய முழுமையான நடவடிக்கைகளும் மாறிவிட்டன. இறுதியாக அவர் தனக்கு வெள்ளை பைன் பற்றிய போதிய அனுபவம் இல்லை என்று ஒத்துக்கொண்டு பிறகு காரிலிருந்து இறக்கிய ஒவ்வொரு பொருளைப் பற்றியும் என்னிடம் கேள்விகள் கேட்டார். அவற்றில் உள்ளவை ஏன் குறிப்பிட்ட தரத்தின் எல்லைக்குள் வந்தன என்று அவருக்கு விளக்கிக் கூறிவிட்டு, அவைகளை தேவையில்லை என்றால் அவர்கள் எடுத்துக்கொள்ள வேண்டும் என்று நாங்கள் விரும்பவில்லை என்பதையும் வலியுறுத்தினேன். இறுதியாக அவர் சரியான கருத்தைப் புரிந்து கொண்டு ஒவ்வொரு முறை அதை எடுத்து மறுக்கப்படும் குவியலில் போடும் போது குற்ற உணர்வைப் பெற்றார். எல்லாவற்றுக்கும் கடைசியில் குற்றம் அவர்கள் பக்கம் தான் என்பதை அவர் கண்டு கொண்டார். ஏனென்றால் ஆர்டர் கொடுக்கும் போது அவர்களுக்குத் தேவையான நல்ல தரத்தைப் பற்றி அவர்கள் குறிப்பிடவில்லை.

''அதன் ஒட்டுமொத்த விளைவாக, நான் அங்கிருந்து சென்ற பிறகு அவர் வண்டியில் வந்த எல்லாவற்றையும் மீண்டும்

ஆராய்ந்து பார்த்து, முழுவதையுமே ஏற்றுக் கொண்டுவிட்டு, அவை அனைத்துக்குமான தொகை முழுவதையும் காசோலையாக அனுப்பி விட்டார்கள்.

''இந்த ஒரு நிகழ்வில் மட்டுமே சிறிதளவு புத்திசாலித்தனம், மற்றவர் தவறானவர் என்று கூறுவதிலிருந்து தன்னை விலக்கி வைத்தலுக்கு உறுதியோடிருத்தல் ஆகிய இவை தான் என்னுடைய கம்பெனிக்கு ஒரு நல்ல தொகையை காப்பாற்றிக் கொடுத்தது. காப்பாற்றப்பட்ட இந்த நல்லெண்ணத்துக்கு எந்தவிதமான பணமதிப்பையும் ஈடாக்க முடியாது.''

மார்டின் லூதர் கிங்கிடம், அவர் ஒரு அமைதி விரும்பியாக இருந்து கொண்டு அப்பொழுது நாட்டின் மிக உயர்ந்த பதவியிலிருந்த கருப்பின விமானப்படை அதிகாரியான ஜெனரல் டேனியல் ''சாப்பி'' ஜேம்ஸை எவ்வாறு புகழ முடிகிறது ? என்று கேட்கப்பட்டது. ''நான் மக்களை அவர்களது சொந்தக் கொள்கைகளின் படியே மதிப்பிடுகிறேன் - என்னுடைய சொந்தக் கொள்கையால் அல்ல'' என்று பதில் கொடுத்தார்.

இதே முறையில், ஜெனரல் ராபர்ட் ஈ. லீ கூட்டமைப்பின் தலைவர் ஜெஃப்பர்சனிடம் தன்னுடைய கட்டுப்பாட்டில் உள்ள ஒரு குறிப்பிட்ட அதிகாரியைப் பற்றிப் பேசினார். அப்போது அங்கிருந்த இன்னொரு அதிகாரி வியப்படைந்தார். ''ஜெனரல், நீங்கள் இப்போது உயர்வாகப் பேசிய அந்த அதிகாரி உங்களுடைய மோசமான பகைவர் என்பதும் அவர் வாய்ப்புக் கிடைக்கும் போதெல்லாம் உங்களைப் பற்றித் தவறாகப் பேசுபவர் என்பதும் உங்களுக்குத் தெரியாதா?'' என்று கேட்டார். ''ஆமாம் தெரியும். ஆனால், தலைவர் அவரைப் பற்றிய என்னுடைய கருத்தைக் கேட்டாரேயன்றி, என்னைப் பற்றி அவருக்குள்ள கருத்தைக் கேட்கவில்லை'' என்று ஜெனரல் லீ பதிலளித்தார்.

இந்தப் பகுதியில் நான் புதியதாக எதையும் கூறவில்லை. இரண்டாயிரம் ஆண்டுகளுக்கு முன்பே ஏசுநாதர், ''உங்களுடைய தவறுகளை உடனே ஒத்துக் கொள்ளுங்கள்'' என்று கூறினார்.

கிறிஸ்து பிறப்பதற்கு 2,200 ஆண்டுகளுக்கு முன்பே எகிப்தின் அரசர் அக்தோய் தன்னுடைய மகனுக்கு இதுபோன்ற இப்போது கட்டாயமாகத் தேவைப்படுகிற புத்திசாலித்தனமான அறிவுரையைக் கூறினார். ''பெருந்தன்மையோடு இரு. அது உன்னுடைய கருத்தை வளப்படுத்த உதவும்'' என்று அறிவுறுத்தினார்.

வேறு வகையில் சொல்வதென்றால், உங்களுடைய வாடிக்கையாளர் அல்லது உங்களது வாழ்க்கைத் துணை

அல்லது உங்கள் பகைவர் ஆகிய யாருடனும் விவாதம் செய்யாதீர்கள். அவர்கள் தவறானவர்கள் என்று அவர்களிடம் கூறாதீர்கள். அவர்களைக் கலங்கச் செய்யாதீர்கள். கொஞ்சம் பெருந்தன்மையைப் பயன்படுத்துங்கள்.

கொள்கை 2

மற்ற நபர்களின் கருத்துக்களுக்கு மதிப்பு கொடுங்கள். "நீங்கள் தவறானவர்" என்று ஒருபோதும் கூறாதீர்கள்.

3

நீங்கள் செய்தது தவறென்றால், அதனை ஏற்றுக்கொள்ளுங்கள்

என்னுடைய வீட்டிலிருந்து ஒரு நிமிட நடைப்பயணத்தில் சென்றுவிடக்கூடிய ஒரு வனப்பகுதி இருந்தது. அங்கே வசந்த காலத்தில் பிளாக் பெர்ரி தோப்புகளில் பனிமூடி வெண்மையாகத் தோன்றும். அணில்கள் கூடுகட்டித் தம் குஞ்சுகளை வளர்க்கும். குதிரைக்கு வேண்டிய புல்வகை குதிரை உயரத்திற்கு வளர்ந்திருக்கும். இந்த சீரழிக்கப்படாத வனப்பகுதி வனப்பூங்கா என்று அழைக்கப்பட்டது. இது ஒரு வனம், ஏறக்குறைய கொலம்பஸ் அமெரிக்காவைக் கண்டுபிடித்த போது இருந்தது போலவே தோற்றத்தில் மாறுபாடு இல்லாமல் இருந்தது. நான் இந்தப் பூங்காவில் வழக்கமாக ரெக்ஸ் என்ற என்னுடைய போஸ்டன் நாயுடன் நடந்து செல்வேன். அது நட்பு உணர்வுடனும் தொந்தரவு கொடுக்காததாகவும் இருக்கும். அங்கே எப்போதாவது தான் யாரையும் சந்திப்பேன் என்பதனால், தோல்வாரும் முகவாய் கட்டும் இல்லாமல் ரெக்ஸை அழைத்துச் செல்வேன்.

ஒரு நாள் தன்னுடைய அதிகாரத்தைக் காட்ட விரும்பிய ஒரு காவலரை நாங்கள் எதிர்கொள்ள நேர்ந்தது.

''நாயைக் கட்டாமல் அப்படியே அழைத்து வருவதற்கு என்ன நினைத்துக் கொண்டிருக்கிறீர்கள்? இது சட்டத்திற்கு விரோதமானது என்று உங்களுக்குத் தெரியாதா?'' என்று கண்டனக் குரலுடன் கேட்டார்.

''ஆம், அது எனக்குத் தெரியும். ஆனால் அது எந்தவிதமான தொந்தரவும் செய்யும் என்று நான் நினைக்கவில்லை'' என்று அமைதியாக பதில் கூறினேன்.

''நீங்கள் நினைக்கவில்லை! நீங்கள் நினைக்கவில்லை! நீங்கள் என்ன நினைக்கிறீர்கள் என்பதைப் பற்றி சட்டம் கவலைப்படாது.

அந்த நாய் ஒரு அணிலைக் கொன்றுவிடலாம் அல்லது ஒரு குழந்தையைக் கடித்து விடலாம். இப்போது, இந்த முறை நான் உங்களை விட்டு விடுகிறேன். ஆனால் மறுபடியும் நீங்கள் நாயைக் கட்டாமல் கொண்டு வந்து பிடித்துவிட்டால், நீங்கள் நீதிபதியிடம் தான் கூற வேண்டும்.''

அதற்கு அடிபணிவதாக அடக்கத்துடன் உறுதி கூறினேன்.

நான் அப்படியே பல சமயங்களில் நடந்து கொண்டேன். ஆனால் ரெக்ஸ் கட்டப்படுவதை விரும்பவில்லை; எனக்கும் விருப்பமில்லை. ஆகவே நாங்கள் இன்னுமொரு முறை அப்படி இருக்கலாம் என்று முடிவெடுத்தேன். சில நாட்கள் எல்லாம் நன்றாகவே நடந்தது. பிறகு கஷ்டம் தீர்ந்தது என்று நினைத்தோம். ரெக்ஸும் நானும் ஒரு நாள் பிற்பகலில் மலையருகில் ஓடினோம். திடீரென்று அங்கே எனக்கு கண்டனம் தெரிவிக்கும் வகையில் சட்டத்தின் காவலரான அவர் ஒரு குதிரையில் கால்களை அகற்றி அமர்ந்து வந்த கொண்டிருந்தார். ரெக்ஸ் அங்கே சென்று அதிகாரிக்கு நேர் எதிரில் நின்றது.

அதற்கு நானே காரணம். அதனை நான் அறிவேன். ஆகவே காத்துக் கொண்டிருக்காமல் அந்த காவலர் பேசத் தொடங்குவதற்கு முன்பாக நானே பேசத் தொடங்கினேன். நான் அவரைப் பார்த்துக் கூறினேன். ''அதிகாரி அவர்களே நீங்கள் என்னைக் கையும் களவுமாகப் பிடித்துவிட்டீர்கள். நான் குற்றம் செய்துள்ளேன். நான் பொய்க் காரணங்களையோ சால்ஜாப்புகளையோ சொல்லப் போவதில்லை. போன வாரமே நான் நாயைக் கட்டாமல் மறுபடி கொண்டு வந்தால் தண்டனை அளிப்பதாகக் கூறியுள்ளீர்கள்.''

காவலர் கனிவான குரலில், ''இப்போது, பரவாயில்லை. ஒரு சிறிய நாயை சுற்றிலும் ஒருவரும் இல்லாத போது இப்படி விட வேண்டும் என்ற எண்ணம் இருக்கத்தான் செய்யும்'' என்று பதில் கூறினார்.

''நிச்சயமாக இது ஒரு உள்ளத் தூண்டுதல் தான். ஆனால் இது சட்டத்திற்குப் புறம்பானது'' என்று நான் பதிலளித்தேன்.

''நல்லது, இதுபோன்ற சிறிய நாய் யாரையும் துன்புறுத்தப் போவதில்லை'' என்று காவலர் எச்சரிப்பது போலக் கூறினார்.

''இல்லை. ஆனால் இது அணில்களைக் கொன்றுவிடக்கூடும்,'' என்று நான் கூறினேன்.

''நல்லது இதனைக் கொஞ்சம் கடுமையானதாக எடுத்துக் கொண்டு விட்டீர்கள். நான் என்ன செய்வதென்று சொல்கிறேன். அதனை நீங்கள் தெரியாமல் குன்றின் மேல் உலவ விடுங்கள். அதை

அப்போது நான் பார்க்க முடியாது. நாம் எல்லாவற்றையும் மறந்துவிடலாம்'' என்று அவர் என்னிடம் கூறினார்.

அந்தக் காவலரும் மனிதர் தானே. அவர் தனக்கு ஒரு முக்கியத்துவம் இருக்கவேண்டும் என்ற உணர்வைக் கொண்டிருந்தார். ஆகவே நான் என்னைக் குறை கூறத் தொடங்கியதும் அவருடைய சுய கௌரவத்தின் பொருட்டு அவர் கருணையுடன் நடந்து கொள்வதைத் தவிர வேறு வழியில்லை.

ஆனால் ஒருவேளை நான் என்னைக் காத்துக்கொள்ள விரும்பி முயற்சித்திருந்தால், என்னவாகியிருக்கும். - நீங்கள் எப்போதாவது ஒரு காவலருடன் விவாதம் செய்திருக்கிறீர்களா?

ஆனால் அவரைப் புண்படுத்துவதற்குப் பதிலாக, அவர் உண்மையில் சரியானவர் என்பதை நான் ஒத்துக்கொண்டேன். நான் முற்றிலும் தவறு செய்தவன் என்பதைக் காட்டிக் கொண்டேன். நான் இதனை விரைவாக, வெளிப்படையாக, ஆர்வத்துடன் ஒத்துக்கொண்டேன். நான் அவர் பக்கமாகவும், அவர் என் பக்கமாகவும் பேசியதால் விவகாரம் சுமுகமாக முடிந்துவிட்டது. பிரபு செஸ்டர்ஃபீல்ட் இந்த காவலரையும் விடவும் அதிகமாக கனிவுடன் இருந்திருக்க முடியும். அவர் ஒரு வாரத்திற்கு முன்பு தான் சட்டத்தை என் மீது பாயவிடுவதாக பயமுறுத்தினார்.

எப்படியிருப்பினும் நாம் கண்டனத்துக்கு உள்ளாகப் போகிறோம் என்று தெரிந்தால், மற்றவரைத் தாக்குவதைவிட நம்மை நாமே கண்டனத்துக்குள்ளாக்கிக் கொள்வது சிறந்தது அல்லவா? மற்றவர் வாயிலிருந்து கண்டனச் சொற்களைப் பெறுவதைவிட நம்மை நாமே விமர்சித்துக் கொள்வதைக் கேட்பது எளிதாக இருக்குமல்லவா?

மற்ற நபர் நினைத்துக் கொண்டிருக்கிற அல்லது சொல்ல விரும்புகிற அல்லது சொல்வதற்கு முயல்கிற உங்களைப் பற்றிய எல்லாவிதமான கண்டன விஷயங்களையும் நீங்களே சொல்லிவிடுங்கள். அவற்றை அவர் சொல்வதற்கு வாய்ப்புக் கிடைக்கும் முன்பே சொல்லிவிடுங்கள். நூற்றில் ஒன்றான வாய்ப்பில் மட்டும் தான் பரந்த மனத்துடனும் மன்னிக்கும் குணத்துடனும் செயல்பாடு இருக்கும். குதிரைப்படைக் காவலர் என்னோடும் ரெக்ஸோடும் நடந்து கொண்டது போல் உங்கள் தவறுகள் குறைக்கப்படும்.

வெடுவெடுப்பாகப் பேசி திட்டிக்கொண்டு கலைப்பொருள்கள் வாங்கும் ஒருவரிடம் ஃபெர்டினனட் ஈ. வாரன் என்ற வணிகமுறை கலைஞர் இந்த உத்தியைத்தான் பயன்படுத்தினார்.

''விளம்பரத்திற்காகவும் வெளியிடுவதற்காகவும் ஓவியங்களை

வரையும் போது சுருக்கமாகவும் மிகச்சரியான முறையிலும் இருப்பது மிகவும் முக்கியமானதாகும்'' என்று கூறி பின்வரும் கதையைக் கூறினார்.

''சில கலை பத்திரிகையாசிரியர்கள் தங்களுடைய தரகுத்தொகையை உடனே கொடுக்க வேண்டும் என்று கேட்பார்கள். இந்த விஷயங்களில் சில சிறிய குறைபாடுகள் நடப்பதற்கு வாய்ப்புகள் உண்டு. சிறிய விஷயங்களிலெல்லாம் குற்றம் காணுவதில் மகிழும் ஒரு குறிப்பிட்ட கலை பத்திரிகை ஆசிரியரை எனக்குத் தெரியும். பெரும்பாலும் அவருடைய அலுவலகத்தை விட்டு சலிப்புடன் தான் வெளியேறி இருக்கிறேன். இது அவருடைய விமர்சனத்துக்காக அல்ல, ஆனால் அவர் தாக்குகின்ற முறைக்காகத்தான். அண்மையில் அவருக்கு அவசரமான ஒரு வேலையைச் செய்து கொடுத்தேன். அவர் தொலைப்பேசியில் பேசி என்னை அவருடைய அலுவலகத்திற்கு உடனே அழைத்தார். சில தவறுகள் உள்ளதாகக் கூறினார். நான் அங்கே வந்த போது, நான் எதை எதிர்பார்த்து பயந்தேனோ அப்படியே இருந்தது. அவர் விரோதமான முறையில் விமர்சனம் செய்வதற்கு மகிழ்ச்சியுடன் இருந்தார். அவர் கோபத்துடன் இதை இதை ஏன் செய்தீர்கள் என்று கேட்டார். நான் கற்றுக்கொண்டிருந்த சுயவிமர்சனக் கண்டன முறையைப் பயன்படுத்த என்க்கு ஒரு வாய்ப்புக் கிடைத்தது. ஆகவே நான், 'அய்யா நீங்கள் சொல்வது சரியென்றால், நான் தான் தவறு செய்துள்ளேன். என்னுடைய இந்தப் பெரிய தவறுக்கு எந்தவித மன்னிப்பும் கிடையாது. நான் நன்றாகத் தெரிந்து கொள்ளும் அளவுக்கு உங்களுக்காக பல காலமாகவே ஓவியங்கள் வரைந்து கொடுத்து வருகிறேன். நான் என் தவறுக்காக வெட்கப்படுகிறேன்' கூறினேன்.

''உடனேயே அவர் என்னைத் தடுக்க முயன்றார். 'ஆம், நீங்கள் சொல்வது சரி, ஆனால் இது ஒன்றும் கடுமையான தவறு இல்லை. இது ஒரு சாதாரண . . .' என்று கூறினார்.''

''அவரை நான் இடைமறித்துக் கூறினேன். 'எந்தத் தவறானாலும், அது பண விரையம் மற்றும் எரிச்சலூட்டக் கூடியது தானே' என்றேன்.

''அவர் அதனை முடிக்க முயன்றார். ஆனால் நான் விட்டு விடவில்லை. எனக்கு ஒரு நல்ல நேரமாகக் கிடைத்தது. என் வாழ்க்கையில் முதல்முறையாக என்னை நானே கண்டித்துக் கொள்கிறேன், நான் என்னையே விமர்சனம் செய்து கொள்வதில் மகிழ்ச்சி அடைந்தேன்.

'''நான் இன்னும் கவனமாக இருந்திருக்க வேண்டும்,' என்று கூறிக்கொண்டு நான் தொடர்ந்தேன். 'நீங்கள் எனக்கு மிக அதிகமான வேலைகளைக் கொடுக்கிறீர்கள். உங்களுக்கு சிறந்த முறையில் தரவேண்டும். ஆகவே இந்த ஓவியங்களையெல்லாம் நான் திரும்பப் பெற்றுக் கொள்கிறேன்' என்றேன்.

''இல்லை, இல்லை, வேண்டாம்,'' என்று அவர் எதிர்த்தார். 'அந்த மாதிரியான துன்பத்தை நான் உங்களுக்குக் கொடுக்க விரும்பவில்லை,' என்று சொல்லிவிட்டு, என்னுடைய வேலையைப் புகழ்ந்தார். அவர் ஒரு சிறிய மாற்றம் மட்டுமே விரும்பியதாகவும் அதனால் என்னுடைய சிறிய தவறு தன்னுடைய நிறுவனத்திற்கு இழப்பு இல்லை என்றும் சொன்னார். இது சாதாரண விஷயம். கவலைப்படத்தக்க ஒன்றல்ல.

''என்னை நானே விமர்சித்துக் கண்டனம் சொல்லும் ஆர்வமானது அவருடைய எல்லாவற்றுக்கும் தீர்வாக ஆகிவிட்டது. அவர் என்னை மதிய உணவுக்கு அழைத்துச் சென்றதுடன் அனைத்து விஷயங்களும் முடிவடைந்துவிட்டன. நாங்கள் அங்கிருந்து பிரிவதற்கு முன் எனக்குக் காசோலையையும் மற்றுமொரு தரகுத்தொகையும் கொடுத்தார்.''

ஒருவர் தன்னுடைய தவறுகளை ஒத்துக் கொள்வதற்கான தைரியத்தில் ஒரு குறிப்பிட்ட அளவான திருப்தி நிறைந்திருக்கிறது. இது குற்ற உணர்வுச் சூழலையும் தற்காப்புத் தொடர்பான முயற்சி களையும் நீக்குவதோடு மட்டுமல்லாமல், தவறினால் ஏற்பட்ட பிரச்சினைகளையும் தீர்ப்பதற்கும் உதவுகிறது.

நியூமெக்ஸிகோவில் உள்ள அல்புக்யூர்க்யூவைச் சேர்ந்த புரூஸ் ஹார்வே என்பவர் மருத்துவ விடுப்பில் இருந்த ஒரு ஊழியருக்கு முழுச்சம்பளத்தையும் வழங்குவதற்கு தவறுதலாக அனுமதியளித்து உத்தரவிட்டு விட்டார். அவர் இந்தத் தவறைக் கண்டுபிடித்தபின், இதனை சம்பந்தப்பட்ட ஊழியரின் கவனத்திற்குக் கொண்டு வந்தார். அந்தத் தவறைத் திருத்துவதற்கு அவருடைய அடுத்த மாதச் சம்பளத்தில் அதிகமாக வழங்கப்பட்ட இந்தத் தொகையைப் பிடித்துவிட்டு காசோலை வழங்குவதாகக் கூறினார். அப்படிச் செய்வதால் தனக்கு மிகுந்த பொருளாதார கஷ்டம் ஏற்படும் என்பதால் அதனைக் கொஞ்சம் கொஞ்சமாக காலப்போக்கில் பிடித்துக்கொள்ள முடியுமா? என்று அந்த ஊழியர் கெஞ்சிக் கேட்டார். இதைச் செய்வதற்குத் தன்னுடைய மேற்பார்வையாளரின் ஒப்புதலைப் பெற வேண்டும் என்று ஹார்வே விளக்கிக் கூறினார். ''இது தலைமைப் பொறுப்பினரின் கோபத்தை உருவாக்கும் என்பது எனக்குத் தெரியும்.

இந்தச் சூழ்நிலையை எவ்வாறு கையாள்வது என்று முயற்சிக்கும் போது, இந்த எல்லாத்தவறும் என்னுடையது என்றும் அதனை என்னுடைய முதலாளியிடம் நான் ஒத்துக்கொள்வதே சரியாக இருக்கும் என்றும் முடிவெடுத்தேன்'' என்று குறிப்பிட்டார்.

''நான் அவருடைய அலுவலகத்திற்குள் நுழைந்து, அவரிடத்தில் நான் தவறு செய்துவிட்டேன் என்பதைச் சொல்லி நடந்த முழு விவரத்தையும் எடுத்துக் கூறினேன். அவர் மிகுந்த கோபத்துடன் இது ஊழியர் துறை தவறு என்றார். அது என்னுடைய தவறு தான் என்று மீண்டும் கூறினேன். அவர் மறுபடியும் கோபமுற்று இது கணக்கியல் துறையின் கவனக்குறைவு தான் என்று கூறினார். மறுபடியும் அது என்னுடைய தவறு தான் என்று விளக்கிக் கூறினேன். அவர் அலுவகத்தில் உள்ள இன்னும் இரண்டு பேரை குற்றம் கூறினார். ஆனால் ஒவ்வொரு முறையும் அது என்னுடைய தவறு தான் என்று மீண்டும் மீண்டும் கூறினேன். இறுதியாக, அவர் என்னைப் பார்த்து, 'சரி, இது உங்கள் தவறு தான். இப்போது அதைச் சரிப்படுத்தி விடுங்கள்' என்று கூறினார். அந்தத் தவறு திருத்தப்பட்டது. யாருக்கும் தொந்தரவு இல்லாமல் செய்யப்பட்டது. ஒரு நெருக்கடியான சூழலைக் கையாள முடிந்ததால் நான் உயர்ந்த நிலையில் உணர்ந்தேன். பொய்யான குற்றச்சாட்டுகளை தேடிப்பார்த்து எதிர்கொள்ளாமல் துணிவுடன் சமாளித்துவிட்டேன். இதுவரை இருந்ததற்கும் மேலாக என்னுடைய முதலாளி என் மேல் மதிப்பு காட்டினார்.''

எந்த ஒரு முட்டாளும் தன்னுடைய தவறை மறைக்க முயல்வதற்கு முடியும் - அதிகமான முட்டாள்கள் அப்படித்தான் செய்கிறார்கள் - ஆனால் ஒருவர் தன் தவறுகளை ஒத்துக்கொள்வது அவருக்கு சமுதாயத்தில் உயர்வையும் பெருந்தன்மை மற்றும் உயர்ந்தவராக உள்ளதான உணர்வையும் கொடுத்து உயர்த்துகிறது. உதாரணமாக, கெட்டிஸ்பர்கில் நடந்த பிக்கெட்டின் படையெடுப்பின் தோல்விக்குத் தன்னை குறை கூறிக்கொண்ட, தன்னை மட்டுமே குறை கூறிக் கொண்ட ராபர்ட் ஈ. லீயைப் பற்றி வரலாற்று ஆவணங்கள் பதிவு செய்து வைத்திருப்பது மிகவும் அழகான விஷயங்களில் ஒன்றாகும்.

மேற்கு நாடுகளில் இதுவரை நடந்த போர்த் தாக்குதல்களில் பிக்கெட்டின் தாக்குதல் மிகவும் அறிவுக்கூர்மையுடனும், அழகான முறையிலும் நடந்த ஒன்று என்பதில் ஐயமில்லை. ஜெனரல் ஜார்ஜ் ஈ. பிக்கெட் தானே அழகான முறையில் இருந்தார். தன் தோள்பட்டையைத் தொடுமாறு தன்னுடைய செம்பட்டை முடியை வைத்திருந்தார். நெப்போலியன் தன்னுடைய இத்தாலியப்

படையெடுப்புகளில் செய்தது போல, இவரும் தீவிரமான படைக்களத்தில் இருந்து கொண்டு ஒவ்வொரு நாளும் தீவிரமான காதல் கடிதம் எழுதினார். அவருடைய அர்ப்பணிப்புள்ள போர்வீரர்கள் அவரை மகிழ்ச்சிப்படுத்தினார்கள். ஜூலை மாதத்தின் துன்பகரமான பிற்பகல் கவலையற்ற நிலையில் யூனியன் கோட்டை நோக்கி சவாரி செய்து சென்ற போது அவருடைய தொப்பி அவரது வலது காதோரம் வேகமான கோணத்தில் சரிந்திருந்தது. அவர்கள் மகிழ்ச்சிப்படுத்திக் கொண்டு வீரர்கள் வீரர்களையும், படைத்தளபதி படைத்தளபதியையும் தொட்டுக் கொண்டு பதாகைகள் காற்றில் பறக்க, பீரங்கிகள் சூரிய ஒளியில் பளிச்சிட பின்தொடர்ந்து சென்றனர். அது ஒரு பெருமிதமான காட்சி. துணிச்சலானது. பிரமாண்டமானது. அவர்கள் அங்கே இருந்த போது பாராட்டுச் சொற்கள் யூனியன் கோடுகள் வழியாகச் சென்றது.

பிக்கெட்டின் படைகள் எளிதான முறையில் முன்னோக்கிச் சென்றன. தோப்புகளையும், சோளக்கொல்லைகளையும் சமவெளிகள் வழியாகவும் பள்ளத்தாக்குகளின் மேலும் முன்னேறிச் சென்றன. எல்லா நேரத்திலும், எதிரிகளின் துப்பாக்கிகள் அவர்களின் நிலைகளைத் துளைத்துக் கொண்டிருந்தன. ஆனால் அதன் மேல் அவர்கள் விடாப்பிடியாகவும், தடுக்க இயலாதவாறும் அழுத்தினார்கள்.

திடீரென்று, யூனியன் படைகள் அவர்கள் மறைந்திருந்த கல்லறைத் தோட்டத்தின் கல் சுவர்களுக்குப் பின்னாலிருந்து எழுந்து சரமாரியாக வேகமாக முன்னேறிக் கொண்டிருந்த பிக்கெட்டின் படைகள் மீது துப்பாக்கிச் சூடு நடத்தினர். குன்றின் உச்சி நெருப்பு ஜுவாலையாகவும், ஒரு கசாப்புக்கடை போலவும், வெடித்துச் சிதறிய எரிமலை போலவும் தெரிந்தது. சில நிமிடங்களிலேயே பிக்கெட்டின் ஒருவரைத் தவிர்த்த எல்லா படைவீரர்களும் கீழே விழுந்தனர். அவருடைய ஐயாயிரம் வீரர்களில் ஐந்தில் நான்கு பங்கினர் வீழ்ந்தனர்.

கடைசித் தாக்குதலில் தலைமை தாங்கிக் கொண்டிருந்த ஜெனரல் லூயிஸ் ஏ. ஆர்மிஸ்டட் வேகமாக முன்னேறி கல் சுவர் மேலேறி தன்னுடைய தொப்பியை தன் கத்தியின் முனையில் வைத்து அசைத்துக் கொண்டு இவ்வாறு சத்தமிட்டார்:

''வீரர்களே அவர்களை இரும்புகரம் கொண்டு தாக்குங்கள்!''

அவர்கள் அப்படியே செய்தார்கள். அவர்கள் சுவரைத்தாண்டிச் சென்று பகைவர்களைத் தாக்கினார்கள். துப்பாக்கிகளால் தலைகளைத் தூளாக்கினார்கள். கல்லறைத் தோட்டத்தில் தெற்கு பகுதியினரின் வெற்றிக்கொடிகளை நட்டார்கள்.

அங்கே பதாகைகள் சிறிது நேரத்திற்கு மட்டுமே அசைந்தன. ஆனால் அந்த நேரம் குறைவாக இருந்தாலும் கூட்டமைப்பாளர்களின் அடையாளத்தைப் பதித்தன. பிக்கெட்டின் அறிவுத்திறமையான, தலைமைச் சிறப்புடைய தாக்குதல் முடிவுக்கு ஆரம்பமாகி விட்டது. அவரால் வடக்கை ஊடுருவிச் செல்ல முடியவில்லை.

தெற்கு துரதிஷ்டத்தைத் தழுவியது.

லீ மிகவும் வருத்தமடைந்தார். மிகவும் அதிர்ச்சியடைந்தார். அவர் தன்னுடைய ராஜினாமாவை கூட்டமைப்பின் தலைவரான ஜெஃப்பர்சன் டேவிஸுக்கு அனுப்பி, ''ஒரு இளமையான திறமையுள்ளவரை நியமிக்குமாறு'' கேட்டுக்கொண்டார். பிக்கெட்டின் படையெடுப்பின் அழிவு நிறைந்த தோல்வியைக் குறைகூற லீ விரும்பி இருந்தால், அவர் பலவிதமான குற்றச்சாட்டுகளை அடைந்திருப்பார். அவருடைய பிரிவு தளபதிகளில் சிலர் அவரைத் தோல்வியுறச் செய்துவிட்டார்கள். படைத்தாக்குதலுக்கு உதவிக்கென வரவேண்டியவர்கள் குறிப்பிட்ட காலத்தில் வரவில்லை. அதுதான் தோல்வியுறுதலுக்குக் காரணமாகித் தோல்வியில் முடிந்தது. ஆனால் லீ மற்றவர்களைக் குறை சொல்வதைவிட்டு விட்டு பெருந்தன்மையுடன் நடந்து கொண்டார். பிக்கெட்டின் படைகள் தாக்கப்பட்டு எல்லைக்குத் திரும்பிவரப் போராடிக் கொண்டிருந்த சமயத்தில் ராபர்ட் ஈ. லீ தனிமையில் வேகமாக அவ்விடத்தை அடைந்து தன்னைக் குறைவாகப் பேசிக் கொண்டு அவர்களை வாழ்த்தினார். ''இவையெல்லாம் என்னுடைய தவறு தான். நான் மட்டுமே இந்தப் போரின் தோல்விக்குக் காரணம்'' என்று ஒத்துக் கொண்டார்.

இப்படி ஒத்துக்கொள்வதற்கு வரலாற்றில் சில ஜெனரல்களுக்கு மட்டுமே துணிவிருந்திருக்கிறது.

ஹாங்காங்கில் எங்கள் பயிற்சி வகுப்பில் பாடம் நடத்திய மைக்கேல் ச்யூங்க் எப்படி சீன கலாச்சாரம் சில விசேஷ பிரச்சினைகளுக்குத் தீர்வு வழங்குகிறது என்பதையும் பழைய மரபுகளை அப்படியே பின்பற்றுவதைவிட சில வேளைகளில் ஒரு கொள்கையைப் பின்பற்றுவதன் பயனை அங்கீகரிப்பதன் பயனை எவ்வாறு அடையலாம் என்பதையும் அவர் கூறினார். பல ஆண்டுகள் தன்னுடைய மகனிடமிருந்து பிரிந்திருந்த ஒரு நடுத்தர வயதுள்ள ஒருவர் அவர் வகுப்பில் இருந்தார். தந்தை ஒரு ஓப்பியம் மருந்துக்கு அடிமையானவர். ஆனால் இப்போது அதிலிருந்து விடுபட்டு குணமாகி விட்டார். சீன பாரம்பரியத்தில் ஒரு வயதானவர் முதல்கட்ட நடவடிக்கையை எடுக்க முடியாது. சமாதானத்திற்கு

அவருடைய மகன் தான் முதல்கட்ட நடவடிக்கை எடுக்க வேண்டும் என்று தந்தை உணர்ந்தார். முந்தைய ஒரு வகுப்பில் அவர் தான் ஒருபோதும் பார்த்திராத பேரக்குழந்தைகளைப் பற்றி வகுப்பில் எடுத்துக்கூறி அவர் தன் மகனுடன் இணைந்து வாழ்வதில் விருப்பம் கொண்டுள்ளார் என்பதையும் கூறினார். அங்கிருந்த அவருடைய வகுப்பில் இருப்பவர்களான சீன மாணவர்களாகிய அனைவரும் அவருடைய விருப்பத்திற்கும் நீண்டகாலமாக நிலைபெற்றிருக்கிற சீன பாரம்பரிய வழிமுறை பற்றியும் உள்ள முரண்பாட்டைப் புரிந்து கொண்டார்கள். அந்தத் தந்தை இளையவர்கள் முதியவர்கள் மேல் மரியாதை வைத்திருக்க வேண்டும் என்று விரும்பினார். அதனை அவர் வெளிப்படுத்தவில்லை. அவர் அதனை நியாமானதென்று உணர்ந்தார். ஆனால் அவருடைய மகன் அவரோடு இணங்கியிருக்க வர வேண்டும் என்பதற்காகக் காத்திருந்தார்.

பயிற்சி முடியும் தருவாயில் அந்தத் தந்தை வகுப்பில் இவ்வாறு பேசினார். ''இந்தப் பிரச்சினையை நான் ஆழ்ந்து சிந்தித்தேன். 'நீங்கள் தவறு செய்திருந்தால் அதை உடனேயே வலிமையான உணர்வோடு ஒத்துக்கொள்ளுங்கள்' என்று டேல் கார்னகி சொல்கிறார். அதனை உடனேயே ஒத்துக்கொள்வது என்பது மிகவும் காலம் கடந்துவிட்டது. இருப்பினும் வலிமையான உணர்வோடு இப்போது ஒத்துக்கொள்ள முடியும். நான் என் மகனுக்குத் தவறு செய்துவிட்டேன். என்னைப் பார்ப்பதற்கு விரும்பாமலிருப்பதிலும், அவனை விட்டு என்னை ஒதுக்கி வைத்திருப்பதிலும் அவன் செய்திருப்பது சரிதான். ஒரு இளைஞனிடம் மன்னிப்புக் கேட்பதால் என் கவுரவத்தை இழக்கக்கூடும். ஆனால் நான் செய்திருப்பது தவறு அதை ஒத்துக்கொள்வது என்னுடைய பொறுப்பாகும்.'' அந்த வகுப்பு அவரைப் பாராட்டித் தன்னுடைய முழு ஆதரவையும் கொடுத்தது. அடுத்தநாள் வகுப்பில் தான் தன்னுடைய மகனது இல்லத்திற்கு எவ்வாறு சென்றார் என்பதையும் அவனுடைய மன்னிப்பை எவ்வாறு பெற்றார் என்பதையும் இப்போது மகன், மருமகள், பேரக்குழந்தைகளை கடைசியாகச் சந்தித்துப் பெற்ற மிக உயர்வான புதிய உறவைப் பற்றியும் அவர் எடுத்துக் கூறினார்.

மிகச்சிறந்த தரமான எழுத்தாளர்களில் ஒருவரான எல்பர்ட் ஹப்பார்ட் எப்போதும் நாட்டைக் கலக்கிக் கொண்டிருந்தவர். அவருடைய குத்துவது போன்ற எழுத்துக்கள் கோபத்தை எழச்செய்தன. ஆனால் ஹப்பார்ட் மக்களை எளிதாகக் கையாளும் தன்னுடைய அரிய திறமையினால் எதிரிகளையும் அடிக்கடி நண்பர்களாக்கிக் கொண்டார்.

உதாரணத்திற்கு, சில கோபமுற்ற வாசகர்கள் அவர்கள் அவருடைய எழுத்தில் சிலவற்றில் ஏற்றுக்கொள்ள முடியாதவை உள்ளன என்றும் அதற்கு ஹப்பார்ட் பதிலளிக்க வேண்டும் என்றும் எழுதினார்கள். எல்பர்ட் ஹப்பார்ட் பின் வருமாறு எழுதினார்:

> அதை மறுபடி சிந்தித்துப் பார்க்கும் போது, அவற்றில் நானே முழுமையும் ஒத்துக்கொள்ளவில்லை. நான் நேற்று எழுதியவை எல்லாம் இன்றைக்குப் பொருத்தமாக இருக்காது. நீங்கள் இதைப்பற்றி அறிந்துள்ளவற்றை எண்ணி நான் மகிழ்ச்சி அடைகிறேன். அடுத்தமுறை நீங்கள் இந்தப்பக்கத்திற்கு வந்தால் நீங்கள் என்னை சந்திக்க வேண்டும். அப்போது நாம் இந்த விஷயத்தைப் பற்றி சிந்தித்து நீக்கி விடுவோம். ஆகவே தூரம் அதிகம் இருந்தாலும் நான் உங்களோடு கைகுலுக்குகிறேன். அதற்கு தயாராக இருக்கிறேன்.
>
> உங்கள் உண்மையுள்ள,

இப்படி உங்களை சிறப்பாக நடத்தும் ஒருவரிடம் நீங்கள் வேறென்ன சொல்ல முடியும்?

நாம் சரியாக இருக்கும் போது, மக்களை மென்மையாகவும் அறிவுத்திறத்தோடும் நம்முடைய வழிக்கு இழுக்க முயற்சி செய்யலாம். நாம் தவறாக இருக்கும் போது - அதுவும் வியக்கத்தக்க வகையில் அடிக்கடி இருப்பதால் - நாம் நம்மைப்பற்றி நியாமாக இருந்தால் அந்தத் தவறை உடனடியாகவும் ஆர்வத்துடன் ஒத்துக்கொள்ள வேண்டும். இந்த உத்தி வியப்படையத்தக்க விளைவுகளை உண்டாக்குவது மட்டுமல்லாமல், நம்புங்கள் அல்லது நம்பாமல் விடுங்கள் இது ஒருவர் மறுக்க முயற்சிக்கும் நேரத்தைவிட இந்தச் சூழ்நிலையில் மிகுந்த மகிழ்ச்சியைக் கொடுத்துவிடுகிறது.

''சண்டையிடுவதால் போதுமான எதையும் நீங்கள் ஒருபோதும் பெற முடியாது. ஆனால் விட்டுக்கொடுப்பதால், எதிர்பார்ப்பதைவிட அதிகமாகப் பெறமுடியும்'' என்ற பழமொழியை நினைவில் கொள்ளுங்கள்.

கொள்கை 3

நீங்கள் தவறாக இருந்தால், அதனை உடனடியாகவும் முழுமனத்துடனும் ஒத்துக்கொள்ளுங்கள்.

4

ஒரு சொட்டுத் தேன்துளி

உங்கள் உணர்வு எழுச்சி பெற்றால் அவர்களிடம் ஒன்று அல்லது இரண்டு விஷயங்களைக் கூறினால், அதனை வெளியிடுவதற்கு ஒரு மிகச்சிறப்பான நேரம் அமைதல் வேண்டும். ஆனால் மற்றவரின் நிலை என்ன? உங்களுடைய போராட்ட குணமுள்ள குரலும், விரோத மனப்பான்மையும் அவரை உங்களோடு எளிதில் ஒத்துப் போகச் செய்யுமா?

''நீங்கள் உங்கள் முட்டியை மடக்கிக் கொண்டு என்னிடம் வந்தால், என்னுடைய முட்டியை அதைவிட இரண்டு பங்கு அதிக வேகத்தில் என்னால் கொண்டுவர முடியும் என்று என்னால் உறுதியாகச் சொல்ல முடியும் என்று நான் நினைக்கிறேன். ஆனால் நீங்கள் என்னருகில் வந்து, 'நாம் அமர்ந்து முறையாகப் பேசி, நாம் ஏதாவது விஷயத்தில் வேறுபட்டால் இதில் நாம் ஏன் வேறுபடுகிறோம் என்பதையும் நாம் எந்தக் கருத்தில் வேறுபடுகிறோம் என்பதையும் புரிந்து கொண்டு விடுவோம். நாம் தற்போது அதிகமான தூரத்தில் இல்லை என்பதைக் காண்கிறோம்.' நாம் வேறுபடுகிற கருத்துக்கள் சிலவே தான். நாம் ஒத்துக்கொள்ளக்கூடியவை அதிகம் உள்ளன. நமக்குப் பொறுமையும் நடுவுநிலைமை எண்ணமும் மட்டும் இருந்து அத்துடன் ஒன்று சேர வேண்டும் என்ற ஆசையும் இருந்தால், நாம் ஒன்றாக இணைந்திருப்போம்'' என்று உட்ரோ வில்சன் கூறினார்.

உட்ரோ வில்சனின் இந்த உண்மையை ஜான் டி. ராக்ஃபெல்லர் ஜூனியரைப் போல் வேறு யாரும் புகழ்ந்து கூற முடியாது. 1915 ஆம் ஆண்டுக்கு முன் கொலராடோவில் மிகவும் இழிவாகக் கருதப்பட்ட மனிதராக ராக்ஃபெல்லர் இருந்தார். அமெரிக்கத் தொழில்துறை வரலாற்றில் மிகவும் கடுமையாக இருந்த

தீவிரமான வேலை நிறுத்தங்களில் ஒன்றானது அந்த மாநிலத்தை இரண்டு ஆண்டுகள் கடுமையாக உலுக்கிக் கொண்டிருந்தது. கடுங்கோபத்துடன் போராடுகின்ற சுரங்கத் தொழிலாளர்கள், ராக்ஃபெல்லரின் கட்டுப்பாட்டில் இருந்த கொலராடோ ஃப்யூயல் அன்ட் அயர்ன் கம்பெனியிடமிருந்து அதிக ஊதியத்தை வலியுறுத்திப் போராடினார்கள். சொத்துக்கள் சேதப்படுத்தப்பட்டன. கட்டுப்படுத்த இராணுவம் வரவழைக்கப்பட்டது. இரத்தம் சிந்தி போராடினார்கள். போராட்டக்காரர்கள் மீது துப்பாக்கிச் சூடு நடத்தப்பட்டது. அவர்களின் உடல்களில் குண்டு துளைத்துக் கிடந்தார்கள்.

வெறுப்பு உமிழ்ந்து கொண்டிருந்த இதுமாதிரியான அந்தச் சமயத்தில், போராட்டக்காரர்களைத் தன்வழிக்குக் கொண்டு வந்து வெற்றி பெற வேண்டுமென்று ராக்ஃபெல்லர் விரும்பினார். அதை அவர் செய்து காட்டினார். எப்படி? இதோ அந்தக் கதை. பல வாரங்கள் நண்பர்களைக் கவர்வதில் செலவழித்த பிறகு, வேலை நிறுத்தம் செய்பவர்களின் பிரதிநிதிகளுடன் பேசினார். இந்தப் பேச்சு அதன் முழுமைத் தன்மையால் மிகச்சிறந்த பேச்சாக அமைந்தது. அது வியக்கத்தக்க விளைவுகளை ஏற்படுத்தியது. ராக்ஃபெல்லரைச் சூழ்ந்து கொள்ளவிருந்த வெறுப்பு என்னும் கோபம் நிறைந்த அலைகளை அமைதிப்படுத்தியது. அவரைப் பாராட்டுகின்றவர்களை உருவாக்கி அது வெற்றி கொண்டது. சம்பள உயர்வுக்காக மிகவும் கடுமையாகப் போராடிக் கொண்டிருந்த போராட்டக்காரர்கள் ஒரு வார்த்தைகூட சம்பள உயர்வைப் பேசாமல் வேலைக்குத் திரும்ப வைக்கும் அளவுக்கு அது உண்மைத் தகவல்களை எடுத்து வைத்தது.

அத்தகைய குறிப்பிடத்தக்க பேச்சின் ஆரம்ப வாசகங்கள் பின்வருமாறு அமைந்தன. சில நாட்களுக்கு முன் மரத்தில் அவரைத் தூக்கில் தொங்கவிட வேண்டுமென்று துடித்துக் கொண்டிருந்த மனிதர்களிடம் ராக்ஃபெல்லர் பேசினார் என்பதை நினைவில் கொள்ள வேண்டும். இருப்பினும் அவர் மருத்துவ சேவையாளர்கள் மத்தியில் கூட இவ்வாறு கனிவாகவும் மிகுந்த நட்புணர்வோடும் பேசியிருக்க மாட்டார். நான் இங்கே இருப்பதில் மிகவும் பெருமைப்படுகிறேன். நான் உங்கள் இல்லங்களுக்குச் சென்று வந்துள்ளேன். உங்கள் மனைவி குழந்தைகளைப் பார்த்து வந்துள்ளேன். இங்கே நாம் ஒருவரை ஒருவர் அறிமுகமில்லாதவராகச் சந்திக்காமல் நண்பர்களாகச் சந்திக்கிறோம். ஒருவருக்கொருவர் நட்புணர்வோடு பொதுவான நன்மையைக் கருத்தில் கொண்டு சந்திக்கிறோம். நான் உங்களின் தயவால் தான் இங்கே நின்று கொண்டிருக்கிறேன்.

''என்னுடைய வாழ்க்கையில் இது மறக்க முடியாத நாள்,'' என்று

ராக்ஃபெல்லர் தொடங்கினார். ''மிகப்பெரிய இந்தக் கம்பெனியின் ஊழியர்கள், அதிகாரிகள், கண்காணிப்பாளர்கள் ஆகியோரின் பிரதிநிதிகளை ஒருசேர சந்திக்கும் சிறந்த அதிர்ஷ்டத்தை நான் இதுவரைப்பெற்றதில்லை. இதுதான்முதல்முறை. நான்இங்கிருப்பதில் பெருமை அடைகிறேன் என் வாழ்நாள் உள்ளவரை இதனை மறக்க மாட்டேன் என்றும் என்னால் உறுதியாகக் கூறமுடியும். இந்தக் கூட்டம் இரண்டு வாரங்களுக்குமுன் நடைபெற்றிருந்தால் ஒருசில முகங்களைத் தவிர, மற்றவர்களுக்கு நான் அறியப்படாதவனாகவே இருந்திருப்பேன். தெற்குப்பகுதி நிலக்கரி வயலில் உள்ள எல்லா தங்குமிடங்களையும் பார்க்கும் வாய்ப்பு சென்ற வாரத்தில் கிடைத்ததால், வெளியில் சென்றிருந்தவர்களைத் தவிர மற்ற ஒவ்வொரு பிரதிநிதியிடமும் நேரடியாகப் பேசியதாலும் உங்கள் வீடுகளுக்குச் சென்று வந்ததாலும், உங்கள் மனைவி மக்களைச் சந்தித்து வந்ததாலும், இங்கே நாம் அந்நியர்களாகச் சந்திக்காமல், நண்பர்களாகச் சந்திக்கிறோம். அந்தப் பரஸ்பர நட்புணர்வோடு தான் சில பொதுவான விஷயங்களைப் பற்றிக் கலந்துரையாட கிடைத்த இந்த நல்ல வாய்ப்புக்காக மகிழ்ச்சி அடைகிறேன்.

''இது கம்பெனி அதிகாரிகளுக்கும், ஊழியர் பிரதிநிதிகளுக்கும் இடையில் நடக்கும் பேச்சு வார்த்தை என்பதனால் நான் இங்கே நிற்பது உங்களது தயவினால் தான். ஏனென்றால் நான் இதில் ஏதாவது ஒன்றிலும் இல்லாதவன். நண்பர்களே, இருப்பினும் நான் உங்களோடு நெருக்கமாக இணைந்திருப்பதாக உணர்கிறேன். சொல்லப்போனால் நான் பங்குதாரர்கள் மற்றும் இயக்குநர்கள் ஆகியோரின் பிரதிநிதியாக இருக்கிறேன்.''

எதிரிகளிடமிருந்து நண்பர்களை உருவாக்கிக் கொள்ளும் மிகச்சிறந்த கலைக்கு இது உன்னதமான உதாரணமல்லவா?

ராக்ஃபெல்லர் வேறொரு வழியை மேற்கொண்டிருப்பாரானால், அந்தச் சுரங்கத் தொழிலாளர்களிடம் அவர் விவாதம் செய்து, அவர்களை பாதிக்கும் தகவல்களை வலிந்து அவர்கள்முன் கூறியிருந்தால், அவர்களைப் போன்றே அவர்களின் கோபமான குரலில் அவர்கள் செய்வது தவறு என்று கூறியிருப்பாரேயானால், எல்லா சட்ட விதிகளையும் எடுத்துக் கூறி அவர்கள் செய்வது தவறு என்று நிரூபித்திருப்பாரானால் என்ன நடந்திருக்கும்? அதிகமான கோப உணர்வும், அதிகமான வெறுப்புணர்வும், அதிகமான போராட்ட உணர்வும் ஏற்பட்டிருக்கும்.

ஒரு மனிதனின் மனம் உங்களைப்பற்றி மகிழ்ச்சியில்லாமலும் ஒதுக்கப்பட்டிருக்கும் உணர்விலும் இருந்தால், உலகளாவிய அமைப்பின் எல்லா வரைமுறைகளின் படியும்கூட நீங்கள் அவரை உங்களின் எண்ண ஓட்ட வழிமுறைக்குக் கொண்டு வர முடியாது. திட்டிக்கொண்டேயிருக்கும் பெற்றோர், மேல்நிலையிலேயே நிற்கும் முதலாளி, தொல்லை கொடுத்துக் கொண்டேயிருக்கும் மனைவி ஆகியோர் தங்கள் மனத்தை மாற்றிக் கொள்ள மாட்டார்கள் என்பதை உணர வேண்டும். என்னோடோ உங்களோடோ ஒத்துக்கொள்வதற்கு வலிமையுடன் புகுத்தியோ அல்லது ஒத்துக்கொள்ள வற்புறுத்தியோ அதனைச் செய்ய முடியாது. ஆனால் பெருந்தன்மையோடும் நட்புணர்வோடும், இதுவரை இல்லாத அளவுக்குப் பெருந்தன்மையோடும் நட்புணர்வோடும் இருந்து அவர்களை அவ்வழிக்குக் கொண்டுவர முடியும்.

இதைப்பற்றி லின்கன் நூறு ஆண்டுகளுக்கு முன்பாகவே கூறினார். இங்கே அவரது சொற்கள் தரப்பட்டுள்ளன:

"காலன் கணக்கான பித்தநீரை விட ஒரு சொட்டு தேன் அதிகமான ஈக்களைக் கவர்ந்திழுக்கும்" என்பது பழமையான உண்மையான வாசகம். ஆகவே மனிதர்களைப் பொருத்தவரையில், உங்கள் கருத்துக்கு ஒத்துவரச் செய்து வெற்றி கொள்ள விரும்பினால், முதலில் நீங்கள் அவரது உண்மையான நண்பர் என்பதை உறுதிப்படுத்துங்கள். அதில் ஒரு துளி தேன்சுவை அடங்கியிருக்கிறது. அது அவரது இதயத்தைக் கவ்வி இழுக்கும். அதுதான் அவருடைய காரணத்துக்கு பாதையமைத்துக் கொடுக்கிறது என்பதைக் கூறலாம்.

வணிக நிர்வாகிகள் வேலை நிறுத்தம் செய்பவர்களிடம் நட்புணர்வுடன் இருப்பது மிகுந்த பயனைத்தரும் என்பதைக் கற்றிருக்கிறார்கள். உதாரணமாக, ஒயிட் மோட்டார் கம்பெனியின் தொழிற்சாலையில் இருந்த 2500 ஊழியர்கள் அதிக ஊதியத்திற்காகவும் ஒரு தொழிற்சங்கக் கடை ஒன்றிற்காகவும் வேலை நிறுத்தம் செய்தார்கள். அப்போது அந்தக் கம்பெனியின் தலைவராக ராபர்ட் எஃப். ப்ளேக் இருந்தார். அவர் கோபம் கொள்ளாமல், பிறரைக் குறை கூறாமல், யாரையும் பயமுறுத்தாமல்,

சர்வாதிகாரத்தைப் பற்றியோ பொதுவுடைமையைப் பற்றியோ பேசாமல் இருந்தார். உண்மையில் வேலை நிறுத்தம் செய்தவர்களை அவர் புகழ்ந்தார். ஃக்ளெவ்லேன்ட் பத்திரிகையில் ஊழியர்கள் ''அமைதியான முறையில் தங்கள் உபகரணங்களைக் கைவிட்டு'' வேலைநிறுத்தம் செய்ததைப் பாராட்டி ஒரு விளம்பரம் கொடுத்தார். வேலை நிறுத்தத்தில் ஈடுபட்டிருப்பவர்கள் சோம்பேறித்தனத்தை உணர்வதை அறிந்தவுடன், டஜன் கணக்கில் பேஸ் பால் மட்டைகள் மற்றும் கையுறைகள் வாங்கிக் கொடுத்து காலியாக இருக்கும் இடங்களில் விளையாடிக் கொண்டிருக்குமாறு அவர்களை வரவேற்றார். பௌலிங் செய்வதில் ஆர்வம் உள்ளவர்களுக்காக ஒரு சந்துப்பகுதியை வாடகைக்கு எடுத்து வழங்கினார்.

மிஸ்டர். பிளாக்கின் நட்புணர்வு அணுகுமுறை எப்போதும் நட்புணர்வு எதைக்கொடுக்குமோ அதனை நல்கியது. அது நட்புணர்வைக் கொண்டு வந்தது. ஆகவே வேலை நிறுத்தம் செய்தவர்கள் வாறுகோள்கள், சவுள்கள், குப்பை வண்டிகள், ஆகியவற்றை வாங்கி வந்து எரிந்த தீக்குச்சிகள், குப்பைத் தாள்கள், சிகரெட் அட்டைகள், சிகரெட் துண்டுகள் ஆகியவற்றைப் பொறுக்கி எடுத்து தொழிற்சாலைப் பகுதிகளில் குப்பைகளை நீக்கி சுத்தம் செய்தனர். இதைக் கற்பனை செய்து பாருங்கள்! வேலை நிறுத்தம் செய்பவர்கள், தங்கள் ஊதிய உயர்வுக்காகவும், தொழிற்சங்க அங்கீகாரத்திற்காகவும் போராடிக் கொண்டிருக்கும் வேளையில், தொழிற்சாலைப் பகுதிகளை சுத்தம் செய்து கொண்டிருப்பதைக் கற்பனை செய்து பாருங்கள். நீண்டகால கடுமை நிறைந்த அமெரிக்க தொழிற்சங்க போராட்ட வரலாற்றில் இத்தகைய நிகழ்வு இதுவரை நிகழ்ந்ததில்லை. அந்த வேலை நிறுத்தம் ஒரு வார காலத்தில், எந்தவிதமான தவறான கருத்துக்களும் கசப்பான உணர்வுகளும் இல்லாமல் ஒரு சமாதான உடன்பாட்டுடன் முடிவடைந்தது.

இதுவரை வாதாடிய வழக்கறிஞர்களில் மிகவும் வெற்றிகரமானவராகக் கருதப்பட்ட டேனியல் வெப்ஸ்டர், ஒரு கடவுள் தன்மையோடு காணப்பட்டு யேகோவா போலப் பேசினார். இருந்தபோதிலும், அவர் தன்னுடைய சக்திவாய்ந்த வாதங்களுக்குள் நுழையும்போது, ''இது மேன்மைமிகு நீதிபதி கவனத்தில் கொள்வதற்கு,'' ''இது ஒருவேளை சிந்திப்பதற்குத் தகுதியானதாக இருக்கலாம்,'' ''நீங்கள் கவனிக்காமல் விட்டுவிடக்கூடாத உண்மைகள் இவையென்று நான் நம்புகிறேன்'' அல்லது ''நீங்கள் மனிதனின் இயற்கை பற்றிய உங்கள் அறிவுத் திறத்தினால் இந்த உண்மைகளின் முக்கியத்துவத்தை எளிதாகக் காண்பீர்கள்'' போன்ற வாசகங்களைக்

குறிப்பிட்டார். மோதல் இல்லை. உயரழுத்த முறைகள் இல்லை. மற்றவர் மேல் தன் கருத்தைத் திணிக்கும் அழுத்தம் இல்லை. மென்மையாகப் பேசுதல், அமைதி, நட்புபூர்வமான அணுகுமுறை ஆகியவற்றைக் கையாண்டார். அது அவரைப் புகழ்வாய்ந்தவராக ஆக்கியது.

நீங்கள் ஒரு வேலை நிறுத்தப் பிரச்சினையைத் தீர்ப்பதற்கோ அல்லது ஒரு நீதிபதியிடம் வாதத்தை முன் வைப்பதற்கோ அழைக்கப்படாமல் இருக்கலாம். ஆனால் நீங்கள் வீட்டு வாடகையைக் குறைப்பதற்காக விரும்பலாம். அப்போது நட்புபூர்வமான அணுகுமுறை உதவும் அல்லவா? அதை நாம் பார்க்கலாம்.

பொறியாளரான ஓ.எல்.ஸ்ட்ராப் தன்னுடைய வீட்டு வாடகைக் குறைக்கப்பட வேண்டும் என்று விரும்பினார். அவருடைய வீட்டின் சொந்தக்காரரர் கோபக்காரர் என்பது அவருக்குத் தெரியும். பயிற்சி வகுப்பில் பேசும்போது மிஸ்டர். ஸ்ட்ராப், ''நான் அவருக்கு எழுதினேன். ஒப்பந்தம் முடிவடைந்த உடனேயே குடியிருப்பைக் காலி செய்யப்போவதாக எழுதினேன். உண்மை என்னவென்றால், நான் காலி செய்துவிட்டுப் போக விரும்பவில்லை. என்னுடைய வாடகைக் குறைக்கப்பட்டால், நான் தொடர்ந்து குடியிருக்க விரும்பினேன். ஆனால் இருக்கும் சூழ்நிலை எனக்கு நம்பிக்கைத் தரவில்லை. மற்ற வாடகைதாரர்கள் முயற்சி செய்து தோற்றுவிட்டனர். அந்த வீட்டின் உரிமையாளர் கையாளுவதற்கு மிகவும் கஷ்டமானவர் என்று ஒவ்வொருவரும் என்னிடம் கூறினார்கள். ஆனால் நான் எனக்குள்ளே 'நான் மக்களைக் கையாளுவதற்கு' என்ற பயிற்சி வகுப்பில் படிக்கிறேன். எனவே நான் அவரை வைத்து இதனை முயற்சிக்கிறேன். அது எவ்வாறு நடக்கிறது என்று பார்க்கலாம் என்று கூறிக் கொண்டேன்.

''என்னுடைய கடிதம் கிடைத்தவுடன் அவரும் அவருடைய செயலாளரும் என்னைப் பார்க்க வந்தார்கள். அவரை வாசலில் சென்று நட்பு நிறைந்த வாழ்த்துக்களுடன் வரவேற்றேன். என்னிடம் நல்லெண்ணமும் ஆர்வமும் நிறைந்திருந்தது. வாடகை அதிகமாக இருக்கிறது என்பதைப் பற்றி நான் பேச்சைத் தொடங்கவில்லை. அவருடைய அடுக்குமாடி வீட்டை நான் எவ்வளவுக்கு விரும்பினேன் என்பதைப் பற்றிப் பேசத் தொடங்கினேன். நான் அவரை 'மனப்பூர்வமாக வாழ்த்துவதிலும், அதிக அதிகமாகப் புகழ்வதிலும்' ஆர்வம் கொண்டேன் என்பதை நம்புங்கள். அந்தக் கட்டிடத்தை அவர் நிர்வகித்து வருவதைப் பற்றியும் இன்னும் ஒரு ஆண்டு குடியிருக்க விரும்புவதையும் கூறி புகழ்ந்துரைத்தேன்.

ஆனால் அதிக வாடகை கொடுக்கும் அளவுக்கு வசதியில்லை.

''ஒரு வாடகைதாரரிடமிருந்து நிச்சயமாக இத்தகைய ஒரு வரவேற்பை அவர் எதிர்பார்த்திருக்கமாட்டார். அதைக்கொண்டு என்ன செய்வதென்று அவர் அறியவில்லை.

''பிறகு அவர் தனக்குள்ள கஷ்டங்களைச் சொல்லத் தொடங்கினார். குடியிருப்பவர்களைப் பற்றிக் குறை கூறினார். ஒருவர் பதினான்கு கடிதங்கள் எழுதியுள்ளார். அவற்றில் பலவும் துன்பம் தரத்தக்கவையாக இருந்தன. ஒருவர் தான் குடியிருக்கும் வீட்டின் மேல் வீட்டில் இருப்பவரைக் குறட்டை விடுவதை வீட்டின் சொந்தக்காரர் நிறுத்தவில்லை என்றால் தன்னுடைய ஒப்பந்தத்தை ரத்து செய்யப்போவதாகப் பயமுறுத்தினார். 'உங்களைப் போன்ற வாடகைதாரரைப் பெற்றிருப்பதில் எவ்வளவு மகிழ்ச்சி' என்று என்னிடம் கூறினார். அதன் பிறகு நான் கேட்காமலேயே என்னுடைய வாடகையில் சிறிதளவு குறைத்துக் கொண்டார். நான் அதிகமாகக் குறைக்க வேண்டும் என்று விரும்பினேன். ஆகவே நான் கொடுக்க முடிந்த தொகையைக் குறிப்பிட்டேன். அவர் ஒரு வார்த்தை கூடப் பேசாமல் ஒத்துக் கொண்டார்.

''அவர் புறப்படும் போது, என்னை நோக்கித் திரும்பி, 'நான் என்ன மாதிரி அலங்காரம் உங்கள் வீட்டிற்குச் செய்து தரவேண்டும்' என்று கேட்டார்.

''மற்ற வாடகைதாரர்கள் பயன்படுத்திய முறைகளை நானும் பயன்படுத்தியிருந்தால், அவர்கள் அடைந்தது போன்ற தோல்வியைத்தான் நிச்சயம் அடைந்திருப்பேன். நட்புபூர்வமான, கனிவான, பாராட்டுதல் கொண்ட அணுகுமுறை தான் வென்றது.''

உள்ளூர் மின்சாரக் கம்பெனியில், பென்சில்வேனியாவின் பிட்ஸ்பர்கைச் சேர்ந்த டீன் உட்காக் ஒரு துறையின் கண்காணிப்பாளராக இருக்கிறார். அவருடைய ஊழியர் ஒருவர் ஒரு கம்பத்தின் மேல் உள்ள கருவியைச் சரிசெய்ய கேட்டுக் கொள்ளப்பட்டார். இந்த வகையான வேலை முன்பெல்லாம் வேறு துறை ஊழியர்களால் செய்யப்பட்டு வந்தது. அண்மையில் தான், உட்காக்கின் துறைக்கு மாற்றப்பட்டுள்ளது. அவருடைய பிரிவு ஊழியர்கள் இந்த வேலையில் பயிற்சி பெற்றிருந்தாலும், இப்போது தான் உண்மையில் முதல் முறையாக அதைச் செய்வதற்கு அழைக்கப்பட்டனர். அந்த நிறுவனத்தில் உள்ள ஒவ்வொருவரும் இதை அவர்கள் எப்படி செய்கிறார்கள் என்பதையும், அணுகுமுறை எப்படி உள்ளது என்பதைப் பற்றியும் காண ஆர்வம் கொண்டிருந்தனர். மிஸ்டர். உட்காக்கும் அவருடைய உதவியாளர்களான மேலதிகாரிகள்

பலரும் மற்ற துறைகளில் உள்ள பிறரும் இதனைப் பற்றிய செயல்பாட்டைக் கவனித்தார்கள். பல கார்கள், லாரிகள் அங்கே இருந்தன. பல மனிதர்கள் அங்கே சூழ்ந்து நின்று கொண்டு இரண்டு தனி மனிதர்கள் கம்பத்தின் உச்சியில் வேலை செய்து கொண்டிருப்பதையும் பார்த்துக் கொண்டிருந்தார்கள்.

சுற்றிலும் பார்த்த போது, தெருவில் காரிலிருந்து ஒரு மனிதர் கேமராவுடன் வெளியில் வந்தார். இந்தக் காட்சியை அவர் படமெடுக்கத் தொடங்கினார். மின் பயன்பாட்டுப் பிரிவு மக்கள் பொதுமக்கள் தொடர்பில் மிகவும் கவனமாக இருக்கிறார்கள். திடீரென்று உட்காக் அந்த மனிதனுக்கு அங்கே அங்கு நடப்பது என்ன மாதிரி தோன்றுகிறது என்று உணர்ந்து கொண்டார். அதிகப்படியான பயன்பாடாக இரண்டு மனிதர்கள் செய்யும் இந்த வேலைக்கு டஜன் கணக்கில் அழைக்கப்பட்டிருக்கிறார்கள். அவன் புகைப்படக்காரருக்கு மெதுவாக நடந்து கொண்டு தெருவைச் சுற்றிக் காட்டினான்.

''இந்தச் செயல்பாட்டில் நீங்கள் ஆர்வம் கொண்டிருக்கிறீர்கள் போல் தெரிகிறது.''

''ஆம், என் தாயார் என்னைவிட அதிகமாக ஆர்வம் கொள்வார்கள். உங்கள் கம்பெனியில் அவர் பங்குகள் வைத்துள்ளார். இது அவரது கண்களைத் திறக்கும். அவருடைய முதலீடு புத்திசாலித்தனமானது அல்ல என்று அவர் முடிவெடுக்கக் கூடும். உங்கள் கம்பெனி போன்றவற்றில் வீணான செயல்பாடுகள் இருப்பதாக நான் ஆண்டுகள் கணக்காக அவரிடம் சொல்லிக் கொண்டு இருக்கிறேன். இது அதனை நிரூபிக்கிறது. இந்தப் படங்களை செய்தித்தாள்கள் கூட விரும்பக்கூடும்.''

''இதுவும் அப்படித் தோன்றுகிறது அல்லவா? உங்கள் நிலைமையிலிருந்தால் நானும் இதைத்தான் நினைப்பேன். ஆனால் இது ஒரு தனித்துவமான சூழ்நிலை. . .'' டீன் உட்காக் விளக்கிச் சொல்லிக் கொண்டிருந்தார். இதுமாதிரியான வேலை அவர்களது துறைக்கு முதல்முறை என்பதையும், எப்படி நிர்வாகி முதல் அடிமட்ட ஊழியர்கள் வரை இதில் ஆர்வம் கொண்டுள்ளனர் என்பதையும் விளக்கினார். அவர் சாதாரண சூழ்நிலையில் அந்த வேலையை இருவர் மட்டுமே செய்வார்கள் என்பதை அந்த மனிதரிடம் உறுதியாகக் கூறினார். புகைப்படக்காரர் கேமராவை அப்பால் வைத்துவிட்டு உட்காக்கின் கைகளைக் குலுக்கினார். அந்தச் சூழ்நிலையைப் பற்றி அவருக்கு விளக்கிக் கூறியதற்காக நன்றி கூறினார்.

டீன் உட்காக்கின் நட்பு பூர்வமான அணுகுமுறை அவருடைய

கம்பெனியை தர்மசங்கடத்திலிருந்தும், தவறான விளம்பரத்திலிருந்தும் காப்பாற்றியது.

நியூஹேம்ப்ஷையரில் உள்ள லிட்டில்டனைச் சேர்ந்த ஜெரால்ட் ஹெச். வின் என்பவர் எங்கள் வகுப்பு ஒன்றில் மற்றுமொரு உறுப்பினர். நட்புமுறையான அணுகுமுறையால் சேதார இழப்பீடு வழக்கில் எவ்வாறு திருப்தியான தீர்ப்பைப் பெற்றார் என்பதைக் கூறினார்.

''குளிர்கால பனி மூட்டத்திலிருந்து விலகி விடுவதற்கு முன்பாக, வசந்த காலத்தின் ஆரம்பத்தில், வழக்கத்திற்கு மாறாக பலத்த இடிமழை பொழிந்தது. வழக்கமாக அருகில் உள்ள குழிகளுக்குச் சென்றிருக்க வேண்டிய மழைநீர், சாலையில் வழிந்தோடி நான் வீடு புதிதாகக் கட்டிக்கொண்டிருக்கும் கட்டிடங்கள் உள்ள பகுதிக்கு தன் பாதையை மாற்றிப் பாய்ந்தது.

''ஓடுவதற்கு வழியில்லாமல், என்னுடைய வீட்டின் அஸ்திவாரத்தைச் சுற்றி அழுத்தத்தை ஏற்படுத்தியது. தண்ணீரின் அழுத்தத்தால், கான்க்ரீட் கீழ்த்தளத்தில் தண்ணீர் புகுந்து அதனை வெடிக்கச் செய்துவிட்டது. அங்கிருந்த அடுப்பையும், சுடுநீர் கருவியையும் சேதப்படுத்திவிட்டது. இவற்றைச் சரிசெய்ய இரண்டாயிரம் டாலர்களுக்கு மேல் செலவாகும். இத்தகைய சேதங்களுக்கு நான் காப்பீடு செய்யவில்லை.

''எனினும் இந்தப் பிரச்சினையைத் தடுக்க வீட்டிற்கு அருகில் மழைநீருக்கு வடிகால் ஏற்படுத்தாத அப்பகுதியின் வீட்டுக்காரரை விரைவில் கண்டு பிடித்தேன். அவரைச் சந்திக்க அனுமதி பெற்றுச் சந்திக்க நேரம் கிடைத்தது. அவருடைய அலுவலகத்தை அடைவதற்குப் பயணம் செய்த இருபத்து ஐந்து மைல் பயணத்தின் போது, இந்தச் சூழ்நிலையை நன்றாகச் சிந்தித்து ஆய்வு செய்தேன். நான் பயிற்சி வகுப்பில் கற்றுக்கொண்ட கொள்கைகளை நினைவுபடுத்திக் கொண்டேன். கோபத்தை வெளிப்படுத்துவதால் என் பிரச்சினை தீர்வதற்கு எந்த வழியும் ஏற்படாது என்று தீர்மானித்தேன். அங்கு சென்ற போது, நான் அமைதியாக இருந்தேன். அவர் அண்மையில் மேற்கிந்தியத் தீவுகளுக்குச் சென்று வந்த உல்லாசப் பயணத்தைப் பற்றி பேச்சுக் கொடுத்தேன். இந்தத் தண்ணீர் சேதப் பிரச்சினைப் பற்றி 'சிறிய அளவுக்கே' குறிப்பிட்டேன். இந்தப் பிரச்சினையைத் தீர்ப்பதற்குத் தன்னுடைய பங்களிப்பைச் செய்வதாக ஒத்துக் கொண்டார்.

''சிலநாட்களுக்குப் பிறகு என்னைச் சந்தித்து சேதத்திற்கு உரிய

தொகையைக் கொடுத்து விடுவதாகவும், எதிர்காலத்தில் இவ்வாறு ஏற்படாமலிருக்க மழைநீர் வடிகால் செய்து தருவதாகவும் கூறினார்.

''இது அந்தப் பகுதி உரிமையாளரின் தவறு தான் என்றாலும், நட்புபூர்வமான அணுகுமுறையில் நான் தொடங்கியிருக்கவில்லை என்றால், அந்த சேதத்தொகை முழுவதையும் அவரை ஏற்றுக் கொள்ளச் செய்வதில் மிகுந்த சிரமம் ஏற்பட்டிருக்கும்.''

பல ஆண்டுகளுக்கு முன், காலில் செருப்பு இல்லாமல் நடக்கும் சிறுவனாக, வடமேற்கு மிஸௌரியில் உள்ள ஒரு நாட்டுப்புற பள்ளிக்கு நடந்து சென்று கொண்டிருந்த போது, சூரியன் மற்றும் காற்று என்ற கதையைப் படித்தேன். அவை தங்களுக்குள் யார் வலியவர் என்பதில் சண்டை போட்டுக் கொண்டிருந்தன. ''நான்தான் பலசாலி என்பதை நான் நிரூபிக்கிறேன். அங்கே கோட் அணிந்து கொண்டு செல்லும் முதியவரைக் கீழே தள்ளுகிறேன். விரைவில் அவருடைய கோட்டை காற்றில் பறக்குமாறு செய்து காட்டுவேன் என்று பந்தயம் கட்டுகிறேன்'' என்று காற்று கூறியது.

ஆகவே சூரியன் மேகத்தின் பின்னால் சென்றுவிட்டது. காற்று சூறாவளி வேகம் பெறும் வரை தொடர்ந்து பலமாக வீசியது. ஆனால் காற்று வேகமாகச் சுழன்று அடிக்க அடிக்க அவர் கோட்டை இறுக்கமாகப் பிடித்துக் கொண்டார்.

இறுதியாக காற்று அமைதி அடைந்தது. தன் முயற்சியைக் கைவிட்டது. பிறகு சூரியன் மேகத்தின் பின்னாலிருந்து வெளியே வந்தது. முதியவரைப் பார்த்து மெல்லப் புன்னகை செய்தது. இப்போது அவர் தன் முகத்தைத் துடைத்துக் கொண்டு கோட்டை உடலைவிட்டு எடுத்தார். பிறகு சூரியன் காற்றிடம் பெருந்தன்மையும் நட்புறவும் மட்டுமே கோபத்தை விடவும், வேகத்தை விடவும், எப்போதும் வலிமை மிக்கது என்று கூறியது.

காலன் அளவிலான பித்தநீரை விடவும் ஒரு துளி தேன் அதிகமாக ஈக்களைத் தன்வசம் கவர்ந்திழுத்துக் கொள்ளும் என்பதைக் கற்றவர்கள் பெருந்தன்மையையும், நட்புணர்வையும் நாளுக்கு நாள் நிரூபித்துக் காட்டி வருகிறார்கள். மேரிலேண்டில் உள்ள லூதர் வில்லேவைச் சேர்ந்த எஃப். கேல் கோன்னர் இதனைத் தன்னுடைய நான்கு மாதம் முன் வாங்கிய காரை விற்பனையாளரின் பணிமனைப் பகுதிக்கு எடுத்துச் சென்ற போது நிரூபித்தார். அவர் எங்கள் பயிற்சி வகுப்பில் இவ்வாறு கூறினார்: ''என்னுடைய பிரச்சினைக்கான திருப்தியான தீர்வை பணிமனை மேலாளரிடம் பேசுவதிலோ, காரணத்தைச் சொல்வதிலோ அல்லது கத்திச் சத்தமிடுவதிலோ அடைய முடியாது என்பது வெளிப்படை.

''நான் கார் காட்சிப் பகுதிக்குச் சென்று முகமை உரிமையாளர் மிஸ்டர். ஓயிட்டைப் பார்க்க வேண்டும் என்று கூறினேன். சிறிது நேரம் காத்திருந்தபின், மிஸ்டர். ஓயிட்டின் அலுவலகத்துக்குள் அழைத்துச் செல்லப்பட்டேன். என்னை அறிமுகப்படுத்திக் கொண்டு, அவர்களின் விற்பனையாளரிடமிருந்து அவர்களுக்கு முன்பே தொடர்புடைய என் நண்பர்களின் பரிந்துரையின் பேரில் என்னுடைய காரை வாங்கியதைப் பற்றி விளக்கிக் கூறினேன். அவர்களின் விலைகள் மற்றவர்களைவிட மிகவும் குறைவு என்றும் சேவை மிகவும் உன்னதமானது என்றும் கூறப்பட்டேன். அவர் என்னைக் கூர்ந்து கவனித்த போது திருப்தியுடன் புன்னகை புரிந்தார். அவர்களின் சேவைப்பிரிவைப் பற்றிய என்னுடைய பிரச்சினையை அவரிடம் விளக்கமாகக் கூறினேன். 'உங்களுடைய சிறப்பான புகழுக்குக் களங்கம் ஏற்படுத்தும் எந்த ஒரு சூழ்நிலை பற்றியும் நீங்கள் விழிப்புணர்வோடு இருக்க விரும்புவீர்கள் என்று நான் நினைத்தேன்' என்று மேலும் கூறினேன். நான் இதனை அவரது கவனத்திற்குக் கொண்டு வந்தமைக்காக நன்றி கூறினார். என்னுடைய பிரச்சினையில் கவனம் செலுத்துவதாகவும் உறுதி கூறினார். அவர் இதில் தனிப்பட்ட கவனம் எடுத்துக் கொண்டதுடன் என் கார் சரிசெய்யப்படும் வரையில் தன்னுடைய காரையும் என் உபயோகத்திற்காகக் கொடுத்தார்.''

ஈசாப் என்பவர் க்ரோசியஸ் அரசவையில் இருந்த ஒரு அடிமை. கிறிஸ்துவுக்கு ஆறுநூறு ஆண்டுகளுக்கு முன் அவர் அழிவில்லாத உயர்ந்த கதைகளைக் கூறினார். இருப்பினும் மனித இயற்கை பற்றி அவர் கற்பித்த உண்மைகள் இருபத்தாறு நூற்றாண்டுகளுக்கு முன் ஏதென்சில் இருந்தது போல இப்போது போஸ்டனிலும் பர்மிங்ஹாமிலும் இருக்கின்றன. உங்கள் கோட்டை காற்றைவிட சூரியன் எளிதாக எடுக்கச் செய்துவிடும். உலகத்தில் உள்ள கொடிய வார்த்தைகளும் போராட்டத் தாக்குதல்களும் மக்கள் மனங்களை மாற்றுவதை விட நட்புபூர்வமான அணுகுமுறைகளும் பாராட்டுகளும் மிகவும் வேகமாக மாற்றிவிடும்.

''ஒரு காலன் பித்தநீரைவிட ஒரு துளி தேன் அதிகமான ஈக்களைக் கவர்ந்திழுக்கும்,'' என்று லின்கன் கூறியதை நினைவில் கொள்ளுங்கள்.

கொள்கை 4

நட்புமுறையிலேயே தொடங்குங்கள்.

5

சாக்ரடீஸின் ரகசியம்

மக்களோடு பேசுவதில், நீங்கள் மாறுபடுகின்ற விஷயங்களைப்பற்றி ஆராய்ந்து கொண்டு தொடங்காதீர்கள். நீங்கள் ஒத்துக்கொள்கின்ற விஷயங்களைப் பற்றி வலியுறுத்திக் கூறிக்கொண்டு, தொடர்ந்து வலியுறுத்திக்கொண்டு தொடங்குங்கள். இயலுமென்றால், நீங்கள் இருவருமே ஒரே கொள்கைக்காகவே முயன்று கொண்டிருப்பதையும் வலியுறுத்துங்கள். ஏற்கின்ற வழிமுறையில் மட்டும் தான் வேறுபாடே தவிர நோக்கத்தில் அல்ல என்பதைக் கூறுங்கள்.

எடுத்த உடனேயே அடுத்தவரை ''ஆமாம் ஆமாம்'' என்று கூறுமாறு செய்யுங்கள். உங்கள் எதிராளியை முயலுமென்றால் ''இல்லை'' என்று கூறாத அளவுக்கு வைத்திருங்கள்.

பேராசிரியர் ஓவர்ஸ்ட்ரீட்டின்★ கூற்றுப்படி, ''இல்லை'' என்ற பதில் வெற்றிகொள்வதற்கு முடியாத மிகவும் மோசமான தடையாக இருக்கிறது. நீங்கள் ''இல்லை'' என்று சொல்லிவிட்ட போது, உங்கள் தனிப்பட்ட பெருமை எல்லாம் நீங்கள் உங்களுக்குள் முரணற்று இருக்கிறீர்களா என்பதை கேள்விக்குள்ளாக்கிவிடும். ''இல்லை'' என்பது தவறாக அறிவுறுத்தப்பட்டதாக பின்னர் நீங்கள் உணரக்கூடும். இல்லையென்றால் உங்கள் விலைமதிப்பற்ற மதிப்பை சிந்திக்க வைத்துவிடும். ஒருதடவை ஒன்றை நீங்கள் கூறிவிட்டால் அதையே பற்றிக்கொண்டிருக்கத்தான் உணர்வீர்கள். ஆகவே நேர்மறை திசையிலேயே ஒருவர் தொடங்க வேண்டும் என்பது மிக மிக முக்கியமானதாக இருக்கிறது.

★ ஹென்றி ஏ. ஓவர்ஸ்ட்ரீட், *இன்ஃப்ளுயன்சிங் ஹ்யூமன் பிஹேவியர்* (நியூயார்க்: நார்டன் 1925).

மிகவும் திறமைவாய்ந்த பேச்சாளர் எடுத்த எடுப்பிலேயே, ''ஆம்'' என்ற பதில்களை நிறையவே பெறுகிறார். இது கேட்பவர்களின் மனோநிலை முறைகளை நேர்மறை திசையிலேயே இயங்கவைக்கிறது. இது பில்லியார்ட் பந்தின் நகர்வைப் போல் இருக்கிறது. அது கொஞ்சம் சக்தியை செல்வதற்கு எடுத்துக்கொண்டு அதைவிட அதிகமான சக்தியைப் பின்னோக்கி எதிர்திசையில் வருவதற்கு எடுத்துக் கொள்கிறது.

இங்குள்ள மனோதத்துவ முறைகள் மிகவும் தெளிவாக உள்ளன. ஒருவர் ''இல்லை'' என்று கூறி அதனை மனப்பூர்வமாகக் கூறினால், சொல்பவர் இரண்டு எழுத்து வார்த்தையைக் கூறியதற்கும் அதிகமானதைக் கூறுகிறார். சுரப்பிகள், நரம்புகள், தசைகள் போன்ற உடல் உறுப்புகள் முழுவதும் ஒருங்கிணைந்து மறுப்பதற்கான நிலைக்கு செல்கின்றன. வழக்கமாக ஒரு நிமிடத்தில், ஆனால் சில நேரத்தில் பார்க்கக்கூடிய அளவுக்கு, ஒரு உடற்கூறு பின்செல்லுதல் அல்லது அதற்கு தயாராகும் நிலையில் இருக்கிறது. சுருக்கமாகச் சொல்வதென்றால், நரம்பு தசை மண்டலம் முழுமையும் அதனை ஏற்றுக்கொள்வதற்கு எதிராகத் தன்னை அமைத்துக் கொள்கிறது. அதற்கு மாறாக, ஒருவர் ''ஆம்'' என்று கூறும்போது இப்படிப்பட்ட பின்செல்லுதல் நடவடிக்கை எதுவும் நிகழ்வதில்லை. உடற்கூறு மண்டலம் முன்னோக்கிச் செல்லும், ஏற்றுக்கொள்ளும், திறந்தநிலை செயல்பாட்டுடன் இருக்கிறது. ஆகவே அதிகம் அதிகமாக ''ஆமாம்'' என நாம் சொல்ல முடிந்தால் ஒவ்வொரு நிலையிலும் நம்முடைய இறுதி நோக்கத்தை அடைவதில் கவனத்தை ஈர்ப்பதில் வெற்றி பெறுகிறோம்.

இந்த ஆம் என்ற பதில் முறை மிகவும் எளிதான உத்தியாக இருக்கிறது என்ற போதிலும், நாம் எத்தனை முறைகள் இதனை ஒதுக்கித்தள்ளுகிறோம்! மக்கள் மற்றவர்களின் உணர்வுகளை ஒதுக்கிவிட்டு தங்கள் சொந்த உணர்வுக்கு முக்கியத்துவம் கொடுத்து விடுகிற நிலையை அடிக்கடி பார்க்கத் தோன்றுகிறது.

தொடக்கத்தில் ஒரு மாணவரை அல்லது ஒரு வாடிக்கையாளரை, குழந்தை, கணவன் அல்லது மனைவி ஆகியோரை ''இல்லை'' என்று சொல்ல வையுங்கள். அந்த பொங்கியிருக்கும் எதிர்மறை உணர்வை நேர்மறையாக மாற்றுவதற்கு தேவதைகளின் அறிவையும் பொறுமையையும் எடுத்துக் கொள்கிறது.

நியூயார்க் நகரில் உள்ள க்ரீன்விச் தேசிய வங்கியின் காசாளரான ஜேம்ஸ் எபர்சன் இந்த ''ஆமாம், ஆமாம்'' உத்தியைப் பயன்படுத்தியதால் ஒரு மிகச்சிறந்த வாடிக்கையாளரை அந்த

வங்கிக்கு சேர்க்க முடிந்தது. இல்லையென்றால் வங்கி அந்த வாடிக்கையாளரை இழந்திருக்கும்.

மிஸ்டர் எபர்சன் இவ்வாறு கூறினார்: ''இந்த நபர் ஒரு கணக்கு தொடங்குவதற்காக வந்தார். வழக்கமான படிவங்களைப் பூர்த்தி செய்வதற்காக அவரிடம் கொடுத்தேன். சில கேள்விகளுக்கு விருப்பமுடன் பதில் அளித்தார். ஆனால் சிலவற்றுக்கு அவர் பதிலளிக்க முற்றிலும் மறுத்துவிட்டார்.

''நான் மனித உறவுகள் பற்றிய பயிற்சிப் பாடத்தைப் படிப்பதற்கு முன்பு என்றால், அந்த மிகச்சிறந்த வாடிக்கையாளரிடம் அவர் வங்கி கேட்கும் இந்தத் தகவல்களை தருவதற்கு மறுத்தால், நாங்கள் அவருடைய கணக்கை ஏற்பதற்கு மறுத்துவிடுவோம் என்று கூறியிருப்பேன். கடந்த காலங்களில் இதுபோன்ற விஷயங்களை இப்படிச் செய்துள்ளேன் என்பதை நினைத்து வெட்கப்படுகிறேன். இயற்கையாகவே, இத்தகையது போன்ற இறுதி நிபந்தனை என்னை நல்லவனாக மாற்றியது. யார் நம்முடைய முதலாளி என்பதை நான் காட்டினேன். வங்கியின் சட்ட திட்டங்களை நாம் உதாசீனப்படுத்த முடியாது. ஆனால் இந்த வகையான நடவடிக்கை நமக்கு ஆதரவளிக்க உள்ளே வந்திருக்கும் ஒரு மனிதருக்கு வரவேற்பையோ முக்கியத்துவத்தையோ கொடுக்காது.

''இந்தக் காலைப்பொழுதில் ஒரு குதிரை ஏற்ற எச்சரிக்கை உணர்வைப் பயன்படுத்துவதற்கு முடிவெடுத்தேன். வங்கி எதை விரும்புகிறது என்பதைப் பற்றிப் பேசாமல் வாடிக்கையாளர் எதை விரும்புகிறார் என்பதைப் பற்றிப் பேசுவதென்று முடிவெடுத்தேன். மற்ற எல்லாவற்றிற்கும் மேலாக தொடக்கத்திலேயே அவரை ''ஆமாம், ஆமாம்'' என்று சொல்ல வைக்க வேண்டுமென்று முடிவெடுத்தேன். ஆகவே அவர் சொல்வதை ஒத்துக்கொண்டேன். அவர் பதில் சொல்ல மறுத்த தகவல்கள் மிகவும் முக்கியமான தேவைகள் அல்ல என்று கூறினேன்.

'''இருப்பினும் ஒருவேளை நீங்கள் இறக்கும் போது இந்த வங்கியில் உங்கள் பணம் இருந்தால், அது உங்களின் நெருங்கிய உறவுக்கு வங்கி மாற்றிக் கொடுத்து சட்டப்படி பணம் அவர்களுக்குக் கிடைக்க வேண்டும் என்று நீங்கள் விரும்புவீர்கள் அல்லவா?' என்று நான் கேட்டேன்.

'''ஆமாம், நிச்சயமாக' என்று அவர் பதிலளித்தார்.

'''உங்கள் நெருங்கிய உறவினரின் பெயரைக் கொடுத்தால் நீங்கள் இறந்த பிறகு வங்கி உங்கள் விருப்பப்படி அவர்களுக்கு முறையாகவும் காலதாமதமின்றியும் பணம் கிடைக்க நடவடிக்கை

எடுக்கும் என்று நீங்கள் நினைக்கிறீர்கள் அல்லவா?' என்று தொடர்ந்து கேட்டேன்.

"'ஆமாம்,' என்று அவர் மீண்டும் கூறினார்.

"இந்தத் தகவல்களை நாங்கள் வங்கியின் நலனுக்காகக் கேட்கவில்லை என்றும் அவருடைய நன்மைக்காகவே கேட்கிறோம் என்பதை அவர் உணர்ந்தவுடன் அந்த இளைஞரின் நடவடிக்கை மென்மையாகி மாறிவிட்டது. வங்கியை விட்டு வெளியேறுமுன் அந்த இளைஞர் என்னிடம் தன்னைப்பற்றிய முழுமையான தகவல்களைக் கொடுத்ததுடன் என்னுடைய ஆலோசனையின் பேரில், தன் கணக்கிற்குத் தன்னுடைய தாயை பயனாளராகப் போட்டு தாயார் பெயரில் ஒரு அறக்கட்டளையும் தொடங்கினார். அவருடைய தாயாரைப்பற்றிய எல்லாத் தகவல்களையும் கூட மகிழ்ச்சியுடன் கொடுத்து பதிலளித்தார்.

"நான் அவரைத் தொடக்கத்திலிருந்து "ஆமாம், ஆமாம்" என்று கூற வைத்து செயல்பட்டதால் அவர் பிரச்சினையை மறந்துவிட்டு நான் ஆலோசனை கூறியவாறு எல்லாவற்றையும் செய்வதற்கு மகிழ்ச்சியுடன் உடன்பட்டார் என்பதைக் கண்டேன்."

வெஸ்டிங்ஹவுஸ் எலெக்டிரிக் கம்பெனியின் விற்பனை பிரதிநிதியான ஜோசப் அல்லிசன் இந்தக் கதையைக் கூறினார்: "என்னுடைய பகுதியில் எங்கள் கம்பெனி விற்பதற்கு ஆர்வம் கொண்டுள்ள ஒரு நபர் இருந்தார். அந்தப் பகுதியை நான் என் செயல்பாட்டில் எடுத்துக் கொண்ட போது, என்னுடைய முந்தைய பிரதிநிதி பத்து ஆண்டுகளாக அவரிடம் விற்பதற்கு முயன்று எதுவும் விற்க முடியாமல் இருந்தார். நான் பொறுப்பேற்றுக் கொண்ட பிறகு, மூன்று ஆண்டுகள் தொடர்ந்து அவரைச் சந்தித்து முயற்சி செய்து வந்தேன். எந்த ஆர்டரும் கிடைக்கவில்லை. இறுதியாக, பதின்மூன்று ஆண்டுகள் விற்பனைக்கான பேச்சுகள் மற்றும் அழைப்புக்களுக்குப் பிறகு, நாங்கள் அவருக்கு சில மோட்டார்களை விற்பனை செய்தோம். இவைகள் சரியானவை என்று நிரூபிக்கப்பட்டால், இதைத் தொடர்ந்து இன்னும் நூற்றுக்கணக்கான அதிகமான ஆர்டர்கள் தொடரும். இதுதான் என்னுடைய எதிர்பார்ப்பு.

"சரிதானா? அவை சரியானவை என்பது எனக்குத் தெரியும். ஆகவே மூன்று வாரங்களுக்குப்பின் நான் அங்கே சென்ற போது நான் மிகுந்த உற்சாகத்தில் இருந்தேன்.

"அந்த முதன்மைப் பொறியாளர் இப்படிக்கூறி என்னை வாழ்த்தினார்: 'அல்லிசன், மீதமுள்ள ஆர்டருக்கானவற்றை நான் உங்களிடம் வாங்க இயலாது'.

‘‘‘ஏன்?’ ஆச்சரியமான ஆர்வத்துடன் கேட்டேன். ‘ஏன்?’

‘‘‘ஏனென்றால் உங்களது மோட்டார்கள் மிகவும் சூடாகி விடுகின்றன. அவற்றின் மேல் என் கையை வைக்க முடியவில்லை.’

‘‘அவரிடம் விவாதம் செய்வது எந்தவித பயனையும் தராது என்பதை நான் தெரிந்து கொண்டேன். இதைப்போன்ற முயற்சியை பல காலத்திற்கு முன் செய்தேன். ஆகவே அவரிடமிருந்து ‘‘ஆம், ஆம்’’ என்ற பதிலைப் பெற நினைத்தேன்.’’

‘‘‘நல்லது, இங்கே பாருங்கள் மிஸ்டர். ஸ்மித், நான் உங்களோடு நூற்றுக்கு நூறு சதவிகிதம் ஒத்துப்போகிறேன். இந்த மோட்டார்கள் அதிகமாக வெப்பமடைந்தால், நீங்கள் இதற்கு மேல் இனிமேல் வாங்க வேண்டாம். தேசிய மின்சாதனம் உற்பத்தியாளர்கள் சங்கம் விதித்துள்ள அளவுக்கு மேல் இயங்கும் மோட்டார்களை நீங்கள் பெற்றிருக்க இயலாது. அப்படித்தான் அல்லவா?’

‘‘அவர் ஆமாம் என்று ஒத்துக்கொண்டார். நான் அவரிடமிருந்து முதல் ‘ஆமாம்’ பதிலைப் பெற்றுவிட்டேன்.

‘‘முறையாக உருவாக்கப்பட்ட மோட்டார் அறை வெப்பநிலையை விடவும் 72 டிகிரி ஃபாரன்ஹீட் அளவில் இருக்கும் என்று மின்சாதனம் உற்பத்தியாளர்கள் சங்கத்தின் வரைமுறைகள் கூறுகின்றன. இது சரிதான் அல்லவா?’’

‘‘ஆம்’’ என்று அவர் ஒத்துக்கொண்டார். ‘அது மிகவும் சரியானது. ஆனால் உங்கள் மோட்டார்கள் இன்னும் அதிகமான வெப்பத்தில் உள்ளன’ என்று கூறினார்.

‘‘நான் அவரோடு விவாதம் செய்யவில்லை. ‘மில் அறை எவ்வளவு வெப்பநிலையில் உள்ளது?’ என்று சாதாரணமாகவே கேட்டேன்.

‘‘‘ஓ, ஏறக்குறைய 75 டிகிரி ஃபாரன்ஹீட்’ என்று கூறினார்.

‘‘‘நல்லது. மில் அறை 75 டிகிரியில் இருந்தால், அதனோடு 72 கூட்டிக்கொள்ளுங்கள். அது 147 டிகிரி ஃபாரன்ஹீட் ஆகிறது. 147 டிகிரி ஃபாரன்ஹீட் வெப்பத்தில் உள்ள சுடுநீரில் கைவத்தால் உங்கள் கையை பாதிக்கும் அல்லவா?’

‘‘மறுபடியும் அவர் ‘ஆம்’ என்று கூறவேண்டியிருந்தது.

‘‘‘நன்று, அத்தகைய சூடான மோட்டர்களை விட்டு உங்கள் கைகளை விலக்கி வைப்பது நல்ல யோசனை அல்லவா?’ என்று நான் யோசனை கூறினேன்.

‘‘‘நன்று, நீங்கள் சொல்வது சரிதான் என்று நான் ஊகிக்கிறேன்’ என்று ஒத்துக்கொண்டார். நாங்கள் சிறிது நேரம் பேசிக் கொண்டிருந்தோம். பிறகு அவர் தன்னுடைய செயலாளரை

அழைத்து, எதிர்வரும் மாதத்திற்கான ஏறக்குறைய 35,000 டாலர் வர்த்தகத்தை உறுதி செய்தார்.

''இதற்கு எனக்கு பல ஆண்டுகள் பிடித்தன. எண்ணிக்கையில் அடங்காத ஆயிரக்கணக்கான டாலருக்கான வர்த்தகத்தை இழந்திருக்கிறேன். விவாதம் செய்வது பயனைத்தராது என்பதை நான் உணர்ந்து கொள்வதற்கு முன்பும் மற்றவர்களின் கருத்து நோக்கத்தில் எதனையும் நோக்குவது மிகவும் லாபகரமானதாகவும் ஆர்வமிக்கதாகவும் இருக்கும் என்பதை உணர்ந்து கொள்வதற்கு முன்பும், அந்த நபர் ''ஆம், ஆம்'' என்று சொல்வதற்கு நான் முயற்சிப்பதற்கு முன்பும் இது நிகழ்ந்துவிட்டது.''.

கலிஃபோர்னியாவின் ஓக்லேண்டில் நடக்கும் எங்கள் பயிற்சி வகுப்புகளைப் பொறுப்பேற்றுக் கொள்ளும் எட்டி ஸ்நோ, அவர் எப்படி ''ஆம், ஆம்'' என்று சொல்ல வைக்கும் முதலாளியின் கடையில் மிகச்சிறந்த வாடிக்கையாளர் ஆனார் என்பதை எடுத்துச் சொல்கிறார். எட்டி வில் வேட்டையில் ஆர்வம் கொண்டார். உள்ளூர் வில் விற்கும் கடையில் வில்லும் அதற்கான உபகரணங்களும் வாங்குவதில் நிறைய பணம் செலவழித்தார். அவருடைய சகோதரர் வந்து சந்தித்த போது, இந்தக் கடையிலிருந்து அம்பை வாடகைக்கு பெற்றுத்தருமாறு கேட்டார். அந்த கடையின் விற்பனையாளர் அம்பு வாடகைக்குத் தருவதில்லை என்று கூறிவிட்டார். ஆகவே உடனே அவர் வேறு ஒரு கடைக்கு தொலைப்பேசியில் பேசித் தொடர்பு கொண்டார். என்ன நிகழ்ந்தது என்பதை எட்டி இவ்வாறு விவரிக்கிறார்:

''ஒரு இனிமையான மனிதர் தொலைப்பேசியில் பதிலளித்தார். நான் வாடகைக்கு கேட்டதற்கு இவர் அளித்த பதில் வேறு ஒரு கடையில் கிடைத்த பதிலுக்கு முற்றிலும் மாறுபட்டு இருந்தது. அவர் வருத்தம் தெரிவித்து விட்டு ஆனால் அவர்கள் வாடகைக்கு கொடுப்பதில்லை என்பதையும் தெரிவித்தார். ஏனென்றால் அவ்வாறு செய்வது அவர்களுக்கு ஒத்துவரவில்லை என்றும் கூறினார். பிறகு நான் இதற்கு முன் வாடகைக்கு எடுத்து உள்ளேனா என்று கேட்டார். நான், 'ஆம் பல ஆண்டுகளுக்கு முன்' என்று பதில் கூறினேன். அதற்கான வாடகையாக 25 அல்லது 30 டாலர்கள் கொடுத்திருப்பேன் என்பதை நினைவுபடுத்தினார். நான் 'ஆம்' என்று மறுபடியும் கூறினேன். அவர் பிறகு நான் பணம் மிச்சப்படுத்திவதில் ஆர்வம் கொண்டுள்ளேனா என்று கேட்டார். இயற்கையான உணர்வுடன் 'ஆம்' என்று நான் பதிலளித்தேன். பிறகு அவர் தொடர்ந்து விளக்கமாகப் பேசினார். வில் அதன்

எல்லா உபகரணங்களுடன் 34.95 டாலருக்கு விற்கப்படுகிறது. அத்தகைய ஒரு முழுமையான அளவை 4.95 டாலர் வித்தியாச த்தில் வாடகைக்கு எடுக்காமல் வாங்கி விடமுடியும் என்று கூறினார். அதனால் தான் அவர்கள் வில் வாடகைக்கு விடுவதை நிறுத்திவிட்டார்கள் என்றும் கூறினார். அது நியாமானது தான் என்று நான் நினைக்கவில்லையா? என்னுடைய 'ஆம்' என்னும் பதிலால் ஒரு வில் உபகரணங்களுடன் பெறமுடிந்தது. அதனை எடுத்துக்கொண்டு செல்லும் போதே இன்னும் பல பொருட்களை அந்தக் கடையில் வாங்கி எடுத்துச் சென்றேன். அதற்குப் பிறகு நான் அந்தக் கடையின் நிரந்தர வாடிக்கையாளராக இருக்கிறேன்.''

''ஏதென்ஸின் விழிப்புணர்வு ஊட்டுபவரான'' சாக்ரடீஸ் உலகம் இதுவரை அறிந்த தத்துவஞானிகளில் மிகவும் உயர்ந்து நிற்கும் ஒருவராவார். வரலாறு அனைத்திலும் விரல் விட்டு எண்ணக்கூடியவர்கள் செய்தவற்றை எல்லாம் இவர் செய்தார். மக்களின் எண்ண ஓட்டங்கள் முழுவதையும் அவர் கூர்மையாக மாற்றி அமைத்தார். அவர் மறைந்து இப்போது இருபத்து நான்கு நூற்றாண்டுகளான பின்னாலும் அவர் காரசாரமாக இயங்கும் உலகத்தில் அறிவுப்பூர்வமாக கருத்தை ஏற்றுக்கொள்ளச் செய்பவர்களில் ஒருவராக மதிக்கப்பட்டுப் போற்றப்படுகிறார்.

அவருடைய வழிமுறை என்ன? மக்கள் தவறாக இருக்கிறார்கள் என்று அவர் கூறினாரா? ஓ, இல்லை. சாக்ரடீஸ் அப்படி இருக்கவில்லை. அவர் அதற்கான திறமையில் மிகுந்த சாதுரியம் மிக்கவர். இப்போது ''சாக்ரடீஸ் வழிமுறை'' என்று அழைக்கப்படும் அவருடைய உத்தி முழுமையும் ''ஆம், ஆம்'' என்ற பதிலை வரவழைக்கும் உத்தியை அடிப்படையாகக் கொண்டது. எதிரிகளும் கூட ஒத்துக்கொள்ளும் கேள்விகளை அவர் கேட்டார். அவர் அதிகப்படியான ஆம் என்ற பதில்களைப் பெறும்வரை ஒருவர் ஒன்று மாற்றி ஒன்றை ஒத்துக்கொள்ளச் செய்வதில் வெற்றி பெற்றுக் கொண்டிருந்தார். சில நிமிடங்களுக்கு முன் அவருடைய எதிராளிகள் கடுமையாக எதிர்த்துக் கொண்டிருந்தவற்றை ஏறக்குறைய தங்களை அறியாமலேயே அவர்கள் முடிவுக்கு வந்துத் தழுவும் வரை அவர் கேள்விகளைத் தொடர்ந்து கேட்டுக் கொண்டே இருந்தார்.

அடுத்தமுறை நாம் யாராவது சிலரை தவறு என்று சொல்வதற்குத் தூண்டப்படும் நேரத்தில் நாம் பழைய சாக்ரடீஸை நினைவில் கொள்வோம். நாம் நியாயமான கேள்விகளை, ஆம் என்னும் பதிலைப் பெறும் கேள்விகளைக் கேட்போம்.

கீழை நாடுகளின் பழமையான அறிவுத்திறனால் கருத்தரிக்கப்பட்டு

உருவான ஒரு பொன்மொழியை சீனர்கள் பெற்றிருக்கிறார்கள்: ''மென்மையாக இயங்குபவர் வேகமாகத் தொலைதூரம் செல்கிறார்.''

அவர்கள் மனித இயல்புகளை ஆராய்வதற்கு ஐந்நூறு ஆண்டுகள் செலவிட்டுள்ளனர். அத்தகைய பண்பட்ட சீனர்கள் நுண்ணறிவு மிக்க பலவற்றை சேகரித்து வைத்துள்ளார்கள்: ''மென்மையாக இயங்குபவர் வேகமாகத் தொலைதூரம் செல்கிறார்.''

கொள்கை 5

மற்றவரை உடனேயே ''ஆம், ஆம்'' என்று சொல்லச் செய்யுங்கள்.

6

புகார்களைக் கையாள்வதில் பாதுகாப்புக் கவசம்

தங்களுடைய சிந்தனையின் வழிக்கு மற்றவர்களை வெற்றி கொள்ள முயற்சிக்கின்ற பலர் அவர்களே அதிகம் பேசும் முறையைப் பின்பற்றுகிறார்கள். மற்றவர்கள் பேசி வெளிப்படுத்துவதை அனுமதியுங்கள். அவர்களின் செயல்பாட்டைப் பற்றியும் அவற்றில் உள்ள பிரச்சினைகளைப் பற்றியும் அவர்களுக்கு அதிகமாகத் தெரியும். ஆகவே அவர்களிடம் கேள்விகளைக் கேளுங்கள். அவர்கள் சில விஷயங்களைச் சொல்வதற்கு விடுங்கள்.

நீங்கள் அவர்களோடு ஒத்துப்போக முடியவில்லை என்றால் குறுக்கிடுவதற்கான தூண்டுதலைப் பெறுவீர்கள். இது ஆபத்தானது. அவர்கள் இன்னும் சொல்ல வேண்டியதற்காக ஏங்கிக் கொண்டிருக்கும் போது, அவர்கள் நீங்கள் சொல்வதைக் கவனிக்க மாட்டார்கள். ஆகவே பொறுமையுடன் திறந்த மனத்துடன் அவர்கள் சொல்வதைக் கேளுங்கள். அதில் உண்மையாகவும் நடந்து கொள்ளுங்கள். அவர்களுடைய கருத்தை முழுமையாகச் சொல்வதற்கு ஊக்கமளியுங்கள்.

வணிகத்தில் இந்தக் கொள்கை பயன் தருமா? நாம் பார்க்கலாம். இதனை செய்வதற்கு *வலியுறுத்தப்பட்ட* ஒரு விற்பனை பிரதிநிதியின் கதை இதோ.

அமெரிக்காவில் உள்ள பெரிய வாகன உற்பத்தி நிறுவனங்களில் ஒன்று, இருக்கைகளுக்கு அழகுபடுத்தும் துணிகளுக்கான ஓராண்டுத் தேவைக்கான வர்த்தகத்தில் பேரம் பேசிக் கொண்டிருந்தது. மூன்று முக்கியமான உற்பத்தியாளர்கள் தங்கள் மாதிரிகளை உருவாக்கி வைத்திருந்தார்கள். வாகன கம்பெனியின் நிர்வாகிகள் அவற்றையெல்லாம் ஆய்வு செய்தார்கள். ஒவ்வொரு உற்பத்தியாளருக்கும் ஒப்பந்தம் குறித்த கடைசி வாய்ப்பாக

அவர்களின் வேண்டுகோளை முன் வைப்பதற்காக தங்கள் பிரதிநிதிகளை ஒரு குறிப்பிட்ட நாளில் அனுப்பி வைக்குமாறு அறிவுறுத்தி கடிதம் அனுப்பியிருந்தார்கள்.

அந்த உற்பத்தியாளர்களில் ஒருவரது பிரதிநிதி நகருக்கு வந்த போது கடுமையான தொண்டை அழற்சி நோயினால் தாக்கப்பட்டிருந்தார். ''கூட்டத்தில் உள்ள நிர்வாகிகளை சந்திக்க வேண்டிய என்னுடைய வாய்ப்பு வந்தபோது, என்னுடைய குரல் முற்றிலும் வெளிவர முடியாமல் ஆகிவிட்டது. என்னால் கிசுகிசுக்கக்கூட முடியவில்லை. நான் அறைக்குள் சென்றேன். துணி ஆலை பொறியாளர், வாங்கும் முகமையாளர், விற்பனைப்பகுதி இயக்குநர், கம்பெனியின் தலைவர் ஆகியோரை நேருக்கு நேர் சந்திக்கும் நிலையில் இருந்தேன். நான் எழுந்து நின்று பேசுவதற்கான பகீரத பிரயத்தனம் செய்தேன். ஆனால் என்னால் 'கீச்' என்ற ஒலியைக்கூட எழுப்ப முடியவில்லை.

''அவர்கள் எல்லோரும் ஒரு மேஜையைச் சுற்றி அமர்ந்திருந்தார்கள். ஆகவே நான் ஒரு சிறிய தாளில், 'அய்யா நான் என்னுடைய குரலை இழந்துவிட்டேன். என்னால் பேச இயலவில்லை,' என்று எழுதிக் கொடுத்தேன்.

''நான் உங்களுக்காகப் பேசுகிறேன்,' என்று தலைவர் கூறினார். அப்படியே அவரும் செய்தார். அவர் என்னுடைய மாதிரிகளை எடுத்துக்காட்டி அவற்றில் உள்ள நல்ல அம்சங்களைப் பாராட்டிப் பேசினார். என்னுடைய பொருள்களின் சிறப்புகளைப் பற்றிய ஒரு உயிரோட்டமான கலந்துரையாடல் நடைபெற்றது. எனக்காக அந்தத் தலைவர் பேசியதால், கலந்துரையாடலில் நான் செய்திருக்க வேண்டிய நிலையை அவர் எடுத்துக் கொண்டு விட்டார். என்னுடைய மொத்த பங்களிப்பும் புன்னகை, தலையாட்டுதல், சில உடல் அசைவுகள் ஆகியவற்றோடு அமைந்துவிட்டது.

''இந்தத் தனித்துவமான கூட்டத்தின் விளைவாக, ஒரு மில்லியன் கஜம் என்ற அளவுக்கான 1,60,000 டாலர்கள் மதிப்பிலான ஒப்பந்தம் எனக்கு வழங்கப்பட்டது. நான் இதுவரை பெற்ற ஆர்டர்களிலேயே இதுதான் மிகப்பெரியது.

''என்னுடைய குரலை நான் இழந்திருக்கவில்லையானால், நான் இந்த ஒப்பந்த வாய்ப்பை இழந்திருப்பேன் என்பது எனக்குத் தெரியும். ஏனென்றால் இந்த நிகழ்வு முழுமைக்கும் நான் ஒரு தவறான முன்வைப்பை நினைத்திருந்தேன். மற்றவர்களைப் பேச விடுவதன் மூலம் எவ்வளவுக்கு மிகுந்த பயன் கிடைக்கிறது என்பதை தற்செயலான இந்தச் செயலால் நான் கண்டு கொண்டேன்.''

குடும்ப சூழ்நிலைகளைப் போலவே வணிகத்திலும் மற்றவரைப் பேசவிடுவது மிகுந்த பயனைத் தருகிறது. பார்பரா வில்சனின் உறவுமுறை அவரது மகள் லாரியுடன் மிக விரைவாகக் குறைந்து கொண்டிருந்தது. குழந்தையாக அமைதியாகவும், திருப்தியடைந்தும் இருந்த லாரி, இணக்கமில்லாத, சண்டையிடும் இளைஞராக உருவாகி வளர்ந்திருந்தாள். திருமதி. வில்சன் அவருக்கு அறிவுரை கூறியும், பயமுறுத்தியும், தண்டனை கொடுத்தும் மாற்றுவதற்கு முயன்றார். ஆனால் இவையெல்லாம் எந்தப் பயனும் தரவில்லை.

எங்கள் பயிற்சி வகுப்பு ஒன்றில் திருமதி. வில்சன் இவ்வாறு கூறினார், ''ஒருநாள், நான் போகட்டும் என்று இதனை விட்டு விட்டேன். லாரி என்னுடைய சொற்களைக் கேட்கவில்லை. தன்னுடைய வேலைகளை முடிப்பதற்கு முன்பாக தன்னுடைய பெண் நண்பரைச் சந்திக்கச் சென்றுவிட்டாள். அவள் திரும்பி வந்தவுடன் பத்தாயிரம் முறையாக அவளிடம் கூச்சலிட நினைத்தேன். ஆனால் அப்படிச் செய்வதற்குத் தெம்பில்லை. அவளை அப்படியே பார்த்து வருத்தமாக, 'ஏன் லாரி, ஏன்?' என்று மட்டும் கேட்டேன்.

''லாரி என்னுடைய நிலையை கவனித்து அமைதியான குரலில், 'நீங்கள் உண்மையிலேயே தெரிந்து கொள்ள விரும்புகிறீர்களா?' என்று கேட்டாள். நான் தலையை அசைத்தேன். லாரி முதலில் தயக்கத்துடனும் பின்னர், எல்லாவற்றையும் கொட்டித்தீர்த்துவிட்டாள். நான் ஒருபோதும் அவள் கூறுவதைக் கவனித்துக் கேட்டதில்லை. நான் எப்போதும் அதைச்செய் இதைச் செய் என்ற முறையிலேயே சொல்லிக் கொண்டிருந்தேன். அவள் தன்னுடைய எண்ணங்கள், உணர்வுகள், யோசனைகளைச் சொல்ல விரும்பிய போது, நான் இன்னும் அதிகமான உத்தரவுகளைப் போட்டு குறுக்கிட்டேன். அவள் என்னைத் தேவை என்று நினைக்கிறாள் என்பதை உணர்ந்து கொண்டேன். ஆனால் ஒரு அடக்குமுறை கொண்ட தாயாக அல்லாமல், நம்பிக்கை தரக்கூடிய, அவள் வளர்ச்சி நிலையில் ஏற்படும் குழப்பங்களுக்கு ஒரு வடிகாலாக இருக்கும் தாயாக நான் இருக்க வேண்டும் என்று விரும்பினாள். நான் அவள் சொல்வதை மௌனமாகக் கேட்டிருக்க வேண்டிய சமயத்திலெல்லாம் நான் செய்ததெல்லாம் பேசிக்கொண்டே இருந்தது தான். நான் ஒருபோதும் அவள் சொன்னதைக் கவனித்துக் கேட்டதில்லை.

''அந்த நேரத்திலிருந்து, அவள் விரும்பியவாறு அவளைப் பேச அனுமதித்தேன். அவள் தன் மனத்திலிருந்தவற்றையெல்லாம் கூறினாள். எங்கள் உறவு அளவில்லாமல் வளர்ந்தது. அவள்

மறுபடியும் என்னோடு ஒத்துணர்வோடு இருந்தாள்.''

நியூயார்க் செய்தித்தாள் ஒன்றின் நிதி சம்பந்தமான பக்கத்தில் அசாதாரணத் திறமையோடும் அனுபவத்தோடும் கூடிய ஒரு நபர் தேவை என்று மிகப்பெரிய விளம்பரம் இருந்தது. சார்லஸ் டி. குபெல்லிஸ் அந்த விளம்பரத்துக்கு பதிலாக விவரங்களை ஒரு தபால் பெட்டி எண்ணுக்கு அனுப்பினார். சில நாட்களுக்குப் பிறகு, நேர்முகத் தேர்வுக்கு வருமாறு அழைத்து ஒரு கடிதம் வந்தது. இந்த அழைப்பு வருவதற்கு முன்பாக ஒரு வணிகத்தைத் தொடங்கிய ஒரு நபரின் எல்லா செயல்பாடுகளையும் கவனிக்க வால் ஸ்ட்ரீட்டில் பல மணி நேரத்தைச் செலவிட்டு முடிந்த அனைத்தையும் கற்றுக் கொண்டார். நேர்முகத் தேர்வின் போது, அவர் இவ்வாறு குறிப்பிட்டார்: ''உங்கள் நிறுவனத்தைப் போல புகழ்பெற்று சாதனை நிகழ்த்திய ஒரு நிறுவனத்தோடு என்னை இணைத்துக் கொள்வதில் மிகுந்த பெருமையடைகிறேன். ஒரு மேஜை உள்ள அறையில் ஒரு சுருக்கெழுத்தாளருடன் இருபத்தியெட்டு ஆண்டுகளுக்கு முன் தொடங்கியது உங்கள் நிறுவனம் என்று அறிகிறேன். அது உண்மைதானா?''

ஏறக்குறைய எல்லா வெற்றி பெற்ற மனிதர்களும் தங்கள் ஆரம்ப நாட்களின் போராட்டமான வாழ்க்கையை நினைத்துப் பார்க்க விரும்புவார்கள். இந்த மனிதர் அதற்கு விதிவிலக்கல்ல. 450 டாலர் பணத்துடனும் தனக்கே உரிய புதிய திட்டத்துடனும் எவ்வாறு தொடங்கினார் என்பதைப் பற்றி நீண்ட நேரம் அவர் பேசினார். ஊக்கமிழக்கச் செய்தவற்றிற்கு எதிராகவும், கேலியும் கிண்டலும் செய்தவர்களுக்கு எதிராகவும் போராடி, ஞாயிற்றுக்கிழமைகளிலும், விடுமுறை நாட்களிலும் வேலை செய்தும், ஒவ்வொரு நாளும் பன்னிரெண்டிலிருந்து பதினாறு மணி நேரம் வேலை செய்தும், இறுதியாக இடையூறுகளையெல்லாம் கடந்து இந்த நிலைக்கு எவ்வாறு வந்தார் என்பதை எடுத்துக் கூறினார். இப்போது வால் ஸ்ட்ரீட்டில் உள்ளவர்கள் தகவல்கள் பெறுவதற்காகவும் வழிகாட்டுதல்களை வேண்டியும் தன்னிடம் வந்து கேட்கும் இந்த நிலைக்கு வரும் வரை அவர் உழைத்ததைப் பற்றிக் கூறினார். அத்தகைய சாதனைக்காக அவர் பெரிதும் பெருமை கொண்டார். அவருக்கு அந்த உரிமை உண்டு என்பதால், அதற்கான நேரம் இருப்பதால் அவ்வாறு கூறினார். இறுதியாக அவர் மிஸ்டர். குபெல்லிஸை அவரது அனுபவத்தைப் பற்றி சுருக்கமாகக் கேட்டார். பிறகு அவர் தன்னுடைய உதவித் தலைவர்களில் ஒருவரை அழைத்து, ''நாம் தேடிக் கொண்டிருந்த நபர் இவர் தான் என்று நினைக்கிறேன்'' என்று கூறினார்.

மிஸ்டர். குபெல்லிஸ் தன்னைத் தேர்ந்தெடுக்கப் போகிற நிறுவனத்திற்கு வேண்டிய தகுதிகளை அடைவதற்காக கஷ்டங்களை ஏற்றுக் கொண்டார். மற்ற நபரின் மேலும் அவரது பிரச்சினைகளின் மேலும் அவர் அக்கறை கொண்டார். அவர் அடுத்தவரை அதிகமாகப் பேசவிட்டு ஊக்கமளித்து அவரது நல்லெண்ணத்தைப் பெற்றுக் கொண்டார்.

கலிஃபோர்னியாவில் உள்ள சக்ரமென்டோவைச் சேர்ந்த ராய் ஜி. பிராட்லி இதற்கு எதிரிடையான பிரச்சினையைப் பெற்றிருந்தார். விற்பனை வேலைக்கு நல்ல வாய்ப்பை வேண்டி அவர் உன்னிப்பாக கவனித்து ப்ராட்லியின் நிறுவனத்தில் உள்ள வேலையைப் பற்றி அவரே பேசத் தொடங்கினார். ராய் பின்வருமாறு குறிப்பிட்டார்:

''சிறிய தரகு வணிக நிறுவனம் என்பதால், மருத்துவ சிகிச்சை, மருத்துவ காப்பீடு, ஓய்வூதியம் போன்ற மற்ற பயன்கள் எங்களிடம் இல்லை. ஒவ்வொரு பிரதிநிதியும் தனிச்சுதந்திரம் பெற்ற முகவர். எங்களின் பெரிய போட்டியாளர்கள் செய்வது போல எங்களால் விளம்பரம் செய்ய முடியாது என்பதால், உயர்வுக்கான வாய்ப்புகளையும் கூட எங்களால் வழங்க இயலாது.

''ரிச்சர்ட் ப்ரையார் இந்த வேலைக்கு நாங்கள் விரும்பிய அனுபவத்தைப் பெற்றிருந்தார். முதலில் என்னுடைய உதவியாளர் இவரை நேர்முக ஆய்வு செய்தார். இந்த வேலையில் இருக்கும் எதிர்மறை அம்சங்களை அவர் கூறினார். என்னுடைய அலுவலகத்திற்கு அவர் வந்த போது சிறிது ஊக்கம் இல்லாமலிருந்தார். நான் இந்த கம்பெனி வேலையில் உள்ள ஒரே ஒரு நன்மையைப் பற்றிக் குறிப்பிட்டேன். சுதந்திரமான ஒப்பந்தக்காரர் என்பதால் சுயவேலை வாய்ப்பாக இது அமையும் என்பது தான் அது.

''அவர் என்னிடம் இந்த பாதகமான தன்மைகளைப் பற்றிப் பேசும் போதே, இந்த நேர்முகத் தேர்வுக்கு வரும் போதே அவர் நினைத்துக் கொண்டு வந்த பாதகமான எண்ணங்கள் இடையிடையே நினைவுக்கு வர தனக்குத்தானே பேசிக் கொண்டார். பல சமயங்களில் அவர் அந்த எண்ணங்கள் இடையில் வர தனக்குத்தானே பாதியான அளவுக்குப் பேசுவது தெரிந்தது. அவ்வப்போது நான் அவருடைய எண்ணங்களுக்கு வலுவூட்ட அவருக்கு எடுத்துக்கூறத் தோன்றியது. இருப்பினும் அந்த நேர்முகம் முடிவுக்கு வந்துவிட்டதால், அவர் திருப்தியடைந்து விட்டதாகவும், அவரே தன்னாலேயே என்னுடைய நிறுவனத்தில் வேலை செய்ய விரும்புகிறார் என்று கருதினேன்.

''நான் ஒரு சிறந்த கவனிப்பாளர் என்பதால், டிக்கை மிகுதியாகப்

பேசவிட்டேன். அவரால் தன் மனத்தில் இரண்டு பக்கத்தையும் நேர்மையுடன் எடையிட முடிந்தது. அவர் நேர்மறையான முடிவுக்கு வந்துவிட்டார். அது அவரே தனக்குத்தானே உருவாக்கிக் கொண்ட சவாலாக அமைந்தது. அவரை நாங்கள் வேலைக்கு அமர்த்திக் கொண்டோம். அவர் வெற்றிகரமான முன்னிலை பிரதிநிதியாக இருந்து கொண்டு இருக்கிறார்.''

நம்முடைய நண்பர்களே கூட அதிகமாகப் பேசுவார்களேயன்றி நம்முடைய சாதனைகளைச் சொல்லி பெருமைப்பட விடமாட்டார்கள்.

ஃபிரெஞ்ச் தத்துவஞானியான லா ரோச்ஃபோகால்ட், ''நீங்கள் பகைவர்களைப் பெற விரும்பினால், உங்கள் நண்பர்களை விஞ்சி விடுங்கள்; ஆனால் நீங்கள் நண்பர்களைப் பெற விரும்பினால், நீங்கள் உங்களை விட நண்பர்கள் விஞ்சிவிட விட்டுவிடுங்கள்'' என்று கூறினார்.

அது உண்மையாக இருப்பது ஏன்? ஏனென்றால் நம்முடைய நண்பர்கள் நம்மை விஞ்சும் போது அவர்கள் தங்களை முக்கியமானவர்களாக உணர்கிறார்கள். ஆனால் நாம் அவர்களை விஞ்சி நிற்கும் போது அவர்கள் அல்லது அவர்களில் சிலராவது தாழ்வு மனப்பான்மை பெறுவதோடு நம்மிடம் பொறாமை கொள்கிறார்கள்.

ஹென்றீட்ட ஜி - என்பவர் நியூயார்க் நகரில் உள்ள மிட்டவுன் பர்ஸோன்னெல் ஏஜென்சியில் மிகவும் விரும்பப்பட்ட ஆள்சேர்ப்பு பயிற்சியாளராக இருந்தார். அது எப்பொழுதும் அப்படியே இருக்கவில்லை. அந்த முகமையுடன் அவர் தொடர்பு கொண்ட முதல் சில மாதங்கள் வரையில், தன் சக ஊழியர்கள் யாருடனும் ஹென்றீட்ட நட்பு கொள்ளவில்லை. ஏன்? அவள் ஏற்படுத்திய வேலையமர்த்தல் பற்றியும், அவர் திறந்த புதிய கணக்குகள் பற்றியும், அவள் அடைந்த வேறு சிறப்புகள் பற்றியும் ஒவ்வொரு நாளும் தற்பெருமையடித்துக் கொண்டிருந்தாள்.

''நான் என்னுடைய வேலையைச் சிறப்பாகச் செய்கிறேன். அதனால் பெருமைக் கொள்கிறேன். ஆனால் என்னுடைய சக ஊழியர்கள் என்னுடைய வெற்றிகளில் பங்கெடுத்துப் பகிர்ந்து கொள்வதற்கு பதிலாக அவர்கள் கோபம் அடைபவர்களாகத் தோன்றுகிறார்கள். நான் இந்த மனிதர்களால் நேசிக்கப்படவே விரும்புகிறேன். உண்மையில் அவர்கள் என் நண்பர்களாக இருப்பதையே நான் விரும்புகிறேன். இந்தப் பயிற்சிகளில் கூறப்பட்ட யோசனைகளைக் கவனித்ததிலிருந்து நான் என்னைப் பற்றிக் குறைவாகப் பேசத்

தொடங்கினேன். என்னுடைய தோழர்கள் கூறுவதை அதிகமாகக் கவனித்து கேட்கத் தொடங்கினேன். அவர்களிடமும் பெருமை கொள்ளத்தக்க விஷயங்கள் இருந்தன. அவற்றை என்னிடம் கூறுவதில் என் பேச்சைக் கேட்பதைக் காட்டிலும் அதிக மகிழ்ச்சி கொண்டார்கள். இப்போது நாங்கள் மகிழ்ச்சியுடன் பேசிக் கொள்ள நேரம் கிடைக்கும் போது அவர்களுடைய மகிழ்ச்சியை என்னோடு பகிர்ந்து கொள்ளுமாறு கேட்கிறேன். அவர்கள் விரும்பிக் கேட்கும் போது மட்டுமே என்னைப் பற்றி அவர்களிடம் என் சாதனைகள் பற்றிப் பேசுகிறேன்.''

கொள்கை 6

மற்றவர்கள் அதிகமாகப் பேசுவதை அனுமதியுங்கள்.

7

ஒத்துழைப்பை எப்படி பெறுவது

வெள்ளித்தட்டில் வைத்து அப்படியே தரப்படும் கருத்துக்களை விடவும் நீங்களே சிந்தித்து உருவாக்கும் கருத்துக்களில் நீங்கள் அதிகமான நம்பிக்கைக் கொள்கிறீர்கள் அல்லவா? அப்படி என்றால், உங்கள் கருத்துக்களை மற்றவர் தொண்டைக்குள் திணிக்க முயற்சிப்பது தவறான மதிப்பீடு அல்லவா? யோசனையை மட்டும் கூறிவிட்டு முடிவை மற்றவர் எடுக்குமாறு செய்வது என்பது தான் புத்திசாலித்தனம் அல்லவா?

ஒரு வாகன விற்பனைக் காட்சிப் பகுதியின் மேலாளரும், என்னுடைய பயிற்சி வகுப்பு ஒன்றின் மாணவருமான ஃபிலடெல்ஃபியாவைச் சேர்ந்த அடோல்ஃப் செல்ட்ஸ் என்பவர் ஊக்கமிழந்தும், ஒழுங்குமுறை இல்லாமலும் இருந்த வாகன விற்பனையாளர்களுக்கு ஊக்கத்தை ஊட்டவேண்டிய அவசியத்தைத் திடீரென்று எதிர்கொண்டார். விற்பனையாளர் கூட்டம் ஒன்றைக் கூட்டி அதில், அவர்கள் தன்னிடம் இருந்து உண்மையில் என்ன எதிர்பார்க்கிறார்கள் என்று வற்புறுத்திக் கேட்டார். அவர்கள் பேசப்பேச அவர்கள் சொல்வதையெல்லாம் ஒரு கரும்பலகையில் எழுதினார். பிறகு அவர், ‘‘என்னிடமிருந்து நீங்கள் எதிர்பார்க்கும் தகுதிக் குணங்களை நான் வழங்குகிறேன். இப்போது நான் உங்களிடமிருந்து எதிர்பார்க்க உரிமையுள்ளவற்றை நீங்களே சொல்லுங்கள்’’ என்று கூறினார். அவர்களிடமிருந்து பதில்கள் வேகமாகவும் விரைவாகவும் வந்தன: உண்மையாக இருப்பது, நேர்மையாக இருப்பது, ஆக்கபூர்வமாக இருப்பது, நேர்மறை சிந்தனை கொண்டிருப்பது, குழு உணர்வுடன் பணியாற்றுவது, எட்டு மணி நேர ஆர்வமுள்ள பணி செய்வது என்பவை அவர்களின் பதில்கள். அந்தக் கூட்டம் புதியதான தெம்போடும் புத்துணர்வோடும்

முடிந்தது. ஒரு விற்பனையாளர் ஒரு நாளைக்கு பதினான்கு மணி நேரம் பணி செய்ய தானாகவே முன்வந்தார். விற்பனை அதிகரிப்பு உணரத்தக்க வகையில் அதிகமாகி இருந்தது என்று மிஸ்டர். செல்ட்ஸ் என்னிடம் குறிப்பிட்டார்.

''அந்த மனிதர்கள் என்னிடம் ஒருவகையான நேர்மையான பேரத்தை முன் வைத்தார்கள். நான் என்னுடைய உறுதியில் சரியாக இருந்தது போல் அவர்களும் அவர்களின் செயல்பாட்டில் சரியாக இருந்தார்கள். அவர்களின் விருப்பங்களைப் பற்றியும் தேவைகள் பற்றியும் கலந்தாலோசித்தது அவர்களுக்கு வேண்டிய தேவையான கருவிகளைக் கொடுத்தது போல் இருந்தது'' என்று மிஸ்டர். செல்ட்ஸ் கூறினார்.

யாரும் தங்களை சிலவற்றை விற்கச் சொன்னதாகவோ, சிலவற்றை உற்பத்தி செய்யக் கூறியதாகவோ உணர்வதற்கு விரும்பவில்லை. நாங்கள் தாங்களாகவே வாங்குவதாகவும் அல்லது தங்கள் கருத்துப்படி நடப்பதாகவும், உணர்வதையே பெரிதும் விரும்புகிறோம். நாங்கள் எங்களுடைய எண்ணங்கள், விருப்பங்கள் ஆகியவை பற்றி எங்களைக் கலந்தாலோசிப்பதையே விரும்புகிறோம்.

யூஜின் வெஸ்ஸன் என்பவரின் உதாரணத்தை எடுத்துக் கொள்வோம். இந்த உண்மையை அவர் கற்றுக் கொள்வதற்கு முன்னால் அளவற்ற ஆயிரக்கணக்கான டாலர்களைக் கமிஷனாகக் கொடுத்து நஷ்டப்பட்டார். மிஸ்டர். வெஸ்ஸன் ஒரு புகைப்பட நிலையத்திற்கு வரைகோட்டு ஓவியங்களை விற்றார். அவர்கள் அதனை ஒப்பனைக்காரர்களுக்கும் துணி உற்பத்தியாளர்களுக்கும் வரைகலையாக ஆக்கிக் கொடுத்தனர். மிஸ்டர். வெஸ்ஸன் நியூயார்க்கிலுள்ள ஒரு புகழ்பெற்ற ஒப்பனைக்காரரை வாரத்திற்கு ஒரு முறையாக ஒவ்வொரு வாரமுமாக மூன்று ஆண்டுகள் சந்தித்திருக்கிறார். ''அவர் ஒருமுறை கூட என்னைப் பார்ப்பதற்கு மறுத்ததில்லை. ஆனால் ஒருமுறை கூட என்னிடம் வாங்கியதில்லை. எப்பொழுதும் என்னுடைய வரைகோட்டுப் படங்களைக் கவனமாகப் பார்ப்பார். அதன்பிறகு, 'இல்லை வெஸ்ஸன் நாம் இப்போது இணைந்திருக்க வேண்டியதில்லை என்று கருதுகிறேன்' என்று கூறி அனுப்பினார் என்பதாகக் கூறுகிறார்.

இப்படி 150 தடவைகள் தோல்வியைத் தழுவிய பிறகு, வெஸ்ஸன் தன் மனத்தில் தடம் சரியில்லை என்பதை உணர்ந்து கொண்டார். ஆகவே புதிய சிந்தனைகளை உருவாக்குவதற்காகவும் புத்தாக்க

உணர்வை ஊட்டுவதற்காகவும் வாரத்திற்கு ஒருநாள் மாலையில் மனித நடைமுறைகளைக் கவர்ந்திழுப்பது பற்றிக் கற்பதற்கென்று அர்ப்பணித்தார்.

அவர் இந்தப் புதிய அணுகுமுறையில் செயல்படுவதென்று தீர்மானித்தார். கையில் முற்றுப்பெறாத அரை டஜன் ஓவியரின் வரைபடங்களுடன் வாங்குகின்றவரின் அலுவலகத்தை நோக்கி விரைந்தார். ''நீங்கள் விரும்பினால் எனக்கு ஒரு சாதகம் செய்ய வேண்டும்'' என்று கூறினார். ''இங்கே சில முற்றுப்பெறாத வரைகோட்டுப்படங்கள் உள்ளன. இவற்றை நாம் எவ்வாறு முற்றுப்பெறச் செய்து நாம் பயன்படுத்திக் கொள்வதற்கு தாங்கள் உதவ முடியுமா?'' என்று தொடர்ந்து கூறினார்.

வாங்கக்கூடிய அவர் ஒரு வார்த்தை கூட பேசாமல் சிறிது நேரம் அந்த வரைகோட்டுப் படங்களைப் பார்த்தார். இறுதியாக அவர்: ''வெஸ்ஸன் இவற்றைச் சில நாட்களுக்கு இங்கே விட்டுச் செல்லுங்கள். அதன் பிறகு என்னை வந்து பாருங்கள்'' என்று கூறினார்.

மூன்று நாட்களுக்குப் பிறகு வெஸ்ஸன் திரும்பி வந்து அவருடைய ஆலோசனைகளை ஏற்றுக்கொண்டு, அந்த வரைகோட்டுப் படங்களை வாங்குபவரின் விருப்பப்படி முடித்துக் கொண்டு புகைப்பட நிலையத்திற்கு வந்தார். அதன் விளைவு என்ன? எல்லாம் ஏற்றுக் கொள்ளப்பட்டன.

அதன் பிறகு, இந்த வாங்கும் நபர் நிறைய மற்ற அவரது யோசனைப்படி உருவாக்கப்பட்ட வரைகோட்டுப் படங்களையும் வெஸ்ஸனிடமிருந்து வாங்கிக் கொண்டார். ''ஆண்டுக்கணக்காக நான் அவரிடம் விற்பதில் ஏன் தோல்வியுற்றேன் என்பதை உணர்ந்து கொண்டேன். அவருக்கு என்ன வேண்டும் என்று எண்ணாமல் நான் நினைத்ததை அவர் வாங்கும்படி வற்புறுத்தினேன். பிறகு நான் என்னுடைய அணுகுமுறையை முற்றிலும் மாற்றிக் கொண்டேன். நான் அவர் எனக்கு ஆலோசனைகள் கூறும்படி வற்புறுத்தினேன். இது அவர் தானே வரைகலைகளை உருவாக்குவதான எண்ணத்தை உருவாக்கியது. அவர் அப்படியே செய்தார். நான் அவரிடம் விற்க வேண்டியதாக இருக்கவில்லை. அவர் வாங்கிக் கொண்டார்'' என்று மிஸ்டர் வெஸ்ஸன் கூறினார்.

அந்த யோசனை அவருடையது என்று மற்ற நபரை உணர வைப்பது வணிகம் மற்றும் அரசியலில் மட்டுமல்லாமல் குடும்ப வாழ்க்கையிலும் கூட சிறப்பாகச் செயல்படுகிறது. இந்தக் கொள்கையை தான் எப்படிப் பயன்படுத்தினார் என்பதை

ஓக்லஹோமாவில் உள்ள டுல்சாவைச் சேர்ந்த பால் எம். டேவிஸ் தன்னுடைய வகுப்பில் இவ்வாறு கூறினார்:

''என்னுடைய குடும்பமும் நானும் இதுவரை நாங்கள் மேற்கொண்டிராத அளவுக்கு உள்ள மிகவும் ஆர்வமிக்க சுற்றுலா இடத்தைப் பார்த்து மகிழ்ந்தோம். கெட்டிஸ்பர்கில் உள்ள உள்நாட்டுப்போர் நடந்த படைக்களம், ஃபிலடெல்ஃபியாவில் உள்ள சுதந்திர அரங்கம், நம்முடைய நாட்டின் தலைநகரம் போன்ற வரலாற்று முக்கியத்துவம் வாய்ந்த இடங்களைப் பார்ப்பதற்கு நீண்ட நாள் கனவைக் கொண்டிருந்தேன். ஃபோர்ஜ் பள்ளத்தாக்கு, ஜேம்ஸ்டவுன், வில்லியம்ஸ்பர்கில் உள்ள புணரமைக்கப்பட்ட காலனி கிராமம் ஆகியவையும் நான் பார்க்க வேண்டிய இடங்களின் பட்டியலில் இருந்தன.

''மார்ச் மாதத்தில் என்னுடைய மனைவி நான்ஸி கோடை விடுமுறையில் ஒரு சுற்றுலா சென்று வருவதற்கான யோசனையை வைத்திருப்பதாகக் கூறினாள். அதில் மேற்கு மாநிலங்களுக்குச் சுற்றுலா சென்று வருவதையும் நியூ மெக்ஸிகோ, அரிஸோனா, கலிஃபோர்னியா, நெவடா ஆகியவற்றில் முக்கியமான இடங்களைப் பார்த்து வருவதையும் உள்ளடக்கி இருந்தது. பல ஆண்டுகளாகவே இந்தச் சுற்றுலா சென்று வருவதற்கு அவள் சொல்லிக் கொண்டிருந்தாள். ஆனால் வெளிப்படையாக எங்களால் அந்த இரண்டையும் மேற்கொள்ள முடியவில்லை.

''இளநிலை உயர்பள்ளியில் என் மகள் ஆன் அப்போது தான் அமெரிக்க வரலாற்று வகுப்பை முடித்திருந்தாள். நம்முடைய நாட்டின் வளர்ச்சியை உருவமைத்த நிகழ்வுகளைப் பற்றி அறிவதில் மிகுந்த ஆர்வம் கொண்டிருந்தாள். எங்களுடைய அடுத்த கோடை விடுமுறையில் அவள் படித்திருந்தவற்றில் எந்த மாதிரியான இடங்களை அவள் காண விரும்புகிறாள் என்று நான் கேட்டேன். அவள் தான் விரும்புவனவற்றைப் பார்க்கலாம் என்று கூறினாள்.

''இரண்டு மாலைகளுக்குப் பிறகு நாங்கள் உணவு மேஜையில் இருக்கும் போது என் மனைவி நாம் அனைவரும் ஒத்துக்கொண்டால், இந்த கோடை விடுமுறைக்கு கிழக்கு மாநிலங்களுக்குச் செல்லலாம் என்று தெரிவித்தாள். இந்தப் பயணம் ஆனுக்கு மிகவும் பயனுள்ளதாகவும் எங்கள் அனைவருக்கும் அற்புத உணர்ச்சியூட்டுவதாக அமையும் என்று கூறினாள். நாங்கள் அனைவருமே ஒத்துக் கொண்டோம்.''

இதே வகையான மனோதத்துவம் ஒரு எக்ஸ்ரே தயாரிப்பாளர்களால் தங்கள் கருவிகளை ப்ரூக்ளினில் உள்ள ஒரு

மிகப்பெரிய மருத்துவமனைக்கு விற்பதற்காகப் பயன்படுத்தப்பட்டது. இந்த மருத்துவமனை ஒரு புதிய கூடுதலான கட்டிடத்தைக் கட்டி அதில் மிகச்சிறந்த கருவிகளை அமைத்து அமெரிக்காவில் மிகச்சிறந்த எக்ஸ்ரே துறையாக உருவாக்குவதற்கு தயார் செய்து கொண்டிருந்தார்கள். எக்ஸ்ரே பிரிவிற்குப் பொறுப்பாளரான டாக்டர். எல்---- மிக அதிக எண்ணிக்கையிலான விற்பனை பிரதிநிதிகளால் சூழப்பட்டிருந்தார். ஒவ்வொருவரும் தங்கள் கம்பெனியின் கருவியின் சிறப்புகளை எடுத்துக் கூறிக் கொண்டிருந்தார்கள்.

இருப்பினும் அவர்களில் ஒரு உற்பத்தியாளர் மிகவும் அதிகத் திறமை பெற்றிருந்தார். மனித இயற்கையைக் கையாள்வதைப் பற்றி மற்றவர்களைவிட அதிகமாகத் தெரிந்து வைத்திருந்தார். இதைப்போன்ற ஒரு கடிதத்தை அவர் எழுதினார்:

> எங்களுடைய கம்பெனி அண்மையில் ஒரு புதிய வகையான எக்ஸ்ரே கருவியை தயாரித்து முடித்திருக்கிறது. அதன் முதல் இறக்குமதி பொருள்கள் இப்போது தான் வந்துள்ளன. அவை முழுமை பெற்றனவாக இல்லை. அதனை நாங்கள் அறிவோம். அவற்றை நாங்கள் மேம்படுத்த விரும்புகிறோம். ஆகவே தயவு செய்து உங்கள் மதிப்புள்ள நேரத்தை ஒதுக்கி நீங்கள் இங்கு வந்து அவற்றைப் பார்த்து அவற்றை உங்கள் தொழிலுக்கு அதிக அளவுக்கு சேவை செய்யும் விதத்தில் எவ்வாறு மேம்படுத்தலாம் என்று தங்கள் மேலான யோசனைகளை வழங்கினால் மிகுந்த நன்றியுடையோராக இருப்போம். நீங்கள் எவ்வாறு மிகுந்த பணிகளுக்கிடையில் இருக்கிறீர்கள் என்பதை அறிந்ததனால், நீங்கள் குறிப்பிடும் நேரத்தில் என்னுடைய காரை தங்களை அழைத்துவர அனுப்பி வைப்பதில் மகிழ்ச்சி அடைவேன்.

''இந்தக் கடிதத்தைப் பெற்றவுடன் நான் வியப்புக்குள்ளானேன். நான் வியப்பையும் வாழ்த்தையும் இரண்டையும் பெற்றேன். இதற்கு முன் எந்த எக்ஸ்ரே கருவி தயாரிப்பாளரும் என்னுடைய அறிவுரையை நாடியதில்லை. இது என்னை நான் முக்கியத்துவமுள்ளவனாக உணர வைத்தது. நான் அந்த வாரத்தில் எல்லா இரவிலும் மிகவும் அதிக வேலை வைத்துக்கொண்டு இருந்தேன். ஆனால் அந்த கருவியைப் பார்ப்பதற்காக ஒரு இரவு விருந்து நிகழ்ச்சியை ரத்து செய்துவிட்டேன். அதை நான்

அதிகமாக ஆராய்ந்து பார்க்கப் பார்க்க, அதை நான் எவ்வளவுக்கு விரும்புகிறேன் என்பதை அதிகமாக எனக்குள்ளே கண்டு கொண்டேன்'' என்று டாக்டர் எல் - இந்த நிகழ்வை தொடர்புபடுத்தி எங்கள் பயிற்சி வகுப்பில் கூறினார்.

''அதனை எனக்கு விற்பதில் யாரும் முயற்சி செய்யவில்லை. அது எங்கள் மருத்துவமனைக்கு அதனை வாங்க வேண்டும் என்ற என்னுடைய சொந்த எண்ணம் என்பதை நான் உணர்ந்தேன். அதன் உயர்ந்த தரத்திற்காக நானே அதனை விற்றுக்கொண்டு ஆர்டர் கொடுத்து அதனை அமைத்துக்கொண்டேன்.''

''அறிவுத்திறன் மிக்க எந்தவொரு வேலையிலும் நம்முடைய மறுக்கப்பட்ட சிந்தனைகளை நாம் அங்கீகரிக்கிறோம்; அவை சில மாற்றங்களோடு மீண்டும் நம்மிடம் வந்து சேர்கின்றன'' என்று ரால்ஃப் வால்டோ எமர்சன் தன்னுடைய ''செல்ஃப் ரிலையன்ஸ்'' என்ற கட்டுரையில் கூறினார்.

உட்ரோ வில்சன் வெள்ளை மாளிகையில் ஆட்சி செலுத்திய போது கர்னல் எட்வர்ட் எம். ஹௌஸ் உள்நாட்டு மற்றும் வெளிநாட்டு விவகாரங்களில் மிக அதிக அளவிலான தன் அதிகாரத்தைப் பயன்படுத்தினார். வில்சன் தன் கேபினட் உறுப்பினர்களிடம் ஆலோசிப்பதைவிட கர்னல் இல்லத்திற்கே சென்று அவருடன் கலந்தாலோசித்து அறிவுரைகளைப் பெற்றார்.

ஜனாதிபதியைக் கவர்ந்திழுப்பதில் கர்னல் என்ன முறையைக் கையாண்டார்? அதிர்ஷ்டவசமாக, நமக்குத் தெரியும். ஏனென்றால் ஹௌஸே அதனை ஆர்தர் டி. ஹௌடேன் ஸ்மித்துக்கு வெளிப்படுத்தினார். ஹௌஸ் வெளிப்படுத்தியதை தி *சாட்டர்டே ஈவினிங் போஸ்ட்* பத்திரிகையில் ஒரு கட்டுரையில் ஸ்மித் குறிப்பிட்டார்.

'''ஜனாதிபதியை நான் தெரிந்து கொண்ட பிறகு, ஒரு கருத்துக்கு அவரை மாற்றுவதற்கான சிறந்த வழி சாதாரண முறையில் அவர் மனத்தில் அந்தக் கருத்தைப் புகுத்தி விடுவது தான் என்று கற்றுக் கொண்டேன். ஆனால் அதில் அவர் ஆர்வம் ஏற்படுத்திக் கொள்ளவும் அதைப்பற்றி அவரே சிந்தித்து விடுவதற்காகவும் இது செய்யப்பட்டது. முதல் முறையில் இது வெற்றி பெற்றது ஒரு எதிர்பாராத நிகழ்வு தான். நான் அவரை வெள்ளை மாளிகையில் சந்தித்து வந்தேன். அவர் மறுப்பதான ஒரு கொள்கையை அவரிடத்தில் புகுத்தினேன். ஆனால் பல நாட்களுக்குப் பிறகு, ஒரு இரவு விருந்து மேஜையில் இருக்கும் போது, என்னுடைய

யோசனைகளை அவருடையவையாக அவர் வெளிப்படுத்த வேண்டும் என்று எழுதியதைக் கண்டு வியந்து போனேன்.'

ஹௌஸ் அதனிடையே குறுக்கிட்டு, ''இது உங்கள் யோசனை அல்ல. அது என்னுடையது'' என்று சொன்னாரா? ஓ, இல்லை. ஹௌஸ் அப்படிக் கூறவில்லை. அவர் அதில் கைதேர்ந்த திறமையாளராக இருந்தார். அவர் தனக்கு புகழ் கிடைக்க வேண்டும் என்பதைப் பற்றிக் கவலைப்படவில்லை. அவர் விளைவுகளையே விரும்பினார். ஆகவே அவர் வில்சன் அதையே பயன்படுத்தட்டும் என்று விட்டுவிட்டார். ஹௌஸ் இதற்கும் மேலாகவும் ஒன்றைச் செய்தார். அவர் இந்தக் கருத்துக்களுக்காக வில்சன் இதைவிட அதிகமாகவும் செய்தார். அவர் வில்சனுக்கு இந்தக் கருத்துக்களுக்காக பொதுமக்கள் ஆதரவு கிடைக்குமாறு செய்தார்.

நாம் தொடர்பு கொள்கின்ற ஒவ்வொருவருமே உட்ரோ வில்சனைப் போன்ற மனிதர்களே என்பதை நினைவில் கொள்ள வேண்டும். ஆகவே கோலோனேல் ஹௌஸின் உத்தியைப் பயன்படுத்துவோம்.

நியூ ப்ருன்ஸ்விக்கில் உள்ள அழகான கனடியன் மாகாணத்தைச் சேர்ந்த ஒரு மனிதர் இந்த உத்தியை என்னிடம் பயன்படுத்தி என்னுடைய ஆதரவைப் பெற்றுக் கொண்டார். நியூ ப்ருன்ஸ்விக் பகுதியில் படகில் சென்று மீன் பிடிக்கும் பொழுதுபோக்கை மேற்கொள்ள அந்த சமயத்தில் திட்டமிட்டுக் கொண்டிருந்தேன். ஆகவே சுற்றுலா வாரியத்திற்கு தகவல் கேட்டு கடிதம் எழுதினேன். என்னுடைய பெயர் தெளிவாக தகவல் அனுப்பும் பெயர் பட்டியலில் இருந்ததால், உடனேயே கடிதங்கள் பலவும், குறிப்பேடுகளும், அச்சிட்ட நற்சான்று குறிப்புகள் ஆகியன முகாமிலிருந்தும் வழிகாட்டிகளிடமிருந்தும் வந்து குவிந்தன. நான் குழம்பிப் போய்விட்டேன். எதைத் தேர்ந்தெடுப்பது என்று எனக்குத் தெரியவில்லை. பிறகு ஒரு முகாம் உரிமையாளர் ஒரு புத்திசாலித்தனமான விஷயத்தைச் செய்தார். அவர் எனக்கு தன்னுடைய முகாமில் தங்கிய நியூயார்க்கைச் சேர்ந்த பலரது பெயர்களையும் தொலைபேசி எண்களையும் அனுப்பி, அவர்களுக்குத் தொலைபேசியில் தொடர்பு கொண்டு பேசி அவர் எதைத் தேர்ந்தெடுப்பது என்பதை நானே முடிவெடுத்துக் கொள்ளுமாறு கேட்டுக் கொண்டார்.

அந்தப் பட்டியலில் நான் ஆச்சரியப்படும் வகையில் எனக்குத் தெரிந்த ஒருவரின் பெயர் இருந்தது. நான் அவரைத் தொலைபேசியில் அழைத்து அவரது அனுபவம் என்ன என்பதைக் கேட்டுத் தெரிந்து

கொண்டேன். அதன் பிறகு முகாமுக்குத் தந்தி அனுப்பி என்னுடைய வருகை தேதியை அறிவித்தேன்.

மற்றவர்கள் எல்லோரும் தங்கள் சேவைகளை என்னிடம் விற்பதற்கு முயன்று கொண்டிருந்தார்கள். ஆனால் இந்த ஒன்று மட்டும் நானே எனக்கு விற்பனை செய்து கொள்ளுமாறு செய்துவிட்டது. அந்த நிறுவனம் வெற்றி பெற்றது.

இருபத்தைந்து நூற்றாண்டுகளுக்கு முன், லாவோட்ஸி என்ற ஒரு சீன முனிவர் இந்த நூலின் வாசகர்கள் இன்று பயன்படுத்தக்கூடிய சில விஷயங்களைப் பற்றிக் கூறினார்:

''நூறு மலையருவிகளைவிட ஆறுகளும் கடல்களும் ஏன் மதிக்கப்படுகின்றன என்றால், அவை அனைத்தையும் தங்களுக்குக் கீழே வைத்துள்ளன. ஆகவே அவை எல்லா மலையருவிகளையும் தன்னுள் ஆட்சிக்குள் அடக்கிக் கொள்கின்றன. ஆகவே மனிதர்களுக்கு மேலே இருக்கும் துறவி, தன்னை அவர்களுக்குக் கீழாக வைத்துக் கொள்கிறார். அவர்களுக்கு முன்னே இருக்க் விரும்பினால் தன்னைப் பின்னே வைத்துக் கொள்கிறார். இப்படியாக, அவர்களின் இருப்பு மனிதர்களுக்கு மேல் தான் என்றாலும் அவர்கள் இவரது கனத்தை உணர்வதில்லை. அவரது இருப்பு மனிதர்களுக்கு முன்னே என்றாலும், அதை அவர்கள் அவமதிப்பாக எடுத்துக் கொள்வதில்லை.''

கொள்கை 7

யோசனை அவருடையதென்று அடுத்த நபரை உணரச் செய்யுங்கள்.

8

உங்களுக்கு அதிசயங்களை நிகழ்த்தி வைக்கும் சூத்திரம்

அடுத்தவர் முற்றிலும் தவறானவராக இருக்கலாம் என்பதை நினைவில் வைத்துக்கொள்ளுங்கள். ஆனால் அவர்கள் அவ்வாறு நினைக்க மாட்டார்கள். எந்த ஒரு முட்டாளும் இதனைச் செய்ய முடியும். அவர்களைப் புரிந்து கொள்ள முயலுங்கள். அறிவுள்ள, பொறுமையுள்ள, தனித்துவம் மிக்கவர்கள் மட்டுமே கூட அதைச் செய்ய முயற்சிக்கிறார்கள்.

மற்றவர் அவ்வாறு நினைத்து ஏன் அதைச் செய்கிறார் என்பதற்கு ஒரு காரணம் இருக்கிறது. அந்தக் காரணத்தைத் தேடிக் கண்டுபிடித்தால், அவருடைய செயல்களுக்கான காரணத்தை நீங்கள் அறிவீர்கள். ஒருவேளை அவருடைய தனித்துவப் பண்புகளையும் அறிவீர்கள்.

நேர்மையான முறையில் அவருடைய இடத்தில் உங்களை வைப்பதற்கு முயற்சி செய்யுங்கள்.

''அவருடைய இடத்தில் நான் இருந்தால் நான் எப்படி உணர்வேன் எப்படி நடந்து கொள்வேன்?'' என்று உங்களுக்குள் நீங்கள் கூறிக்கொண்டால், நீங்கள் உங்கள் நேரத்தையும் எரிச்சலையும் தவிர்ப்பையும் மிச்சப்படுத்திக் கொள்வீர்கள். ஏனென்றால், ''காரணத்தில் நாம் ஆர்வம் கொள்வதன் மூலம் வெறுப்புகளைக் குறைத்துக் கொள்கிறோம்.'' அதுவும் மட்டுமல்லாமல், மக்கள் தொடர்பில் உள்ள உங்கள் திறமையை மிகவும் கூர்மையாக வளர்த்துக் கொள்வீர்கள்.

''ஒரு நிமிடம் நின்று நிதானித்து மற்ற வேறு விஷயங்களின் மேல் உள்ள உங்கள் குறைவான ஆர்வத்துடன் உங்கள் சொந்த விவகாரங்களில் காட்டும் ஆர்வத்தை ஒப்பிட்டுப் பாருங்கள். உலகத்தில் மற்ற எல்லோரும் முற்றிலும் இதே முறையில் தான்

உணர்கிறார்கள் என்பதை உணர்ந்து கொள்ளுங்கள். பிறகு, லின்கன் மற்றும் ரூஸ்வெல்டைப் போலவே நீங்களும் மக்களைக் கையாள்வதில் உள்ள வெற்றி மற்றவர்களின் கருத்து நோக்கை கனிவுடன் அறிவதாகிய மக்களின் பல்வேறுபட்டவர்களுடனான தொடர்புகள் பற்றிய சிறந்த அடிப்படையை நீங்கள் உணர்வீர்கள்'' என்று கென்னத் எம். கூட் தன்னுடைய *ஹௌ டு டர்ன் பீப்பிள் இன் டு கோல்ட்* என்ற நூலில் கூறுகிறார்.

தன்னுடைய மனைவி வீட்டு முன்தோட்டத்தில் மிகவும் அதிகமான நேரத்தை களைகளைப் பிடுங்குவதிலும், உரமிடுவதிலும், வாரம் இருமுறை புல் வெட்டுவதிலும் செலவிட்ட போதிலும் நான்கு ஆண்டுகளுக்கு முன் அந்த வீட்டிற்கு வந்த போது இருந்ததற்கும் மேலாக தோட்டம் அழகாகத் தோன்றவில்லை என்று நியூயார்க்கில் உள்ள ஹெம்ப்ஸ்டடைச் சேர்ந்த சாம் டக்ளஸ் வழக்கமாகக் கூறுவார். இயற்கையாகவே, அவருடைய வார்த்தைகளால் அவள் வருத்தம் அடைந்தாள். ஒவ்வொரு முறை அவர் இத்தகைய வார்த்தைகளைக் கூறும் போதும் மாலை வேளையின் எஞ்சிய நேரம் பாழாக்கப்பட்டுவிடும்.

எங்களுடைய பயிற்சி வகுப்பில் சேர்ந்து கற்ற பின்னர், மிஸ்டர். டக்ளஸ் இந்த கடந்த ஆண்டுகளில் தான் எவ்வளவு முட்டாள்தனமாக நடந்து கொண்டிருக்கிறார் என்பதை உணர்ந்தார். அவள் அந்த வேலையைச் செய்வதில் மகிழ்ச்சி அடைந்தாள் என்பதையும் அவளுடைய ஆர்வத்திற்கு பாராட்டு சொல்ல வேண்டும் என்பதையும் அவர் இதுவரை உணராமல் இருந்துவிட்டார்.

ஒரு நாள் மாலையில் சிற்றுண்டிக்குப் பிறகு, அவருடைய மனைவி களை பிடுங்குவதற்கு கணவனையும் அழைத்து உடனிருக்க வேண்டும் என்று கேட்டுக் கொண்டாள். அவர் முதலில் மறுத்துவிட்டார். ஆனால் அதை நல்லது என்று நினைத்து அவளுடன் களை பிடுங்குவதில் அவளுக்கு உதவி செய்யத் தொடங்கினார். அவள் கண்ணுக்குத் தெரிய மகிழ்ச்சியுடனிருந்தாள். அவர்கள் இருவரும் ஒரு மணி நேரம் கடும் உழைப்போடும் இனிமையான கலந்துரையாடலோடும் கழித்தனர்.

அதன் பிறகு அவர் அடிக்கடி அவளுக்குத் தோட்ட வேலையில் உதவி செய்தார். அந்த முன்தோட்டம் எவ்வளவு அழகாக இருக்கிறது என்று கூறி பாராட்டினார். கல்தரை போல் இருந்த தரையை இவ்வளவு அழகாக மாற்றுவதில் அவள் அற்புதமான வேலை செய்துள்ளாள் என்றும் பாராட்டினார். அதன் விளைவு: இருவருக்கும் இனிமை நிறைந்த வாழ்வு கிடைத்தது. ஏனென்றால்

மற்றவர்களின் பார்வையில் விஷயங்களைப் பார்ப்பதற்கு அவர் கற்றுக்கொண்டு விட்டார். அந்த விஷயம் களைகளைப் பற்றியதாக மட்டும் இருந்த போதிலும் இது நிகழ்ந்தது.

டாக்டர். ஜெரால்ட் எஸ். நிரென்பெர்க் தன்னுடைய *கெட்டிங் த்ரூ டு பீப்பிள்* என்ற நூலில் இவ்வாறு கருத்துக் கூறியுள்ளார்: ''மற்ற மனிதர்களின் கருத்துக்களையும் உணர்வுகளையும் உங்களுடைய வையாகக் கருதுவதைத் தெரியப்படுத்தினால் கலந்துரையாடலில் கூட்டுறவு என்பதை சாதிக்க முடிகிறது. மற்ற நபரின் நோக்கத்தையும் அல்லது திசையையும் கொண்டு உங்கள் கலந்துரையாடலைத் தொடங்கினால், நீங்கள் கேட்பவராக இருந்தால் மற்றவர்களிடமிருந்து என்ன கேட்க விரும்புவீர்களோ அதனைக் கொண்டு உரையாடலை நெறிப்படுத்தி, திறந்த மனத்தையும் திறந்த கருத்தையும் கேட்பவர் உணரும் வண்ணம் செய்யும் என்பதை ஒத்துக்கொண்டு உங்கள் உரையாடலை செய்யுங்கள்.''★

என்னுடைய வீட்டிற்கு அருகில் உள்ள பூங்காவில் நடப்பதையும் சவாரி செய்வதையும் எப்போதும் மகிழ்ந்து மேற்கொண்டேன். பழங்கால கௌலைச் சேர்ந்த ட்ரூயிட்ஸ்களைப் போல நான் ஒரு ஓக் மரத்தை ஆராதித்தேன். ஆகவே ஒவ்வொரு பருவகாலத்திலும் இளைய மரங்களும் புதர்களும் தேவையில்லாத தீயினால் அழிக்கப்படுவதைப் பார்த்துக் கவலை அடைந்தேன். இந்தத் தீ கவனக்குறைவான புகை பிடிப்பவர்களால் ஏற்படுத்தப்படவில்லை. இளைஞர்கள் பூங்காவிற்குள் காட்டுவாசிகளைப் போல் உள்ளே சென்று ப்ராங்ஃபர்டர் உணவை அல்லது முட்டையை மரத்திற்கு கீழே வைத்து சமைப்பதால் தான் எப்போதும் பெரும்பாலான சமயங்களில் இத்தகைய தீ விபத்துகள் ஏற்படுகின்றன. சில சமயங்களில் தீயணைப்பு வீரர்களைக் கொண்டு அணைக்கும் அளவுக்கு அது பரவிவிடுகிறது.

அந்தப் பூங்காவின் ஒரு முனையில் தீ மூட்டுபவர்கள் அபராதத்திற்கும் சிறைத் தண்டனைக்கும் உள்ளாவார்கள் என்ற ஒரு அறிவிப்பு பலகை உள்ளது. ஆனால் அந்த அறிவிப்புப் பலகை அடிக்கடி பார்வையில் படாத இடத்தில் உள்ளது. சில குற்றவாளிகள் எப்போதும் அதைப் பார்த்ததில்லை. ஒரு ஆயுதமேந்திய குதிரைப்படை வீரர் எப்பொழுதும் பூங்காவைப் பாதுகாத்துக் கொண்டிருக்க வேண்டும். ஆனால் அவர் தன்னுடைய வேலையை

★ டாக்டர். ஜெரால்ட் எஸ். நிரேன்பெர்க், *கெட்டிங் த்ரூ டு பீப்பிள்* (எங்க்லெவுட் க்ளிஃப்ஸ், என்.ஜெ: ப்ரென்டிஸ் ஹால், 1963) பக்கம். 31

கவனத்துடன் செய்வதில்லை. ஒவ்வொரு பருவகாலத்திலும் இந்தத் தீ பரவத் தொடங்கியது. ஒரு சமயத்தில், நான் காவலரை நோக்கி ஓடி, பூங்காவில் தீ வேகமாகப் பரவுவதைப் பற்றி எடுத்துக்கூறி தீயணைப்புத் துறைக்குத் தெரிவிக்குமாறு வேண்டினேன். அவர் ஆர்வமற்ற முறையில் அது நடைபாதைப் பகுதியில் இல்லாததால் அது தன்னுடைய வேலை எல்லையில் இல்லை என்று கூறினார். நான் விரக்தியுடன் வருத்தமடைந்தேன். ஆகவே அதன் பிறகு நான் சவாரி செய்து அங்கே சென்று பொதுச் சொத்தைப் பாதுகாக்க அமைக்கப்பட்ட ஒருநபர் குழுபோல் செயல்பட்டேன். ஆரம்ப சமயத்தில் நான் மற்றவர் பார்வையில் எதையும் பார்க்காமல் இருந்ததால் நான் பயப்பட்டேன். மரங்களுக்குக் கீழே தீயை நான் பார்த்த போது நான் அதைக் குறித்து வருத்தப்பட்டேன். நான் செய்த தவறான ஒரு செயலைச் சரியென்று செய்தேன். வேகமாகச் சவாரி செய்து அங்கே சென்று அந்த இளைஞர்களிடம் சென்றேன். தீயை மூட்டியதற்காக அவர்கள் சிறையிலடைக்கப்படுவார்கள் என்று எச்சரித்தேன். அதிகாரமான குரலில் தீ உடனே அணைக்கப்பட வேண்டும் என்று எச்சரித்தேன். அவர்கள் அதற்கு இணங்க மறுத்தால் அவர்களைக் கைது செய்வதாகவும் அச்சுறுத்தினேன். அவர்களின் சிந்தனையை அறியாமலேயே என்னுடைய உணர்ச்சி களைக் கொட்டித் தீர்த்தேன்.

அதன் விளைவு என்ன? அவர்கள் ஒத்துக்கொண்டார்கள் - ஏளனமான மனத்துடனும் கோபத்துடனும் ஒத்துக் கொண்டார்கள். நான் குன்றின் மேல் சென்றவுடன் அவர்கள் மறுபடியும் தீ மூட்டிக்கொண்டு முழு பூங்காவையும் எரித்து விடுவது போலச் செய்தார்கள்.

காலங்கள் சென்றபின், மக்கள் தொடர்பில் நான் அதிகமான அறிவு பெற்றதும், கொஞ்சம் அதிகமான சிறந்த உத்திகளைத் தெரிந்து கொண்டதும், மற்றவர்கள் பார்வையில் சிந்தித்து செயல்படுவதில் சிறிது அதிகமான ஆர்வம் கொண்டதும் ஆகிய நிலையை அடைந்தேன். பிறகு அதிகாரத்தைப் பயன்படுத்தி உத்தரவிடுவதற்குப் பதிலாக நான் அவர்கள் மூட்டிய தீ எரியும் இடத்திற்குச் சென்றேன். இவ்வாறு கூறத் தொடங்கினேன்:

“பையன்களே நல்ல மகிழ்ச்சியான நேரத்தில் இருக்கிறீர்கள் அல்லவா? இரவு உணவுக்கு என்ன சமைக்கப் போகிறீர்கள்...? நான் சிறுவனாக இருந்த போது தீ மூட்டுவதில் விருப்பம் கொண்டிருந்தேன். இப்போதும் அதனை விரும்புகிறேன். ஆனால் இந்தப் பூங்காவில் தீ மூட்டுவது மிகவும் ஆபத்தானது. நீங்கள் எதுவும் தீங்கு விளைத்து

விடுவீரகள் என்று நான் கூறவில்லை. ஆனால் இங்கு வரும் வேறு பையன்கள் கவனமாக இருப்பதில்லை. அவர்கள் இங்கு வந்து நீங்கள் தீ மூட்டியிருப்பதைப் பார்ப்பார்கள். அவர்களும் தீ மூட்டிவிட்டுப் போகும் போது அணைக்காமல் போய்விடுவதால் காய்ந்த இலைகளின் மூலம் தீ பரவி மரங்களை அழித்துவிடுகிறது. நாம் கவனமாக இல்லாவிட்டால் இங்கே எந்தவித மரமும் இருக்கப்போவது இல்லை. இங்கே தீ மூட்டியதற்காக சிறைக்கு அனுப்பிவிடவும் கூடும். ஆனால் ஏதோ அதிகாரத் தோரணையில் நடந்து உங்கள் இன்பத்தைக் கெடுக்க விரும்பவில்லை. நீங்கள் மகிழ்ச்சியோடிருப்பதைத்தான் நான் விரும்புகிறேன். ஆனால் நீங்கள் இங்கு தீ மூட்டும் இடத்தை விட்டு எல்லா இலைகளையும் தயவு செய்து இப்போதே ஒதுக்கி தூர வைத்துவிடுங்கள். நீங்கள் இந்த இடத்தை விட்டுப் போகுமுன் அதனை மண்ணைப் போட்டு மூடிவிட்டுச் செல்வீர்கள் அல்லவா? அடுத்தமுறை நீங்கள் வரும் போது இன்னும் மகிழ்ச்சியுடன் இருக்க விரும்பினால் குன்றின் மீதுள்ள பள்ளத்தில் தீ மூட்டிக் கொள்வீர்கள் அல்லவா? அங்கே இது எந்தத் தீமையையும் தர முடியாது... நன்றி நண்பர்களே! உங்களுக்கு சிறந்த நேரமாக அமையட்டும்.''

இந்த வகையான பேச்சு எத்தகைய மாற்றத்தை ஏற்படுத்திவிட்டது! அந்தப் பையன்களை ஒத்துழைப்பு கொடுப்பதற்கு மாற்றிவிட்டேன். வெறுப்பு உணர்வோ கோப உணர்வோ இல்லை. அவர்கள் உத்தரவுக்குக் கட்டுப்படுவதற்கு வற்புறுத்தப்படவில்லை. அவர்கள் தங்கள் முகங்களில் மலர்ச்சி பெற்றார்கள். அவர்கள் மிகவும் நன்றாக இருப்பதை உணர்ந்தார்கள். நானும் சிறப்பான உணர்வைப் பெற்றேன். ஏனென்றால் அந்தச் சூழ்நிலையை நான் அவர்களின் கருத்துக்கு ஏற்ப நடந்து கையாண்டு விட்டேன்.

தனிப்பட்ட பிரச்சினைகளை அதிகமாகச் சந்திக்கும் போது அடுத்தவர் நோக்கில் விஷயங்களை அணுகும் போது அது அழுத்தங்களை நீக்குகிறது. ஆஸ்திரேலியாவில் உள்ள நியூ சௌத் வேல்ஸைச் சேர்ந்த எலிசபெத் நோவாக் தன்னுடைய காருக்கான பணம் கட்டுவதில் ஆறு வாரங்கள் காலம் தாமதித்து விட்டார். ''ஒரு நாள் வெள்ளிக்கிழமையில், என்னுடைய கணக்கைக் கையாளும் மனிதரிடமிருந்து கேவலமான பேச்சுடன் ஒரு தொலைப்பேசி அழைப்பு வந்தது. திங்கட்கிழமை காலையில் 122 டாலர் பணத்துடன் வரவில்லை என்றால் கம்பெனியிலிருந்து நடவடிக்கைகளை எதிர்பார்க்க வேண்டியிருக்கும் என்று தெரிவித்தார். வார முடிவுக்குள் என்னால் பணத்தை சேகரிக்க முடியாது. ஆகவே திங்கட்கிழமை

அவரிடமிருந்து முதலில் தொலைப்பேசி அழைப்பு வந்த போது மோசமாக ஏதோ நடக்கப் போகிறது என்று எதிர்பார்த்தேன். நிலைதடுமாறிப் போவதற்குப் பதிலாக அவர்களுடைய பார்வையில் இந்தச் சூழ்நிலையைப் பார்த்தேன். நான் மிகவும் அதிகமான தொந்தரவைக் கொடுத்து விட்டதற்காக மிகவும் உண்மையாக அவர்களிடம் மன்னிப்புக் கேட்டேன். நான் பணம் செலுத்துவதில் தாமதம் செய்வது இதுதான் முதல் தடவை இல்லை என்பதால் நான் தான் அவர்களின் வாடிக்கையாளர்களில் மிகவும் மோசமானவனாக இருப்பேன் என்று குறிப்பிட்டேன். அவருடைய பேச்சின் குரல் திடீரென்று மாறியது. அவர் நான் நினைப்பது போல அவ்வளவு மோசமான வாடிக்கையாளர் அல்ல என்று உறுதியாகக் கூறினார். சில நேரங்களில் அவருடைய வாடிக்கையாளர்கள் எவ்வளவு கடுமையாக இருப்பார்கள் என்று பல உதாரணங்களை எடுத்துக்கூறத் தொடங்கினார். அவர்கள் அவரிடம் எவ்வாறு பொய் சொல்வார்கள் என்பதையும் சில நேரங்களில் தொலைப்பேசி அழைப்புகளுக்குப் பதிலே தரமாட்டார்கள் என்றும் கூறினார். நான் எதுவுமே கூறவில்லை. நான் அமைதியாக கவனித்தேன். என்னிடம் அவருக்குள்ள பிரச்சினைகளைக் கொட்டித் தீர்ப்பதற்கு விட்டுவிட்டேன். பிறகு, என்னிடமிருந்து எந்தவித யோசனைகளும் இல்லாமல், நான் அந்தத் தொகையை முழுவதுமாக உடனே செலுத்த முடியவில்லை என்றால் கூட பரவாயில்லை என்று கூறினார். நான் உடனே 20 டாலரும் மீதித் தொகையை முடிந்த போது கட்டிவிடலாம் என்றும் கூறினார்.''

நாளை, யாராவது ஒருவரிடம் தீயை அணைக்குமாறு கூறுவது அல்லது உங்களுக்கு விருப்பமான ஒரு பொருளை வாங்குவது அல்லது உங்கள் அபிமான அறக்கட்டளைக்கு நன்கொடை வழங்குவது ஆகியவற்றுக்கு முன் நீங்கள் அமைதியாக இருந்து அவை அனைத்தையும் அடுத்தவர் கண்ணோட்டத்தில் நீங்கள் ஏன் சிந்தித்துப் பார்க்கக்கூடாது? உங்களுக்குள்ளே இப்படிக் கேட்டுக் கொள்ளுங்கள்: ''இதை ஏன் அவர் செய்ய விரும்புகிறார்?'' உண்மை, இது அதிக நேரத்தை எடுத்துக்கொள்ளும். ஆனால் இது பகைவர்கள் ஏற்படுவதை விட்டுத் தடுத்து குறைவான உராய்வுகளோடும் குறைவான அழுத்தத்தோடும் நல்ல விளைவுகளை ஏற்படுத்தும்.

''நான் எதை சொல்லப்போகிறேன் என்பதில் தெளிவான கருத்து இல்லாமலும் அதற்கு என்னுடைய அறிவைப் பொருத்தவரையில் அவரது ஆர்வங்கள் விருப்பங்களைக் கொண்டு அவர் அதற்கு என்ன பதில் சொல்லப்போகிறார் என்று தெரியாமலும், ஒருவரைச் சந்திப்பதற்கு உள்ளே நுழைவதைவிட, அதற்கு முன்பாக அவரின்

அலுவலத்திற்கு முன் உள்ள ஓர நடைபாதையில் இரண்டு மணி நேரம் நான் நடப்பேன்'' என்று ஹார்வர்ட் வணிகப்பள்ளியைச் சேர்ந்த டீன் டோன்ஹாம் கூறினார்.

இதன் மிக அதிகமான முக்கியத்துவத்தை வலியுறுத்துவதற்காக அதனை சாய்வெழுத்தில் மீண்டும் இதோ தருகிறேன்.

''நான் எதை சொல்லப்போகிறேன் என்பதில் தெளிவான கருத்து இல்லாமலும் அதற்கு என்னுடைய அறிவைப் பொருத்தவரையில் அவரது ஆர்வங்கள் விருப்பங்ளைக் கொண்டு அவர் அதற்கு என்ன பதில் சொல்லப்போகிறார் என்று தெரியாமலும், ஒருவரைச் சந்திப்பதற்கு உள்ளே நுழைவதைவிட, அதற்கு முன்பாக அவரின் அலுவலத்திற்கு முன் உள்ள ஓர நடைபாதையில் இரண்டு மணி நேரம் நான் நடப்பேன்.''

இந்த நூலைப் படித்ததன் விளைவாக, நீங்கள் ஒரே ஒரு விஷயத்தை மட்டும் பெற்றீர்களானால் - மற்ற நபரின் கருத்துப்பார்வையில் சிந்திக்கும் அதிகப்படியான ஆர்வத்தை பெறுவதற்கும் விஷயங்களை மற்றவரின் கோணத்திலும் அதே சமயத்தில் உங்களது கோணத்தில் காண்பதுமான ஒரு விஷயத்தைப் பெற்றீர்களானால் - இந்த ஒரே ஒரு விஷயத்தை மட்டும் இந்த நூலிலிருந்து பெற்றீர்களானால் அது உங்கள் பணியில் வெற்றி பெறுவதற்கான படிக்கற்களில் ஒன்றாகும் என்பது எளிதாக நிரூபிக்கப்படலாம்.

கொள்கை 8

விஷயங்களை மற்றவர் கருத்து நோக்கில் நேர்மையான முறையில் காண்பதற்கு முயற்சி செய்யுங்கள்.

9
ஒவ்வொருவரும் எதை விரும்புகிறார்கள்

விவாதங்களை நிறுத்துவதையும், தீய உணர்வுகளை நீக்குவதையும், நல்லெண்ணத்தை உருவாக்குவதையும், மற்றவர் கவனமாக கவனிப்பதையும் செய்யக்கூடிய ஒரு விந்தையான வாக்கியத்தைப் பெற நீங்கள் விரும்பமாட்டீர்களா?

விரும்புவீர்கள் அல்லவா? எல்லாம் சரி. அது இதோ இங்கே: ''நீங்கள் உணர்கின்ற முறையில் உணர்வதற்காக உங்களை ஒரு இம்மி அளவுக்கும் நான் குறை சொல்லமாட்டேன். நான் உங்களைப் போல் இருந்தால், ஐயமில்லாமல் நீங்கள் உணர்ந்தது போல் தான் உணர்ந்திருப்பேன்.''

அது போன்ற ஒரு பதில் மிகவும் எடக்குமடக்கான பேர்வழியைக்கூட மென்மைப்படுத்தி விடும். நீங்கள் இதனைக்கூறி அதில் நூறு சதவிகிதம் உண்மையாகவும் இருக்க முடியும். ஏனென்றால், நீங்கள் மற்ற நபராக இருந்தால் ஒருவேளை அவரைப் போலவே தான் உணர்வீர்கள். உதாரணமாக அல் கப்போனை எடுத்துக் கொள்ளுங்கள். அல் கப்போன் பெற்றிருந்த அதே உடலையும் அதே குணங்களையும் அதே மனத்தையும் அப்படியே நீங்கள் பெற்றுக் கொண்டதாக நினைத்துக் கொண்டால், அவருடைய சூழ்நிலைகளையும் அனுபவங்களையும் பெற்றிருந்தால், பிறகு நீங்கள் அவரைப் போலவே அவர் இருந்த சூழ்நிலையிலேயே இருப்பீர்கள். ஏனென்றால் அந்த விஷயங்கள் தான் அந்த விஷயங்கள் மட்டும் தான் அவர் இருந்தவாறு உருவாக்கி இருந்தது. உதாரணமாக உங்கள் தாயும் தந்தையும் சலசலத்து நகரும் பாம்பாக இருக்கவில்லை என்றால் நீங்கள் அவ்வகைப் பாம்பாக இருக்க முடியாது.

நீங்கள் நீங்களாக இருப்பதற்குப் பொறுப்பு உங்களிடம் குறைவாக உள்ளது. எரிச்சலூட்டப்பட்டு வருபவர்கள், முரட்டுப்

பிடிவாதத்துடன் வருபவர்கள், காரணமில்லாமல் நடப்பவரகள், அவர்கள் அப்படியிருப்பதற்கான சிறிதளவு காரணம் கொண்டவர்கள் ஆகியோர் உங்களிடம் வருகிறார்கள் என்பதை நினைவில் கொள்ளுங்கள். அத்தகைய ஏழ்மைப் பேய்களுக்காக வருத்தப்படுங்கள். அவர்களுக்காக இரக்கப்படுங்கள். அவர்களுக்கு தயவு காட்டுங்கள். ''அங்கே, கடவுளின் அருள் இல்லையென்றால் நான் போகமுடியாது'' என்று உங்களுக்குள் சொல்லிக் கொள்ளுங்கள்.

எப்போதும் நீங்கள் சந்திப்பவர்களில் நான்கில் மூன்று பகுதியினர் கனிவிற்காகவும் கருணைக்காகவும் ஏங்கிக் கொண்டிருப்பவர்களாக இருக்கிறார்கள். அவர்களுக்கு அதனை வழங்குங்கள். அவர்கள் உங்களை நேசிப்பார்கள்.

நான் ஒருமுறை *லிட்டில் உமெனின்* ஆசிரியர் லூசியா மே அல்காட் பற்றி ஒரு வானொலி உரை நிகழ்த்தினேன். இயற்கையாக, அவள் மஸ்ஸாசூசெட்ஸில் உள்ள கான்கார்டில் வாழ்ந்து கொண்டு பல அழியாச் சிறப்புடைய நூல்களை எழுதினாள். ஆனால், நான் என்ன சொல்லிக் கொண்டிருந்தேன் என்பதை சிந்திக்காமல், நியூ ஹம்ப்ஷயரில் உள்ள கான்கார்டில் உள்ள பழைய வீட்டிற்கு வருவதாகக் கூறினேன். நியூ ஹம்ப்ஷயர் என்பதை ஒருமுறை மட்டும் சொல்லியிருந்தால் அது மன்னிக்கப்பட்டிருக்கும். ஆனால். அந்தோ! அதை நான் இரண்டு முறை கூறினேன். கடிதங்களும், தந்திகளும், கடுமையான செய்திகளும் வெள்ளம் போல் பல திசைகளிலிருந்தும் வந்து குவிந்து என் தலைக்கு கொடிய வண்டுகள் சூழ்ந்து தாக்கியதாக இருந்தன. பலவும் கோபம் கொண்டவையாக இருந்தன. அவற்றில் சில குத்திக்காட்டுவனவாக இருந்தன. மஸ்ஸாசூசெட்சில் உள்ள கான்கார்டில் முன்பு வளர்ந்து இன்றுவரை தற்போது ஃபிலடெல்ஃபியாவில் வசித்து வருபவருமான ஒரு காலனிய டேம் என்பவர் அவளுடைய கடுமையான கோபத்தை என் மீது வேகமாக வெளிப்படுத்தினாள். நான் மிஸ் அல்காட்டை ஒரு நியூ கினியாவின் அரக்கனாகக் கூறியிருந்தால் கூட என் மீது அவ்வளவு கோபம் கொண்டிருக்கமாட்டாள். அந்தக் கடிதத்தைப் படித்தவுடன், நான் எனக்குள்ளே, ''நன்றி இறைவா, அந்தப் பெண்ணை நான் திருமணம் செய்து கொள்ள எண்ணவில்லை'' என்று கூறிக்கொண்டேன். நான் பூகோளத்தில் தவறு செய்திருந்தாலும் அவள் பொதுவான மனித இரக்கத்தில் மிகப்பெரிய தவறு செய்துவிட்டாள் என்று எழுதவும் சொல்லவும் வேண்டும் என்ற உணர்வு ஏற்பட்டது. அவை என்னுடைய ஆரம்ப வார்த்தைகளாக மட்டுமே இருக்கும். அதன் பிறகு நான்

என்னுடைய கைகளை மடக்கிக் கொண்டு நான் உண்மையில் நினைத்ததை செய்ய வேண்டும். ஆனால் நான் அவ்வாறு செய்யவில்லை. நான் என்னை அடக்கிக் கொண்டு விட்டேன். எந்த முட்டாளும் இதைச் செய்ய முடியும் என்றும் இதைப்போலத்தான் பெரும்பாலான முட்டாள்கள் செய்கிறார்கள் என்றும் உணர்ந்தேன்.

நான் முட்டாள்களை விட மேம்பட்டவனாக இருக்க விரும்பினேன். ஆகவே அவளுடைய பகைமை உணர்வை நட்புணர்வாக மாற்ற முடிவெடுத்தேன். இது ஒரு சவாலாகவும் நான் விளையாடக்கூடிய ஒரு விளையாட்டாகவும் இருக்கும். ''நான் அவளாக இருந்தால் நானும் அவளைப் போலத்தான் உணர்ந்திருப்பேன்'' என்று எனக்குள்ளே சொல்லிக் கொண்டேன். ஆகவே நான் அவளுடைய கருத்து நோக்கத்திற்கேற்ப கனிவுடன் நடக்க முடிவெடுத்தேன். அடுத்த முறை நான் ஃபிலடெல்ஃபியாவில் இருந்த போது, அவளைத் தொலைப்பேசியில் அழைத்தேன். எங்கள் உரையாடல் இவ்வாறு தான் நடைபெற்றது:

நான்: மிஸர்ஸ் . . . அவர்களே, சில வாரங்களுக்கு முன் தாங்கள் எனக்கு ஒரு கடிதம் எழுதினீர்கள். நான் அதற்கு உங்களுக்கு நன்றி கூற விரும்புகிறேன்.

அவள்: (பண்பட்ட, அமைதியான, நன்கு சீர்ப்பட்ட குரலில்) நான் பேசும் பெரும்பேறு பெற்றது யாருடன்?

நான்: நான் உங்களுக்குத் தெரியாதவன். என்னுடைய பெயர் டேல் கார்னகி. சில ஞாயிற்றுக்கிழமைகளுக்கு முன் நான் லூயிசா மே அல்காட் பற்றி வழங்கிய வானொலி உரையை கேட்டுள்ளீர்கள். நான் அதில் அவள் நியூ ஹம்ப்ஷயரில் உள்ள கான்கார்டில் வசித்தார் என்ற மன்னிக்க முடியாத ஒரு தவறான தகவலைக் கொடுத்துவிட்டேன். இது உண்மையில் அபத்தமான தவறு. நான் இதற்காக மன்னிப்பு கேட்க விரும்புகிறேன். நீங்கள் இதனை எழுதுவதற்கு உங்கள் நேரத்தை எடுத்துக்கொண்டது மிகவும் மகிழ்ச்சி அளிக்கிறது.

அவள்: நான் நினைத்தபடி எழுதிவிட்டதற்கு வருத்தப்படுகிறேன் மிஸ்டர். கார்னகி. நான் உணர்ச்சிவசப்பட்டு விட்டேன். நான் தான் மன்னிப்புக் கேட்க வேண்டும்.

நான்: இல்லை! இல்லை! நீங்கள் மன்னிப்புக் கேட்க வேண்டியதில்லை; நான் தான் கேட்க வேண்டும். நான் சொன்னதைவிட மிகவும் நன்றாக எந்த ஒரு பள்ளிக் குழந்தையும் அறியும். அடுத்த ஞாயிற்றுக்கிழமை நான் வானொலி வழியாக

மன்னிப்புக் கேட்டேன். இப்போது தங்களிடம் நேரிடையாக மன்னிப்புக் கோர விரும்புகிறேன்.

அவள்: நான் மஸ்ஸாசூட்ஸில் உள்ள கான்கார்டில் பிறந்தவள். என்னுடைய குடும்பம் மஸ்ஸாசூட்ஸில் இரண்டு நூற்றாண்டுகளாகப் பிரபலமாக இருந்தவர்கள். என்னுடைய சொந்த மாநிலத்தைப் பற்றி நான் மிகவும் பெருமைப்படுகிறேன். மிஸ் அல்காட் நியூ ஹம்ப்ஷயரில் வாழ்ந்தார் என்று நீங்கள் கூறியதும் உண்மையில் வருத்தமடைந்து விட்டேன். ஆனால் அந்தக் கடிதம் எழுதியதற்காக உண்மையில் நான் வெட்கப்படுகிறேன்.

நான்: நான் வருத்தப்பட்டதில் பத்தில் ஒருபங்கு கூட நீங்கள் வருத்தப்பட்டிருக்கமாட்டீர்கள் என்று நான் உறுதியாகக் கூறுகிறேன். என்னுடைய தவறு மஸ்ஸாசூட்ஸை புண்படுத்தவில்லை. ஆனால் என்னை அது மிகவும் புண்படுத்தி விட்டது. வானொலியில் பேசியதைக் கேட்டு உங்களைப் போன்ற நிலைப்பாடும் பண்பாடும் கொண்டவர்கள் பெரும்பாலும் கடிதம் எழுதுவதற்கு நேரம் எடுத்துக் கொள்வதில்லை. என் உரைகளில் தவறு கண்டால் நீங்கள் மறுபடியும் எழுதுவீர்கள் என்று நான் நம்புகிறேன்.

அவள்: என்னுடைய விமர்சனத்தைத் தாங்கள் ஏற்றுக்கொண்ட முறையை நான் மிகவும் விரும்புகிறேன் என்பதைத் தெரிந்து கொள்ளுங்கள். நீங்கள் ஒரு அற்புதமான மனிதராக இருக்க வேண்டும். நான் உங்களைப் பற்றி இன்னும் நன்றாகத் தெரிந்து கொள்ள விரும்புகிறேன்.

ஆகவே அவளுடைய கருத்தைப் பற்றி நான் மன்னிப்புக் கேட்டு கனிவு கொண்டதால் அவளும் என்னுடைய கருத்து நோக்கத்தைப் பற்றி மன்னிப்புக் கேட்டு கனிவு கொண்டாள். என்னுடைய கோபத்தைக் கட்டுப்படுத்தி, ஒரு புண்படுத்தும் உணர்வை நேச உணர்வாகத் திருப்பிய மனத் திருப்தியைப் பெற்றேன். அவளை என்னை விரும்பும்படிச் செய்ததன் மூலம் நான் அவளை சூயில்கில் ஆற்றில் சென்று ஆனந்தமாக நீந்தச் சொல்வதையும் விட அதிகமான அளவற்ற ஆனந்தத்தைப் பெற்றேன்.

வெள்ளை மாளிகையில் ஆட்சியில் அமரும் ஒவ்வொருவரும் ஒவ்வொரு நாளும் மனித உறவுகள் தொடர்பாக முள் படுக்கையில் அமரும் அனுபவத்தை எதிர்நோக்குகிறார்கள். ஜனாதிபதி டாஃப்ட் அதற்கு விதிவிலக்கல்ல. அமிலம் போன்று எரியும் கடினத்தன்மை

கொண்ட உணர்வுகளை அவர் அனுபவத்தின் மூலம் கனிவு என்பதன் அபரிமிதமான சக்தியினால் சமநிலைப்படுத்திடும் நிலையைக் கற்றுக் கொண்டார். ***எதிக்ஸ் இன் சர்வீஸ்*** என்ற அவரது நூலில் ஒரு ஏமாற்றமடைந்த பேராசை கொண்ட பெண்மணியின் கோபத்தை எவ்வாறு அவர் தணித்தார் என்பதை ஒரு நகைச்சுவையான உதாரணத்துடன் கொடுக்கிறார்.

‘‘கணவனுக்கு அரசியல் செல்வாக்குடைய வாஷிங்டனைச் சேர்ந்த ஒரு பெண்மணி என்னிடம் வந்து ஆறு வாரங்களுக்கும் அதற்கு மேலாகவும் முயற்சி செய்து ஒரு வேலைக்குத் தன் மகனை நியமிக்க வேண்டும் என்று போராடிப் பார்த்தாள். மறுக்கமுடியாத எண்ணிக்கையிலான செனட்டர்கள், காங்கிரஸ் உறுப்பினர்கள் ஆகியோரையும் அழைத்து வந்து அவர்களைக் கொண்டு வலியுறுத்திப் பேச வைத்தாள். அந்த வேலை ஒரு தொழில்நுட்ப அறிவு தேவையுள்ளது என்பதாலும் அந்த அமைப்பின் தலைவரின் சிபாரிசை ஏற்றும் வேறொருவரை நியமித்தேன். பிறகு அவளிடமிருந்து ஒரு கடிதம் வந்தது. தன்னுடைய உத்தரவை மாற்றிவிட்டு அவளை ஒரு மகிழ்ச்சி மிக்க பெண்ணாக இருக்க மறுத்துவிட்டதால் நான் மிகவும் நன்றி இல்லாதவன் என்றும் எழுதியிருந்தாள். தன்னுடைய மாகாண பிரதிநிதியுடன் மிகவும் முயன்று நான் மிகவும் விரும்பிய ஒரு சட்டம் நிறைவேறுவதற்கு அதிக வாக்குகள் சேகரித்துக் கொடுத்ததாகவும் அதற்கு இந்த வெகுமதி கிடைத்திருப்பதாகவும் புகார் கூறினாள்.

‘‘நீங்கள் இதைப்போன்ற கடிதங்கள் வரப்பெற்றால், முதலில் செய்ய வேண்டியது முறையில்லாமலும் சம்பந்தமில்லாமலும் நடக்கும் இது போன்ற நபர் மீது எப்படி கண்டிப்பாக நடந்து கொள்வது என்று சிந்திக்க முடியும். பிறகு நீங்கள் இதற்கு ஒரு பதில் தயாரித்து அனுப்பலாம். பிறகு நீங்கள் புத்திசாலி என்றால் அந்தக் கடிதத்தை மேஜை அறையில் போட்டு விட்டுப் பூட்டி விடுவது தான். இரண்டு நாட்களுக்குப் பிறகு எடுத்து விடுங்கள். அத்தகைய கடிதங்களுக்குப் பதில் கொடுக்கக் காலக்கெடு இரண்டு நாட்கள் தான். இரண்டு நாட்களுக்குப் பிறகு எடுத்தால் நீங்கள் அதற்கு பதில் அளிக்க வேண்டியதில்லை. பதில் அனுப்பமாட்டீர்கள். அந்த மாதிரி நடவடிக்கையைத் தான் நான் எடுத்தேன். அதன் பிறகு நான் உட்கார்ந்து என்னால் முடிந்த அளவுக்கு பொறுமையான அளவில் முயன்று ஒரு கடிதம் எழுதினேன். இந்தச் சூழ்நிலையில் ஒரு தாயின் ஏமாற்றத்தை நான் அறிவதாகவும், ஆனால் அந்த வேலைக்கு ஆளைத் தேர்ந்தெடுப்பது நான் ஒருவனே செய்ய முடியாது என்றும், நான் ஒரு தொழில்நுட்பத் தகுதி உடையவரையே தேர்ந்தெடுக்க வேண்டும்

என்றும் எழுதிவிட்டு நான் அந்த அமைப்புக்கான தலைவரின் பரிந்துரையை ஏற்க வேண்டும் என்றும் கடிதம் எழுதினேன். அவளுடைய மகன் பின்னால் வரும் அவருக்குத் தகுதியுள்ள வேலைக்குத் தேர்ந்தெடுக்கப்படலாம் என்ற நம்பிக்கையையும் தெரிவித்தேன். அந்தக் கடிதம் அவளை சாந்தப்படுத்திவிட்டது. அவள் முன்பு எழுதியதற்காக வருத்தப்படுவதான குறிப்புடன் அவள் கடிதம் எழுதினாள்.

''ஆனால் அந்த வேலை நியமனம் உடனடியாக உறுதி செய்யப்படவில்லை. சிறிது இடைவெளி விட்டு அவளுடைய கணவரிடமிருந்து காலடியில் விழுவது போல் எழுதப்பட்டு அதே கையெழுத்தில் மற்ற எல்லாமும் அதே பாணியில் ஒரு கடிதம் வந்தது. அதில் அந்த விஷயத்தில் ஏற்பட்ட ஏமாற்றத்திற்குப் பிறகு அவள் படுத்த படுக்கையாகி விட்டதாகவும் வயிற்றில் மிகக் கடுமையான புற்றுநோய் ஏற்பட்டிருப்பதாகவும் தெரிவித்து அறிவுறுத்தி எழுதப்பட்டிருந்தது. முதலில் போட்ட உத்தரவை ரத்து செய்துவிட்டுப் புதிதாகத் தன்னுடைய மகனைத் தேர்ந்தெடுத்து அவளுடைய உடல்நலத்தைக் காப்பாற்றக்கூடாதா? என்று கேட்டிருந்தார். அவளுடைய கணவருக்கு இந்த முறை நான் ஒரு கடிதம் அவளுடைய நோய் கண்டுபிடித்த முறை தவறானது என்றும் அவருடைய மனைவியின் உடல் நலமின்மையால் அவர் வருத்தப்படுகிற அதே அளவுக்கு நான் வருத்தப்படுவதாகவும் கூறி எழுத வேண்டியதாகி விட்டது. ஆனால் அவருடைய வேலை நியமன உத்தரவை ரத்து செய்ய முடியாது என்றும் எழுதினேன். நான் முன்பு நியமித்தவரின் வேலை நிரந்தரமாகி விட்ட இரண்டு நாட்கள் கழித்து தான் அவருடைய கடிதம் வந்தது. நாங்கள் ஒரு இசைவிருந்து வெள்ளை மாளிகையில் நடத்திவிட்டோம். திருமதி. டாஃப்டையும் என்னையும் வாழ்த்தியவர்களில் முதல் இரண்டு பேர் அந்த கணவரும் அண்மையில் ஆர்டிகுலோ மோர்டிஸ் நோயால் பாதிக்கப்பட்ட அவரது மனைவியும் தான்.''

ஜே மாங்கும் ஓக்லஹாமாவில் துல்சா என்ற இடத்திலுள்ள மின்தூக்கிகள் பராமரிப்பு கம்பெனி ஒன்றின் பிரதிநிதியாக இருந்தார். அது துல்சாவின் மிகப் புகழ்பெற்ற ஹோட்டல்கள் ஒன்றின் மின்தூக்கிகள் பராமரிப்பு ஒப்பந்தத்தைப் பெற்றிருந்தது. அந்த ஹோட்டலின் மேலாளர் ஒரு சமயத்தில் இரண்டு மணி நேரத்திற்கு மேல் மின்தூக்கி இயங்காமல் இருக்கக்கூடாது என்று விரும்பினார். ஏனென்றால் அவர் ஹோட்டல் விருந்தினர்களுக்கு கஷ்டம் ஏற்படக்கூடாது என்று விரும்பினார். சரிசெய்ய வேண்டிய

வேலைகள் முடிவதற்கு குறைந்தபட்சம் எட்டு மணி நேரமாவது ஆகும். ஹோட்டலின் வசதிக்காக ஒரு சிறப்பான தகுதி மிக்க மெகானிக்கை கம்பெனி எப்பொழுதும் வைத்துக் கொள்வதில்லை.

மிஸ்டர். மாங்கும் ஒரு பறந்து வரக்கூடிய ஒரு மெகானிக்கை ஏற்பாடு செய்ய முடிந்தபோது, ஹோட்டல் மேலாளரிடம் தொலைப்பேசியில் பேசினார். தனக்குப் போதுமான நேரம் வேண்டும் என்று அவரிடம் விவாதம் செய்து கொண்டிருப்பதற்குப் பதிலாக, அவர் இவ்வாறு கூறினார்:

''ரிக், உங்கள் ஹோட்டல் எப்போதும் விருந்தினர் நிறைந்திருக்கும் என்பதும் மின்தூக்கியைக் குறைந்தபட்ச நேரத்திற்கே இயங்காமல் வைத்திருக்க விரும்புவீர்கள் என்பதும் எனக்குத் தெரியும். இதைப்பற்றிய தங்கள் கவலையை நான் புரிந்து கொண்டேன். உங்களுக்கு உதவி செய்ய முடிந்த எல்லாவற்றையும் செய்ய நாங்கள் விரும்புகிறோம். இருந்தாலும், நாங்கள் அதை சோதித்துப் பார்த்த பொழுது இப்போது அதை முழுமையாகச் சரிசெய்யும் வேலையைச் செய்து முடிக்கவில்லை என்றால், உங்கள் மின்தூக்கி மிகவும் அதிகமான பாதிப்பை அடைந்துவிடக்கூடும். அது இன்னும் மிகவும் அதிகமான நேரம் இயங்க முடியாமல் போகும். எனக்கு தெரியும் பல நாட்களுக்கு உங்கள் விருந்தினர்களை சிரமப்படுத்த விரும்பவில்லை என்று.''

பல நாட்கள் இயங்காமல் இருப்பதைவிட, எட்டு மணி நேரம் மட்டும் இயங்காமல் இருப்பது மிகவும் விரும்பத்தக்கது என்பதற்கு மேலாளர் ஒத்துக்கொள்ள வேண்டியதாயிற்று. தன்னுடைய விருந்தினர்களை மகிழ்ச்சியாக வைத்திருக்க வேண்டும் என்ற மேலாளரின் கருத்துடன் கனிவான எண்ணம் கொள்வதன் மூலம், மிஸ்டர். மாங்கும் ஹோட்டலின் மேலாளரை அவரது கருத்து நோக்கத்திற்கேற்ப செயல்பட்டு அவரை எளிதாகவும் கோபம் வராமலும் வெற்றி கொண்டு விட்டார்.

மிசௌரியில் உள்ள செய்ன்ட் லூயிஸில் இருந்த மிஸஸ். ஜோய்ஸ் நோர்ரிஸ் என்ற பியானோ பயிற்சி ஆசிரியர் இளம்பருவப் பெண்களிடம் பியானோ பயிற்சியாளர்கள் பெற்ற பிரச்சினைகளை எவ்வாறு கையாண்டார் என்பதைப் பற்றிக் கூறினார். பாபெட் மிகவும் அதிக நீளமான விரல் நகங்களைப் பெற்றிருந்தாள். இது முறையாகப் பியானோ வாசிக்கும் பழக்கத்தில் மேம்பாடு அடைய வேண்டும் என்று நினைக்கின்றவர்களுக்கு மிகவும் இடைஞ்சல் தரகூடிய ஒன்றாகும்.

மிஸஸ். நோர்ரிஸ் இவ்வாறு குறிப்பிடுகிறார்: ''பியானோ

வாசிப்பதற்கு அவளுக்கு உள்ள ஆர்வத்திற்கு இத்தகைய அவளுடைய நீண்ட நகங்கள் இடையூறாக இருக்கும் என்பதை நான் நன்கு அறிவேன். அவளுக்கு வகுப்பைத் தொடங்குவதற்கு முன்பாக உரையாடிய போது அவளுடைய நகங்களைப் பற்றி நான் எதுவும் குறிப்பிடவில்லை. அவள் பாடங்களைக் கவனிப்பதில் ஊக்கமின்மையை ஏற்படுத்த விரும்பவில்லை. பெருமையாக அவள் நினைத்துக் கொண்டிருப்பதான அந்த நகங்களை அழகுற கவர்ச்சியுடன் வளர்ப்பதற்கு அவள் எடுத்துக் கொள்ளும் கவனத்தைப் பற்றியும் கூட எனக்கு நன்றாகத் தெரியும்.

''அவளது முதல் பாடம் முடித்த பிறகு, அதுதான் அவளுக்கு எடுத்துச் சொல்ல சரியான நேரம் என்று உணர்ந்தேன். அவளிடம் இவ்வாறு கூறினேன்: 'பாபெட், நீ கவர்ச்சிகரமான கைகளையும் மிகவும் அழகான நகங்களையும் பெற்றிருக்கிறாய். நீ பியானோ வாசிப்பதில் கொண்டிருக்கும் திறமைமிக்க ஆர்வத்தைப் போலவே நீ இதில் விருப்பமும் கொண்டிருக்கிறாய். நீ உன்னுடைய நகங்களை குட்டையாக்கி சீர்செய்துவிட்டால், எவ்வளவு விரைவாகவும் சிறப்பாகவும் எளிதாகவும் பியானோ வாசிப்பாய் என்பதை உணர்ந்தால் நீ ஆச்சரியப்பட்டுப் போவாய். அதைப்பற்றிக் கொஞ்சம் நினைத்துப்பார். சரியா?' உண்மையில் எதிர்மறையான எண்ணத்தை அவள் முகம் காட்டியது. இத்தகைய சூழ்நிலையைப் பற்றி அவளுடைய தாயாரிடமும் பேசினேன். அப்போதும் அவளுடைய மிக அழகான நகங்களைப் பற்றிப் புகழ்ந்தவாறே கூறினேன். மறுபடியும் ஒரு எதிர்மறை செயல்பாடு. பாபெட்டின் அழகாகப் பராமரிக்கப்பட்ட நகங்கள் அவளுக்கு முக்கியமானது என்பது வெளிப்படையானது தான்.

''அடுத்த வாரத்தில் பாபெட் தன்னுடைய இரண்டாவது பாடத்தைக் கற்பதற்காக வந்தாள். ஆச்சரியப்படும் வகையில் அவளுடைய நகங்கள் சரி செய்யப்பட்டிருந்தன. அவள் அத்தகைய தியாகத்தைச் செய்ததற்காக அவளைப் பாராட்டி வாழ்த்தினேன். பாபெட் தன் நகங்களை வெட்டி சரி செய்வதற்கு உற்சாகமூட்டிய அவரது தாயாருக்கும் நன்றி கூறினேன். அவளுடைய பதில் இப்படி இருந்தது. 'ஓ, அதில் நான் ஒன்றுமே செய்யவில்லை. பாபெட் அவளாகவே இவ்வாறு செய்வதற்கு முடிவெடுத்தாள். மற்றவர்களுக்காக அவள் தன்னுடைய நகங்களை வெட்டி சரி செய்தது இதுதான் முதல்முறை.'''

பாபெட்டை மிஸர்ஸ். நோர்ரிஸ் மிரட்டினாரா? நீண்ட நகங்கள் உள்ள ஒரு மாணவருக்கு தான் கற்றுத்தர முடியாது என்று

மறுத்தாரா? இல்லை. அவர் அப்படி செய்யவில்லை. அவளுடைய நகங்கள் அழகு மிக்கவை என்றும் அவற்றை இழப்பது ஒரு தியாகம் என்றும் பாபெட்டை உணரச்செய்தார். ''நான் உன் மீது கனிவும் பரிவும் கொள்கிறேன். எனக்குத் தெரியும் நீ அவ்வாறு செய்வது எளிதல்ல என்பதும் எனக்குத் தெரியும். ஆனால் உன்னுடைய இசைத்திறன் மேம்பாட்டில் மிகவும் உதவிகரமானதாகும்'' என்பதைத் தெளிவுபடுத்தினேன்.

சோல் ஹ்யூராக் என்பவர் அமெரிக்காவின் மிகச்சிறந்த நிகழ்ச்சி அமைப்பாளர்களில் முதன்மையில் இருப்பவர். ஏறக்குறைய அரை நூற்றாண்டு காலமாக, அவர் சாலியாபின், இசடோரா டங்கன், பவ்லோவா போன்ற மிகப் புகழ்பெற்ற கலைஞர்களைப் பயன்படுத்தி அவர்களைக் கையாண்டு வந்துள்ளார். தனித்தனி குணாதிசயங்களைக் கொண்ட இத்தகைய நட்சத்திரங்களுடன் பழகும் போது முக்கியமாகத் தேவையானது, கனிவு, கனிவு இன்னும் அதிகமான கனிவு என்பதைத் தான் கற்றுக் கொண்டதில் முதலாவதான பாடமாகக் கருதுவதாக மிஸ்டர் ஹ்யூராக் என்னிடம் கூறினார்.

மாநகரத்தின் பகட்டான படத்தயாரிப்பாளர்களைக் கவர்ந்திழுத்த மென்மையான குரலுடைய ப்யோடோர் சாலியாபினின் நிகழ்ச்சி அமைப்பாளராக மூன்று ஆண்டுகள் அவர் இருந்தார். இருப்பினும் சாலியாபின் அவருக்கு ஒரு நிரந்தர பிரச்சினையாக இருந்தார். அவரை ஒரு மன நலமில்லா குழந்தையைப் போல் அவர் கவனித்துக் கொண்டார். மிஸ்டர் ஹ்யூராக்கின் வாசகத்திலேயே சொல்வதென்றால்: ''எந்த வழியிலும் அவர் நரகவேதனை தரும் மனிதராக இருந்தார்'' என்பதாகும்.

உதாரணமாக, அவர் பாட வேண்டிய நாளின் மதிய நேரத்தில் சாலியாபின் மிஸ்டர். ஹ்யூராக்கை அழைப்பார். ''சோல், எனக்கு உடல் நலமில்லை. என்னுடைய தொண்டை வெற்று ஹாம்பர்கர் போல உள்ளது. இன்று இரவு என்னால் பாட முடியாது'' என்று கூறுவார். அவருடன் மிஸ்டர். ஹ்யூராக் விவாதம் செய்வாரா? ஓ, இல்லை. ஒரு தொழிலைச் செய்பவர் கலைஞர்களை அந்த வகையில் கையாள முடியாது என்பதை அவர் அறிந்துள்ளார். ஆகவே அவர் உடனே சாலியாபின் தங்கியுள்ள ஹோட்டலுக்கு விரைந்து சென்று மிகுந்த கனிவுடன், ''என்ன பரிதாபம். என்னுடைய பரிதாபத்துக்குரியவரே, ஒருவேளை உங்களால் பாட முடியாது தான். உடனே அந்த நிகழ்ச்சியை ரத்து செய்துவிடுகிறேன். அதனால் இரண்டு அல்லது சில ஆயிரம் டாலர்கள் மட்டும் இழக்க வேண்டிவரும்.

ஆனால் உங்களுடைய மதிப்பை ஒப்பிடும் போது அது மிகவும் ஒன்றுமில்லாதது தான்'' என்று கூறுவார்.

பிறகு சாலியாபின் பெருமூச்சு விட்டு விட்டு, ''நீங்கள் இன்று பிறகு ஒரு நேரத்தில் வாருங்கள். மாலை ஐந்து மணிக்கு வந்து நான் எப்படி இருக்கிறேன் என்று பாருங்கள்'' என்று கூறுவார்.

பிறகு ஐந்து மணிக்கு மிஸ்டர். ஹ்யூரோக் மறுபடியும் ஹோட்டலுக்கு விரைந்து அதே கனிவான உணர்வுடன் செல்வார். மறுபடியும் நிகழ்ச்சியை ரத்து செய்துவிடுவதாக வற்புறுத்திக் கூறுவார். சாலியாபின் மறுபடியும் பெருமூச்சு விட்டவாறே, ''நல்லது, நீங்கள் இன்னும் கொஞ்சம் நேரம் கழித்து வருவது நன்று. அப்போது நான் சரியாக இருக்கலாம்'' என்று கூறுவார்.

மிஸ்டர். ஹ்யூரோக் மாநகரத்தின் அரங்க மேடைக்குச் சென்று சாலியாபின் ஜலதோஷம் கொண்டு குரல் சரியாக இல்லாமலிருப்பதாக அறிவிப்பு செய்ய வேண்டும் என்ற நிபந்தனையுடன் இரவு ஏழரை மணிக்கு அந்த பெரிய மென்குரல் பாடகர் பாடுவதற்கு ஒத்துக்கொள்வார். மிஸ்டர். ஹ்யூரோக் அவ்வாறே செய்துவிடுவதாகப் பொய் சொல்வார். அது ஒன்று தான் அவரை மேடைக்கு வரச்செய்வதற்கான வழி என்பதால் அவ்வாறு செய்வார்.

டாக்டர். ஆர்தர் ஐ. கேட்ஸ் தன்னுடைய *எஜுகேஷனல் சைகாலஜி* என்ற அற்புதமான நூலில் இவ்வாறு கூறினார்: ''கனிவையும் தயவையும் உலகத்தில் உள்ள உயிர்கள் அனைத்தும் தேடுகின்றன. குழந்தை ஆர்வமாக தன் காயத்தைக் காட்டுவது அல்லது ஒரு காயத்தைத் தானே ஏற்படுத்திக் கொண்டு அல்லது புண்ணைக் காட்டுவது போன்றவை அதிகப்படியான கனிவையும் இரக்கத்தையும் பெறுவதற்காகத்தான். இதே காரணத்திற்காகப் பெரியவர்கள் - தங்கள் காயங்களையும், விபத்துகளைப் பற்றியும், நோய்கள் பற்றியும், குறிப்பாக அறுவை சிகிச்சை செய்து கொண்டதைப் பற்றியும் கூறுவது நடைபெறுகிறது. உண்மையானதோ கற்பனையானதோ ஆகிய துரதிர்ஷ்டத்திற்காகவும், ஓரளவுக்கு 'தன்னிரக்கம்' கொள்வது உலகம் முழுமையிலும் நடைமுறையில் உள்ளது.''

ஆகவே, உங்கள் கருத்தோட்டத்திற்கு ஏற்ப மக்களை வெற்றி கொள்ள விரும்பினால் அதை நடைமுறைப்படுத்துங்கள் . . .

கொள்கை 9

அடுத்த நபரின் கருத்துக்களுக்கும் விருப்பங்களுக்கும் கருணை உணர்வோடு இருங்கள்.

10

எல்லோரும் விரும்பும் ஒரு விண்ணப்பம்

மிஸௌரியில் உள்ள ஜெஸ்ஸி ஜேம்ஸ் ஊர் எல்லையில் தான் நான் வளர்க்கப்பட்டேன். மிஸௌரியில் உள்ள கீர்னே என்ற இடத்தில் உள்ள ஜேம்ஸின் பண்ணையை நான் போய்ப் பார்த்தேன். அங்கு தான் அவருடைய மகன் அப்போது வசித்துக் கொண்டு இருந்தார். ஜெஸ்ஸி புகை வண்டிகளிலும் வங்கிகளிலும் கொள்ளையடித்து அந்தப் பணத்தை அருகில் உள்ள விவசாயிகளுக்குக் கொடுத்து அவர்கள் அடமானம் வைத்திருந்தவற்றை மீட்கச் செய்தார் என்ற கதைகளை அவருடைய மனைவி எனக்குக் கூறினார்.

டச் ஸுல்ட்ச்ஸ், ''இரண்டு துப்பாக்கி'' க்ரௌலே, அல் கபோன் மற்றும் பல தலைமுறைகள் கடந்து உருவான ''பாதுகாவலர்கள்'' என்று நினைத்து கொண்ட அமைப்புமுறை குற்றம் செய்வோர் போலவே ஜெஸ்ஸி ஜேம்ஸ் தன்னை மனத்தில் மிகவும் ஒரு நேர்மையான கொள்கை உள்ளவராகக் கருதிக் கொண்டிருந்திருக்க வேண்டும். நீங்கள் அறிந்த அனைவருமே அவர்களுக்குள் மிகுந்த மதிப்பு வைத்திருந்தார்கள். அவர்கள் நல்லவர்களாகவும் தங்கள் அளவில் தன்னலம் இல்லாதவர்களாகவும் இருப்பதற்கு விரும்பி உள்ளார்கள்.

ஜெ. பியர்போன்ட் மோர்கன் அவருடைய பகுத்தாய்வு இடைவேளை உரைகளில் ஒன்றில் ஒரு மனிதன் ஒரு செயலைச் செய்வதற்கு ஒன்று நல்லதாக காணப்படுவது, மற்றொன்று உண்மையில் சிறந்தது என்ற இரண்டு காரணங்கள் வழக்கமாகப் பெற்றிருப்பதாகக் குறிப்பிட்டுள்ளார்.

உண்மையான காரணத்தை அந்த நபர் தானே சிந்திப்பார். அதனை நீங்கள் வலியுறுத்த வேண்டியதில்லை. ஆனால் நம்மில் பலர் மனத்தில் மட்டுமே நேர்மையாளராக இருப்பதால் நல்லதாகத் தோன்றுவதை

சிந்திக்க விரும்புகிறோம். ஆகவே மக்களைத் திருத்துவதற்காக, சிறந்த நோக்கங்களுக்கு விண்ணப்பம் கொடுக்கிறோம்.

அது வணிகத்தில் செயல்படுத்துவதற்கு முற்றிலும் பொருத்தமானதா? இப்போது நாம் பார்க்கலாம். பென்சில்வேனியாவில் உள்ள க்லெனோல்டனில் உள்ள ஃபேர்ரெல்-மிட்செல் கம்பெனியைச் சேர்ந்த ஹேமில்டன் ஜெ. ஃபேர்ரெல் பற்றிய உதாரணத்தை எடுத்துக் கொள்வோம். மிஸ்டர். ஃபேர்ரெல் ஒரு அதிருப்தி நிறைந்த, நகர மறுத்து பயமுறுத்திய ஒரு வாடகைதாரரைப் பெற்றிருந்தார். அவருடனான வாடகை ஒப்பந்தம் முடிவடைய நான்கு மாதங்கள் இருந்தன. இருந்த போதிலும் அவர் ஒப்பந்தத்தைக் கருத்தில் கொள்ளாமல், உடனே காலி செய்யப் போவதாக எச்சரிக்கை அனுப்பினார்.

''அவர்கள் என்னுடைய வீட்டில் ஆண்டின் அதிக செலவாகக்கூடிய குளிர்காலம் முழுவதும் குடியிருந்து இருக்கிறார்கள். அடுத்த வாடகைதாரரை உடனே வைப்பது மிகவும் கடினமானது. எல்லா வாடகை வருமானமும் மலைக்கு மேல் செலவாகிவிட்டது. என்னை நம்புங்கள் நான் கோபமுற்றேன்,'' என்று மிஸ்டர். ஃபேர்ரெல் இந்தக் கதையைப் பயிற்சி வகுப்பில் கூறினார்.

''இப்போது, சாதாரணமாக நான் கஷ்டப்பட்டுச் சென்று அவரை வாடகை ஒப்பந்தத்தை மீண்டும் படித்துப் பார்க்குமாறு கூறியிருக்க வேண்டும். அவர் காலி செய்துவிட்டு சென்றால் ஒப்பந்த வாடகை முழுவதையும் உடனே கொடுக்க வேண்டும் என்றும் கேட்டு வற்புறுத்தி அதை வசூலிக்கச் சென்றிருக்க முடியும். சென்றிருக்க வேண்டும்.

''இருப்பினும், வீணான சொற்களைச் சொல்லி சண்டை வளர்த்து ஒரு மோசமான சூழ்நிலையை உருவாக்குவதற்குப் பதிலாக, மற்ற வகையான உத்திகளை முயற்சி செய்ய முடிவெடுத்தேன். ஆகவே நான் இவ்வாறு தொடங்கினேன்: 'மிஸ்டர் டோ, நான் நீங்கள் கூறியவற்றைக் கவனித்தேன். நீங்கள் அதை விட்டுப் போக விரும்புகிறீர்கள் என்பதை என்னால் இன்னும் நம்ப முடியவில்லை. வாடகைக்கு விட்டுக் கொண்டிருக்கும் என்னுடைய ஆண்டுகள் கணக்கான அனுபவம் மனித இயற்கையைப் பற்றிச் சிலவற்றைக் கற்றுக் கொடுத்திருக்கிறது. வார்த்தையைக் காப்பாற்றுகிறவர் என்ற வகையில் உங்களை நான் முதல்நிலையில் வைத்து எண்ணுகிறேன். நான் ஒரு சவால் விளையாட்டு விளையாட ஆசைப்படுகிறேன் என்பதில் உண்மையில் நான் உறுதியாக உள்ளேன்.

'''இப்போது, என்னுடைய முன்வைப்பு யோசனை இதுதான். உங்கள் முடிவை அப்படியே ஒரு வாரத்திற்கு கிடப்பில் போட்டுவிட்டு அதைப் பற்றி நன்றாகச் சிந்தித்துப் பாருங்கள். இப்போதிலிருந்து இடையில் விட்டுவிட்டு அடுத்த மாதம் முதல் தேதியில் நீங்கள் உங்கள் வாடகை கொடுக்கும் நாளில் வந்தால், அப்போதும் நீங்கள் காலி செய்ய விரும்புகிறீர்களா என்பதைக் கூறுங்கள். அப்போது நான் உங்கள் இறுதி முடிவை ஏற்றுக்கொள்கிறேன் என்று உறுதி கூறுகிறேன். நீங்கள் காலி செய்யலாம் என்று ஒத்துக்கொண்டு என்னுடைய முடிவு தவறு என்பதை ஏற்றுக் கொள்கிறேன். ஆனால் நான் இன்னும் நீங்கள் வார்த்தையைக் காப்பாற்றுகிறவர் என்றும் உங்கள் ஒப்பந்தப்படி நடப்பீர்கள் என்றும் நம்புகிறேன். சாதாரணமாக, நாமெல்லாம் மனிதர்கள் தானே அல்லது குரங்குகள் அல்லவே. அந்த முடிவு வழக்கமாக நம்மிடம் தானே உள்ளது!'

''நன்று, புதிய மாதம் தொடங்கியதும் அந்த மனிதர் என்னைப் பார்க்க வந்து தன்னுடைய வாடகையை அவரே நேரில் கொடுத்துவிட்டார். அவரும் அவருடைய மனைவியும் இதைப்பற்றிப் பேசிக் கலந்தாலோசித்ததாகவும் அங்கேயே தங்குவதற்கு முடிவெடுத்து விட்டதாகவும் கூறினார். ஒரு நேர்மையான செயல் என்பது அவர்கள் ஒப்பந்தப்படி நடந்து கொள்வது தான் என்று அவர்கள் முடித்தார்கள்.''

பிரபு நார்த் க்ளிஃப் தான் வெளியிட விரும்பாத தன்னுடைய படத்தை ஒரு செய்தித்தாள் வெளியிட்ட பொழுது, பத்திரிக்கை ஆசிரியருக்கு ஒரு கடிதம் எழுதினார். ஆனால், ''என்னுடைய படத்தை இனிமேல் ஒருபோதும் தயவு செய்து வெளியிட வேண்டாம்; எனக்கு இது பிடிக்கவில்லை'' என்று எழுதினாரா? இல்லை ஒரு புனிதமான எண்ணத்திற்காக வேண்டுகோள் விடுத்தார். நாம் எல்லோரும் மதிப்பும் அன்பும் வைத்திருக்கும் தாய்மை உயர்வுக்காக வேண்டுகோள் வைத்தார். ''என்னுடைய படத்தை இனிமேல் ஒருபோதும் தயவு செய்து வெளியிடாதீர்கள். அது என்னுடைய தாயாருக்குப் பிடிக்கவில்லை'' என்று எழுதினார்.

ஜூனியர் ஜான் டி. ராக்ஃபெல்லர் தன்னுடைய குழந்தைகளைப் படம் பிடிக்க செய்தித்தாள் புகைப்படக்காரர்கள் படமெடுப்பதை நிறுத்த விரும்பினார். அவரும் கூட ஒரு உன்னதமான எண்ணத்தை வெளிப்படுத்தி வேண்டுகோள் விடுத்தார். ''அவர்களின் படங்கள் வெளியிடுவதை நான் விரும்பவில்லை'' என்று அவர் கூறவில்லை. இல்லை, அவர் குழந்தைகளைப் புண்படுத்தக்கூடாது என்று நாமெல்லாரும் விரும்பும் நம்முள் ஆழப்பதிந்திருக்கும் விருப்பத்தை

வெளிப்படுத்தி அவர் வேண்டுகோள் விடுத்தார். பையன்கள் எப்படிப்பட்டவர்கள் என்பது உங்களுக்குத் தெரியும். உங்களில் சிலருக்கும் குழந்தைகள் இருப்பார்கள். இளம்குழந்தைகளுக்கு அதிகமான விளம்பரத்தைக் கொடுப்பது அவர்களுக்கு நல்லதல்ல என்பதை நீங்கள் அறிவீர்கள்'' என்று கூறினார்.

இங்கிலாந்தின் மெயின் பகுதியைச் சேர்ந்த ஒரு ஏழையான பையன் திடீரென்று தன்னுடைய தொழிலைத் தொடங்கினான். அது அவனை *தி சாட்டர்டே ஈவ்னிங் போஸ்ட்* மற்றும் *தி லேடீஸ் ஹோம் ஜர்னல்* ஆகிய பத்திரிகைகளின் உரிமையாளராக ஆக்கி மில்லியன் கணக்கில் சம்பாதிக்க வைத்தது. மற்ற பத்திரிகைகள் வழங்கி வந்த சன்மானத்தை தன் பத்திரிகையில் எழுதுகின்றவர்களுக்கு அவரால் வழங்க இயலவில்லை. பணத்திற்காக மட்டுமே எழுதும் முதல்தர ஆசிரியர்களைக் கொண்டு எழுதச் செய்ய அவரால் முடியவில்லை. ஆகவே அவர்களின் உன்னதமான எண்ணங்களைக் குறிப்பிட்டு வேண்டுகோள் விடுத்தார். உதாரணமாக, நிலைத்த புகழ்பெற்ற லிட்டில் உமன் ஆசிரியர் லூயிசா மே அல்காட் என்பவரைக்கூட தொடர்பு கொண்டு தன் பத்திரிகையில் எழுத வேண்டுமென்று வேண்டுகோள் விடுத்தார். அப்போது அவர் புகழலையில் உச்சத்தில் இருந்தார். அவருக்கு அல்லாமல் அவர் நடத்தும் அவருக்கு விருப்பமான அறக்கட்டைகட்டளைக்கு நூறு டாலருக்கான ஒரு காசோலையை அனுப்பி இதைச் செய்தார்.

சந்தேகப்படும் எண்ணம் கொண்டவர்கள் இப்படிக் கூறக்கூடும் என்பது சரிதான்: ''ஓ, இந்த விஷயம் நார்த்க்ளிஃபுக்கும், ராக்ஃபெல்லருக்கும் அல்லது உணர்ச்சி வயப்படும் நாவலாசிரியருக்கும் பொருந்துவது சரிதான். ஆனால் இதைக் கடினமான குழந்தைகளுக்குப் பொருந்துமாறு நீங்கள் செய்ய வேண்டுமென்று விரும்புகிறேன்.''

நீங்கள் சொல்வது சரியாக இருக்கலாம். எதுவுமே எல்லா நிலைகளிலும் பொருந்திச் செயல்படாது. எல்லா மனிதருக்கும் பொருந்தி வராது. இப்போது கிடைக்கும் விளைவுகளில் நீங்கள் திருப்தி அடைந்தால், அதை ஏன் மாற்ற வேண்டும்? நீங்கள் திருப்தி அடையவில்லை என்றால், அதை ஏன் பரிசோதித்துப் பார்க்கக்கூடாது?

எது எப்படி இருப்பினும், என்னுடைய முன்னாள் மாணவரான ஜேம்ஸ் எல். தாமஸ் கூறும் இந்த உண்மைக் கதையைப் படித்து மகிழ நீங்கள் விரும்புவீர்கள் என்று நான் நம்புகிறேன்:

ஒரு குறிப்பிட்ட வாகன விற்பனை கம்பெனியின் ஆறு

வாடிக்கையாளர்கள் பழுதுபார்த்த வேலைக்கான பணத்தைச் செலுத்த மறுத்தார்கள். ஒருவரும் எல்லாத் தொகையும் மறுக்கவில்லை, ஆனால் ஏதோ சில தொகைகளில் தவறு இருப்பதாகக் கூறினார்கள். ஒவ்வொருவர் விஷயத்திலும் அந்த வாடிக்கையாளர்கள் நடந்திருக்கும் வேலையைப் பற்றி ஒப்புதல் கையெழுத்திட்டுள்ளார்கள். ஆகவே இது சரிதான் என்பது கம்பெனிக்குத் தெரியும். அப்படியே சொல்லிவிட்டது. அதுதான் அவர்கள் செய்த முதல் தவறு.

இந்த நிலுவைத் தொகையை வசூலிப்பதற்கு கடன் பகுதியில் உள்ள ஊழியர் மேற்கொண்ட நடவடிக்கைகள் இங்கே தரப்பட்டுள்ளது. அவர்கள் வெற்றி பெற்றார்கள் என்று நீங்கள் நினைக்கிறீர்களா?

1. *அவர்கள் ஒவ்வொரு வாடிக்கையாளரையும் சந்தித்து நீண்ட காலமாக நிலுவையிலிருக்கும் தொகையை வசூலிப்பதற்காக வந்துள்ளதாகத் தயவு தாட்சயன்மின்றிக் கூறினார்கள்.*
2. *தங்கள் கம்பெனி முற்றிலும் சரியாகவும் எந்தவித நிபந்த னைக்கும் உட்படாமலும் இருப்பதாகவும் வாடிக்கையாளர் தான் சரியில்லாமலும் எந்தவித நிபந்தனைக்கும் உட்படாமலும் இருப்பதாகவும் மிகவும் வெளிப்படையாகக் கூறினார்கள்.*
3. *வாடிக்கையாளர் தெரிந்ததாக நினைத்துக் கொண்டிருப்பதை விடவும் மிக அதிகமாக வாகனங்களைப் பற்றிய நுட்பங்களைக் கம்பெனியில் உள்ள அவர்கள் அறிந்திருப்பதாக, அவர்கள் தெரிவித்தார்கள்.*
4. *அதன் முடிவு: அவர்கள் விவாதித்தார்கள்.*

இந்த மாதிரியான முறைகளில் ஏதாவது ஒன்றாவது வாடிக்கையாளரை திருப்திப்படுத்தி, அவர்களின் கணக்கை முடிப்பதற்கு உதவுமா? அதில் ஒன்றுக்கு நீங்களே விடையளிக்க முடியும்.

இந்த மாதிரியான பிரச்சினைகள் இருக்கும் சூழ்நிலையில், பணவசூல் மேலாளர், தனக்குள்ள சட்ட அறிவைப் பயன்படுத்தி, கோபம் கொள்ளத் தொடங்கும் போது, அதிர்ஷ்டவசமாக இது பொது மேலாளரின் கவனத்திற்கு வந்தது. அந்த மேலாளர் இந்தப் பணம் கட்டத்தவறிய வாடிக்கையாளர்களைப் பற்றி ஆய்வு செய்யத் தொடங்கினார். அவர்கள் அனைவரும் இதுவரை முறையாகப் பணம் செலுத்தி வந்தவர்கள் என்பதைக் கண்டுபிடித்தார். இங்கே தான் ஏதோ குறைபாடு உள்ளது என்றும் பணம் வசூலிக்கும்

முறையில் ஏதோ மோசமான குறைபாடு உள்ளது என்றும் அவர் தெரிந்து கொண்டார். ஆகவே அவர் ஜேம்ஸ் எல். தாமஸைக் கூப்பிட்டு இந்த ''வசூலிக்க முடியாத'' கணக்குகளை வசூலிக்குமாறு கூறினார்.

மிஸ்டர். தாமஸ் மேற்கொண்ட வழிமுறைகளைப் பற்றி அவருடைய சொற்களில் இதோ:

1. மிகச்சரியானவை என்று நாங்கள் அறிந்துள்ள பில்களுக்கான நீண்ட காலமாக வராமல் இருக்கும் தொகையை வசூலிப்பதற்காகத்தான் நான் ஒவ்வொரு வாடிக்கையாளரையும் சந்தித்தேன். ஆனால் அதைப்பற்றி ஒரு வார்த்தைகூட அவர்களிடம் நான் பேசவில்லை. நான் கம்பெனி என்ன செய்துள்ளது அல்லது என்ன செய்யத் தவறியுள்ளது என்பதைக் கண்டுபிடிப்பதற்காகவே வந்துள்ளேன் என்று விளக்கிக் கூறினேன்.
2. வாடிக்கையாளர் கூறுவது அனைத்தையும் கேட்பதற்கு முன் நான் எந்தவிதமான என்னுடைய வழிமுறை பற்றியும் கூறக்கூடாது என்று தெளிவாக்கிக் கொண்டேன். தவறான நிலையில் வசூல் எதனையும் கம்பெனி செய்யாது என்றும் அவர்களிடம் கூறினேன்.
3. நான் அவரது காரைப்பற்றித்தான் ஆர்வம் கொண்டுள்ளேன் என்றும் இந்த உலகத்தில் யாரையும்விட அவரது காரைப்பற்றி அவர் மட்டுமே நன்கு அறிவார் என்றும் அவர் தான் அந்தக் காரைப் பொறுத்தவரை முற்றும் உணர்ந்தவர் என்றும் அவரிடம் கூறினேன்.
4. நான் அவரைப் பேச விட்டு விட்டேன். அவர் விரும்பிய எதிர்பார்த்த முறையில் ஆர்வத்தோடும் கனிவோடும் அவர் சொல்வதையெல்லாம் கவனத்துடன் கேட்டேன்.
5. இறுதியாக, வாடிக்கையாளர் சாதாரணமான நிலைக்கு வந்தபோது, நான் அவரே எல்லாவற்றையும் நேர்மையான முறையில் சிந்தித்துப் பார்க்கட்டும் என்று விட்டு விட்டேன். நான் பெருந்தன்மையான நோக்கத்திற்கான வேண்டுகோளை வைத்தேன். ''இந்த விவகாரம் தவறான முறையில் கையாளப்பட்டுள்ளது என்பதை நான் உணர்வதை முதலில் நீங்கள் தெரிந்து கொள்ள வேண்டும் என்று நான் விரும்புகிறேன். எங்கள் பிரதிநிதிகளில் ஒருவரால் நீங்கள் கஷ்டப்படுத்தப்பட்டு கோபமூட்டப்பட்டு எரிச்சலூட்டப்பட்டுள்ளீர்கள். அது

ஒருபோதும் நடந்திருக்கவே கூடாது. நான் அதற்கு வருத்தப்படுகிறேன். அந்தக் கம்பெனியின் ஒரு பிரதிநிதி என்ற வகையில் மன்னிப்புக் கோருகிறேன். இங்கே அமர்ந்து நீங்கள் கூறிய அனைத்தையும் கேட்டபிறகு, உங்களுடைய நேர்மையையும் பொறுமையையும் கண்டு நெகிழ்ந்திருந்தும் என்னால் ஒன்றும் செய்ய இயலவில்லை. நீங்கள் திறந்த மனத்தோடும் பொறுமையோடும் இருப்பதால் எனக்காக நீங்கள் நான் கேட்கும் சிலவற்றைச் செய்ய வேண்டும் என்று வேண்டுகிறேன். அது மற்றவர்கள் செய்வதை விடவும் சிறப்பானதாகவும், மற்றவர்களைவிட சிறப்பாக நீங்கள் அறிந்ததாகவும் இருக்கிறது. இதோ உங்கள் பில். நீங்கள் என்னுடைய கம்பெனியின் தலைவராக இருந்தால் எப்படிச் செய்வீர்களோ அப்படியான முறையில் இதனை சரி செய்யுங்கள். எல்லாவற்றையும் நான் உங்களிடமே விட்டு விடுகிறேன். நீங்கள் சொல்வது அப்படியே நடக்கும்.''

அவர் அந்த பில்லை சரி ` செய்தாரா? அவர் நிச்சயமாகச் செய்தார். அதில் அவர் ஒரு மகிழ்ச்சி கொண்டார். 150 டாலரிலிருந்து 400 டாலர் வரையுள்ள பில் சரி செய்யப்பட்டது. ஆனால் அந்த வாடிக்கையாளர் அதனைச் சிறப்பாகச் செய்தாரா? ஆம், அவர்களில் ஒருவர் செய்தார். அவர்களில் ஒருவர் சர்ச்சைக்குரிய சில பென்னிகளை செலுத்த மறுத்தார். ஆனால் மற்ற ஆறு பேரும் கம்பெனிக்கு சாதகமாக முடித்துவிட்டனர். இந்த விவகாரத்தின் சத்தான சுவையான பகுதி இதோ: எல்லா ஆறு வாடிக்கையாளர்களுக்கும் நாங்கள் இரண்டு ஆண்டு காலத்தில் புதிய கார்களை வழங்கி விட்டோம்!

''வாடிக்கையாளரைப் பற்றி எந்தவிதத் தகவலும் பெற முடியாத போது, நாம் மேற்கொண்டு செல்ல வேண்டிய வலுவான அடிப்படை என்ன வென்றால், அவர் அர்ப்பணிப்பானவர், நேர்மையானவர், உண்மையானவர், கட்டணத்தைச் செலுத்துவதற்கு ஆர்வமும் ஆசையும் கொண்டவர், திருப்தியடையச் செய்தால் சரியானவர் என்று நினைத்துக் கொண்டு செயல்பட வேண்டும் என்பது அனுபவம் எனக்கு உணர்த்தியதாகும். வேறு வகையிலும், மிகவும் தெளிவாகவும் கூறுவதென்றால், மக்கள் நேர்மையாளர்களாகவும் தங்கள் கடமைகளைச் செய்ய ஆர்வம் கொண்டவர்களாவும் இருக்கிறார்கள். ஒப்பிட்டுப் பார்த்தால் இதற்கு

விதிவிலக்காக இருப்பவர்கள் வெகு சிலரே. உருவாக்குவதற்கான நாட்டமுள்ள தனிப்பட்டவர்கள் அவர்களை நேர்மையானவர்கள் என்றும் சரியானவர்கள் என்றும் முறையானவர்கள் என்றும் நீங்கள் நினைக்கிறீர்கள் என்று உணர வைத்தால் பெரும்பாலான சந்தர்ப்பங்களில் சாதகமாகவே செயல்படுகிறார்கள்,'' என்று மிஸ்டர் தாமஸ் கூறினார்.

கொள்கை 10

பெருந்தன்மையான நோக்கங்களுக்கு வேண்டுகோள் வையுங்கள்.

11

இதனைத் திரைப்படங்கள் செய்கின்றன. தொலைக்காட்சி செய்கிறது. நீங்கள் ஏன் செய்ய முடியாது?

பல ஆண்டுகளுக்கு முன், ஃபிலடெல்ஃபியாவின் மாலை இதழ் பயங்கரமான மறைமுகப் பேச்சாளிகளின் இயக்கத்தால் இழிவாகப் பேசப்பட்டது. கெடுக்கும் நோக்கத்துடனான வதந்தி பரப்பப்பட்டது. இதில் குறைவான செய்திகளும் நிறைய விளம்பரங்களும் இடம் பெறுகின்றன என்பதால் அது வாசகர்களுக்கு விரும்பதக்க இதழாக இருக்காது என்று விளம்பரதாரர்களிடம் கூறப்பட்டது. இதற்கு உடனடியான நடவடிக்கை தேவை. அந்த கிசுகிசு பேச்சு அழித்து நசுக்கப்பட வேண்டும்.

ஆனால் எப்படி?

இந்த வழியில் தான் அது செய்யப்பட்டது.

அந்த *இதழ்* தன் வழக்கமான இதழ்களிலிருந்து ஒருநாளைக்கு ஒரு செய்தி என்று எடுத்து பொருள்வாரியாகப் பிரித்து ஒரு புத்தக வடிவில் வெளியிட்டது. அந்தப் புத்தகம் *ஒன்டே* என்று அழைக்கப்பட்டது. அதில் 307 பக்கங்கள் இருந்தன. கனமான அட்டையுடன் புத்தகமாக இருந்தது. இந்தச் செய்திகள், கட்டுரைகள் ஆகியவற்றை அந்த ஒரு நாள் மட்டும் வெளியிட்டதாக இருப்பினும் அந்த *இதழ்* பல டாலர்களுக்கு விற்கப்படாமல் சில சென்ட்டுகளுக்கு மட்டுமே விற்கப்பட்டது.

அந்தப் புத்தகத்தின் அச்சு அந்த *இதழ்* ஆர்வத்துடன் படிக்கக்கூடிய மிகவும் அதிக அளவிலான விஷயங்களைப் பெற்றுள்ளது என்பதைக் கண்ணால் காணும் அளவுக்குத் தெளிவாக்கியிருந்தது. இது தகவல்களை மிகவும் தெளிவாகவும், மிகுந்த ஆர்வம் ஊட்டும் வகையிலும், மிகவும் வலியுறுத்தும் வகையிலும் வெறும் எண்களும் வெறும் உரைகளும் செய்வதை விடவும் சிறப்பாக உணர்த்தியது.

இதனைத் திரைப்படங்கள் செய்கின்றன. தொலைக்காட்சி செய்கிறது.
நீங்கள் ஏன் செய்ய முடியாது?

இந்தக் காலம் எல்லாமும் கண்முன் காணுகின்ற நாடகம் விரும்பும் காலமாக உள்ளது. உண்மைகளைத் தெளிவாகவும், ஆர்வத்தை ஏற்படுத்தும் வகையிலும் நாடகபாணியிலும் கொடுக்க வேண்டியுள்ளது. நீங்கள் பகட்டாக வெளிப்படுத்தும் முறையைப் பயன்படுத்த வேண்டும். அதனைத் திரைப்படங்கள் செய்கின்றன. தொலைக்காட்சி செய்கிறது. கவனத்தைக் கவர வேண்டுமானால் நீங்கள் அதனைச் செய்ய வேண்டும்.

காட்சிப்படுத்துவதில் கைதேர்ந்தவர்கள் நாடகபாணி காட்சிப்படுத்துவதன் சக்தியை நன்கு உணர்ந்திருக்கிறார்கள். உதாரணமாக, புதிய எலிப்பாஷாணம் உற்பத்தியாளர்கள் இரண்டு உயிருள்ள எலிகளையும் காட்சிக்கு வைத்திருந்தார்கள். அந்த எலிகள் இளைத்துக் காணப்பட்டதைப் பார்த்ததால், விற்பனை அவர்களுக்கு சாதாரணமாக விற்பதைவிட ஐந்து மடங்கு உயர்ந்து போனது.

பொருள்களை விற்பதில் நாடகபாணி உத்திகளை நாம் பயன்படுத்தப்படுவது தொலைக்காட்சி வர்த்தக விளம்பரங்களில் நிறைய காணப்படுகின்றது. விளம்பரதாரர்கள் தங்கள் விளம்பரங்களில் என்னவெல்லாம் செய்கிறார்கள் என்பதை ஒரு நாள் மாலையில் தொலைக்காட்சிப் பெட்டிக்கு முன்னால் அமர்ந்து பகுத்து ஆராய்ந்து பாருங்கள். தங்கள் கம்பெனி தயாரிப்பு அமில எதிர்ப்பு மருந்து ஒன்று சோதனைக்குழாயில் அமிலத்தின் நிறத்தை எவ்வாறு சிறப்பாக மாற்றுகிறது என்றும் எதிரி நிறுவன தயாரிப்பு அவ்வாறு செய்யவில்லை என்பதையும் காட்டுவதை நீங்கள் கவனிக்கலாம். எப்படி ஒரு கம்பெனி தயாரிப்பு சோப்பு மற்ற தயாரிப்பைவிட சிறப்பாக சட்டையின் அழுக்கை நீக்குகிறது என்பதைக் காட்டுவதையும் கவனிக்கலாம். ஒரு கார் அதைப்பற்றிச் சொல்லப்பட்டதைவிட சிறப்பாக வளைவுகளையும் திருப்பங்களையும் ஏற்படுத்துவதற்கான தந்திரங்கள் செய்வதை நீங்கள் கவனிக்க வேண்டும். பல்வேறுபட்ட பொருள்களின் விளம்பரங்களுக்கு மகிழ்ச்சிகரமான முகங்களைக் கொண்டு காட்டுகிறார்கள். இந்த மாதிரியான நாடகபாணி உத்திகளால் பார்ப்பவர்கள் அந்தப் பொருள்களை வாங்குவதற்கான தூண்டுதல்களைத் தந்து அவர்கள் மக்களை வாங்கச் செய்துவிடுகிறார்கள்.

உங்கள் கருத்துக்களை நீங்கள் வணிகத்திலும் அல்லது உங்கள் வாழ்க்கையின் எந்தவித அம்சத்திலும் நாடகபாணி உத்தியில் வெளிப்படுத்த முடியும். இது எளிமையானது. வர்ஜீனியாவின் ரிச்மான்ட்டில் உள்ள என்.சி.ஆர் (நேஷனல் கேஷ் ரிஜிஸ்டர்) கம்பெனியின் விற்பனையாளரான ஜிம் ஈமன்ஸ் நாடகப்பாணி

நிரூபணத்தின் மூலம் அவர் எவ்வாறு ஒரு விற்பனையைச் செய்தார் என்பதைக் கூறுகிறார்.

''கடந்த வாரம் அருகாமையிலிருந்த ஒரு வீட்டுப் பொருள்கள் விற்பனை கடைக்குச் சென்றேன். சரிபார்க்கும் கவுண்டரில் உள்ள தொகை பதிவு முறை மிகவும் பழமையான முறையில் இருந்தது. நான் அந்த கடையின் முதலாளியை அணுகி, 'வாடிக்கையாளர் ஒவ்வொருவரும் வரிசையில் போகும் போது நீங்கள் சில பென்னிகளை தூக்கி அங்கே வைக்கிறீர்கள்' என்று கூறினேன். அதையே நான் கை நிறைய பென்னிகளைத் தரையில் போடுகிறேன். அவர் உடனே மிகவும் கவனம் செலுத்துகிறார். அவருக்கு வெறும் வார்த்தை மட்டுமே கவனத்தை ஈர்க்கலாம் என்றாலும் அந்த பென்னிகள் தரையில் விழும் போது எழும் ஒலி அவரை உண்மையில் உடனே நிறுத்திவிடுகிறது. அவருடைய எல்லா பழைய இயந்திரங்களையும் மாற்றிப் புதியதை நிறுவுவதற்கான ஆர்டரைப் பெற்றேன்.''

அதேபோல இது குடும்ப வாழ்க்கையிலும் ஒத்து வருகின்றது. பழமையை விரும்புகின்ற ஒருவர் தன் விருப்பமானவளுக்கு காதலைச் சொல்ல, வெறும் வார்த்தைகளை மட்டும் பயன்படுத்துவாரா? இல்லை. அவர் மண்டியிட்டு உட்கார்ந்து தெரிவிப்பார். அதுதான் உண்மையில் அவர் சொல்ல விரும்பியதைத் தெளிவாகக் காட்டுகிறது. நாம் மண்டியிடத்தான் வேண்டுமென்று நாங்கள் சொல்லவில்லை. ஆனால் மிக அதிகமான பலர் அந்தக் கேள்வியை முன்வைப்பதற்கு முன்பாக காதலிக்கும் சூழ்நிலையை ஏற்படுத்திக் கொள்கிறார்கள்.

நீங்கள் எதை விரும்புகிறீர்களோ அதை நாடகப்பாணியில் செயல்படுத்துவது குழந்தைகளுக்கும் பொருந்துகிறது. அலபாமாவில் உள்ள பர்மிங்ஹாமைச் சேர்ந்த ஜூனியர் ஜோ பி. ஃபன்ட் தன்னுடைய ஐந்து வயது பையனும் மூன்று வயது பெண்ணும் தங்களுக்கு வேண்டிய பொம்மைகளைத் தேர்ந்தெடுப்பதில் சிரமம் இருந்தது. எனவே அவர் ஒரு ''ரயிலை''க் கண்டுபிடித்தார். தன்னுடைய மூன்று சக்கர வண்டிக்கு ஜோ ஒரு பொறியாளர் (கேப்டன் காசே ஜோன்ஸ்). ஜானெட்டின் சரக்கு கூடை அதில் இணைக்கப்பட்டது. மாலையில் அவள் அதில் ''கரியை'' நிரப்பிக் கொண்டு அதன் மேல் ஏறி அமர்வாள். அவளுடைய சகோதரன் அதை ஓட்டிச் செல்வான். இந்த வகையாக புத்திமதி சொல்லிக் கொண்டிருக்காமல், விவாதங்கள் இல்லாமல், அல்லது பயமுறுத்தாமல் அந்த அறை தூய்மை செய்யப்பட்டது.

இண்டியானாவின் மிஷாவாகாவைச் சேர்ந்த மேரி காத்தேரினே

இதனைத் திரைப்படங்கள் செய்கின்றன. தொலைக்காட்சி செய்கிறது. நீங்கள் ஏன் செய்ய முடியாது?

உல்ஃப் தன்னுடைய வேலையில் சில பிரச்சினைகளை எதிர்கொண்டாள். அதைப்பற்றி தன் முதலாளியிடம் கலந்தாலோசிக்க வேண்டும் என்று முடிவெடுத்தாள். ஒரு திங்கட்கிழமை காலையில் அவரைச் சந்திக்க நேரம் கோரினாள். ஆனால் அவர் நேரமில்லாமல் இருப்பதால் அவருடைய செயலாளாரை அணுகி அந்த வாரக் கடைசியில் ஒரு நேரத்தை ஒதுக்கிப் பெற்றுக் கொள்ளுமாறு கூறப்பட்டாள். செயலாளர் அவருடைய வேலைகள் நிறைய இருப்பதாகவும் ஆனால் அவளை எப்படியாவது சந்திக்க வைப்பதாகக் கூறினாள்.

மிஸ். உல்ஃப் என்ன நடந்தது என்பதை விளக்குகிறாள்:

''அந்த வாரம் முழுவதும் அவளிடமிருந்து நான் பதில் பெறவில்லை. நான் அவளிடம் கேட்கின்ற பொழுதெல்லாம், முதலாளியைப் பார்க்க முடியாததற்கான ஏதாவது ஒரு காரணத்தைக் கூறினாள். வெள்ளிக்கிழமை காலையும் வந்தது. உறுதியாக எனக்கு எந்த தகவலும் கிடைக்கவில்லை. அந்த வாரக் கடைசிக்குள் அவரைச் சந்தித்து என்னுடைய பிரச்சினையைப் பற்றிக் கலந்தாலோசித்துப் பேச உண்மையில் விரும்பினேன். ஆகவே அவரை எவ்வாறு சந்திப்பது என்று எனக்குள்ளே கேட்டுக் கொண்டேன்.

''இறுதியாக நான் செய்தது இதுதான். அவருக்கு ஒரு முறையான கடிதம் எழுதினேன். அவர் எவ்வளவுக்கு நேரமின்மையால் வாரம் முழுவதும் நெருக்கடியில் இருக்கிறார் என்பதை அந்தக் கடிதத்தில் குறிப்பிட்டேன். ஆனால் நான் அவருடன் பேச வேண்டியது மிகவும் முக்கியமானது என்று எழுதினேன். அந்தக் கடிதத்தையும் ஒரு பதில் மாதிரியும் என் முகவரியிட்ட உறையையும் வைத்து அந்த மாதிரியை அவரோ அல்லது செயலாளரோ பூர்த்தி செய்து தனக்குக் கொடுத்தால் போதும் என்று தெரிவித்தேன். அந்த மாதிரி கடிதம் இதோ கீழே:

> மிஸ். உல்ஃப் - நான் உங்களை இந்த நாள் காலை அல்லது மாலையில் பார்க்க முடியும். என்னுடைய நேரத்தில் சில நிமிடங்களை ஒதுக்குகிறேன்.

''இந்தக் கடிதத்தை அவருக்கு உள்ளே செல்லும் கடிதங்கள் இருக்கும் இடத்தில் காலை 11 மணிக்கு வைத்துவிட்டேன். பிற்பகல் 2 மணிக்கு எனக்கு வருகின்ற என்னுடைய கடிதங்களைப் பார்த்தேன். நான் என் முகவரியிட்டு அனுப்பிய உறை அதில் இருந்தது. அவர் தானே நான் அனுப்பிய மாதிரி கடிதத்தில் எழுதியிருந்தார். அன்று பிற்பகலில் சந்திக்க முடியும் என்றும்

தன்னுடைய நேரத்தில் பத்து நிமிடங்கள் ஒதுக்க முடியும் என்றும் குறிப்பிட்டிருந்தார். நான் அவரைச் சந்தித்தேன். ஒரு மணி நேரத்திற்கு மேல் பேசினார். என்னுடைய பிரச்சினை தீர்க்கப்பட்டது.

''நான் அவரை உண்மையிலேயே சந்திக்க விரும்புகிறேன், இந்தத் தகவலை ஒரு காட்சி உருவில் அவருக்குத் தெரிவித்திருக்காவிட்டால் நான் இன்னும் அவரைக் காண்பதற்காகக் காத்துக் கொண்டிருக்க வேண்டியதுதான்.''

ஜேம்ஸ் பி. பாய்ன்டன் ஒரு விரிவான வர்த்தக அறிக்கை வழங்க வேண்டும். அவருடைய கம்பெனி அப்பொழுது தான் ஒரு பிரபலமான நிறுவனத்தின் ஜலதோஷத்திற்கான மருந்தைப் பற்றிய விரிவான ஆய்வை நடத்தி முடித்திருந்தது. இந்த வணிகத்தில் இருக்கும் போட்டியைப் பற்றிய தகவல்கள் உடனடியாகத் தேவைப்பட்டது. விளம்பரத்துறையில் மிகவும் புகழ் பெற்றிருந்த ஒருவர் மிகப்பெரிய மிகவும் வலிமை மிக்க ஒரு வாடிக்கையாளராக இருந்தார்.

அவருடைய முதல் முயற்சியே ஏறக்குறைய தொடக்கத்திலேயே தோல்வியடைந்தது.

''முதல்முறையாக நான் உள்ளே சென்ற போது, புலனாய்வில் பயன்படுத்தப்படும் முறைகள் பற்றிய ஒரு பயனற்ற கலந்துரையாடலில் என் கவனம் திசை திருப்பப்பட்டுவிட்டது. அவர் விவாதம் செய்தார். நானும் விவாதம் செய்தேன். அவர் நான் சொல்வது தவறு என்றார். நான் நான் சொல்வது சரியென்று நிரூபிக்க முயன்றேன்.

''இறுதியாக என்னுடைய திருப்தியுடன் அதில் நான் வெற்றி பெற்றேன். நேரம் முடிந்துவிட்டது. ஆனால் நான் என்னுடைய அறிக்கையை சமர்ப்பிக்கவில்லை.

''இரண்டாவது தடவை சென்ற போது, தகவல்களையோ எண்களையோ அட்டவணை போடுவதற்குப் பதிலாக உண்மைகளைக் காட்சிப்படுத்த விரும்பினேன்.

''நான் அவரது அலுவலகத்திற்குள் நுழைந்தபோது, அவர் தொலைப்பேசியில் ஆர்வமாகப் பேசிக் கொண்டிருந்தார். அவர் பேசி முடித்தவுடன், ஒரு சூட்கேஸைத் திறந்து, அவருடைய மேஜையின் மேல் ஜலதோஷ மருந்துகளைக் கொண்ட முப்பத்திரண்டு ஜாடிகளை அடுக்கினேன். எல்லாம் அவர் அறிந்த மருந்துகள். அவருடைய கம்பெனி தயாரிப்பின் போட்டியாளர்கள் தயாரித்தவை.

இதனைத் திரைப்படங்கள் செய்கின்றன. தொலைக்காட்சி செய்கிறது. நீங்கள் ஏன் செய்ய முடியாது?

''வர்த்தகப் புலனாய்வின் முடிவுகளை ஒவ்வொரு ஜாடியின் மேலும் விளக்கமாக எழுதி ஒட்டியிருந்தேன். ஒவ்வொரு சீட்டும் விளக்கமாகவும் காட்சி முறையிலும் அதன் விவரத்தைக் கூறியது.

''என்ன நடந்தது?

''இனிமேல் எந்தவித விவாதமும் இல்லை. புதியதாகவும் மாறுபட்ட முறையிலும் இங்கே உண்மைகள் இருந்தன. அவர் முதலில் ஒரு ஜாடியை எடுத்தார். ஒட்டப்பட்ட சீட்டில் இருந்ததைப் படித்தார். பிறகு மற்றொன்றை எடுத்து அதேபோல் படித்துப் பார்த்தார். ஒரு நட்புமுறையிலான கலந்துரையாடல் தொடர்ந்தது. அவர் கூடுதலாகக் கேள்விகளும் கேட்டார். அவர் ஆழ்ந்த முறையில் ஆர்வம் காட்டினார். நான் தகவல்களை எடுத்துக்கூற முன்னதாக அவர் எனக்குப் பத்து நிமிடங்கள் மட்டுமே ஒதுக்கியிருந்தார். ஆனால் பத்து நிமிடங்கள் கழிந்தன. இருபது நிமிடங்கள், நாற்பது நிமிடங்கள், ஒரு மணி நேரமும் கடந்துவிட்டது. நாங்கள் இன்னும் பேசிக் கொண்டே இருக்கிறோம்.

''நான் முன்னர் முன்வைத்த அதே தகவல்களைத்தான் இப்போதும் முன்வைத்தேன். ஆனால் இந்த முறை நான் காட்சிப்படுத்தல், பகட்டாக முன்வைத்தல் ஆகியவற்றைப் பயன்படுத்தினேன். அது என்ன விதமான மாற்றத்தை உண்டாக்கிவிட்டது.''

கொள்கை 11

உங்கள் கருத்துக்களை காட்சிமுறையில் முன்வையுங்கள்.

12

வேறு எதுவுமே செயல்படவில்லையென்றால், இதனை முயற்சி செய்யுங்கள்

சார்லஸ் ஷ்வாப்பின் ஆலையில் ஒரு ஆலை மேலாளர் இருந்தார். அவருடைய ஆட்கள் வேலையில் தங்கள் அளவை முடிக்கவில்லை.

''இது எப்படி நடக்கும்? உங்களைப் போன்ற ஒரு திறமை மிக்க ஒரு மேலாளரால் இந்த ஆலையை அது இருக்க வேண்டிய திறனில் வைக்க முடியாதா?'' என்று ஷ்வாப் அவரைக் கேட்டார்.

''எனக்குத் தெரியவில்லை. நான் அவர்களை ஒருங்கிணைத்துப் பார்க்கிறேன். அவர்களை வற்புறுத்துகின்றேன். அவர்கள் ஆற்ற வேண்டிய கடமை பற்றியும் சொல்லி பழித்துரைத்தும் பேசுகிறேன். தண்டனையும் கடிந்துரைப்பதும் ஆகியவற்றைக் காட்டி அச்சுறுத்துகிறேன். ஆனால் எதுவுமே சரிபட்டு வரவில்லை. அவர்கள் உற்பத்தியை அதிகப்படுத்துவதே இல்லை'' என்று மேலாளர் பதில் கூறினார்.

இந்தப் பேச்சுவார்த்தை நாளின் இறுதி நேரத்தில் இரவு வேலை தொடங்குவதற்கு சற்று முன்பாக நடைபெற்றது. ஷ்வாப் மேலாளரிடம் ஒரு சாக்பீஸ் தருமாறு கேட்டார். அங்கிருந்த அடுத்தவரைத் திரும்பிப் பார்த்து, கேட்டார்:

''இன்று உங்கள் வேலை நேர ஷிஃப்டில் எத்தனை பங்கு (ஹீட்ஸ்) செய்து முடித்து உள்ளீர்கள்?''

''ஆறு''

ஒருவார்த்தை கூட பேசாமல், ஷ்வாப் மிகப்பெரிய ஆறு என்ற எண்ணைத் தரையில் எழுதிவிட்டுச் சென்றுவிட்டார்.

இரவுப் பணிக்கு ஊழியர்கள் வந்த போது, தரையில் உள்ள ''6'' என்ற எண்ணைப் பார்த்துவிட்டு என்ன இது என்று கேட்டார்கள்.

''முதலாளி இன்று இங்கே வந்தார். நாம் எத்தனை ஹீட்ஸ் ஒரு ஷிஃப்டில் முடிக்கிறோம் என்று கேட்டார். நாங்கள் அவருக்கு ஆறு

என்று சொன்னோம். அதை அவர் தரையில் எழுதியுள்ளார்'' என்று அங்குள்ளவர்கள் கூறினார்கள்.

அடுத்த நாள் காலையில் ஷ்வாப் ஆலைக்கு மீண்டும் வந்தார். இரவு நேரப் பணியாளர்கள் ஆறை ''6'' அழித்துவிட்டு ஏழு ''7'' என்று எழுதி வைத்திருந்தார்கள்.

அடுத்த நாள் காலையில் பகல் நேரப் பணியாளர்கள் வேலைக்கு வந்தபோது, தரையில் மிகப் பெரியதாக ''7'' எழுதப்பட்டிருப்பதைப் பார்த்தார்கள். ஆகவே இரவு ஷிஃப்டில் உள்ளவர்கள் நம்மைவிட அதிகமாகச் செய்துள்ளார்களா, அப்படித்தானே? நல்லது, நாம் அவர்களைவிட ஒன்று அல்லது இரண்டாவது அதிகப்படுத்திக் காட்ட வேண்டும் என்ற உணர்வைப் பெற்றார்கள். ஊழியர்கள் ஊக்க உணர்வைப் பெற்றார்கள். அவர்கள் இரவுப் பணியை முடித்துச் செல்லும் போது மிகப்பெரிய வெளிப்படையான ''10'' என்பதை விட்டுச் சென்றார்கள். முன்னேற்றம் தொடர்ந்து கொண்டிருந்தது.

உற்பத்தியில் பின்னாலிருந்த ஆலை, மிகக் குறுகிய காலத்திலேயே அந்தப் பகுதி ஆலைகளிலேயே அதிகமான உற்பத்தித் திறனைக் காட்டியது.

கொள்கை என்ன?

அதனை சார்லஸ் ஷ்வாப் தன் சொற்களிலேயே கூறுகிறார்: ''எந்தச் செயலையும் மிகச்சரியாக செய்து முடிப்பதற்கான வழி, போட்டி மனப்பான்மையை ஊக்குவிப்பதுதான். கேவலமான போட்டியையோ, பணம் சம்பாதிக்கும் வழியையோ நான் குறிப்பிடவில்லை. ஆனால் வெற்றியில் தாண்டி நிற்க வேண்டும் என்ற ஆசையைக் குறிப்பிடுகிறேன்.''

வெற்றியில் தாண்டிச்செல்ல வேண்டும் என்ற ஆசை! ஒருவிதமான சவால்! கையுறையைத் தூக்கி எறிதல்! ஆர்வமுள்ள மக்களுக்கு தவறான முறையில்லாத வேண்டுகோள்.

சவால் இல்லையென்றால் தியோடர் ரூஸ்வெல்ட் அமெரிக்க ஜனாதிபதியாக ஒருபோதும் ஆகியிருக்க முடியாது. க்யூபாவிலிருந்து வந்த ஒரு கடினமான குதிரை வீரர், நியூயார்க் மாகாணத்தின் கவர்னராக தேர்ந்தெடுக்கப்பட்டார். எதிர்க்கட்சிக்காரர்கள் அவர் அந்த மாகாணத்தின் சட்டபூர்வ குடிமகன் இல்லை என்பதைக் கண்டுபிடித்தார்கள். ரூஸ்வெல்ட பயந்து போய் வாபஸ் பெற விரும்பினார். பிறகு தாமஸ் கோல்லியர் ப்ளாட், அதன் பிறகு நியூயார்க்கின் அமெரிக்க செனட்டர் ஆகியோர் சவால்விட்டனர். திடீரென்று ஒரு திருப்பமாக, தியோடர் ரூஸ்வெல்ட் ''சான் ஜூவன்

ஹில் சேர்ந்த வீரன் ஒரு கோழையா?'' என்று எதிரொலிக்கும் குரலுடன் கத்தினார்.

ரூஸ்வெல்ட் அந்தப் போட்டியைச் சந்தித்தார். மற்றவற்றை வரலாறு சொல்கிறது. அவர் ஏற்ற ஒரு சவால், அவருடைய வாழ்க்கையை மட்டும் மாற்றவில்லை. அவருடைய தேசத்தின் எதிர்காலத்தில் ஒரு பெரிய விளைவையும் உண்டாக்கி விட்டது.

''எல்லா மனிதர்களிடமும் பயம் உள்ளது. ஆனால் துணிச்சல் உள்ளவர்கள் பயத்தை உதறி எறிந்துவிட்டு முன்னேறிச் செல்கிறார்கள். சில நேரங்களில் சாவை எதிர்கொண்டாலும். பெரும்பாலும் எப்போதும் அவர்கள் வெற்றியை அடைகிறார்கள்'' என்பது ஆதிகால கிரேக்கர்களின் படைத்தளபதிகளின் நோக்கமாக இருந்தது. அந்த பயத்தை வெற்றி கொள்வதற்கான நல்ல வாய்ப்பைவிட மிகப்பெரிய சவால் வேறு என்ன இருக்க முடியும்?

அல் ஸ்மித் என்பவர் நியூயார்க்கின் கவர்னராக இருந்த போது, அவர் அதற்கு எதிர் உணர்வில் இருந்தார். டெவில் தீவின் மேற்கில் இருந்த அந்தக் காலத்தில் மிகவும் மோசமாகக் கருதப்பட்ட சிங் சிங் சிறை ஒரு பாதுகாவலர் இல்லாமல் இருந்தது. ஊழல்களும் அவதூறு வதந்திகளும் சிறைச் சுவர்களின் வழியாக வெளிவரத் தொடங்கின. சிங் சிங் சிறையைக் கண்டிப்பாய்க் கையாள்வதற்கு ஒரு வலுவான மனிதர் இரும்பு மனிதர் ஸ்மித்துக்குத் தேவையாயிருந்தது. ஆனால் யார்? நியூ ஹம்ப்டனைச் சேர்ந்த லூவிஸ் ஈ. லாவெஸ் என்பவருக்குச் சொல்லி அனுப்பினார்.

லாவெஸ் அவர் முன்னே வந்து நின்ற போது, ''சிங் சிங் சிறைக்குச் சென்று பொறுப்பு ஏற்பது பற்றி என்ன உணர்கிறீர்கள்?'' என்று நகைச்சுவையாகக் கேட்டார். ''நல்ல அனுபவமுள்ள ஒருவர் அவர்களுக்குத் தேவை'' என்றும் கூறினார்.

லாவெஸ் திடுக்கிட்டுப் போய்விட்டார். சிங் சிங் சிறையின் அபாயங்கள் பற்றி அவர் தெரிந்திருந்தார். அரசியல் விருப்பு வெறுப்புகளுக்கு ஏற்ப உள்ள பேராசையால் நியமிக்கப்படும் பதவி இது. பல வார்டன்கள் வந்து போய்விட்டார்கள். ஒருவர் மூன்று வாரங்களுக்கு மேல் தங்குவதில்லை. இது அவர் சிந்தித்து முடிவெடுக்க வேண்டிய ஒன்று. இதற்காக எடுத்துக் கொள்ளும் சவால் சரியானதா?

அவருடைய தயக்கத்தைப் பார்த்த ஸ்மித், ''இளைஞரே, நீங்கள் பயப்படுவதற்காக உங்களைக் குற்றம் சொல்லமாட்டேன். அந்த இடம் மிகவும் மோசமான இடம். அங்கு போய் பொறுப்பேற்றுத்

தங்குவதற்கு ஒரு பெரிய மனிதர் தான் வேண்டும்'' என்று கூறினார்.

ஆகவே ஸ்மித் அவரிடம் ஒரு சவாலை வீசினார், அவர் ஏற்பாரா? ''மிகப்பெரியது'' என்று அழைக்கப்பட்ட ஒன்றை முயற்சி செய்ய் ஏற்றுக் கொள்வதற்கு லாவெஸ் விரும்பினார். ஆகவே அவர் அங்கு சென்றார். அங்கு தங்கினார். அவரது காலத்தில் மிகவும் புகழ்பெற்ற பாதுகாவலர் என்ற பெயரைப் பெறுவதற்காகத் தங்கினார். அவருடைய ***20,000 இயர்ஸ் இன் சிங்க் சிங்க்*** என்ற நூல் நூறாயிரம் கணக்கில் பிரதிகள் விற்பனை ஆனது. அவருடைய வானொலி உரைகளும் அவருடைய சிறைப்பணி வாழ்க்கை பற்றிய கதைகளும் பத்துப்பன்னிரெண்டு திரைப்படங்கள் உருவாவதற்கு வழி வகுத்தது. ''மனிதாபிமான உணர்வில்'' சிறை சீரமைப்பில் குற்றவாளிகளிடம் அதிசயங்களை ஏற்படுத்தியது.

ஃபையர்ஸ்டோன் டயர் அன்ட் ரப்பர் கம்பெனியைத் தோற்றுவித்த ஹார்வே எஸ். ஃபையர்ஸ்டோன், ''நல்ல மனிதர்களை ஒன்றிணைப்பதோ அல்லது நிலைநிறுத்துவதோ வெறும் சம்பளம், சம்பளம் மட்டுமல்ல என்பதை நான் ஒருபோதும் கண்டதில்லை. அவர்கள் அந்தப் பணியில் ஏற்றுக்கொள்ளும் உண்மையான ஆர்வம் தான் என்று நினைக்கிறேன்'' என்று கூறினார்.

குணாதியங்களை ஆய்வு செய்யும் விஞ்ஞானிகளில் ஒருவரான ஃப்ரெடெரிக் ஹெர்ஸ்பெர்க் இதை ஒத்துக்கொண்டுள்ளார். தொழிற்சாலை பணியாளர்கள் தொடங்கி முதுநிலை நிர்வாகிகள் வரை ஆயிரக்கணக்கானவர்களின் பணிநிலைகளை ஆழ்ந்து அவர் ஆராய்ச்சி செய்தார். அவர் கண்டுபிடித்த மிகவும் முக்கியமான அம்சம் அவர்களின் பணிகளின் ஒரு பக்கமாக இருந்தது என்னவாக இருக்கும் என்று நீங்கள் நினைக்கிறீர்கள். பணமா? நல்ல பணிநிலைச் சூழல்களா? மற்றவகை சலுகைகளா? இல்லை. இவற்றில் எதுவுமே இல்லை. அவர்களை ஊக்கப்படுத்திய ஒரே ஒரு அம்சம் அவர்களின் வேலை மட்டுமே. அவர்களின் வேலை நெகிழ்ச்சியை உண்டாக்குவதாகவும் ஆர்வத்தைத் தூண்டக் கூடியதாகவும் இருந்தால், பணியாளர் அதை மேலும் செய்ய ஆசைப்படுகிறார். அதை நல்ல வேலையாகச் செய்யத் தூண்டப்படுகிறார்.

அப்படித்தான் ஒவ்வொரு வெற்றி பெற்ற மனிதரும் அதை ஒரு வெற்றி விளையாட்டாகக் கருதுகிறார். தன்னைத்தானே வெளிப்படுத்திக் கொள்ளும் அரிய வாய்ப்பு. வெற்றி பெறுவதற்கு அல்லது மேல்நிலையில் நிற்பதற்கு தன்னுடைய திறமையை வெளிப்படுத்தும் வாய்ப்பு. ஓட்டப்பந்தயம், பின்பு ஓட்டம், கடலை

சாப்பிடுதல் ஆகிய போட்டிகள் எல்லாம் இதற்காகத்தான். வெற்றி பெறுவதற்கான ஆர்வம். முக்கியமானவராக உணரப்படுவதற்கான விருப்பம்.

கொள்கை 12
சவாலை ஏற்றுக் கொள்ளுங்கள்.

சுருக்கமாக - உங்கள் சிந்தனை வழிமுறைக்கு ஏற்ப மக்களை வெற்றி கொள்ளுங்கள்

கொள்கை 1

ஒரு விவாதத்திலிருந்து ஒரு நன்மையைப் பெறவேண்டுமானால் அதற்கு வழி விவாதத்தை விட்டு விடுவதுதான்.

கொள்கை 2

மற்ற நபர்களின் கருத்துக்களுக்கு மதிப்பு கொடுங்கள். ''நீங்கள் தவறானவர்'' என்று ஒருபோதும் கூறாதீர்கள்.

கொள்கை 3

நீங்கள் தவறாக இருந்தால், அதனை உடனடியாகவும் முழுமனத்துடனும் ஒத்துக்கொள்ளுங்கள்.

கொள்கை 4

நட்புமுறையிலேயே தொடங்குங்கள்.

கொள்கை 5

மற்றவரை உடனேயே ''ஆம், ஆம்'' என்று சொல்லச் செய்யுங்கள்.

கொள்கை 6

மற்றவர்கள் அதிகமாகப் பேசுவதை அனுமதியுங்கள்.

கொள்கை 7

யோசனை அவருடையதென்று அடுத்த நபரை உணரச் செய்யுங்கள்.

கொள்கை 8

விஷயங்களை மற்றவர் கருத்து நோக்கில் நேர்மையான முறையில் காண்பதற்கு முயற்சி செய்யுங்ள்.

கொள்கை 9

அடுத்த நபரின் கருத்துக்களுக்கும் விருப்பங்களுக்கும் கருணை உணர்வோடு இருங்கள்.

கொள்கை 10

பெருந்தன்மையான நோக்கங்களுக்கு வேண்டுகோள் வையுங்கள்.

கொள்கை 11

உங்கள் கருத்துக்களை காட்சிமுறையில் முன்வையுங்கள்.

கொள்கை 12

சவாலை ஏற்றுக் கொள்ளுங்கள்.

பகுதி நான்கு

ஒரு தலைவராய் இருங்கள்: குற்றம் செய்யாமலும் கோபத்தை உருவாக்காமலும் மக்களை எப்படி மாற்றுவது

1

நீங்கள் குற்றம்தான் கண்டுபிடிக்க வேண்டும் என்றால், தொடங்குவதற்கு இதுதான் வழி

கால்வின் கூலிட்ஜ் நிர்வாகத்தில் இருந்தபொழுது, வெள்ளை மாளிகைக்கு என்னுடைய நண்பர்களில் ஒருவர் வாரக்கடைசியில் அங்கு சென்று விருந்தினராக இருந்தார். ஜனாதிபதியின் தனிப்பட்ட அலுவலகத்திற்குள் சென்று, ''இன்று காலை நீ அணிந்திருந்த உடை மிகவும் அழகாக இருந்தது. நீ மிகவும் அழகான கவர்ச்சி மிக்கப் பெண்ணாக இருந்தாய்'' என்று கூலிட்ஜ் தன்னுடைய செயலாளர்களில் ஒருவரிடம் கூறியதைக் கேட்டார்.

இதுதான் கால் தன்னுடைய வாழ்க்கையில் ஒரு செயலாளருக்கு வழங்கிய பீரிட்டு வந்த ஒரு சிறந்த பாராட்டாக இருக்கலாம். இது வழக்கத்திற்கு மாறாக எதிர்பார்க்காத வகையில் இருந்ததால், அந்தச் செயலாளர் குழப்பத்தில் முகம் சிவந்து போய் விட்டாள். பிறகு கூலிட்ஜ், ''இப்போது, இதனால் குலைந்து போய்விடாதே. நீ மிகவும் நன்றாக இருக்க வேண்டும் என்பதற்காகவே இவ்வாறு கூறினேன். இன்றிலிருந்து, நீ உன்னுடைய எழுத்தில் குறியீடுகள் இடுவதில் கொஞ்சம் கவனமாக இருக்க வேண்டும்,'' என்று கூலிட்ஜ் கூறினார்.

அவருடைய இந்த முறை வெளிப்படையானதாக இருக்கலாம். ஆனால் அதன் மனோதத்துவம் மிகமிக உயர்வானது. நம்முடைய நல்ல அம்சங்களைப் புகழ்ந்து கூறக்கேட்டபின், மகிழ்ச்சியானதல்லாத அம்சங்களைக் கேட்பது எப்போதும் எளிமையானதாக இருக்கிறது.

ஒரு சிகையலங்காரம் செய்பவர் முகச்சவரம் செய்வதற்கு முன்பாக சோப்புநுரை முகத்தில் தடவுகிறார். மேக் கின்லே தான் ஜனாதிபதி தேர்தலில் போட்டியிட்டபோது 1896 ஆம் ஆண்டின் பிற்பகுதியில் இதைத்தான் செய்தார். அந்தச் சமயத்தில் இருந்த மிகவும் புகழ்பெற்ற குடியரசுக்கட்சிக்காரர்களில் ஒருவர், ஒரு தேர்தல் பிரச்சார உரையில் சிசரோ, பேட்ரிக் ஹென்றி, டேனியல்

வெப்ஸ்டர் ஆகிய மூவரும் ஒன்றாக இணைந்த ஒரே உருவமாக அவர் இருப்பதாக உணர்வதாக எழுதியிருந்தார். மிகுந்த பூரிப்புடன் அந்த நபர் இந்த அழியாப் புகழ்பெறும் உரையை மேக்கின்லேயிடம் வாய்விட்டு வேகமாகப் படித்துக் காட்டினார். இந்த உரையில் மிகச்சிறந்த கருத்துக்கள் இருந்தன. ஆனால் அவை மட்டும் போதாது. அதில் சில விமர்சனங்களும் இணைக்க வேண்டும். மேக்கின்லே அவருடைய உணர்வுகளை புண்படுத்த விரும்பவில்லை. அவர் அந்த நபரின் அளவிடமுடியாத ஆர்வத்தைக் கொன்று விடக்கூடாது. இருந்தபோதிலும் அவர் ''சரியில்லை'' என்றும் கூறவேண்டும். இப்போது அதனை எவ்வாறு சாதுரியமான முறையில் செய்தார் என்பதைக் கவனியுங்கள்.

''என் நண்பரே இந்த உரை அற்புதமானது, உயர்வானது. இதைவிடச் சிறந்ததாக வேறு யாரும் தயாரித்துவிட முடியாது. பல இடங்களில் இது சொல்வதற்குச் சரியானவற்றைச் சொல்லி இருக்கிறது. ஆனால் இது இந்த ஒரு சமயத்திற்கு மட்டுமே பொருந்தக் கூடியதா? இதன் குரலும் கொள்கையும் இப்போதிருப்பதில் உங்களின் கருத்துதான் இருக்கிறது. இதில் நம்முடைய கட்சியின் கருத்துகள் ஒலிக்க வேண்டும் என்று நான் கருதுகிறேன். இப்போது நீங்கள் வீட்டுக்குச் சென்று நான் கூறிய கருத்துருவாக்கத்தில் எழுதி அதன் ஒரு படியை எனக்கு அனுப்பி வையுங்கள்,'' என்று மேக்கின்லே கூறினார்.

அவர் அதன்படியே செய்தார். மேக்கின்லே நீலநிற பெனிசிலால் திருத்தங்கள் செய்தபின் இரண்டாவது உரையினை மறுபடியும் எழுதினார். அந்த பிரச்சாரக் கூட்டத்தில் மிகவும் திறமையான பேச்சாளராக உருவெடுத்தார்.

ஆப்ரஹாம் லின்கன் இதுவரை எழுதிய கடிதங்களில் இரண்டாவதாகப் புகழ்பெற்ற கடிதம் இங்கே தரப்படுகிறது. (அவருடைய மிகவும் புகழ்பெற்ற முதல் கடிதம் திருமதி. பிக்ஸ்பி அவர்களுக்கு போரில் ஐந்து பிள்ளைகளை இழந்த துக்கத்திற்கு இரங்கல் தெரிவித்து எழுதப்பட்டது.) லின்கன் இந்தக் கடிதத்தை ஐந்து நிமிடங்களில் எழுதியிருக்கக் கூடும்; இருப்பினும் இந்தக் கடிதம் 1926 ஆம் ஆண்டில் ஒரு பொது ஏலத்தில் பனிரெண்டாயிரம் டாலர்களுக்கு விற்கப்பட்டது. ஐம்பது ஆண்டு காலத்தில் லின்கன் கடின உழைப்பால் சேமித்திருந்த தொகையைவிட மிகவும் அதிகமாக இருந்தது. அந்தக் கடிதம் உள்நாட்டுப்போர் உச்ச கட்டத்தில் இருந்த இருண்ட காலத்தில் 1863 ஆம் ஆண்டு ஏப்ரல் 26 ஆம் தேதி ஜெனரல் ஜோசப் ஹூக்கருக்கு எழுதப்பட்டது. பதினெட்டு

மாதங்கள், லின்கனின் படைத்தளபதிகள் ஐக்கியப் படைகளை ஒவ்வொரு மோசமான தோல்வியிலிருந்து மற்றதற்கு கொண்டு சென்றார்கள். வெறும் பயனற்றதும் மனித உயிர்க்கொலையுமன்றி வேறு பயனில்லை. தேசம் நிலைகுலைந்து விட்டது. ஆயிரக்கணக்கான வீரர்கள் இராணுவத்திலிருந்து போய்விட்டார்கள். செனட்டைச் சேர்ந்த குடியரசுக் கட்சி உறுப்பினர்களும் கூட எதிராக மாறினார்கள். லின்கன் வெள்ளை மாளிகையை விட்டு வெளியேற வேண்டும் என்று அவர்கள் விரும்பினார்கள். ''நாம் இப்போது அழிவின் விளிம்பில் இருக்கிறோம். இறைவனே கூட நமக்கு எதிராக இருக்கிறான் என்று எனக்குத் தோன்றுகிறது. எனக்கு நம்பிக்கை ஒளி தோன்றவில்லை,'' என்று லின்கன் கூறினார். துயரத்தின் இருளிலும் குழப்பத்தின் நிலையிலும் இருந்து இந்தக் கடிதம் வெளிவந்துள்ளது.

அந்தக் கடிதத்தை நான் இங்கே அச்சில் வைக்கிறேன். ஏனென்றால் நாட்டின் விதியே ஒரு படைத்தளபதியின் நடவடிக்கையைச் சார்ந்திருந்த நேரத்தில் கொந்தளிப்பான நிலையில் இருந்த அவரை மாற்றுவதற்கு லின்கன் எவ்வாறெல்லாம் முயற்சி செய்தார் என்பதை இது காட்டுகிறது.

ஜனாதிபதியாக ஆனபிறகு அபே லின்கன் எழுதிய கூர்மை உணர்வுடன் கூடிய கடிதமாக இது ஒருவேளை இருக்கலாம்; இருப்பினும் அவர் ஜெனரல் ஹூக்கரை அவருடைய மோசமான தவறுகளைப் பற்றிப் பேசும் முன் அவரைப் புகழ்ந்துரைத்துள்ளார் என்பதை நீங்கள் கவனிப்பீர்கள்.

ஆம் அவைகள் இமாலயத் தவறுகள். ஆனால் லின்கன் அவைகளை அப்படிக் கூறவில்லை. லின்கன் மிகவும் கட்டுப்பாடும் பெருந்தன்மையும் கொண்டிருந்தார். லின்கன் இப்படி எழுதினார்: ''நான் உங்களோடு முற்றிலும் உடன்படாத சில விஷயங்கள் உள்ளன.'' அது திறமையான உத்திகள் பற்றிப் பேசுகிறது! உயர்வுகள் பற்றியும் பேசுகிறது!

ஜெனரல் ஹீக்கருக்கு முகவரியிட்டு எழுதப்பட்ட அந்தக் கடிதம் இதோ:

> நான் உங்களை போடோமாக் (வாஷிங்டன் டி.சி) இராணுவத்தின் தலைவராக அமர்த்தி வைத்திருக்கிறேன். ஒருவேளை எனக்கு அதற்கான போதுமான காரணங்கள் இருப்பதால்தான் அவ்வாறு செய்திருக்கிறேன். இருப்பினும் நான் உங்களைப் பற்றி முற்றிலும் திருப்தியடையாத சில

விஷயங்கள் உள்ளன என்பதைத் தெரிந்து கொள்வது உங்களுக்கு நல்லது என்று நான் நினைக்கிறேன்.

நீங்கள் ஒரு துணிச்சல் மிக்க மிகத்திறமையுள்ள போர்வீரர் என்று நான் நம்புகிறேன். அதனை நான் மிகவும் விரும்புகிறேன். மிகச்சரியாக இருக்கின்ற உங்கள் பணியுடன் நீங்கள் அரசியலைக் கலக்க மாட்டீர்கள் என்றும் கூட நான் நம்புகிறேன். நீங்கள் உங்களிடம் மிகுந்த நம்பிக்கை வைத்துள்ளீர்கள். அது தவிர்க்கவே முடியாத தகுதி என்றாலும் மிகுந்த மதிப்பு மிக்கதாக உள்ளது.

நீங்கள் மிகுந்த ஆசை கொண்டுள்ளீர்கள். அது ஒரு குறிப்பிட்ட அளவுக்குள் இருந்தால் துன்பம் செய்வதைவிட நன்மை அதிகம் செய்யும். ஆனால் இராணுவம் பர்ன்சைடின் கட்டுப்பாட்டில் இருந்தபோது, உங்கள் ஆசைகள் பற்றிக் கலந்தாலோசித்து நீங்கள் அவரை எவ்வளவு முடியுமோ அவ்வளவுக்கு ஏமாற்றம் செய்துள்ளீர்கள். அது நாட்டுக்கும் மிகவும் மதிப்புமிக்க நேர்மையான ஒரு சகோதர அதிகாரிக்கும் நீங்கள் இழைத்த மிகப்பெரிய தவறாகும்.

இராணுவத்திற்கும் அரசாங்கத்திற்கும் ஒரு சர்வாவாதிகாரி தேவை என்று நீங்கள் அண்மையில் கூறியதை நம்பத் தகுந்த வகையில் நான் கேள்விப்பட்டேன். ஒருவேளை இது அதற்கானதல்ல. ஆனால் அதற்குப் பதிலாக நான் உங்களுக்குக் கட்டளை தருகிறேன்.

வெற்றிகளை அடையடையக்கூடிய ஜெனரல்கள் மட்டுமே சர்வாதிகாரிகளாக அமைய முடியும். நான் இப்போது உங்களிடம் கேட்பது இராணுவத்தில் வெற்றி. நான் சர்வாதிகார நிலையை ஆபத்தானதாக நினைப்பேன்.

தன்னால் முடிந்ததை எல்லாம் அரசாங்கம் செய்து உங்களுக்கு ஆதரவு வழங்கும். இதுவரை அது வழங்கியதை விடவும் எல்லா படைத்தளபதிகளுக்கெல்லாம் கொடுத்ததை விடவும் கூடவோ அல்லது குறைவாகவோ அது இருக்காது. தங்கள் படைத்தலைவரை விமர்சனம் செய்வதும் அவரிடமுள்ள நம்பிக்கையை நிறுத்துவதும் ஆகியவற்றை இராணுவத்திற்குள் நுழைக்க உதவும் உங்கள் முயற்சியைப் பற்றிப் பெரிதும் அஞ்சுகிறேன். என்னால் முடிந்த அளவுக்கெல்லாம் உங்களுக்கு இவைகளைத் தடுப்பதற்கு உதவுவேன்.

நீங்களோ அல்லது நெப்போலியன் மறுபடியும் பிறந்து வந்தாலோ இந்த மாதிரி உணர்வு இருக்கும்போது ஒரு

இராணுவத்திடமிருந்து எந்தவிதமான நல்ல பயனையும் பெற முடியாது. இப்போது கண்மூடித்தனமாக வேகம் கொள்வதைப் பற்றி விழிப்புணர்வோடிருங்கள். வேகமாக இருப்பதைப் பற்றி விழிப்போடிருங்கள். ஆனால் சக்தியோடும் ஓய்வில்லாமலும் போராடி முன்னேறுங்கள். அது நமக்கு வெற்றிகளைக் கொடுக்கும்.

நீங்கள் ஒரு கூலிட்ஜோ, ஒரு மேக்கின்லேயோ அல்லது ஒரு லின்கனோ அல்ல. உங்களுடைய அன்றாட வணிகத்தொடர்புகளில் இந்த கொள்கை பயன்படுமா என்று அறிய நீங்கள் விரும்புகிறீர்கள். அப்படித்தானே? நாம் அதைப் பார்க்கலாம். ஃபிலடெல்ஃபியாவில் உள்ள வார்க் கம்பெனியைச் சேர்ந்த டிபிள்யூ. பி. கா என்பவரின் உதாரணத்தை நாம் எடுத்துக் கொள்ளலாம்.

வார்க் கம்பெனி ஃபிலடெல்ஃபியாவில் ஒரு மிகப்பெரிய அலுவலகக் கட்டிடத்தை ஒரு குறிப்பிட்ட காலத்திற்குள் கட்டி முடித்துக் கொடுப்பதற்கு ஒப்பந்தம் பெற்றார்கள். எல்லாம் மிகவும் ஒழுங்காக நடைபெற்று வந்தது. கட்டிடம் ஏறக்குறைய முடிவடையும் நிலைக்கு வந்திருந்தது. அப்போது கட்டிடத்தின் உள்அலங்கார உலோக வேலைகளை ஏற்றுக்கொண்ட துணை ஒப்பந்தக்காரர் தான் வழங்க வேண்டிய பொருள்களை அந்த நாளுக்குள் வழங்க இயலவில்லை என்று கைவிரித்து விட்டார். என்ன செய்வது? முழுக் கட்டிட வேலையும் அப்படியே நின்று போய்விட்டது. அதிகக்கடுமையான தண்டனைகள்! இன்னல்தரும் இழப்புகள்! இவை அனைத்தும் ஒரேயொரு மனிதரால்!

நீண்ட நேர தொலைப்பேசி அழைப்புகள். விவாதங்கள்! காரசாரமான கோபப் பேச்சு வார்த்தைகள்! எல்லாம் பயனற்றுப் போய்விட்டன. பிறகு அந்த செம்புத் தொழில் சிங்கத்தை சாந்தப்படுத்த அவர் இருந்த இடத்தில் அவரைச் சந்திப்பதற்கு மிஸ்டர். கா அனுப்பப்பட்டார்.

"ப்ருக்ளீனில் உங்கள் பெயரில் நீங்கள் ஒருவர்தான் இருக்கிறீர்கள் என்பது உங்களுக்குத் தெரியுமா?" என்று மிஸ்டர் கா அந்த துணை ஒப்பந்தக் கம்பெனியின் தலைவரிடம் அறிமுகமானவுடனேயே கேட்டார். அந்தத் தலைவ்ர் மிகவும் ஆச்சரியப்பட்டு விட்டார். "இல்லை எனக்குத் தெரியாது" என்று அவர் கூறினார்.

"நன்று, நான் காலையில் ரயிலைவிட்டு இறங்கியதும் உங்களுடைய முகவரியைத் தெரிந்து கொள்வதற்காக தொலைப்பேசி முகவரி புத்தகத்தைப் பார்த்தேன். ப்ருக்ளின் தொலைப்பேசி

முகவரி புத்தகத்தில் உங்கள் பெயரில் நீங்கள் ஒருவர் மட்டும்தான் இருக்கின்றீர்கள்,'' என்று மிஸ்டர். கா கூறினார்.

''எனக்கு ஒருபோதும் இது தெரியாது,'' என்று அந்த துணை ஒப்பந்தக்காரர் கூறினார். ஆர்வத்துடன் தொலைப்பேசி முகவரி புத்தகத்தைப் பார்த்தார். ''நல்லது, இது ஒரு வழக்கத்திற்கு மாறான பெயராக உள்ளது,'' என்று பெருமையுடன் கூறிக்கொண்டார். ''என்னுடைய குடும்பம் ஹாலந்திலிருந்து வந்து நியூயார்க்கில் ஏறக்குறைய இருநூறு ஆண்டுகளுக்கு முன்பே வந்து இங்கே தங்கி விட்டார்கள்,'' என்று தொடர்ந்து கூறிவிட்டு தன்னுடைய குடும்பத்தைப் பற்றியும் தன்னுடைய முன்னோர்கள் பற்றியும் பல நிமிடங்கள் பேசினார். அவர் பேசி முடித்ததும் மிஸ்டர். கா தான் பார்த்த மற்ற ஆலைகளுடன் ஒப்பிட்டுப்பேசி இவரது மிகப்பெரிய ஆலையின் சிறப்பைப் பற்றிப் புகழ்ந்துரைத்து வாழ்த்து தெரிவித்தார். ''நான் பார்த்த செம்பு ஆலைகளில் மிகவும் சுத்தமாகவும் ஒழுங்காகவும் உள்ள ஆலை இது'' என்றார் கா.

''இந்த வணிகத்தை உருவாக்குவதற்கு நான் என் வாழ்நாள் முழுமையும் செலவிட்டுள்ளேன். அதற்காக நான் பெருமிதம் கொள்கிறேன். இந்த ஆலையைச் சுற்றிப் பார்க்க நீங்கள் விரும்புகிறீர்களா?'' என்று அந்தத் துணை ஒப்பந்தக்காரர் கேட்டார்.

இந்த ஆய்வுச் சுற்றுலாவின்போது, மிஸ்டர். கா கட்டுருவாக்கப் பிரிவில் இருந்த மற்ற ஒருவரை சந்தித்து அவருடைய வேலைகள் மற்ற போட்டியாளர்களைவிட எவ்வாறு சிறந்திருக்கிறது என்பதை எடுத்துக்கூறி வாழ்த்து கூறினார். கா சில வழக்கத்திற்கு மாறான இயந்திரங்களைப் பார்த்து கருத்துத் தெரிவித்தார். அந்தத் துணை ஒப்பந்தக்காரர் அவற்றைத் தானே கண்டுபிடித்து உருவாக்கியதாகக் கூறினார். அவர் அவற்றை எப்படி இயக்கி மிகச்சிறந்த வேலைகளைச் செய்து முடிப்பதைக் கூறி அதிகமான நேரத்தை அதற்காகச் செலவிட்டார். அவர் தன்னைக் காண வந்தவரை மதிய உணவு உண்ணுமாறு வற்புறுத்தி அழைத்தார். இதுவரையில், காவின் வருகையின் உண்மையான நோக்கம் தெரிவிக்கப்படவே இல்லை என்பதை நினைவில் கொள்ளுங்கள்.

மதிய உணவு முடிந்த பிறகு, அந்தத் துணை ஒப்பந்தக்காரர், ''இப்போது, நாம் நம்முடைய வணிகத்தைப் பற்றிப் பேசுவோம். இயற்கையாகவே நீங்கள் இங்கு ஏன் வந்துள்ளீர்கள் என்பதை நான் அறிவேன். நம்முடைய இந்தச் சந்திப்பு இவ்வளவு மகிழ்ச்சியாக நடக்கும் என்று நான் எதிர்பார்க்கவில்லை. நீங்கள் இப்போது ஃபிலடெல் ஃபியாவுக்குச் செல்லலாம். மற்ற ஆர்டர்கள் இருந்தாலும்

அவற்றையெல்லாம் ஒதுக்கி வைத்துவிட்டு உங்களுக்கான பொருள்களை உருவாக்கம் செய்து அனுப்பி வைப்பதற்கு உறுதியளிக்கிறேன்,'' என்று கூறினார்.

மிஸ்டர். கா தான் எதுவுமே கேட்காமலேயே அவர் பெற நினைத்த எல்லாம் கிடைத்து விட்டது. அந்தப் பொருள்கள் சரியான நேரத்திற்கு வந்து சேர்ந்தன. குறிப்பிட்ட ஒப்பந்த நாளுக்குள்ளேயே கட்டிட வேலைகள் முடிக்கப்பட்டு ஒப்பந்தம் சிறப்பாக நிறைவேற்றப்பட்டது.

மிஸ்டர். கா இந்த மாதிரி சமயங்களில் பொதுவாகப் பயன்படுத்தப்படும் பலமான விவாதப் பேச்சும் வெடித்துச் சிதறும் உணர்ச்சிகளும் பயன்படுத்தியிருந்தால் இது நடைபெற்றிருக்குமா?

ஃபெடரல் கிரடிட் யூனியனில் உள்ள நியூ ஜெர்ஸியின் ஃபோர்ட் மன்மௌத்தின் கிளை மேலாளரான டோரோதி வ்ருப்லெவ்ஸ்கி எப்படி தன்னுடைய ஊழியர்களில் ஒருவரை மிகுந்த உற்பத்தி செய்யத் தூண்டினார் என்பதை எங்கள் வகுப்பு ஒன்றில் குறிப்பிட்டார்.

''நாங்கள் அண்மையில் ஒரு இளம்பெண்ணை பணம் வழங்கும் கவுண்டரில் பயிற்சி ஊழியராக அமர்த்தியிருந்தோம். வாடிக்கையாளர்களுடனான அவளது தொடர்பு மிக நன்றாக இருந்தது. ஒவ்வொருவரின் கணக்கைப் பொறுத்தவரையிலும் அவள் சரியாகவும் திறமையுடனும் செயல்பட்டாள். நாள் கடைசியில் கணக்கு ஒப்படைக்கும்போது பிரச்சனை உருவானது.

''தலைமை காசாளர் என்னிடம் வந்து அந்தப் பெண்ணை நான் மிகவும் கண்டித்துப் பேச வேண்டும் என்று கேட்டுக் கொண்டார். 'கணக்குப் பார்த்து பணம் கொடுப்பதில் மிகவும் தாமதமாக இருந்ததால் மற்றவர்களைக் காக்கவைத்தாள். மீண்டும் மீண்டும் அதை அவளுக்கு எடுத்துக் காட்டினேன். ஆனால் அவள் அதைப்பின்பற்ற முடியவில்லை. அவள் போக வேண்டியதுதான்.'

''அடுத்த நாள் அவளுடைய வேலையை நானே தனிப்பட்ட முறையில் உன்னிப்பாக கவனித்தேன். ஒவ்வொரு சாதாரண வேலையிலும் விரைவாகவும் சரியாகவும் செய்தாள். எங்கள் வாடிக்கையா ளர்களுடன் இனிமையாக நடந்து கொண்டாள்.

''பாக்கித்தொகை கொடுப்பதில் அவளுக்கு ஏன் சிரமம் இருந்தது என்பதைக் கண்டுபிடிக்க வெகுநேரம் பிடிக்கவில்லை. அலுவலகம் முடிந்த பிறகு, நான் அவளிடம் சென்று பேசினேன். அவள் வெளிப்படையாகவே பதட்டத்துடனும் தடுமாற்றத்துடனும் இருந்தாள். அவள் வாடிக்கையாளர்களிடம் நட்புடனும் அவர்களை அனுசரித்தும் நடப்பதைப் பற்றிப் பாராட்டிப் பேசினேன்.

வேலையில் அவள் காட்டும் வேகத்திற்கும் சரியான தன்மைக்கும் பாராட்டு தெரிவித்தேன். அதற்குப்பிறகு பணப்பெட்டியை கணக்கு முடிப்பதில் உள்ள முறையை நாங்கள் மறுபரிசீலனை செய்வதற்காக சில யோசனைகளை அவளுக்கு எடுத்துக் கூறினேன். அவள் புரிந்து கொண்டபிறகு நான் அவளிடத்தில் முழுநம்பிக்கைக் கொண்டேன். அவள் என் யோசனைகளை எளிதாகப் பின்பற்றினாள். விரைவில் தன் வேலையில் நிபுனத்துவம் பெற்று விட்டாள். அதுமுதல் இன்று வரை அவளால் எந்தப் பிரச்சனையும் இல்லை.''

பாராட்டுடன் தொடங்குவது பல் மருத்துவர் வலி மருந்து நோவோகேனுடன் தொடங்குவது போன்றது. மருத்துவர் ஓட்டை போடுவதை நிறுத்த மாட்டார், ஆனால், மருந்து அதை வலியின்றி செய்துவிடும். ஒரு தலைவர் இதை பயன்படுத்துவார். . .

கொள்கை 1

பாராட்டுடனும் நேர்மையான புகழுரையுடனும் தொடங்குங்கள்.

2

விமர்சிப்பது எப்படி - அதற்காக வெறுக்கப்படக் கூடாது

சார்லஸ் ஷ்வாப் தன்னுடைய இரும்பு ஆலைகள் ஒன்றின் வழியாக ஒருநாள் சென்று கொண்டிருந்தபோது, அவருடைய ஊழியர்களில் சிலர் புகைப்பிடித்துக் கொண்டிருந்தார்கள். அவர்கள் நிற்கும் இடத்தின் மேலே ''புகைப் பிடிக்கக்கூடாது'' என்ற எச்சரிக்கைப் பலகை இருந்தது. ஷ்வாப் அந்த அறிவிப்புப் பலகையை அவர்களிடம் காட்டி, ''உங்களால் இதனைப் படிக்க முடியவில்லையா?'' என்று கேட்டாரா? ஓ, இல்லை. ஷ்வாப் அப்படிச் செய்யவில்லை. அவர் அவர்களை நோக்கிச் சென்று, ஒவ்வொருவரிடமும் ஒரு சிகரெட்டைக் கொடுத்து ''பையன்களே இதை நீங்கள் வெளியில் சென்று பயன்படுத்தினால் நான் மிகவும் பாராட்டுவேன்'' என்று கூறினார். அவர்கள் விதியை மீறியிருப்பதை அவர்தெரிந்து கொண்டு விட்டார் என்பதை அவர்கள் அறிந்து கொண்டார்கள். அவர்கள் அவரைப் பாராட்டினார்கள். ஏனென்றால் அவர் அதைப்பற்றி எதுவுமே சொல்லாமல் ஒரு சிறு அன்பளிப்பைக் கொடுத்து அவர்களை மிகவும் முக்கியமானவர்களாக உணரச் செய்து விட்டார். இதைப்போல ஒரு மனிதனை நேசிக்க வைக்க முடியாதா, உங்களால் முடியாதா?

ஜான் வானமேக்கர் இதே உத்தியைத்தான் கையாண்டார். வானமேக்கர் ஃபிலடெல்ஃபியாவில் உள்ள தன்னுடைய பெரிய நிறுவனத்திற்கு ஒவ்வொரு நாளும் சென்று பார்த்து வந்தார். ஒரு தடவை ஒரு கவுண்டரில் வாடிக்கையாளர் காத்துக் கொண்டிருந்தார். அவளை யாரும் சிறிதளவும் கவனிக்கவில்லை. விற்பனையாளர்கள் என்ன செய்தார்கள்? ஓ, அவர்கள் கவுண்டருக்கு வெகு தொலைவில் சூழ்ந்து நின்று கொண்டு தங்களுக்குள் பேசிக்கொண்டும் சிரித்துக் கொண்டும் இருந்தார்கள். வானமேக்கர் ஒரு வார்த்தை கூட

அதைப்பற்றிப் பேசவே இல்லை. அமைதியாக கவுண்டருக்குப்பின் சென்று அந்தப் பெண்மணிக்காக காத்துக் கொண்டிருந்தார். அதன்பிறகு அவருக்கு விற்ற பொருளை விற்பனையாளரிடம் கொடுத்து அதைச் சரியாக கட்டிக் கொடுக்கச் சொல்லிவிட்டு அவர் அப்படியே சென்று விட்டார்.

பொதுச்சேவை அதிகாரிகள் தங்கள் பகுதிகளுக்கு வந்து அங்குள்ளவர்களைப் பார்ப்பதில்லை என்று அடிக்கடி விமர்சனம் செய்யப்படுகிறார்கள். அவர்கள் மிகவும் அதிகமான வேலை பளு உள்ளவர்கள். சிலசமயங்களில் அவர்களை அளவுக்கு அதிகமாகப் பாதுகாக்கின்ற உதவியாளர்கள் தங்கள் உயர் அதிகாரிகளுக்குத் தொந்தரவு கொடுக்கக்கூடாது என்பதற்காக பார்வையாளர்களை அனுமதிப்பதில்லை. டிஸ்னி உலகம் அமைந்திருந்த ஃப்ளோரிடாவின் ஆர்லன்டோ மேயராக இருந்த கார்ல் லங்ஃபோர்டு பல ஆண்டுகள் பார்வையாளர்கள் தன்னைப் பார்ப்பதற்கு அனுமதிக்க வேண்டும் என்று அடிக்கடி தன்னுடைய ஊழியர்களுக்கு அறிவுரை வழங்கிக் கொண்டிருந்தார். அவர் ''திறந்த கதவு'' கொள்கையைக் கடைபிடிப்பதாக சொல்லிக்கொண்டிருந்தார். இருப்பினும் அவரது சமூகத்தைச் சேர்ந்த பார்வையாளர்கள் வந்தபோது அவர்களைச் செயலாளர்களும் நிர்வாக அதிகாரிகளும் அவரைப் பார்க்க அனுமதிக்கவில்லை.

இறுதியாக மேயர் ஒரு வழியைக் கண்டு பிடித்தார். அவருடைய அலுவலகத்தில் இருந்த கதவை எடுத்து விட்டார். அவருடைய ஆதரவாளர்கள் இதைக் கேள்விப்பட்டனர். அவருடைய அலுவலகக் கதவு நீக்கப்பட்ட அன்றிலிருந்து அவர் உண்மையிலேயே வெளிப்படையான நிர்வாகத்தைப் பெற்றிருந்தார்.

மக்களை அவர்களுக்குத் துன்பம் தராமலும் அவர்கள் கோபம் கொள்ளாமலும் மாற்றுவதில் உள்ள வெற்றிக்கும் தோல்விக்கும் இடையில் இருக்கும் வேறுபாடு ஒரு மூன்று எழுத்துச் சொல்லை சாதாரணமாக மாற்றுவதில் அமைந்து இருக்கிறது.

பலர் தங்கள் விமர்சனத்தை உண்மையான பாராட்டோடு தொடர்ந்து ''ஆனால்'' என்ற சொல்லைப் பயன்படுத்தி கடைசியில் விமர்சன வாக்கியத்தில் முடிக்கிறார்கள். உதாரணமாக, படிப்பதில் ஆர்வம் இல்லாத ஒரு குழந்தையை மாற்றுவதற்கு நாம், ''இந்த பருவத்தில் உன்னுடைய தகுதிநிலையை உயர்த்தி இருப்பதற்காக நாங்கள் உண்மையிலேயே உன்னைப்பற்றி பெருமை கொள்கிறோம் ஜான்னி, ஆனால் நீ அல்ஜீப்ராவில் இன்னும் கொஞ்சம் கவனம் கொண்டு படித்திருந்தால் தகுதி இன்னும் உயர்வாகக்

கிடைத்திருக்கும்,'' என்று கூறுவோம்.

இந்த உதாரணத்தில், ஜான்னி ''ஆனால்'' என்ற சொல்லைக் கேட்கும் வரையிலும் மிகவும் மகிழ்ச்சியுடனும் ஆர்வத்துடனும் ஊக்கத்துடனும் இருந்திருப்பான். பிறகு அவன் ஆரம்பத்தில் கூறிய புகழ் சொற்களைப் பற்றி கேள்வி கேட்கக்கூடும். அந்தப் புகழ்ச்சி ஒரு தோல்வியைப்பற்றிக் கண்டுபிடிப்பதற்கான திட்டமிடுதல் என்றே தோன்றுகிறது. தகுதியின் நிலை கலங்கப்படுத்தப்பட்டு ஒருவேளை அவனை கல்வியில் ஆர்வம் உண்டாக்கும் முயற்சியில் நாம் வெற்றியடைய முடியாமல் போகலாம்.

''ஆனால்'' என்ற சொல்லுக்குப் பதிலாக ''மேலும்'' என்ற சொல்லைப் பயன்படுத்தி இதனை எளிதாக நிறைவேற்ற முடியும். ''இந்த பருவத்தில் உன்னுடைய தகுதிகளை உயர்த்திக் கொண்டதற்காக நாங்கள் உண்மையிலேயே பெருமைப்படுகிறோம் ஜான்னி, மேலும் இதே கவனமான முயற்சியை நீ மேற்கொண்டால் உன்னுடைய அல்ஜீப்ரா தகுதியும் மற்றவற்றிற்கு இணையாக உயர்ந்து விடும்.''

இப்போது ஜான்னி பாராட்டை ஏற்றுக் கொள்வான். ஏனென்றால் இதில் தோல்வியைப் பற்றி உணரும் தொடர்நிலை இல்லை. நாம் அவனுடைய கவனத்தை நாம் விரும்பும் நடவடிக்கைக்கு மாற்றும் வகையில் கொண்டு வந்து விட்டோம். அவன் நம்முடைய எதிர்பார்ப்புகளுக்கு ஏற்ப வருவதற்கு முயற்சி செய்வான்.

நேரடியான விமர்சனத்திற்கு கடுமையான கோபம் கொள்ளக்கூடிய வர்களான நுண்மையான உணர்வுள்ளவர்களுக்கு தவறுகளுக்கு நேரடியான கவனத்தைக் கொண்டு வருவது மறைமுகமாக விந்தைகளைப் புரிகிறது. ரோட் தீவில் உள்ள ஊன்சாக்கெட்டைச் சேர்ந்த மார்கே ஜேகப் தன்னுடைய வீட்டிற்கு கூடுதல் கட்டிடம் கட்டிக்கொண்டிருந்தபோது அங்கு முறையற்ற வகையில் வேலை செய்த அந்த ஊழியர்களை எவ்வாறு அவள் திருப்தி கொள்ளச் செய்தாள் என்பதை எங்கள் வகுப்பு ஒன்றில் கூறினாள்.

வேலையின் முதல் சில நாட்களில் திருமதி. ஜேகப் தன்னுடைய பணிமுடித்து வந்தபோது, சிறு சிறு மரத்துண்டுகள் அங்குமிங்கும் அந்தப் பகுதி முழுவதும் சிதறிக் கிடப்பதைக் கண்டாள். அந்த ஊழியர்களை மனம்நோகச் செய்ய விரும்பவில்லை. ஏனென்றால் அவர்கள் மிக நன்றாக வேலை செய்திருந்தார்கள். ஆகவே அந்த பணியாட்கள் வேலைமுடித்துச் சென்றபின், அவளும் அவளுடைய குழந்தைகளும் அவற்றையெல்லாம் பொறுக்கி ஓரமாக அடுக்கி வைத்து அந்தப்பகுதியைத் தூய்மையாக்கி விட்டார்கள். அடுத்தநாள் காலையில் அந்த வேலையின் மேஸ்திரியைக் கூப்பிட்டு, ''நேற்று

இரவு வேலைசெய்த பகுதியை மிகத்தூய்மையாக விட்டுச் சென்றதற்காக நான் உண்மையிலேயே பெருமைப்படுகிறேன். அந்த இடம் சுத்தமாகவும் அழகாகவும் பக்கத்தில் உள்ளவர்களுக்கு துன்பம் தராத வகையில் இருந்தது,'' என்று கூறினாள். அந்த நாள் தொடங்கி அந்தப் பணியாளர்கள் அந்தத் துண்டுகளையெல்லாம் ஒரு பக்கத்தில் ஒழுங்காக அடுக்கி வைத்தனர். மேஸ்திரியும் அவளிடம் தினம் வந்து அன்றைய வேலையைப் பற்றிக் கூறிச்சென்றார்.

இராணுவ தயார்நிலை உபரி வீரர்களுக்கும் அவர்களுக்குப் பயிற்சி அளிப்பவர்களுக்கும் இடையில் ஏற்படும் மனவேறுபாடுகளில் மிகவும் முக்கியமான ஒன்று முடிவெட்டிக்கொள்வதில்தான் இருக்கும். இந்த வீரர்கள் தங்களை சாதாரண குடிமக்களாகவே (பெரும்பாலான சமயங்களில்) நினைத்துக் கொள்வார்கள். அதனால் தங்கள் முடியை ஒட்ட வெட்டிக் கொள்வதில் கோபம் கொள்வார்கள்.

யுஎஸ்ஏஆர் பள்ளியின் 542 படைப்பிரிவின் மாஸ்டர் சார்ஜன்ட் ஹார்லே கைசர் நான் கமிஷன்ட் அதிகாரிகளின் ஒரு குழுவிற்குப் பணியாற்றிக்கொண்டிருந்தபோது, இந்தப் பிரச்சனைக்குத் தன்னையே உதாரணமாக்கிக் கொண்டார். அந்தக் காலத்தின் முறையான இராணுவ அதிகாரி என்ற வகையில் அவர்களை பணியச்செய்து உத்தரவிட்டு இதனை எளிதாகச் செய்திருக்க முடியும். அதற்குப் பதிலாக அவர் தன்னுடைய கருத்தை மறைமுகமாக உணர்த்தும் முறையைத் தேர்ந்தெடுத்தார்.

''நண்பர்களே'' என்று தொடங்கி, ''நீங்கள் படைத் தலைவர்கள். நீங்கள் முன்னுதாரணமாக இருந்து படைகளை நடத்தினால் மிகவும் சிறப்பாக அமையும். உங்கள் வீரர்கள் பின்பற்றுவதற்கு நீங்கள் முன்னுதாரணமாக இருக்க வேண்டும். முடிவெட்டிக் கொள்வதைப் பற்றி இராணுவ விதிமுறைகன் என்ன கூறுகின்றன என்பதை நீங்கள் நன்கு அறிவீர்கள். உங்களில் சிலரை விடவும் என் தலைமுடி குறைவாக இருந்த போதிலும் நான் இன்று முடிவெட்டிக்கொள்ளப்போகிறேன். உங்களை நீங்கள் கண்ணாடியில் பார்த்துக் கொள்ளுங்கள். நீங்கள் முடிவெட்டிக்கொள்ள வேண்டும் என்ற தேவையை நல்ல உதாரணம் என்று உணர்ந்தால், நாங்கள் உங்களுக்கு பணிக்குப்பிறகு செயல்படும் சிகை அலங்காரப் பகுதிக்கு ஏற்பாடு செய்கிறோம்,'' என்று கூறினார்.

இதன் விளைவை நாம் எண்ணிப்பார்க்க இயலும். பல அதிகாரிகள் கண்ணாடி முன் நின்று பார்த்து விட்டு அன்று மாலையிலேயே சிகைஅலங்காரப் பகுதிக்குச் சென்று ''விதிப்படியான'' முறையில் முடிவெட்டிக் கொண்டார்கள். அடுத்த நாள் காலையில்

சார்ஜன்ட் கைசர் தலைமைப் பண்பு அவர்களில் சிலரிடம் நிறைந்து விட்டதாகவும் அவர்கள் குழுவை அது முன்னிறுத்தும் என்றும் கருத்து கூறினார்.

1887 ஆம் ஆண்டு மார்ச் 8 ஆம் தேதி, புகழ்பெற்ற பேச்சாளர் ஹென்றி வார்ட் பீச்சர் மறைந்தார். அடுத்த ஞாயிற்றுக்கிழமை, பீச்சர் இறப்பினால் துக்கமுற்ற அமைதியான கூட்டத்தில் லைமன் அப்போட் பேசுவதற்காக அழைக்கப்பட்டிருந்தார். மிகச்சிறப்பான உரையாக அமைவதற்காக அவர் எழுதி, மீண்டும் திருத்தி எழுதி, அதன்பிறகு அதனை சிறப்புற அமைத்து ஃப்லாபெர்ட் போல மிகுந்த கவனம் எடுத்து தயாரித்தார். பின்னர் அதனைத் தன் மனைவியிடம் படித்துக் காண்பித்தார். எல்லா எழுதப்பட்ட உரைகளையும் போலவே இதுவும் மோசமாக இருந்தது. அவள் குறைத்து மதிப்பிட்டிருந்ததால், இப்படிச் சொல்லியிருக்கக் கூடும். ''லைமன், இது பயங்கரமானதாக உள்ளது. அது ஒருபோதும் பயன்தராது. நீங்கள் மக்களைத் தூங்க வைத்து விடுவீர்கள். இது ஒரு கலைக்களஞ்சியம் போல் இருக்கிறது. இவ்வளவு காலமாக போதனை செய்துகொண்டு வரும் நீங்கள் நன்றாக அறிந்திருக்க வேண்டும். நன்மைக்காக நீங்கள் ஏன் ஒரு மனிதரைப்போல் பேசக்கூடாது? ஏன் இயற்கையாக இருக்க முயலக்கூடாது? இந்த விஷயத்தை நீங்கள் படித்தால் உங்கள் மதிப்பைக் குறைத்துக் கொள்வீர்கள்.''

இதுதான் அவள் *சொல்லிருக்கக் கூடியதாக* இருக்கும். அவள் சொல்லியிருந்தால் என்ன நடந்திருக்கும் என்பது உங்களுக்குத் தெரியும். ஆகவே அவள் நார்த் அமெரிக்கன் ரிவியூ பத்திரிகைக்கு மிகச்சிறந்த கட்டுரையாக இருக்கும் என்று மட்டும் அவள் கூறினாள். வேறுவகையில் சொல்வதென்றால், அவள் அதைப் புகழ்ந்தாள். ஆனால் அதே சமயம் அது ஒரு உரையாக இருக்காது என்று யோசனை கூறினாள். லைமன் அப்போட் இந்தக் கருத்தைப் புரிந்து கொண்டார். கவனமாக தயாரிக்கப்பட்ட உரையின் கையெழுத்துப்பிரதியை கிழித்து விட்டார். அவர் எந்தவிதக் குறிப்பும் கூட வைத்துக்கொள்ளாமல் போதனை செய்தார்.

மற்றவர்களின் தவறுகளைத் திருத்துவதற்கான சிறந்த வழி . . .

கொள்கை 2

மக்களின் தவறுகளுக்கு மறைமுகமாக கவனத்தைக் கொணருங்கள்.

3

நீங்கள் உங்கள் குறைகளைப் பற்றி முதலில் பேசுங்கள்

என்னுடைய ஒன்று விட்ட சகோதரி, ஜோசஃபின் கார்னகி என்னுடைய செயலாளராக நியூயார்க்கிற்கு வந்தாள். பத்தொன்பது வயதான அவள் மூன்று ஆண்டுகளுக்கு முன்புதான் உயர்நிலைப் பள்ளியில் பட்டம் பெற்றிருந்தாள். அவளுக்கு வேலை அனுபவம் என்பது எதுவுமே இல்லை. சூயஸுக்கு மேற்கில் உள்ள செயலாளர்களில் மிகவும் திறமை வாய்ந்த ஒருவராக வந்து விட்டாள். ஆனால் ஆரம்பத்தில், நன்றாகவும் முன்னேற்றத்திற்கு ஆர்வம் உள்ளவளாகவும் இருந்தாள். ஒருநாள் அவளை கேலியாக விமர்சனம் செய்யத் தொடங்கியபோது, நான் எனக்குள்ளே இப்படி சொல்லிக் கொண்டேன்: ''ஒரு நிமிஷம், டேல் கார்னகி, ஒரு நிமிஷம். நீ ஜோசஃபினை விடவும் வயதில் இரண்டு மடங்கு மூத்தவன். வேலையில் அவளை விட பத்தாயிரம் மடங்கு அனுபவம் உள்ளவன். உன்னுடைய எண்ணவோட்டம், உன்னுடைய மதிப்பீடு, உன்னுடைய ஊக்கம் ஆகியவை உன்னைப்போல இருக்கமுடியும் என்று நீ எவ்வாறு எதிர்பார்க்க முடியும்? ஒரு நிமிஷம் டேல், பத்தொன்பது வயதில் நீ என்ன செய்து கொண்டிருந்தாய்? நீ அப்போது செய்த தவறுகளையும் அபத்தங்களையும் நினைத்துப் பார்த்தாயா? அதைச் செய்தாய் . . . இதைச் செய்தாய் . . . என்றிருந்த அந்த காலத்தை நினைத்துப் பார்த்தாயா?''

இந்த விஷயத்தை நேர்மையாகவும் பாரபட்சமின்றியும் நினைத்துப் பார்த்தபிறகு, ஜோசஃபினின் பத்தொன்பது வயது சராசரியான வேலை அந்த வயதில் நான் செய்ததைவிட சிறப்பானது என்று முடிவுக்கு வந்தேன். நான் வருத்தப்பட்டு ஒத்துக்கொள்வது ஜோசஃபினுக்கு பாராட்டு சொல்வதற்கு அல்ல.

ஆகவே அதன்பிறகு ஒரு தவறு குறித்து ஜோசஃபினுக்கு கவனப்படுத்துமுன் நான் ‘‘நீ ஒரு தவறு செய்துள்ளாய் ஜோசஃபின், ஆனால் அது நான் செய்த பலதவறுகளைவிட மோசமானதல்ல என்பதை கடவுள் நன்கு அறிவார். நீ மதிப்பீடு செய்யும் திறனோடு பிறக்கவில்லை. அது அனுபவத்தின்மூலம் கிடைக்கிறது. நான் உன் வயதில் இருந்ததை விட நீ நன்றாக இருக்கிறாய். பலவிதமான அற்பச் செயல்கள், அறியாத தவறுகள் செய்த குற்ற உணர்வு உள்ள நான் உன்னையோ மற்ற யாரையோ குறை கூறுவதற்கு விருப்பமில்லை. ஆனால் ஒன்றை இப்படிச் செய்திருந்தால் நன்றாக இருந்திருக்கும் என்று நீ நினைக்கவில்லையா?’’ என்று நான் வழக்கமாகச் சொல்லிக்கொள்வேன்.

உங்களை விமர்சனம் செய்கின்ற நபர் தன்னுடைய தவறை ஒத்துக்கொண்டு தானும் குற்றமில்லாதவர் என்று சொல்ல முடியாது என்று தொடங்கினார் என்றால், அவர் உங்கள் குறைகளைச் சொல்லுவதை கவனிப்பது கடினமானதாக இருக்காது.

கனடாவின் மனிடோபாவில் உள்ள ப்ராண்டனில் பொறியாளராக இருக்கும் ஈ. ஜி. டில்லிஸ்டோன் என்ற பொறியாளர் தன்னுடைய புதிய செயலாளரிடம் சில பிரச்சனைகளைக் கண்டார். அவர் எழுதச் சொல்லி கூறும் கடிதங்களில் கையெழுத்திற்காக வைக்கும்போது பக்கத்திற்கு இரண்டு அல்லது மூன்று தவறுகள் இருந்தன. இதை எவ்வாறு கையாண்டார் என்பதை மிஸ்டர். டில்லி ஸ்டோன் குறிப்பிடுகின்றார்:

‘‘பல பொறியாளர்களைப் போலவே, நான் என்னுடைய ஆங்கிலச் சிறப்பிலும் உச்சரிப்பிலும் சிறப்பானவர் என்று கூறமுடியாது. பல ஆண்டுகள் நான் ஒரு சிறிய கைப்புத்தகம் வைத்துக் கொண்டு எனக்கு சந்தேகம் வருகின்ற உச்சரிப்பு வார்த்தைகளைத் தெரிந்து கொண்டேன். என்னுடைய செயலாளர் செய்யும் எழுத்துத் தவறுகளைச் சுட்டிக்காட்டிக் குறைகூறுவதால் மட்டுமே அவளுடைய பிழைபார்க்கும் திறமையோ அல்லது அகராதி பார்த்துத் திருத்தும் முறையோ முன்னேற்றம் அடையப்போவதில்லை. நான் வேறு முறையைக் கையாள முடிவெடுத்தேன். பிழைகளுடன் அடுத்த கடிதம் என் பார்வைக்கு வந்தபோது, அந்த தட்டச்சுப் பெண்ணுடன் அமர்ந்து பின்கண்டவாறு கூறினேன்:

‘‘‘எப்படியோ எனக்கு இந்த வார்த்தை சரியென்று தோன்றவில்லை. இந்த வார்த்தை எப்போதும் எனக்கு தொந்தரவு கொடுப்பதாகவே இருக்கும். அதனால் தான் இந்த உச்சரிப்புப் புத்தகத்தைப் பயன்படுத்துகிறேன். [அந்த சொல்லுக்கான

பக்கத்தை அதில் எடுத்துக் காட்டினேன்.] ஆம், இதோ இருக்கிறது. இப்போதெல்லாம் நான் வார்த்தை உச்சரிப்பு சரியாக இருக்கிறதா என்பதில் கவனமாக இருக்கிறேன். ஏனென்றால் நம்முடைய கடிதங்களைக் கொண்டே மக்கள் நம்முடைய திறமையை எடையிடுகிறார்கள். அதில் உள்ள தவறுகள் நம்முடைய தொழில்திறனைக் குறைத்து மதிப்பிடச் செய்கின்றன.'

''நான் சொன்ன முறையை அவள் பின்பற்றினாளா இல்லையா என்பது தெரியவில்லை. ஆனால் அந்த உரையாடலுக்குப்பிறகு அவளுக்கு ஏற்படும் பிழைகளின் அளவு மிகுதியும் குறைந்து விட்டது.''

நேர்த்தி மிக்க இளவரசர் பெர்னார்ட் வோன் ப்யூலோ இந்த நூலை அதிகமான தேவையை 1909 ஆம் ஆண்டிலேயே கற்றுக் கொண்டுள்ளார். அப்போது வோன் ப்யூலோ ஜெர்மனியின் ஆட்சி வேந்தராக இருந்தார். அப்போது வில்ஹெல்ம் 2 - கர்வம்கொண்ட வில்ஹெல்ம், கொடூரமான வில்ஹெல்ம், ஜெர்மன் கைசர்களில் கடைசியானவராக இருந்த அவர் ஆட்சிக் கட்டிலில் இருந்தார். அவர் திடீரென்று தாக்கி அடிக்கும் பூனைப் படை போன்ற இராணுவத்தையும் கடற்படையையும் உருவாக்கிக் கொண்டிருந்தார்.

ஒரு அதியசிக்கத்தக்க நிகழ்ச்சி நடந்தது. நிகழ்வுகள், எடையிட முடியாத புகழ் நிகழ்வுகள், கண்டத்தையே உலுக்கிய நிகழ்வுகள் என்று கைசர் கூறினார். அவை உலகம் முழுவதும் வெடிச்சத்தங்கள் கேட்பதற்கான தொடர்நிகழ்வுகளை ஆரம்பித்தது. எண்ணிப்பார்க்க முடியாத அள்வுக்கு நிலைமையை மோசமாக்குவதற்கு கைசர் அபத்தமான, தன்முனைப்புள்ள, அர்ப்பத்தனமுள்ள அறிவிப்புகளை மக்களிடையே வெளியிட்டார். இவற்றை அவர் இங்கிலாந்தில் விருந்தினராக இருந்தபோது வெளியிட்டார். *டெய்லி டெலிகிராஃப்* பத்திரிகையில் அவற்றை வெளியிடுவதற்கு அதிகாரப்பூர்வ அனுமதி அளித்தார். உதாரணமாக, இங்கிலாந்துக்கு நட்பாக இருக்கும் ஒரே ஜெர்மானியர் அவர்தான் என்று அறிவித்தார். ஜப்பானை அழிப்பதற்கு ஒரு கடற்படையை உருவாக்கிக் கொண்டிருந்தார். ரஷ்யாவினாலும் ஃப்ரான்சினாலும் இங்கிலாந்து பாதிக்கப்பட்டு அழிவதிலிருந்து அவர் மட்டுமே காப்பாற்றினார் என்று கூறினார். அவர்தான் இங்கிலாந்தின் பிரபு ராபர்ட் தென்ஆப்பிரிக்காவில் போயர்களைத் தோற்கடிப்பதற்கு காரணமாயிருந்ததாகக் கூறினார்.

நூறு ஆண்டுகளுக்கிடையில் ஒரு ஐரோப்பிய மன்னரின் வாயிலிருந்து அமைதிக் காலத்தில் இத்தகைய விந்தையான வார்த்தைகள் வேறு யாரிடமிருந்தும் வந்ததில்லை. அந்தக்

கண்டம் முழுவதும் சங்கூதிச் சொல்வது போன்ற வேகத்துடன் அது பரவி விட்டது. இங்கிலாந்து கோபமுற்றது. ஜெர்மன் அரசியல்வாதிகள் பெருத்த ஆச்சரியமடைந்தனர். இந்தவிதமான பெரும் கவலைகளுக்கிடையில் கைசர் மிகுந்த பதட்டமடைந்தார். ஆட்சி வேந்தரான இளவரசர் வோன் ப்யூலோவை அந்தப் பழியை ஏற்றுக் கொள்ளுமாறு யோசனை கூறினார். ஆமாம், வோன் ப்யூலோ இவையெல்லாம் தன்னுடைய பொறுப்பு என்று அறிவிக்க வேண்டும் என்று அவர் விரும்பினார். இந்த பிரபலமான விஷயங்களைச் செய்ய சர்வாதிகாரிக்கு அவர் அறிவுறுத்தியதாகக் கூறும்படி சொன்னார்.

''ஆனால் மாண்புமிக்கவரே, அதை என்னால் செய்ய முடியாது. ஜெர்மனியிலோ அல்லது இங்கிலாந்திலோ எவரும் நான் இப்படிச் சொல்லும் திறமை பெற்று மாண்பு மிக்க மன்னருக்கு அறிவுரை கூற இதைச்சொல்லியிருப்பேன் என்பதை நம்பமாட்டார்கள்,'' என்று கூறி வோன் ப்யூலோ எதிர்த்தார்.

இந்தச் சொற்கள் வோன் ப்யூலோவின் வாயிலிருந்து புறப்பட்ட உடனேயே அவர் மிகவும் மோசமான தவறு செய்து விட்டதை உணர்ந்தார். கைசர் கோபாவேசத்துடன் எழுந்தார்.

''என்னை ஒரு கழுதை என்று நினைக்கிறீர்கள். நீங்கள் ஒருபோதும் செய்திராத அபத்தங்களையெல்லாம் செய்ய முடிந்தவர் என்று நினைக்கிறீர்கள்!''என்று கோபத்துடன் சத்தமிட்டார்.

தான் குறை கூறுவதற்குமுன் அவரைத் தான் புகழ்ந்திருக்க வேண்டும் என்று வோன் ப்யூலோ தெரிந்து கொண்டார். ஆனால் இது மிகவும் காலதாமதம் என்பதால், அடுத்த ஒரு நல்ல விஷயத்தைச் செய்தார். விமர்சித்ததற்குப் பிறகு புகழ்ந்துரைத்தார். அது மிகப்பெரிய விந்தையை நிகழ்த்தியது.

''அந்த யோசனையைக் கூறுவதற்கு நான் தகுதி இல்லாதவன். மேன்மை மிக்க மன்னர் என்னை மீறிச் சென்றுள்ளீர்கள். கடற்படை மற்றும் இராணுவ அறிவிலும், அதற்கும் மேலாக இயற்கை விஞ்ஞானத்திலும், தகுதி குறைவானவன். பாரோ மீட்டரைப் பற்றியோ அல்லது கம்பியில்லா தந்தி முறையையோ அல்லது ராண்ட்ஜன் கதிர்கள் பற்றியோ தாங்கள் விளக்கிக் கூறியபோது, மிகுந்த பாராட்டுடன் உங்களை உற்றுக் கவனித்தேன். இயற்கை விஞ்ஞானத்தின் எல்லா பிரிவுகளிலும் நான் அறிவற்றவன். வேதியியல் அல்லது இயற்பியல் பற்றி எந்தவிதமான கருத்தும் தெரியாதவன். இயற்கை நிகழ்வுகள் பற்றிய சாதாரண விஷயங்களைக்கூட விளக்கிக் கூறும் திறமையற்றவன். ஆனால் அவற்றையெல்லாம் ஈடு செய்யும் வகையில் வரலாற்று அறிவும்,

அரசியலில், குறிப்பாக அரசியல் நிர்வாகத்தில் பயன்படும் சில தகுதிகள் பெற்றுள்ளேன்,'' என்று வோன் ப்யூலோ மரியாதையுடன் பதிலளித்தார்.

கைசர் ஒளிகூட்டிப் புன்னகைத்தார். வோன்ப்யூலோ அவரைப் புகழ்ந்தார். வோன் ப்யூலோ அவரை விஞ்சி விட்டு தன்னை மிகவும் பணிவுடன் காட்டிக் கொண்டார். அதற்குப் பிறகு கைசர் எதனையும் மன்னிக்க முடிந்தது. ''நாம் ஒன்றைவிட்டு ஒன்று புகழுடன் முடிக்க முடியும் என்று உங்களிடம் நான் சொல்லவில்லையா? நாம் ஒருவரோடொருவர் இணைந்திருக்க வேண்டும். அப்படியே இருப்போம்!'' என்று அவர் ஆர்வத்துடனும் வியப்புடனும் கூறினார்.

அவர் வோன் ப்யூலோவுடன் ஒரு முறை மட்டுமல்ல பலமுறை கைகுலுக்கினார். அந்த நாளின் இறுதியில் அவர் தன் இருகரங்களையும் உயர்த்தி மிகுந்த ஆர்வத்துடன் அணைத்துக் கொண்டார். ''இளவரசர் வோன் ப்யூலோவைப் பற்றி யாராவது எதிராக என்னிடம் கூறினால், *அவர்கள் மூக்கில் குத்தி விடுவேன்*'' என்றார்.

வோன் ப்யூலோ தன்னை தக்க சமயத்தில் காப்பாற்றிக் கொண்டார். ஆனால் அவர் சாமர்த்தியமான மனிதராக இருந்தார் எனினும் ஒரு தவறைச் செய்து விட்டார். அவர் தன்னுடைய குறைகளையும், வில்ஹெ ல்ம்மின் உயர்வையும் பற்றி முதலில் பேசியிருக்க வேண்டும். கைசர் உதவி தேவைப்படுகிற அரைபுத்தி மனிதர் என்று சொல்லியிருக்கக் கூடாது.

ஒருவர் தன்னைத் தாழ்த்திப் பணிவாக சில வாக்கியங்களும் மற்றவரைப் புகழ்ந்து பேசியும் தொடங்கியதனால், கோபமான, குத்திக் காட்டப்பட்ட கைசர் நெருக்கமான நண்பராக மாறிவிட்டார் என்றால், கனிவும் பாராட்டும் உங்களுக்கும் எனக்கும் அன்றாட தொடர்புகளில் என்னவெல்லாம் செய்யும் என்பதைக் கற்பனை செய்து பாருங்கள். மிகச்சரியாகப் பயன்படுத்தினால், மக்கள் தொடர்பு முறைகளில் அவர்கள் மிகவும் போற்றத்தக்கவற்றை நிகழ்த்துவார்கள்.

ஒருவர் தனது குற்றங்களை மற்றவர் திருத்தம் செய்யாமலே ஒத்துக்கொள்ளும்போது மற்றவரை அவர்களது பழக்கவழக்கங்களை மாற்றுவதற்கு உதவும். இது அண்மையில் நிரூபணமாகி உள்ளது. மேர்லேன்ட்டில் உள்ள டிமோனியத்தைச்சேர்ந்த க்ளேரன்ஸ் ஜெர்கூஸன் தன்னுடைய பதினைந்து வயது மகன் சிகரெட் பிடிக்கிறான் என்று அவர்கண்டு பிடித்தார்.

''இயற்கையாகவே, டேவிட் புகைப் பிடிப்பதை நான் விரும்பவில்லை. ஆனால் அவனது தாயும் நானும் சிகரெட் புகைத்தோம். நாங்கள் எப்போதும் அவனுக்கு ஒரு தவறான முன்னுதாரணமாக அமைந்து விட்டோம். டேவுக்கு நான் அவனுடைய வயதில் எப்படிப் புகைப்பிடிக்கத் தொடங்கினேன் என்பதையும் எப்படி நிகோடின் என்னை பாதித்து விட்டது என்பதையும், இப்போது அதனை விடாமுடியாத நிலையைப் பற்றியும் விளக்கமாகக் கூறினேன். தனக்கு இப்போது இருக்கும் இருமல் எந்த அளவுக்கு துன்பம் தருகிறது என்பதையும் தான் புகைப்பிடிப்பதைப் பல ஆண்டுகளுக்கு முன்னரே விட்டுவிட்டிருந்தால் எப்படி இருந்திருக்கும் என்பதையும் அவனுக்கு நினைவுபடுத்தினேன்.

''அவன் அதனை நிறுத்துமாறு கூறவில்லை. பயமுறுத்தவில்லை. எச்சரிக்கை செய்யவில்லை. நான் செய்ததெல்லாம், நான் எப்படிப் புகைப்பிடிக்கும் பழக்கத்தில் சிக்கினேன் என்பதையும், அது எனக்கு என்ன தீமைகள் செய்கிறது என்பதையும் மட்டும் அவனுக்கு குறிப்பிட்டுக் காட்டியதுதான்.

''சிறிது நேரம் அவன் அதைப்பற்றிச் சிந்தித்துப் பார்த்தான். உயர்பள்ளியில் பட்டம் வாங்கி முடிக்கும்வரை புகைப்பதில்லை என்று முடிவெடுத்தான். ஆண்டுகள் பல ஆன பின்னாலும் டேவிட் மறுபடி புகைப்பிடிக்கத்தொடங்கவில்லை. அவ்வாறு செய்யும் எண்ணமே எப்போதும் வரவே இல்லை.

''அந்த உரையாடலுக்குப் பின்விளைவாக நானே சிகரெட் பிடிப்பதை நிறுத்தி விட்டேன். என்னுடைய குடும்பத்தினரின் ஒத்துழைப்பால் நான் வெற்றி பெற்று விட்டேன்.''

ஒரு நல்ல தலைவன் இந்தக் கொள்கையைக் கடைபிடிக்கிறான்:

கொள்கை 3

மற்றவரைக் கிண்டலாக விமர்சிப்பதற்குமுன் உங்கள் தவறுகளைப் பற்றிப் பேசுங்கள்.

4

அதிகார உத்தரவுகளை ஏற்க ஒருவருமே விரும்புவதில்லை

அமெரிக்கன் வரலாறு என்ற அமைப்பின் தலைவரான மிஸ் இடா டார்பெல் அவர்களுடன் ஒரு விருந்தில் கலந்து கொள்ளும் பேறு பெற்றேன். நான் இந்த நூலை எழுதிக் கொண்டிருக்கிறேன் என்று நான் அவரிடம் கூறியபோது, மக்களோடு தொடர்பு கொள்வதில் உள்ள எல்லா விஷயங்கள் பற்றியும் நாங்கள் கலந்துரையாடத் தொடங்கினோம். அவள் ஓவென் டி. யங்க் என்பவரின் வரலாற்றை எழுதிக்கொண்டிருந்தபோது மிஸ்டர் யங்கோடு ஒரே அலுவலகத்தில் மூன்று ஆண்டுகள் ஒன்றாகப் பணியாற்றிய ஒருவரை பேட்டி கண்டதாகக் கூறினார். அந்த ஆண்டுகளில் ஒரு தடவை கூட ஓவென் டி. யங்க் ஒருபோதும் யாருக்கும் நேரடியாக உத்தரவிடவில்லை என்று அந்த மனிதர் கூறினார். அவர் எப்போதும் யோசனைகள் சொல்லுவார், உத்தரவுகள் கொடுத்ததில்லை. உதாரணமாக, டி. யங்க் ஒருபோதும், ''இதைச் செய், அதைச் செய்'' என்றோ அல்லது ''இதைச் செய்யாதே, அதைச் செய்யாதே'' என்றோ சொன்னதில்லை. அவர் ''இதை நீங்கள் சிந்தித்துப் பார்க்கலாம்'' என்றோ அல்லது ''இது சரிப்பட்டு வருமா என்று பாருங்கள்.'' என்றோதான் கூறுவார். ஒரு கடிதத்தை சொல்லியபின் அடிக்கடி, ''இதைப்பற்றி நீங்கள் என்ன நினைக்கிறீர்கள்?'' என்று கூறுவார். உதவியாளர்கள் கொண்டு வந்து வைக்கும் கடிதங்களைப் பார்த்து விட்டு, ''நாம் இப்படி இந்த வாக்கியத்தை அமைத்திருந்தால் நன்றாக இருக்குமல்லவா?'' என்று கூறுவார். அவர் எப்பொழுதும் மற்றவர்கள் தாங்களாகவே வேலைகளைச் செய்வதற்கு வாய்ப்பளித்தார். அவர் ஒருபோதும் உதவியாளர்களை ஒன்றைச் செய்யுமாறு கூறமாட்டார். அவர்களாகவே செய்யச்சொல்லி, அவர்கள் ஏதாவது தவறு செய்தால் அதிலிருந்து பாடம் கற்றுக்கொள்ளுமாறு செய்தார்.

அந்தமாதிரி உத்தி ஒரு நபர் தன் தவறுகளைத் திருத்திக்கொள்ள எளிதாக இருக்கிறது. அந்த மாதிரி உத்தி ஒரு நபரின் பெருமையைப் பாதுகாத்து அவருக்கு அல்லது அவளுக்கு தான் முக்கியமாக உணரப்படுவதைக் கொடுக்கிறது. எதிர்ப்பதற்கு பதிலாக இது ஒத்துழைப்பை ஊக்கப்படுத்துகிறது.

வெளிப்படையான ஒரு தவறான சூழ்நிலையைத் திருத்துவதற்கு உத்தரவு கொடுக்கப்பட்டாலும் கூட ஒரு கடுமையான உத்தரவால் ஏற்படும் கோபம் நீண்ட காலத்திற்கு நீடித்து விடுகிறது. பென்சில்வேனியாவின் வையாமிங் என்ற இடத்திலுள்ள ஒரு தொழிற்பயிற்சிப் பள்ளியின் ஆசிரியர் டேன் சான்டரெல்லி என்பவர் எங்கள் வகுப்பு ஒன்றில், தன்னுடைய மாணவர் ஒருவர் பள்ளியின் நடைபாதை ஒன்றை மறைத்து தன் காரை முறையற்ற வழியில் நிறுத்தியதைப் பற்றி கூறினார். மற்ற ஒரு பயிற்றுநர் வகுப்புக்கு வந்து, ''வழியை மறைத்து நிறுத்தப்பட்டிருப்பது யாருடைய கார்?'' என்று கடுமையான குரலில் அதிகாரத்தோரணையில் கேட்டார். அந்தக் காருக்குச் சொந்தக்காரனான மாணவன் பதில் கூறியதும், அந்த பயிற்றுநர் கோபமாக சத்தம் போட்டார்: ''அந்தக் காரை நகர்த்திவிடு. இப்பொழுதே நகர்த்தி விடு. இல்லையென்றால் சங்கிலி போட்டுப் பூட்டி அதனை இழுத்துச்சென்று விடுவோம்.''

இப்போது அந்த மாணவன் செய்தது தவறு. அந்தக் காரை அங்கே நிறுத்தியிருக்கக் கூடாது. ஆனால் அந்த நாளிலிருந்து அந்த மாணவன் பயிற்றுநரின் நடவடிக்கைக்குக் கோபம் கொண்டதோடு மட்டுமல்லாது, மற்ற பிற மாணவர்களும் அதே அளவுக்கு உணர்வைப் பெற்று அவருக்குத் தொந்தரவு கொடுக்கத்தொடங்கியதால் அவர் மகிழ்ச்சியுடன் பணியாற்ற இயலாமல் போய்விட்டது.

இதை அவர் வேறு எந்தவகையில் கையாண்டிருக்க முடியும்? ஒரு நட்பான முறையில், ''வழியில் நிறத்தப்பட்டிருப்பது யாருடைய கார்?'' என்று கேட்டு விட்டு, அந்தக் காரை நகர்த்தி விட்டால் மற்ற வாகனங்கள் செல்ல ஏதுவாயிருக்கும் என்று யோசனையாகக் கூறியிருந்தால் அந்த மாணவர் அதனை மகிழ்ச்சியுடன் ஏற்றுக் கொண்டு காரை நகர்த்தியிருப்பார். அவரும் மற்ற மாணவர்களும் கோபப்பட்டிருக்க மாட்டார்கள்.

கேள்விகள் கேட்பது ஒரு உத்தரவை இனிமையாக்குவது மட்டுமல்லாமல், அது எப்போதும் ஆக்கத்திறனை நாம் யாரிடம் கேள்வி கேட்கிறோமோ அவர்களிடம் தூண்டுகிறது. ஒரு உத்தரவு பிறப்பிக்கப்படுவதில் உள்ள முடிவில் தங்கள் பங்கும் இருக்கிறது

என்று உணர்ந்தார்களானால், மக்கள் உத்தரவுகளை ஏற்றுச் செய்வதை ஏற்றுக் கொள்கிறார்கள்.

தென் ஆப்பிரிக்காவின் ஜோகன்னஸ்பர்க்கில் உள்ள ஒரு நுட்ப இயந்திர உறுதிபாகங்கள் உற்பத்தி ஆலையின் பொது மேலாளரான இயன் மேக்டொனால்ட் ஒரு பெரிய ஆர்டரைப் பெறும் வாய்ப்பு ஏற்பட்ட போது, அவரால் பணிமுடிக்க வேண்டிய காலத்திற்குள் முடிக்க முடியாது என்று அவருக்குத் தெரிந்து விட்டது. ஆலையில் ஏற்கனவே திட்டமிட்ட வேலைகள் இருந்தன. முடிப்பதற்குத் தேவையாக இருந்த காலத்தை விட குறைவான காலமே இருந்ததால் அதை ஏற்றுக் கொள்வது முடியாது என்று தோன்றியது.

இந்த ஆர்டரை முடிப்பதற்காக ஊழியர்களை வேலையை வேகமாகச் செய்யச்சொல்லி வற்புறுத்துவதற்குப் பதிலாக, அவர் எல்லோரையும் ஒன்றாக அழைத்து, இந்த ஆர்டரால் கம்பெனிக்கும் அவர்களுக்கும் எத்தகைய பயன் கிடைக்கும் என்பதை எடுத்துக் கூறி அதனை குறிப்பிட்ட காலத்திற்குள் முடிப்பதை முயலுமாறு கேட்டுக் கொண்டார். பிறகு அவர்களைப் பின்வருமாறு கேள்விகள் கேட்கத் தொடங்கினார்:

''இந்த ஆர்டரை முடிப்பதற்கு நாம் ஏதாவது செய்ய முடியுமா?''

''இந்த ஆர்டரை நாம் எடுத்துக் கொள்வதற்கும் அதை முடிப்பதற்கும் ஏதாவது மாற்றுவழியை யாராவது சிந்திக்க முடியுமா?''

''நம்முடைய நேரத்தையோ அல்லது தனிப்பட்ட வகையில் உள்ள வேலைகளையோ சரிசெய்து கொள்வதற்கு ஏதேனும் வழிகள் உள்ளனவா?''

ஊழியர்கள் பல்வேறு விதமான யோசனைகளுடன் முன்வந்தனர். அந்த ஆர்டரை ஏற்றுக்கொள்ளும்படி வற்புறுத்தினார்கள். ''நம்மால் செய்ய முடியும்'' என்ற உத்வேக உணர்வோடு அவர்கள் அதனை அணுகினார்கள். ஆர்டர் ஏற்றுக்கொள்ளப்பட்டு, உற்பத்தி முடிக்கப்பட்டு, சரியான நேரத்தில் பொருள்கள் ஒப்படைக்கப்பட்டன.

ஒரு திறமையான தலைவர் இதனை பயன்படுத்துவார் . . .

கொள்கை 4

நேரடி உத்தரவுகள் பிறப்பிப்பதற்குப் பதிலாக கேள்விகள் கேளுங்கள்.

5

மற்றவர் தன் மரியாதையைக் காப்பதற்கு விடுங்கள்

பல ஆண்டுகளுக்குமுன் ஒரு துறையின் தலைமைப் பொறுப்பிலிருந்து சார்லஸ் ஸ்டெய்ன்மெட்ஸ் என்பவரை நீக்க வேண்டிய ஒரு இக்கட்டான சூழ்நிலைக்கு ஜெனரல் எலெக்ட்ரிக் கம்பெனி தள்ளப்பட்டது. கம்பெனி மின்சாரத்திற்கு வந்தபோது, மிகவும் உயர்ந்த நிலை புத்திசாலியாக இருந்த ஸ்டெய்ன்மெட்ஸ், கணக்கீட்டுத் துறையில் தலைமைப் பொறுப்பிற்கு வந்தபின் தோல்வியை சந்தித்தார். இருப்பினும் கம்பெனி அவரைப் புண்படுத்த விரும்பவில்லை. அவர் தவிர்க்கவே முடியாதவராகவும் மிகவும் உணர்வு பூர்வமானவராகவும் இருந்தார். ஆகவே அவருக்குப் புதிய பெயரில் பொறுப்பு வழங்கினர். ஜெனரல் எலெக்ட்ரிக் கம்பெனியின் ஆலோசனைப் பொறியாளராக - அவர் முன்பே பார்த்துக்கொண்டிருந்த அதே வேலைக்குப் புதிய பெயர் கொடுத்தனர். வேறு ஒருவரை துறைத் தலைமைப் பொறுப்புக்குத் தேர்ந்தெடுத்து விட்டார்கள்.

ஸ்டெய்ன்மெட்ஸ் மகிழ்ச்சியடைந்தார்.

ஜி. இ அதிகாரிகளும் அப்படியே. தங்களின் மிகவும் எளிதில் மனம்மாறுகின்ற நட்சத்திர அதிகாரிக்கு எதிராக சாதாரணமுறையில் திட்டமிட்டனர். அதனை எந்தவித பிரச்சனையும் இல்லாமல் முடித்து விட்டனர். அவருக்கு அவமானம் ஏற்படாதவாறு செய்து விட்டனர்.

ஒருவரை அவருக்கு பாதிப்பு வராமல் காப்பாற்றுவதா! அது எவ்வளவு முக்கியத்துவம் உள்ளது. நம்மில் பலர் இதைப்பற்றி சிந்திக்காத நேரமே இல்லை! நாம் நம்மைப்பற்றி மட்டுமே கவலைப் பட்டுக்கொண்டு, மற்றவரிடம் குற்றம் கண்டு பிடித்துக்கொண்டு, அச்சுறுத்தல் விடுத்துக்கொண்டு, மற்றவர் முன்னால் ஒரு குழந்தையையோ அல்லது ஒரு ஊழியரையோ கிண்டலான

விமர்சனம் செய்து கொண்டு, மற்றவரின் தன் மானத்தைக் காயப்படுத்துவதைப் பற்றிய உணர்வு கூட இல்லாமல் கடுமையான பயணத்தை நாம் செய்கின்றோம். அதேசமயத்தில் சிறிது நேர சிந்தனை, கனிவான ஒன்றிரண்டு சொற்கள், மற்றவர் நடத்தை பற்றிய உண்மையான புரிந்துணர்வு ஆகிய இவைகள் துன்பம் ஏற்படுவத்துதிலிருந்து மாற்றி முன்னேற்றத்தைக் கொடுக்கிறது!

அடுத்த முறை ஒரு ஊழியரை நீக்கும்போதோ அல்லது தண்டிக்கும்போதோ என்று ஒரு இனிமையற்ற போக்கை சந்திப்பது அவசியம் என்று உணர்ந்தால் நாம் இதை நினைவில் கொள்வோம்.

''ஊழியரைத் திட்டுவது அதிக நகைப்புக்குரியதல்ல, திட்டப்படுவது அதை விட குறைவான நகைப்புக்குரியது.'' (சான்றுபெற்ற பொது கணக்காளரான மார்ஷல் ஏ. க்ரேஞ்சர் எனக்கு எழுதிய கடிதத்திலிருந்து எடுத்துக் காட்டுகிறேன்.) ''நம்முடைய வணிகம் என்பது பருவகாலத்தைப் பொருத்தது. ஆகவே நாம் பல ஊழியர்களை வருமான வரி வேலைப்பளு குறைந்தவுடன் போகச்சொல்லி விடலாம்.

எங்கள் தொழிலில் இது ஒரு சாதாரணமான வார்த்தைதான். ஒருவரும் பட்டை தீட்டிப் பார்க்க விரும்பமாட்டார்கள். அதன்காரணமாக இதனை எவ்வளவு விரைவில் முடியுமோ அவ்வளவு விரைவில் முடித்து விடுகிற வழக்கம் ஏற்பட்டு விட்டது. வழக்கமாக அதற்கு இந்த வழி பின்பற்றப்படுகிறது: 'மிஸ்டர். ஸ்மித், இப்படி உட்காருங்கள். இந்த பருவம் முடிந்து விட்டது. உங்களுக்கு இதற்குமேல் வேலை தர இயலவில்லை. நீங்கள் வேலைப்பளு உள்ள இந்தப் பருவ காலத்திற்கு மட்டும்தான் பணியமர்த்தப்பட்டீர்கள் என்பதை ஒருவேளை புரிந்து கொண்டிருப்பீர்கள். இது போன்ற இன்னும் பலவற்றை செ ால்லலாம்.'

''இந்த ஊழியர்களிடம் ஏற்படும் விளைவுகளில் ஒன்று ஏமாற்றமும் கைவிட்டு விடுதல் என்ற உணர்வும்தான் ஆகும். அவர்களில் பெரும்பாலானவர்கள் வாழ்க்கை முழுவதும் கணக்கியல் பணியிலேயே இருப்பவர்கள். அவர்களுக்கு தங்களை சர்வசாதாரணமாகக் கைவிடும் நிறுவனத்தின்மேல் குறிப்பிட்ட பாசப் பிணைப்பு இருக்காது.

''அண்மையில் நான் எங்கள் பருவகால ஊழியர்களை சில உத்திகளைக் கையாண்டும் சிலசலுகைகளோடும் வெளியனுப்ப முடிவு செய்தேன். குளிர்காலத்தில் அவர்களின் வேலைகளை உன்னிப்பாக கவனித்த பின்னர் ஒவ்வொருவராக அழைத்தேன்.

நான் இதுபோல் சிலவற்றைக் கூறினேன்: 'மிஸ்டர். ஸ்மித், நீங்கள் அற்புதமான வேலை செய்திருக்கிறீர்கள். (அப்படி செய்திருந்தால்) அந்தச் சமயத்தில் நாங்கள் உங்களை நெவாரக் அனுப்பினோம். உங்களுக்கு வேலை மிகவும் கடினமாக அமைந்து விட்டது. நீங்கள் அங்கே சென்றீர்கள். ஆனால் அதில் சாதனை புரிந்து மிகச்சிறப்புடன் வெளி வந்தீர்கள். நம்முடைய நிறுவனம் உங்களைப் பற்றிப் பெருமைப் படுகிறது என்பதை நீங்கள் அறிந்து கொள்ள வேண்டும். உங்களிடம் அத்தகைய திறமை இருக்கிறது. நீங்கள் எங்கு வேலை செய்தாலும் அங்கு மிக நீண்ட செயல்திறன் காட்டுகிறீர்கள். இந்த நிறுவனம் உங்களை நம்புகிறது. உங்களுக்கு நன்மை செய்கிறது. இதனை நீங்கள் மறக்கக் கூடாதென்று விரும்புகிறோம்.'

''விளைவு என்ன? அனுப்பப்பட்டபோதும் அவர்கள் மிக நன்றான உணர்வு பெற்றவர்களாக வெளியேறுகிறார்கள். அவர்கள் தங்களைக் 'கைவிட்டதாக' நினைக்கவில்லை. அவர்களுக்கான வேலை இருந்திருந்தால் அவர்கள் அனுப்பப் படமாட்டார்கள் என்பது அவர்களுக்குத் தெரிந்தது. பிறகு அவர்களின் பணி தேவை என்று வரும்போது, தனிப்பட்ட அதே நேசத்துடன் நம்மிடம் மீண்டும் வருவார்கள்.''

எங்கள் பயிற்சி வகுப்பில் ஒரு பகுதியில், இரண்டு வகுப்பு உறுப்பினர்கள் தங்களுக்குள் குற்றம் கண்டுபிடிப்பதனால் ஏற்படும் எதிர்மறை விளைவுகளைப் பற்றியும் மற்றவரின் மரியாதையைக் காப்பதன்மூலம் கிடைக்கும் நேர்முறை விளைவுகளைப் பற்றியும் விவாதம் என்ற வகையில் கலந்துரையாடினார்கள்.

பென்சில்வேனியாவில் உள்ள ஹாரிஸ்பர்கைச் சேர்ந்த ஃப்ரெடெ கிளார்க் என்பவர் தன் கம்பெனியில் நிகழ்ந்த ஒரு நிகழ்வைப் பற்றி கூறினார்: ''எங்கள் உற்பத்தி கூட்டம் ஒன்றில், துணைத்தலைவர் உற்பத்தி முறைகளைப் பற்றி எங்கள் உற்பத்தி மேலாளர்களில் ஒருவரிடம் மிகவும் குறித்த நோக்கமுடைய கேள்விகளைக் கேட்டுக் கொண்டிருந்தார். அவருடைய குரல் தாக்குவது போன்று இருந்ததுடன் அந்த மேலாளரின் செயல்பாட்டில் குறைகண்டுபிடிக்கும் போக்கில் அமைந்திருந்தது. அந்த மேற்பார்வையாளர் தன் சக ஊழியர்கள் முன்னிலையில் தர்மசங்கடத்தை அடைவதிலிருந்து தவிர்ப்பதற்காக தாவிச் செல்வதுபோல் பதில் அளித்தார். இது துணைத்தலைவருக்குக் கோபத்தை உண்டாக்கி விட்டது. மேற்பார்வையாளரைக் கடுமையாகத் தாக்கிப் பேசுவதற்காக, அவர் பொய் சொல்வதாகக் குற்றம் சுமத்தினார்.

''இப்படிப் பேசுவதற்கு முன்பாக அவர்களுக்குள் இருந்த பணிதொடர்பான உறவுகள் ஒரு சில நிமிடங்களில் முற்றிலும் அழிந்து போய் விட்டது. அடிப்படையில் மிகவும் சிறந்த பணியாளரான அந்த மேற்பார்வையாளர் அந்த நேரத்திலிருந்து எங்கள் கம்பெனிக்கு பயனற்றவர் போல் ஆகிவிட்டார். சில மாதங்களுக்குப் பின்னர், அவர் எங்கள் கம்பெனியை விட்டு விலகிச் சென்று எங்கள் போட்டியாளர்களின் நிறுவனத்தில் வேலை செய்யச் சென்று விட்டார். அங்கே அவர் இன்னும் சிறப்பாக வேலை செய்வதாக நான் புரிந்து கொண்டேன்.''

வகுப்பின் மற்றொரு உறுப்பினரான அன்னா மஸ்ஸோன் என்பவர் தன்னுடைய பணியிடத்தில் நடைபெற்ற இதே போன்ற மற்றொரு நிகழ்ச்சியைக் குறிப்பிட்டு ஆனால் அதில் வேறுபாடு என்ன என்றால் அணுகுமுறையும் அதனால் ஏற்பட்ட விளைவும்தான் என்று ஒப்பிட்டுக் கூறினார். ஒரு உணவு விற்பனை நிறுவனத்தின் வர்த்தக நிபுனராக இருந்த மிஸ். மஸ்ஸோனுக்கு முதல் வர்த்தக முயற்சிக்காக ஒரு பெரிய வாய்ப்பாக புதிய பொருள் ஒன்றை வர்த்தகம் செய்யும் சோதனை பொறுப்பு வழங்கப்பட்டது. அந்த சோதனையின் முடிவு வந்தபோது நான் முற்றிலும் நீக்கப்பட்டிருந்தேன். என்னுடைய திட்டமிடுதலில் மிகப்பெரிய தவறைச் செய்திருந்தேன். அந்தச் சோதனை முழுவதும் மீண்டும் செய்ய வேண்டியதாகி விட்டது. இந்த வர்த்தக சோதனை பற்றிய அறிக்கையை சமர்ப்பிதற்கு முன்பாக என் முதலாளியிடம் கலந்தாலோசிக்க நேரம் இல்லாமல் போனது இதனை இன்னும் மோசமானதாக ஆக்கிவிட்டது.

''அந்த அறிக்கையைச் சமர்ப்பிக்க என்னை அழைத்தபோது, பயத்தால் நடுங்கத் தொடங்கி விட்டது. என்னால் அப்பொழுது செய்ய முடிந்ததெல்லாம் முற்றிலும் தளர்ந்து போய்விடாமல் இருந்ததுதான். ஆனால் அழுதுவிடக் கூடாது என்று முடிவெடுத்துக் கொண்டேன். பெண்கள் மிகவும் உணர்ச்சிபடக்கூடியவர்கள் ஆதலால் மேலாண்மைப் பணிகளை அவர்களால் செய்ய முடியாது என்று அங்கிருக்கும் மற்றவர்கள் கூறிவிடுவார்கள். நான் என்னுடைய அறிக்கையை சுருக்கமாக முன்வைத்து விட்டு, ஒரு தவறு அதில் செய்து விட்டதால், அடுத்த கூட்டத்திற்குள் அறிக்கையை சமர்ப்பித்து விடுவதாகக் கூறினேன். என்னுடைய முதலாளி என்னைத் திட்டப்போகிறார் என்று எதிர்பார்த்துக்கொண்டு அமர்ந்திருந்தேன்.

''அதற்குப் பதிலாக, அவர் என்னுடைய வேலைக்காக எனக்கு நன்றி கூறியதுடன் ஒரு புதிய திட்டத்தில் ஒரு தவறு செய்வது

என்பது ஒன்றும் வழக்கத்திற்கு மாறானதல்ல என்றும் குறிப்பிட்டார். நான் மீண்டும் எடுக்கும் ஆய்வு கம்பெனிக்கு சரியானதாகவும் அர்த்தமுள்ளதாகவும் அமையும் என்றும் நம்பிக்கைக் கொள்வதாகவும் குறிப்பிட்டார். என் மீது மிகுந்த நம்பிக்கைக் கொண்டுள்ளதாகக் கூறினார். நான் மிகவும் சிறப்புடன் செய்ததை நான் அறிந்திருப்பதாகவும் என்னுடைய திறமைக்குறைவல்ல, அனுபவக் குறைவே தோல்விக்குக் காரணம் என்று கூறினார்.

அந்தக் கூட்டத்தை விட்டு நான் தலைநிமிர்ந்து நடந்தேன். என்னுடைய முதலாளியை ஒருபோதும் விட்டுக்கொடுக்கக் கூடாது என்ற உறுதியுடனும் நடந்தேன்.''

நாம் சரியாக இருந்த போதிலும் மற்றவர் நிச்சயமாகத் தவறு என்று உறுதியாகத் தெரிந்தபோதிலும், மற்றவரை மகிழச் செய்யும்போது நாம் நம்முடைய தன்முனைப்பை இழக்கிறோம். வரலாற்றுச் சிறப்புடைய விமானசேவை முன்னோடியும் எழுத்தாளருமான அன்டோனி டி செயின்ட் எக்ஸ்ஸுபெரி இவ்வாறு எழுதினார்: ''ஒரு மனிதனை அவன் கண்முன்னேயே குறைத்துக் காட்டும் வகையில் சொல்வதற்கோ அல்லது செய்வதற்கோ எனக்கு எந்தவித உரிமையும் இல்லை. எது பொருந்துவது என்றால், நான் அவரைப்பற்றி என்ன நினைக்கிறேன் என்பதல்ல, ஆனால் அவர் அவரைப்பற்றி என்ன நினைக்கிறார் என்பதுதான். ஒரு மனிதனை அவனுடைய மதிப்பில் ஊறுவிளைவிப்பது ஒரு குற்றமாகும்.''

உண்மையான தலைவர் எப்போதும் இதனை பின்பற்றுவார் . . .

கொள்கை 5

மற்றவர் தங்கள் பெருமையைக் காத்துக்கொள்ள விடுங்கள்.

6

மக்களை வெற்றிக்கு எப்படி முன்னிறுத்துவது

பீட்டே பார்லோ என்னுடைய பழமையான நண்பர். அவர் நாயும் ஒரு குதிரையும் வைத்திருந்தார். அவர் தன் வாழ்நாளை சர்க்கஸ்களிலும் கேளிக்கை அரங்குகளிலும் செலவிட்டார். தன்னுடைய புதிய நாய்களை பீட்டே காட்சிக்குப் பழக்கப்படுத்துவதைப் பார்ப்பதை மிகவும் விரும்பினேன். ஒரு நாய் சிறிதளவு முன்னேற்றத்தைக் காட்டிய அதே வேளையில், பீட்டே அதனைத் தட்டிக்கொடுத்துப் பாராட்டி அதற்கு மாமிசமும் கொடுத்து இன்னும் பெரிதாகச் செய்யச் செய்து விடுவதை நான் பார்த்திருக்கிறேன்.

அது ஒன்றும் புதிதானதல்ல. மிருகங்களைப் பழக்குபவர்கள் நூற்றாண்டு காலங்களாக இதே உத்தியைத்தான் கையாண்டு வருகிறார்கள்.

ஏன். நான் வியப்படைகிறேன். இதே பொதுவான அறிவை நாய்களைப் பழக்கி மாற்றுவதற்குப் பயன்படுத்தும் அதே உத்தியை ஏன் மனிதர்களை மாற்ற முயற்சிக்கும்போது நாம் ஏன் முயற்சிப்பதில்லை? சவுக்குக்குப் பதிலாக ஏன் நாம் மாமிசத்தைப் பயன்படுத்தக் கூடாது? குறை கூறுவதற்குப் பதிலாக நாம் ஏன் பாராட்டுகளைப் பயன்படுத்தக் கூடாது? சிறிதளவான முன்னேற்றத்தையும் கூட நாம் பாராட்டுவோம். அது மற்றவரை தொடர்ந்து முன்னேற்றப் பாதையில் பயணிக்கச் செய்யும்.

மனோதத்துவ ஜெஸ் லைர் தன்னுடைய *ஐ ஆம் நாட் மச், பேபி - பட் ஐ ஆம் ஆல் ஐ காட்* என்ற நூலில் இவ்வாறு கருத்துரைத்துள்ளார்: ''இனிமையான மனித உணர்வுக்கு பாராட்டு சூரிய ஒளியைப் போன்றது. நாம் மலரச் செய்யவோ வளரச் செய்யவோ அது இல்லாமல் முடியாது. இருந்த போதிலும், கிண்டலான

விமர்சனம் என்ற குளிர்ந்த காற்றைத்தான் அடுத்தவர் மேல் வீசுவதற்கு நம்மில் பெரும்பாலோர் தயாராக இருக்கும் போது, நம்முடைய சக மனிதர்கள் மேல் பாராட்டு என்னும் சூரிய ஒளியை வழங்குவதற்குத் தயக்கம் காட்டுகிறோம்.''★

நான் என்னுடைய சொந்த வாழ்க்கையையே திரும்பப் பார்க்க முடியும். அதில் ஒரு சில பாராட்டு வார்த்தைகளே கூட என்னுடைய எதிர்காலம் முழுவதையும் பெரிதும் மாற்றி விட்டது. இதைப்போலவே உங்கள் வாழ்க்கையிலும் கூற முடியாதா? இப்படிப்பட்ட மாயசக்தி போன்ற மனத்தில் நிற்கும் நிரூபணங்களை வரலாறு நமக்கு உணர்த்திக் கொண்டிருக்கிறது.

உதாரணமாக, நேப்பிள்ஸில் உள்ள ஒரு தொழிற்சாலையில் பல ஆண்டுகளுக்குமுன் ஒரு பத்து வயது பையன் வேலை செய்து கொண்டிருந்தான். அவன் ஒரு பாடகராக வேண்டும் என்று விரும்பினான். ஆனால் அவனுடைய ஆசிரியர் அவனை ஊக்கமிழக்கச் செய்தார். ''நீ பாட முடியாது. உனக்கு ஒருபோதும் அத்தகைய குரல்வளம் இல்லை. அது ஜன்னலுக்குள் காற்று நுழைவதைப் போன்ற சத்தம் கொடுக்கிறது,'' என்று கூறினார்.

ஆனால் ஒரு ஏழை விவசாயியான அவனுடைய தாய், அவன் முதுகில் தட்டிக் கொடுத்து அவனைப் பாராட்டினாள். அவனால் பாடமுடியும் என்று அவளுக்குத் தெரியும் என்றும் அவனது திறமையில் ஏற்கனவே முன்னேற்றம் தெரிகிறது என்றும் கூறினாள். அவனுக்கு இசையின் நுணுக்கப் பாடம் கற்பிப்பதற்காக தான் வெறும் காலுடன் நடந்து உழைத்துப் பணம் சேர்த்தாள். அந்த விவசாயத் தாயின் பாராட்டுகளும், ஊக்கமான சொற்களும் அந்தப் பையனின் வாழ்க்கையையே மாற்றி விட்டது. அவனுடைய பெயர் என்ரிகோ கருசோ. அவன் தன்னுடைய காலத்தில் மிகவும் புகழ்பெற்ற இசை க்கூத்துப் பாடகராக உயர்ந்து விட்டான்.

பத்தொன்பதாம் நூற்றாண்டின் தொடக்க காலத்தில், லண்டனிலிருந்த ஒரு இளைஞன் எழுத்தாளனாக வேண்டும் என்று விரும்பினான். ஆனால் எல்லாமும் அவனுக்கு எதிராகவே இருந்தன. நான்கு ஆண்டுகளுக்கு மேல் அவனால் பள்ளிக் கல்வியைத் தொடர முடியவில்லை. தன்னுடைய கடன்களை செலுத்தமுடியாததால், அவனது தந்தை சிறையில் அடைக்கப்பட்டிருந்தார். அவன் அடிக்கடி பசியின் வேதனையில்

★ *ஜெஸ் லைர், ஐ ஆம் நாட் மச், பேபி - பட் ஐ ஆம் ஆல் ஐ காட்* (கிரீன்விச், கோன் ஃபாசெட் 1976) பக்கம் 248

துன்புற்றான். இறுதியாக ஒரு எலிகள் நிறைந்த இருப்பிடத்தில் இருந்து கொண்டு பாட்டில்களில் லேபிள் ஒட்டும் வேலையில் சேர்ந்தான். இரவு நேரங்களில் ஒரு இருள்சூழ்ந்த மாடி அறையில் லண்டன் கால்வாய் ஓர குடிசைப்பகுதியிலிருந்து வந்திருந்த இரண்டு பையன்களுடன் தங்கி இருந்தான். தன் எழுத்துத் திறமை பற்றி அவனுக்கு சிறிதளவுதான் நம்பிக்கை இருந்தது. தன்னுடைய முதல் கையெழுத்துப் பிரதியை நடு இரவில் யாரும் தன்னைப்பார்த்து சிரிக்கக் கூடாது என்பதால் ஒருவருக்கும் தெரியாமல் பதுங்கிச் சென்று தபாலில் சேர்த்தான். ஒரு கதை மாற்றி ஒரு கதையாகத் திருப்பி வந்து கொண்டிருந்தது. இறுதியாக ஒரு கதை ஏற்றுக் கொள்ளப்பட்டுவிட்ட அந்த சிறந்த நாள் வந்தது. உண்மையில், அதற்கு ஒரு ஷில்லிங் கூட வழங்கப்படவில்லை. ஆனால் ஒரு ஆசிரியர் அவனைப் புகழ்ந்து இருந்தார். ஒரு ஆசிரியர் அவனுக்கு அங்கீகாரம் வழங்கினார். அவன் மிகவும் உணர்ச்சி வசப்பட்டு கன்னங்களில் கண்ணீர் வடிய எந்தவித நோக்கமும் இன்றித் தெருவில் அலைந்தான்.

ஒரு கதை அச்சில் வந்ததால் அவனுக்குக் கிடைத்த பாராட்டு, அங்கீகாரம் ஆகியவை அவனைடைய வாழ்க்கை முழுவதையும் மாற்றி விட்டது. அவனுக்கு இதனைப் பாராட்டும் ஊக்கமான சொற்களும் கொடுக்கவில்லை என்றால், அவன் தன்னுடைய முழுமையான வாழ்க்கையையும் எலிகள் நிறைந்த ஆலைகளிலேயே வேலை செய்து கொண்டு செலவிட்டிருப்பான். நீங்கள் அந்தப் பையனைப் பற்றி நிச்சயமாக அறிந்திருப்பீர்கள்: அவர்தான் சார்லஸ் டிக்கன்ஸ்.

லண்டனிலிருந்த இன்னொரு பையன் தன் வாழ்க்கையை ஒரு உலர்பொருள் விற்பனை கடையில் எழுத்தரராக வேலைசெய்து செலவிட்டுக் கொண்டிருந்தான். அவன் காலையில் ஐந்து மணிக்கு எழுந்து, அந்தக் கடையை சுத்தம் செய்து அங்கே ஒரு நாளைக்குப் பதினான்கு மணிநேரம் அடிமைபோல் வேலை செய்தான். அது அலுப்பு மட்டுமே தருவதாக இருந்தது. அவன் அதனை இழிவாகக் கருதினான். இரண்டு ஆண்டுகளுக்குப்பிறகு, அவனால் அதில் தொடர்ந்து இருக்க முடியவில்லை. ஆகவே ஒருநாள் அதிகாலையில் எழுந்து காலை உணவு கூட உண்ணாமல், தன்னுடைய தாயுடன் பேசுவதற்காகப் பதினைந்து மைல்கள் நடந்தே சென்றான். அவள் அங்கே ஒரு வீட்டில் வீட்டு வேலைகள் செய்து கொண்டிருந்தாள்.

அவன் மூர்க்க வெறிகொண்டவனாக இருந்தான். அவளிடம் அவன் கெஞ்சிக் கேட்டான். அவன் அழுதான். அந்தக் கடையில்

இன்னும் இருக்க நேர்ந்தால் தான் இறந்து விடுவதாகக் கூறினான். பிறகு தான் இதயம் நொறுங்கிய நிலையிலும் இனிமேல் வாழ விருப்பம் இல்லாமலும் இருப்பதாக வெளிப்படுத்தி ஒரு நீண்ட உருக்கமான கடிதத்தைத் தன்னுடைய பழைய தலைமை ஆசிரியருக்கு எழுதினான். அவனுடைய பழைய தலைமை ஆசிரியர் அவனை சிறிதளவு புகழ்ந்து விட்டு அவன் மிகவும் புத்திசாலியாக இருப்பதாகவும், அவனது திறமையால் மிகச்சிறந்த செயல்களைச் செய்ய முடியும் என்றும் நம்பிக்கையூட்டி அவனுக்கு ஆசிரியராகப் பணியும் வழங்கினார்.

அந்தப் பாராட்டு அந்தப் பையனின் எதிர்காலத்தை அவனை ஆங்கில இலக்கிய வரலாற்றில் ஈடுபாடு கொள்ள வைத்தது. அதனால் இவர் எண்ணிக்கையில்லாத அதிக விற்பனை நூல்களைப் படைத்து, மில்லியன் கணக்கான டாலர்கள் தன்னுடைய பேனாவின் சிறப்பால் சம்பாதித்தார். நீங்கள் ஒருகால் அவரை நன்கு அறிந்திருக்கக் கூடும். அவருடைய பெயர் ஹெச் ஜி. வெல்ஸ்.

கிண்டலான விமர்சனத்திற்குப் பதிலாக, பாராட்டைப் பயன்படுத்துவது என்பதுதான் பி. எஃப். ஸ்கின்னரின் போதனைகளின் அடிப்படை அம்சமாகும். இந்த சமகால மனோதத்துவ நிபுனர் விலங்குகளிடமும் மனிதர்களிடமும் செய்த ஆராய்ச்சி சோதனைகளின் மூலம், கிண்டலான விமர்சனம் குறைக்கப்பட்டு பாராட்டுவது வலியுறுத் தப்பட்டால், மக்கள் செய்யும் நல்ல விஷயங்கள் உறுதிப்படுத்தப்பட்டு தீய விஷயங்கள் அதைப்பற்றிய கவனக்குறைவினால் அழிந்து மறைந்து போகும்.

வடக்கு கரோலினாவில் உள்ள ராக்கி மௌன்டைச் சேர்ந்த ஜான் ரிங்கெல்ஸ் பாக் என்பவர் இதனைக் குழந்தைகளைக் கையாள்வதில் பயன்படுத்தினார். பல குடும்பங்களில் தாயும் தந்தையும் தம் குழந்தைகளிடம் தொடர்பு கொள்ளும் முறை, அவர்களைத் திட்டிக் கொண்டு இருப்பதாகவே உள்ளதைப் பார்க்க முடிகிறது. இப்படிப்பட்ட பல சூழ்நிலைகளில் ஒவ்வொரு சமயம் முடிவிலும் குழந்தைகள் சிறந்தவர்களாக ஆவதற்குப் பதிலாக மோசமானவர்களாக ஆகிவிடு கிறார்கள். அவர்களின் பெற்றோர் அதனைச் செய்து விடுகிறார்கள். இந்தப் பிரச்சனைக்கு ஒரு முடிவு கண்ணுக்குத் தெரிவதாக இல்லை என்பது போல் தோன்றுகிறது.

மிஸ்டர். ரிங்கெல்ஸ் பாக் தான் கற்றுக்கொண்ட இந்தக் கொள்கைகளில் சிலவற்றை இந்தச் சூழ்நிலையை தீர்ப்பதற்குப் பயன்படுத்த முடிவெடுத்தார். அவர் இவ்வாறு குறிப்பிடுகின்றார்: ''அவர்களின் குறைகளை மட்டுமே சொல்லிக்கொண்டிருப்பதற்குப்

பதிலாக பாராட்டு என்பதைப் பயன்படுத்த முயற்சிப்பதாக முடிவெடுத்தோம். அவர்கள் செய்வது எல்லாம் எதிர்மறையாக இருப்பதைப் பார்க்கும்போது, அது எளிய செயலாக இருக்கவில்லை. அவர்களிடம் பாராட்டுவதற்கென்று எதையாவது பார்ப்பது உண்மையில் கடினமானதாக இருந்தது. சிலவற்றைக் கண்டு பிடிப்பதில் சமாளித்து விட்டோம். முதல் நாளோ அல்லது இரண்டாவது நாளோ, மாறுபட்ட விஷயங்களைச் செய்வது சர்வ சாதாரணமாக இருந்தது. பிறகு அவர்களுடைய வேறுபாடுகள் மறையத் தொடங்கின. நாங்கள் கொடுத்த பாராட்டுகளை அவர்கள் நன்மைக்கான மூலதனமாக எடுத்துக் கொள்ளத் தொடங்கினார்கள். அவர்கள் தங்கள் முறைகளிலிருந்து விலகியும் கூட நல்லனவற்றைச் செய்யத் தொடங்கினார்கள். எங்களில் எவராலும் அதனை நம்ப முடியவில்லை. இருந்தாலும் அது எப்போதும் தொடரவில்லை. ஆனால் நிலைமைகள் சரிப்பட்டு வந்தபின் அவர்கள் அடைந்திருந்த அளவு அதிகமாக இருந்தது. நாங்கள் பயன்படுத்திய முறையைத் தொடர்வது இனிமேல் தேவையில்லை. அந்தக் குழந்தைகள் தவறான செயல்களைவிட சரியானவற்றை மிகமிக அதிகமாகச் செய்தார்கள்.''

இவையெல்லாம் அவர்கள் செய்த தவறானவற்றிற்கெல்லாம் அவர்களை வெறுத்து ஒதுக்கியதற்குப் பதிலாக, குழந்தைகளிடம் காணப்பட்ட சிறிதளவு முன்னேற்றங்களைக்கூட பாராட்டியதனால் ஏற்பட்ட விளைவாகும்.

இது பணியிடங்களிலும் நல்ல பலனைத் தருகிறது. கலிஃபோர்னியாவில் உள்ள உட்லேண்ட் ஹில்ஸைச் சேர்ந்த கெயத் ரோபர் இந்தக் கொள்கையை ஒரு சூழ்நிலையில் தன்னுடைய கம்பெனியில் பயன்படுத்தினார். அவருடைய அச்சகத்தில் அவருடைய கவனத்திற்கு வந்த விஷயங்கள் மிகவும் சிறப்பான தனித்திறத்தில் இருந்தன. இந்த அச்சு வேலையைச் செய்தவர் ஒரு புதிய தொழிலாளி. அவர் அந்த வேலையைச் செய்வதில் தடுமாறிக் கொண்டிருந்தவர். அதை எதிர்மறையாய் நோக்கிய மேற்பார்வையாளர் நிலைகுலைந்து போய்விட்டார். அவரை அந்த வேலையை விட்டு நீக்கிவிடுவதென்று தீவிரமாக எண்ணிக் கொண்டிருந்தார்.

இந்தச் சூழ்நிலையைப்பற்றி மிஸ்டர். ரோபருக்குத் தெரிவிக்கப் பட்டபோது, அவர் தானே அச்சகத்திற்குச் சென்று அந்த இளைஞரிடம் பேசினார். சற்றுமுன் வந்தவற்றில் உள்ள அவரது வேலைத் திறனில் அவர் எவ்வாறு திருப்தி அடைந்துள்ளார் என்பதையும், இது அண்மையில் அந்த அச்சகத்தில் நடைபெற்று

அவர் கண்ணுற்ற வேலைகளில் சிறந்த ஒன்று என்றும் கூறினார். அது ஏன் சிறந்தது என்பதைத் தெளிவாகவும் சரியாகவும் எடுத்துரைத்து, அந்த இளைஞனின் சேவை கம்பெனிக்கு மிகவும் முக்கியமானது என்பதையும் எடுத்துக் கூறினார்.

கம்பெனி குறித்து அந்த இளைஞனின் நடவடிக்கைகளில் இது ஏதாவது விளைவுகளை ஏற்படுத்தியிருக்கும் என்று நீங்கள் நினைக்கின்றீர்களா? சில நாட்களிலேயே அப்படியே மாற்றம் நிகழ்ந்து விட்டது. இப்படி நடந்த உரையாடல் பற்றியும், இந்தக் கம்பெனியில் சிலர் நல்ல சிறந்த வேலைகளைப் பாராட்டுவது பற்றியும் மற்ற ஊழியர்களிடம் அவன் எடுத்துக் கூறினான். அந்த நாளிலிருந்து அவன் நம்பிக்கை மிகுந்த அர்ப்பணிப்புள்ள ஊழியராக மாறிவிட்டான்.

மிஸ்டர். ரோபர் செய்தது அந்த இளம் அச்சுத்தொழிலாளியை வெறுமனே புகழ்ந்த புகழ்ச்சியல்ல. ''நீ நன்றாகச் செய்கிறாய்'' என்று கூறினார். அவர் குறிப்பாக அவனுடைய வேலையை மிகச்சிறந்தது என்று குறிப்பிடுகின்றார். பொதுவான வஞ்சப் புகழ்ச்சி வார்த்தைகளைக் கூறாமல், அவர் தனிப்படக் குறிப்பிட்டதால் அவருடைய பாராட்டு மிகவும் அர்த்தமுள்ளதாக அந்த நபருக்குத் தோன்றியது. எல்லோரும் புகழப்படுவதையே விரும்புகிறார்கள். ஆனால் பாராட்டு குறிப்பானதாக இருக்கும்போது, அது உண்மையானதாக வெளிப்படுகிறது. இது மற்றவர்கள் ஒருவர் நல்லவராக அவர் உணர்வதற்காகச் சொல்லப்படுவதைப் போன்று இருக்கவில்லை.

நாம் பாராட்டுக்கும் அங்கீகாரத்திற்கும் ஏங்குகிறோம். அதை அடைய எதையும் செய்யத் துணிகிறோம். ஆனால் எவரும் உண்மையற்றதை விரும்புவதில்லை. எவரும் வஞ்சப்புகழ்ச்சியை விரும்புவதில்லை.

நான் மீண்டும் கூறுகிறேன்: இந்த நூலில் போதிக்கப்பட்டிருக்கும் கொள்கைகள் இதயத்திலிருந்து வெளிப்படும்போதுதான் பயனைத் தரும். நான் மூட்டை மூட்டையாகத் தந்திரங்களை வலியுறுத்தவில்லை. நான் புதிய வாழ்க்கை முறையைப் பற்றிப் பேசிக்கொண்டிருக்கிறேன்.

மக்களை மாற்றுவது குறித்துப் பேசுங்கள். நாம் தொடர்பு கொள்கிற மக்களின் மறைந்திருக்கும் பொக்கிஷங்களான திறமைகளை அங்கீகரிப்பதற்கு நீங்களும் நானும் முயற்சி செய்தால், மக்களை மாற்றுவதற்கும் மேலான ஒன்றை நம்மால் செய்ய முடியும். நாம் அவர்களை நிஜமாக மாற்ற முடியும்.

இது மிகைப்படுத்திச் சொல்லப்படுவதா? பிறகு, அமெரிக்காவில் இதுவரை உருவான மனோதத்துவ நிபுனர்கள் மற்றும் தத்துவ ஞானிகளில் மிகவும் உயர்நிலை பெற்ற ஒருவரான வில்லியம் ஜேம்ஸ் கூறுகின்ற புனிதமான வாக்கியங்களைக் கவனியுங்கள்:

> நாம் எப்படி இருக்க வேண்டுமோ, அதனோடு ஒப்பிடும்போது, நாம் பாதியளவுக்குத்தான் விழிப்படைந்துள்ளோம். நம்முடைய உடல் மற்றும் மனத்தின் ஆதாரங்களில் மிகவும் குறைந்த அளவையே நாம் பயன்படுத்திக்கொண்டிருக்கிறோம். இந்த விஷயத்தை விரிவாகக் கூறினால், ஒரு தனிப்பட்ட மனிதன் தன்னுடைய திறமை அளவைவிட மிகவும் குறைந்த எல்லையில்தான் வாழ்கிறான். பல்வேறுபட்ட சக்திகளை அவன் பெற்றிருக்கிறான். அவற்றைப் பயன்படுத்த வழக்கமாகத் தவறி விடுகிறான்.

ஆம், இந்த வரிகளைப் படித்துக் கொண்டிருக்கும் நீங்கள் பல்வேறுபட்ட சக்திகளைப் பெற்றிருக்கிறீர்கள். வழக்கமாக அவற்றைப் பயன்படுத்தத் தவறுகிறீர்கள். நீங்கள் முழுவதுமாகப் பயன்படுத்தாமல் விடுகின்ற சக்திகளில் ஒன்று மக்களைப் பாராட்டக்கூடிய உங்கள் மந்திர சக்தி. அது அவர்களிடம் மறைந்திருக்கும் திறமைகளை அவர்கள் உணர்வதற்கு ஊக்கம் கொடுக்கும்.

கிண்டலான விமர்சனத்தால் திறமைகள் உதிர்ந்து போகும். ஊக்கம் கொடுப்பதால் அவைகள் மலர்ந்து மணம் கொடுக்கும். மிகவும் திறமை வாய்ந்த மக்கள் தலைவராக உருவாக இதனைப் பயன்படுத்துங்கள் . . .

கொள்கை 6

சிறிதளவு முன்னேற்றம் கண்டாலும் பாராட்டுங்கள். ஒவ்வொரு முன்னேற்றத்தையும் பாராட்டுங்கள். ''உங்கள் பாராட்டுக்கள் இதய பூர்வமாகவும், புகழ்வதில் அளவற்றும்'' இருங்கள்.

7

ஒரு நாயானாலும் அதற்கு நல்ல பெயர் சூட்டுங்கள்

நல்ல ஊழியராக இருந்த ஒரு நபர், மிகவும் கீழ்த்தரமானவராக மாறினால் நீங்கள் என்ன செய்வீர்கள்? நீங்கள் அவரைத் திட்ட முடியும். ஆனால் அது உண்மையில் எந்தப் பிரச்சனையையும் தீர்க்காது. நீங்கள் அந்த ஊழியரைக் கடுமையாகத் தாக்கிப்பேச முடியும். இது வழக்கமாகக் கோபத்தை உண்டாக்குகிறது. இன்டியானாவின் லோவெல்லைச் சேர்ந்த ஹென்றி ஹெங்கே என்ற ஒரு பெரிய சரக்கு லாரி விற்பனை நிலையப் பணிமனை மேலாளரிடம் ஒரு மெகானிக் இருந்தார். அவருடைய வேலை திருப்திகரம் என்ற அளவைவிட மிகவும் குறைந்து விட்டது. அவரை நோக்கிக் கத்திக் கூச்சலிடுவது அல்லது பயமுறுத்துவதற்குப் பதிலாக, மிஸ்டர். ஹெங்கே அவரைத் தன்னுடைய அலுவலக அறைக்கு அழைத்து அவரோடு மனம் திறந்து இதயப்பூர்வமாகப் பேசினார்.

''பில், நீங்கள் ஒரு அற்புதமான மெகானிக். மிக அதிக காலமாக நீங்கள் இந்தவகைப் பணியில் இருந்து வருகிறீர்கள். வாடிக்கையாளர்கள் திருப்தி அடையும் வகையில் நீங்கள் பல வாகனங்களைப் பழுது பார்த்துக் கொடுத்துள்ளீர்கள். உண்மையில் நீங்கள் செய்த சிறந்த வேலைக்காகப் பல பாராட்டுக்கள் வந்துள்ளன. இருப்பினும் சமீபகாலமாக நீங்கள் ஒரு வேலையை முடிப்பதற்கு எடுத்துக் கொள்ளும் நேரம் அதிகமாவதுடன் முன்பு இருந்த உங்கள் திறமையான வேலை அளவுக்கு இப்போது இருப்பதில்லை. கடந்த காலங்களில் நீங்கள் சிறப்பான திறமை மிக்க மெகானிக்காக இருந்த காரணத்தால், இப்போதிருக்கும் நிலைமை பற்றி நான் மகிழ்ச்சி அடையவில்லை என்பதை நீங்கள் தெரிந்து கொள்ளவேண்டும் என்று உறுதியாக விரும்புகிறேன். இந்தப் பிரச்சனையைத் தீர்ப்பதற்கு நாம்

இருவரும் இணைந்து ஏதாவது வழியைக் கண்டுபிடிக்க முடியும்,'' என்று அவர் கூறினார்.

பில் இதற்கு பதில் அளித்தார். அவர் தன்திறமையில் குறைவதைத் தான் உணரவில்லை என்று கூறி தன்னுடைய திறமைக்குட்பட்ட அளவுக்கு வேலை இல்லை என்றால் எதிர்காலத்தில் அதனை மேம்படுத்திக்கொள்ள முயல்வதாகத் தன்னுடைய முதலாளிக்கு உறுதி கூறினார்.

அதனை அவர் செய்தாரா? அவர் அப்படிச் செய்தார் என்பதை நீங்கள் உறுதியாக ஏற்கலாம். அவர் மறுபடியும் வேகமான திறமையான மெகானிக்காக மாறிவிட்டார். இந்த அளவுக்கான மதிப்புடன் மிஸ்டர். ஹெங்கே அவர் தன்னுடைய கடந்த காலத்திறமையுடன் ஒப்பிட்டுப் பார்க்கும் அளவுக்குச் சிறப்பாக செய்வதை அவரிடமே விட்டு விட்டார்.

''நீங்கள் ஒருவரின் மதிப்பைப் பெற்று, அந்த நபரை அவரது திறமைக்காக மதிக்கிறீர்கள் என்பதை காட்டி விட்டால் சராசரியான நபரைக்கூட உடனேயே நம் வழியில் கொண்டுவரமுடியும்'' என்று பால்ட்வின் லோகோமோடிவ் ஒர்க்ஸின் அப்போதைய தலைவரான சாமுவேல் வாக்லைன் கூறினார்.

சுருக்கமாகச் சொல்வதென்றால், நீங்கள் ஒரு நபரை ஏதாவது சிறப்பான அம்சத்தில் மேம்படுத்த விரும்பினால், அவரிடம் அந்தத் திறமை முன்னரே மிகுந்து இருப்பதைப் போல் காட்டிக்கொள்ளுங்கள். ''ஒரு நற்பண்பு உங்களிடம் இல்லை என்றாலும் அது இருப்பதாகக் கருதிக்கொள்ளுங்கள்,'' என்று ஷேக்ஸ்ஃபியர் கூறினார். யாரையாவது ஒரு பண்பில் மேம்படுத்த விரும்பினால் அந்தப் பண்பு அவரிடம் இருப்பதாகக் கருதி அதனை வெளிப்படையாகக் கூறுவது சிறந்ததாக அமையலாம். அவர்களுக்கு அப்படி வாழ்வதற்கான மதிப்பை அவர்களிடம் விட்டு விடுங்கள். அவர்கள் அதிசயிக்கத்தக்க முயற்சிகளை எடுத்து அவைபற்றி நீங்கள் நினைத்ததை உண்மையாக்குவார்கள்.

ஜார்ஜெட்டெ லெப்லாங்க் தன்னுடைய *மை லைஃப் வித் மேயெட்டர் லிங்க்* என்ற நூலில் ஒரு சாதாரண அழகில்லாத பெல்ஜிய பணிப்பெண் அடைந்த வியக்கத்தக்க மாற்றத்தைப் பற்றி விவரித்துக் கூறுகிறார்.

''பக்கத்திலுள்ள உணவு விடுதியிலிருந்து ஒரு பணிப்பெண் எனக்கு உணவு கொண்டு வந்தாள்,'' என்று எழுதி மேலும் எழுதினாள். 'அவள் பாத்திரம் கழுவும் மேரி' என்று அழைக்கப்பட்டாள். ஏனென்றால் அவள் தன்னுடைய வேலையை

புறக்கடையில் பாத்திரம் கழுவும் உதவியாள் பெண்ணாகத்தான் தொடங்கினாள். அவள் மாறு கண்களும், வளைந்த குச்சிபோன்ற கால்களும், உடலில் சதைப்பற்றும் ஆர்வமும் இல்லாமலும் ஒரு வகையான அகோரத்தோற்றத்துடன் இருந்தாள்.

''ஒருநாள், எனக்கு மாகரோனி கோதுமை உணவைத் தட்டில் வைத்து தன் சிவந்த கைகளில் பிடித்துக் கொண்டிருந்தாள். எடுத்த எடுப்பிலேயே நான் அவளிடம், 'மேரி உன்னிடத்தில் எத்தகைய பொக்கிஷங்கள் மறைந்திருக்கின்றன என்பது உனக்குத் தெரியாது.' என்று கூறினேன்.

''தன்னுடைய உணர்ச்சிகளை வெளிக்காட்டாமல் இருப்பதற்குப் பழக்கப்பட்டதால், மேரி சில நேரம் காத்திருந்தாள். நிலைதடுமாறும் நிலை ஏற்பட்டுவிடுவதற்கு பயந்து அந்தத் துணிச்சல் இல்லாமல் இருந்தாள். பிறகு உணவுத்தட்டை மேஜையின் மேல் வைத்து விட்டு, பெருமூச்சு விட்டபடி விரக்தியாக 'அம்மணி, நான் அதை ஒருபோதும் நம்பவில்லை' என்று கூறினாள். அவள் சந்தேகிப்பதில்லை. அவள் கேள்விகள் கேட்பதில்லை. அவள் அப்படியே சமையல் பகுதிக்குச் சென்று விட்டாள். நான் சொன்னதை அவள் திரும்பக் கூறினாள். அதுதான் யாருமே கேலி செய்ய முடியாத நம்பிக்கையின் சக்தி. அந்த நாளிலிருந்து, அவள் சில சலுகைகள் கூட வழங்கப்பட்டாள். ஆனால் மிகவும் ஆர்வமிக்க மாற்றங்கள் எல்லாம் பணிவான மேரி தனக்குள் ஏற்படுத்திக் கொண்டவை. வெளிப்படையாகத் தெரியாத விந்தைகள் நிறைந்த குடிசைப் பெண்ணாக நம்பிக்கொண்டு, அவள் தன்னுடைய முகத்தையும் உடலையும் பராமரிப்பதில் கவனம் செலுத்தத் தொடங்கினாள். அவளுடைய வறுமை நிறைந்த இளமை மலரத்தொடங்கி தன்னடக்கமாக மறைத்திருந்த அவளது வெகுளித்தனம் வெளிப்படத் தெரிந்தது.

''இரண்டு மாதங்களுக்குப் பிறகு, சமையற்கலை தெரிந்த தன்னுடைய உறவினருடன் நடக்கப்போகும் திருமணத்தைப் பற்றி அவள் அறிவித்தாள். ''நான் ஒரு மணப்பெண்ணாகப் போகிறேன்'' என்று என்னிடம் கூறி நன்றி கூறினாள். ஒரு சின்ன வாக்கியம் அவளது முழு வாழ்க்கையையும் மாற்றி விட்டது.

ஜார்ஜெட்டே லெப்லாங் ''பாத்திரம் துலக்கும் மேரி'' க்கு அவள் வாழ்வதற்கு ஒரு சிறப்பைக் கொடுத்தார். அந்த சிறப்பு அவளை மாற்றி விட்டது.

ஃப்ளோரிடாவின் டய்டோனா பீச்சைச் சேர்ந்த ஒரு உணவு தயாரிப்பு கம்பெனியில் விற்பனைப் பிரதிநிதியாக இருந்த பில்

பார்க்கர் அவருடைய கம்பெனி தொடர்ச்சியாக அறிமுகப் படுத்திக் கொண்டிருந்த புதிய பொருட்களைப் பற்றி அதிர்ச்சியடைந்திருந்தார். ஒரு பெரிய சுதந்திரமான உணவு விற்பனை வர்த்தகத்தின் மேலாளர் தன்னுடைய கடைகளில் தரும் வாய்ப்பை மறுத்துவிட்டபோது, நிலைகுலைந்து போய் விட்டார். பில் இந்த வாய்ப்பு மறுப்பைப் பற்றியே மனத்தில் போட்டு நாள் முழுவதும் ஆழ்ந்து சிந்தித்துக் கொண்டே இருந்தார். மாலையில் வீட்டுக்குச் செல்வதற்கு முன்பாக அந்தக் கடைக்குச் சென்று மறுபடியும் முயற்சி செய்ய வேண்டுமென்று முடிவெடுத்தார்.

''ஜேக், இன்று காலையில் இங்கிருந்து சென்றதிலிருந்து, எங்கள் புதிய பொருள்களின் முழுமையான தகவல்களைத் தங்களிடம் கூறவில்லை என்பதை நான் உணர்ந்தேன். விட்டுப்போன தகவல்களை நான் எடுத்துச் சொல்வதற்குத் தங்கள் நேரத்தில் கொஞ்சம் ஒதுக்கினால் நான் மகிழ்ச்சி அடைவேன். நீங்கள் எப்போதும் நான் சொல்வதைக் கவனிப்பதில் விருப்பம் கொண்டிருப்பீர்கள் என்ற விஷயத்தைப் பற்றியும் மாற்றம் வேண்டியவற்றில் மாற்றம் செய்து கொள்ளும் பெரிய மனம் தங்களுக்கு உண்டு என்பதைப் பற்றியும் நான் மகிழ்ந்து மரியாதை கொள்வேன்.''

ஜேக் அதனைக் கேட்பதற்கு அவருக்கு இன்னொருமுறை வாய்ப்பு கொடுக்க மறுத்திருக்க முடியுமா? இல்லை. மதிப்பு கொடுத்து விட்டதால் அவ்வாறு நடந்திருக்காது.

ஒருநாள் காலையில், தன்னுடைய வாடிக்கையாளரான நோயாளிகளில் ஒருவர், தான் வாய் கொப்பளிக்கப் பயன்படுத்திய உலோகக் குவளை மிகவும் சுத்தமானதாக இல்லை என்று குறிப்பிட்டுக் காட்டிய போது, அயர்லாந்தின் டப்ளின் நகரில்உள்ள பல்மருத்துவரான டாக்டர். மார்டின் பிட்ஸுஒக் அதிர்ச்சியடைந்து விட்டார். உண்மை, அந்த நோயாளி உலோகக் குவளையை அல்லாமல், ஒரு தாள் குவளையைப் பயன்படுத்தியுள்ளார். ஆனால் நிச்சயமாக ஒரு அழுக்கடைந்த உபகரணத்தைப் பயன்படுத்துவது அங்குள்ள தொழில்நிபுனருக்கு உகந்தது அல்ல.

அந்த நோயாளி அங்கிருந்து சென்றபிறகு, டாக்டர். பிட்ஸுஒக், தன்னுடைய தனியறைக்குச் சென்று சுத்தம் செய்யும் பெண்ணான ப்ரிட்ஜிட்டுக்கு ஒரு குறிப்பு எழுதினார். அந்தப்பெண் அந்த அலுவலகத்தைச் சுத்தம் செய்ய வாரத்திற்கு இரண்டுமுறை வருவாள். அவர் இவ்வாறு எழுதினார்:

என் அன்பான ப்ரிட்ஜிட்,

நான் உன்னை எப்பொழுதாவது பார்க்கிறேன். நீ செய்கின்ற சிறப்பான தூய்மை செய்யும் வேலைக்காக நன்றி கூறுவதற்காக நேரம் எடுத்துக் கொள்ள வேண்டும் என்று நினைத்தேன். இதற்கிடையில், இரண்டு வாரத்திற்கு ஒருமுறை இரண்டு மணிநேரம் என்பது மிகவும் குறைவான நேரம் என்பதால் எப்பொழுதாவது அதிக நேர்ம் தேவை என்று நீ கருதினால் ஒரு அரை மணிநேரம் கூடுதலாக எடுத்துக் கொண்டு செய்ய நீ தாராளமாக இருக்கலாம். குறிப்பாக ''எப்பொழுதாவது ஒருமுறை'' குவளைகளைச் சுத்தம் செய்வது அவசியம் என்று தோன்றும்போது, அந்த நேரத்தை எடுத்துக் கொண்டு சிறப்பாகச் செய்யலாம். அந்த கூடுதல் நேரத்திற்கு ஊதியம் கொடுத்து விடுவேன்.

''அடுத்த நாள், நான் என்னுடைய அலுவலகத்திற்குள் சென்றபோது, என்னுடைய மேஜை கண்ணாடி போல பளிச்சென்று இருந்தது. என்னுடைய நாற்காலியும் அப்படியே வழுக்கி விடுவதுபோல சுத்தமாக இருந்தது. மருத்துவம் செய்யும் அறைக்குள் சென்றபோது, குரோமியம் பூசப்பட்ட குவளைகள் அதன் தாங்கிகள் எல்லாம் நான் இதுவரைப் பார்த்திராத அளவுக்குத் தூய்மையாக இருந்தன. இப்படியே சிறப்பாக செய்யுமாறு அவளுக்குப் பாராட்டுக் கொடுத்தேன். இப்படிப்பட்ட சிறிதளவான பாராட்டினால் இதுவரை அவள் செய்திருந்த வேலைகளை விடவும் மிகச்சிறப்பாகச் செய்திருந்தாள். இதற்கு அவள் எவ்வளவு கூடுதல் நேரம் எடுத்துக் கொண்டாள். அது சரி, அப்படி எதுவும் எடுத்துக்கொள்ளவில்லை,'' என்று டாக்டர். பிட்ஸூக் கூறினார்.

''ஒரு நாய்க்கு ஒரு கெட்டதான பெயரைச் சூட்டுங்கள். அதற்கு பதில் அதனைக் கொன்று விடலாம்,'' என்று ஒரு பழைய வாசகம் உள்ளது. ஆனால் அதற்கு ஒரு நல்ல பெயரைச் சூட்டுங்கள். என்ன நிகழ்கிறது என்பதைக் காணுங்கள்!

நியூயார்க்கின் ப்ரூக்ளினில் உள்ள நான்காம் வகுப்பு ஆசிரியை திருமதி. ரூத் ஹோப்கின்ஸ் பள்ளியின் முதல் நாளில் தன் வகுப்பு மாணவர்களின் பெயர்ப்பட்டியலைப் பார்த்தார். புதிய ஆண்டு தொடங்குகிறது என்ற அவருடைய வியப்பும் மகிழ்ச்சியும் அவருக்குள் சூழ்ந்து வண்ணமயமாகின. இந்த ஆண்டில் அவருடைய வகுப்பில் பள்ளியின் மிகவும் குறிப்பிடத்தக்க ''கெட்ட பையன்'' டாம்மி.டி என்ற மாணவன் இருப்பான். அவனுடைய

மூன்றாம் வகுப்பு ஆசிரியர் எப்போதும் தொடர்ந்து அவனைப்பற்றி முதல்வரிடமும், பள்ளியின் சக ஊழியர்களிடமும், அவர் சொல்வதைக் கேட்கும் எவரிடமும் குறை கூறிக்கொண்டே இருந்தார். அவன் சாதாரணக் குறும்புக்கார மாணவன் மட்டுமல்லாமல், வகுப்பில் கடுமையான ஒழுக்கப் பிரச்சனைகளையும் உருவாக்கினான். அவன் வளர வளர இன்னும் மோசமானவாகப் போய்க்கொண்டிருந்தான். இதற்கெல்லாம் அவனிடத்தில் மாற்றாக இருந்த திறமை என்ன வென்றால், அவன் வேகமாகக் கற்றுக்கொண்டு பள்ளி வேலைகளில் சிறப்பிடம் பெற்றுவிடுவதுதான்.

திருமதி. ஹோப்கின்ஸ் ''டாம்மி பிரச்சனையை'' உடனடியாக எதிர்கொள்வது என்று முடிவெடுத்தார். புதிய மாணவர்களை வாழ்த்தும்போது, ஒவ்வொருவருக்கும் ஒரு சிறப்புக் குறிப்பைச் சேர்த்துக்கொண்டு வாழ்த்தினார். ''ரோஸ், நீ அழகான உடையணிந்திருக்கிறாய்,'' ''அலிசியா, நீ நன்றாக ஓவியம் வரைவாய் என்று நான் கேள்விப்பட்டேன்,'' டாம்மியிடம் வரும்போது, அவர் அவன் கண்களை உற்று நோக்கியவாறு, ''டாம்மி, இயற்கையாகவே உன்னிடம் தலைமைப் பண்பு இருப்பதை நான் புரிந்து கொண்டேன். இந்த ஆண்டு நான்காம் வகுப்பில் மிகச்சிறந்த வகுப்பு என்று நம்முடைய வகுப்பை உருவாக்குவதற்கு எனக்கு உதவுவதற்கு நான் உன்னுடைய உதவியை சார்ந்திருக்கிறேன்,'' என்று கூறினார். இதனை வலியுறுத்திக் கூறி சிலநாட்கள் அவன் செய்யும் எதற்கும் டாம்மியைப் பாராட்டிக் கொண்டிருந்தார். இது அவன் எவ்வளவு சிறந்த மாணவன் என்பதைக் காட்டிக்கொண்டிருக்கிறது என்று பாராட்டினார். அவனுக்கு வழங்கிய அந்தப் பாராட்டு, ஒரு ஒன்பது வயதுப் பையன் அவர் கூறியதை விட்டு விடுமாறு செய்யுமா? அவன் அவ்வாறு விட்டுவிட்டுச் செய்யமாட்டான்.

மற்றவர்களின் நடத்தையையும் குணநலத்தையும் மாற்றுகிற கடுமையான தலைமைப் பொறுப்பில் நீங்கள் வெற்றி கொள்ள விரும்பினால் இதனைப் பயன்படுத்துங்கள் . . .

கொள்கை 7

மற்றவர்களுக்கு சிறப்புடன் வாழ இனிமையான பாராட்டைக் கொடுங்கள்.

8

எளிதில் திருத்திக் கொள்வதற்கேற்றவகையில் தவறுகள் இருக்கட்டும்

சுமார் நாற்பது வயதுடைய திருமணமாகாத என்னுடைய நண்பர் ஒருவருக்குத் திருமணம் நிச்சயமாயிற்று. அவருக்கு நிச்சயிக்கப்பட்ட பெண், காலதாமதமானாலும் நடனப் பாடங்களைப் பயில வேண்டும் என்று வற்புறுத்தினாள். ''எனக்கு நடனப் பாடங்கள் தேவை என்று கடவுள் விரும்புகிறார், ஏனென்றால், இருபத்து ஐந்து ஆண்டுகளுக்கு முன் நான் முதலில் நடனம் கற்றுக்கொள்ள ஆரம்பித்தபோது செய்தது போல இப்போது நடனமாடினேன். எனக்கு அமைந்த முதல் நடன ஆசிரியை உண்மையைக் கூறியிருக்கலாம். அவள் நான் செய்வது எல்லாம் தவறு என்று கூறினாள். நான் அவற்றையெல்லாம் மறந்து விட்டு எல்லாவற்றையும் புதிதாகத் தொடங்க வேண்டும் என்றாள். ஆனால் அது என்னை துன்புறுத்தி விட்டது. நான் அங்கு செல்ல ஆர்வம் கொள்ளவில்லை. ஆகவே அவளை விட்டு வெளி வந்து விட்டேன்,'' என்று ஒத்துகொண்டுவிட்ட அவர் என்னிடம் அந்தக் கதையைக் கூறினார்.

''இரண்டாவது நடன ஆசிரியை பொய்கூட சொல்லியிருக்கலாம். ஆனால் அதனை நான் விரும்பினேன். அவள் சற்று சாதாரண முறையில் என்னுடைய நடனம் ஒருகால் பழைய பாணியில் இருந்தாலும் ஆனால் அடிப்படைகள் எல்லாம் சரியாக உள்ளன என்று கூறினாள். சில புதிய அசைவுகளைக் கற்றுக் கொள்வதில் எனக்கு எந்த சிரமமும் இருக்காது என்றார். முதல் ஆசிரியை என்னுடைய தவறுகளை மட்டும் கூறி அதைரியப் படுத்தினார். புதிய நடனாசிரியை அதற்கு எதிர்மறையாகச் செய்தார். அவர் நான் செய்தவற்றில் நல்லனவற்றை எடுத்துக்கூறி பாராட்டினார். அதனால் என்னுடைய குறைகளைக் குறைத்தார். 'உங்களுக்குள்

இயற்கையான இசையறிவு உள்ளது' என்று உறுதியாகக் கூறினார். 'நீங்கள் ஒரு பிறவி நடனக் கலைஞர் போலவே இருக்கிறீர்கள்' என்றார். நான் ஒரு நான்காம் நிலை நடனக் கலைஞராகத்தான் இருக்கிறேன்; எப்போதும் அப்படியே இருப்பேன் என்று என் பொதுஅறிவு சொல்கிறது. இருப்பினும் என்னுடைய உள்ளத்தின் ஆழத்தில் அவர் அதைத்தான் கருதியிருக்கலாம் என்பது இருக்கிறது. அதைச் சொல்வதற்காகத்தான் அவருக்கு நான் சம்பளம் கொடுக்கிறேன். ஆனால் அது ஏன் என்னை உயர்த்துகிறது?

''எது எப்படி இருப்பினும், நான் ஒரு நல்ல நடனக்காரர் என்பதை அறிகிறேன். அவர் எனக்குள் இயற்கையான அறிவு இருக்கிறது என்று சொல்லாமலிருந்தால், நான் எப்படி இருந்திருப்பேன் என்று எனக்குத் தெரியும். அது எனக்கு நம்பிக்கையைக் கொடுத்தது. அது நான் முன்னேற்றிக் கொள்ள வேண்டும் என்ற விருப்பத்தைக் கொடுத்தது.''

உங்கள் குழுந்தைகளிடமும், உங்கள் துணைவரிடமும், அல்லது உங்கள் ஊழியரிடமும் அவன் அல்லது அவள் முட்டாள் தனமானவர் என்றோ சில விஷயங்களில் பேசத்தெரியாதவர் என்றோ கூறுங்கள். அதில் பலனிருக்காது. எல்லாம் தீமையே செய்யும். அவர் பெற்றிருக்கும் திறமைகள், மேம்படுத்திக்கொள்ள எண்ணும் எண்ணம் எல்லாவற்றையும் அது அழித்து விடுகிறது. ஆனால் இதற்கு மாறான உத்தியான ஊக்கப்படுத்துவதில் தாராளமாக இருத்தல், ஒரு விஷயத்தை எளிதாகச் செய்வதற்கு உதவுவது, அவர்செய்வதற்கான திறனில் நீங்கள் கொண்டுள்ள நம்ப்பிக்கையைத் தெரிவிப்பது, அவர் மேம்பாடான அந்தத் திறமை பெற்றுள்ளார் என்பதை உணர்த்துவது, ஆகியன கொண்ட உத்தியைப் பயிற்சி செய்தால் வெற்றிக்கான வெளிச்சம் வருகிறவரை பயிற்சி செய்தால் வெற்றி கிடைக்கிறது.

லோவெல் தாமஸ் என்ற மக்கள் தொடர்பில் மிகச்சிறந்த ஓவியர் இந்த உத்தியைப் பயன்படுத்தினார். நம்பிக்கை அளித்து, துணிச்சலோடும் நம்பிக்கையோடும் திகழ அவர் ஊக்கமளித்தார். உதாரணமாக, ஒரு வார இறுதி நாட்களை திரு. திருமதி தாமஸுடன் கழித்தேன். சனிக்கிழமை இரவில், ஒரு பிரிட்ஜ் விளையாட்டில் ஒரு எரியும் நெருப்பின் முன் அமர்ந்து கலந்து கொள்ளுமாறு என்னைக் கேட்டுக் கொண்டனர். இல்லை! இல்லை! என்னால் முடியாது. அதைப்பற்றி எனக்கு ஒன்றுமே தெரியாது. அந்த விளையாட்டு எனக்கு எப்போதுமே புரியாத புதிராக இருந்தது. இல்லை! முடியாது!

''ஏன் டேல், இது ஒன்றும் தந்திரமல்ல. நினைவாற்றலையும்

மதிப்பிடுதலையும்தான் இணைக்க வேண்டும். வேறு ஒன்றும் இல்லை. நீங்கள் ஞாபகசக்தியைப் பற்றி நிறைய எழுதியுள்ளீர்கள். இது உங்களுக்கு பாதுகாப்பான பிடிப்பாக இருக்கும். இது உங்கள் பாதையைச் சரியாக்கும்'' என்று லோவெல் பதிலளித்தார்.

விரைவாக, நான் என்ன செய்து கொண்டிருக்கிறேன் என்று உணர்வதற்கு முன்பாக, நான் முதன்முறையாக பிரிட்ஜ் மேஜையின் முன்னால் இருந்தேன். இது எல்லாம் எதனால் என்றால், எனக்கு அதில் இயற்கையான ஆர்வம் உண்டு என்று கூறப்பட்டதும், அந்த விளையாட்டு எளிதானது என்று கூறப்பட்டதும்தான்.

பிரிட்ஜைப் பற்றிப் பேசும்போது, பிரிட்ஜைப் பற்றி நூல்கள் எழுதி அவை பன்னிரண்டுக்கு மேற்பட்ட மொழிகளில் மொழிபெயர்க்கப்பட்டு மில்லியன் பிரதிகள் கணக்கில் விற்பனையான நூல்கள் எழுதிய நூலாசிரியர் எலை கல்பர்ஸ்டோன் என்னுடைய நினைவுக்கு வருகிறார். இருப்பினும் சில இளம் பெண்கள் எனக்கு அதற்கான ஆர்வம் இருக்கிறது என்று கூறியிருக்காவிட்டால் அந்த விளையாட்டை வைத்து மிகப்பெரிய தொழில்முறை சாதனை நடத்தியிருக்க முடியாது என்று அவர் என்னிடம் கூறினார்.

1922 ஆம் ஆண்டில் அவர் அமெரிக்கா வந்தபோது, தத்துவமும் சமூகவியலும் கற்பிக்கும் வேலைக்கு முயன்று அதனை அவரால் பெறமுடியவில்லை.

பிறகு கரி எரிபொருள் விற்பதற்கு முயற்சி செய்து அதிலும் தோல்வியடைந்தார். அதன்பிறகு காபி விற்பதற்கு முயற்சி மேற்கொண்டு அதிலும் கூட அவர் தோல்வியடைந்தார்.

சிறிதளவுக்கு அவர் பிரிட்ஜ் விளையாடினார், ஆனால் அந்தக் காலங்களில் அவர் தான் பிற்காலத்தில் அதைப் பற்றிய இந்த உயர்வை அடைவார் என்று தோன்றியதில்லை. அவர் கார்டு விளையாடுவதில் அவ்வளவு திறமை இல்லாதவர் மட்டுமல்ல அவர் உறுதியான குணம் கூட கொண்டவராக இருந்தார். அவர் அளவுக்கு அதிகமான கேள்விகள் கேட்டதாலும், பின்னால் உள்ள பரிசோதனை முயற்சிகளைப் பற்றி ஆராய்ந்ததாலும் அவருடன் இணைந்து விளையாட ஒருவரும் முன்வரவில்லை.

பிறகு அவர் ஜோஸ்ஃபின் டில்லோன் என்ற அழகான பிரிட்ஜ் ஆசிரியையைச் சந்தித்து அவரையே காதலித்துத் திருமணமும் செய்து கொண்டார். அவர் கார்டுகளை கவனத்துடன் பகுத்தாயும் சிறப்பை அவள் கவனித்து கார்டு மேஜையில் அவருக்கு இருக்கும் அற்புதமான திறமைகளை ஊக்குவித்து ஆர்வமூட்டினாள். இவ்வாறு வழங்கிய ஊக்கம் அந்த ஊக்கம் மட்டுமே பிரிட்ஜை ஒரு

தொழில்முறையாக ஏற்பதற்குக் காரணம் என்று கல்பர்ஸ்டோன் என்னிடம் கூறினார்.

ஒஹையோவின் சின்சின்னாட்டியில் உள்ள எங்கள் பயிற்சி வகுப்பில் பயிற்றுநராக இருந்தவர்களில் ஒருவரான க்ளேரன்ஸ் எம். ஜோன்ஸ் என்பவர் ஊக்கம் கொடுப்பதும் தவறுகள் திருத்திக் கொள்ளும் வகையில் இருப்பதும் எப்படி தன் மகனின் வாழ்க்கையை முழுமையாக மாற்றியது என்பதைப் பற்றிக் கூறினார்.

''1970 ஆம் ஆண்டில் என் மகன் டேவிட் பதினைந்து வயதாக இருக்கும்போது, சின்சின்னாட்டியில் என்னோடு வசிப்பதற்கு வந்தான். அவன் ஒரு கரடுமுரடான வாழ்க்கையைப் பின்பற்றினான். 1958 ஆம் ஆண்டில் ஒரு கார் விபத்தில் தலையைத் திறந்து அறுவை சிகிச்சை செய்ததால் நெற்றியில் ஒரு மோசமான தழும்பு இருந்தது. 1960 ஆம் ஆண்டில் நானும் அவனது தாயும் விவாக ரத்து செய்து விட்டோம். அதனால் அவன் தன் தாயுடன் வசிப்பதற்காக டெக்ஸாஸில் உள்ள டல்லாஸுக்குச் சென்று விட்டான். அவனுடைய பதினைந்தாவது வயதுவரை டல்லாஸ் பள்ளிக் கல்வி முறையில் மெதுவாககற்றுக்கொள்ளும்குழந்தைகளுக்கானசிறப்புவகுப்புகளில் தன்னுடைய பெரும்பாலான பள்ளி நாட்களைக் கழித்தான். நெற்றியில் இருந்த தழும்பைப் பார்த்த பள்ளி நிர்வாகத்தினர் மூளை பாதிக்கப்பட்டிருக்கும்அவன்சாதாரணமானவர்களைப்போல்இயங்க முடியாது என்று தீர்மானித்து விட்டனர். அவன் தன் வயதொத்த மாணவர்களை விடவும் இரண்டு ஆண்டுகள் பின்தங்கி இருந்து ஏழாம் வகுப்பில்தான் படித்தான். இருப்பினும் அவனால் பெருக்கல் கணக்குகள் போடமுடியவில்லை. கைவிரல்களின் துணையால் கூட்டியும், எப்போதாவது சிறிதளவு படிக்கக் கூடியவனாகவும் இருந்தான்.

''அவனிடம் ஒரு நேர்மறையான அம்சம் இருந்தது. அவன் வானொலிப் பெட்டி மற்றும் தொலைக்காட்சிப் பெட்டியைக் கையாள்வதில் விருப்பம் கொண்டிருந்தான். அவன் ஒரு தொலைகாட்சிப்பெட்டி பழுது நீக்கும் மெகானிக் வேலைக்கு வர விரும்பினான். நான் இதை அவனிடம் ஊக்கப்படுத்தினேன். அந்தப் பயிற்சியை முடிப்பதற்கு கணக்கு அறிவில் தேர்ச்சி வேண்டும் என்பதை அவனுக்குக் குறிப்பிட்டுக் காட்டினேன். இந்தப் பாடத்தில் அவன் சிறப்பாக வருவதற்கு அவனுக்கு உதவி செய்வதென்று முடிவெடுத்தேன். நாங்கள் பெருக்கல், வகுத்தல், கூட்டல், கழித்தல் என்ற நான்கு வகையான சிறப்பு கார்டுகளை வாங்கினோம். சரியான

விடைகளை ஒரு அடுக்கில் வைத்து இந்தக் கார்டுகளைப் பயன்படுத்த வைத்தோம். டேவிட் ஏதாவது ஒன்றில் தவறினால் அவனுக்கு நான் சரியான விடையைக் கொடுத்தேன். அந்தக் கார்டை மறுபடியும் அடுக்கில் வைத்து அது சரியாகும் வரை திரும்பத் திரும்பச் செய்யச் சொன்னேன். அவன் செய்யும் ஒவ்வொரு சரியான கார்டுக்கும் அவனுக்கு பரிசளித்தேன். குறிப்பாக முன்பு தவறான கார்டு சரியாக வரும்போது இன்னும் அதிகமாக ஊக்கப்படுத்தினேன். ஒவ்வொரு இரவிலும் திரும்பச் செய்யும் அடுக்கை சோதித்து அது சரியாகும் வரை செய்து பழக்கினோம். இந்தப் பயிற்சியை ஒவ்வொரு இரவிலும் நிறுத்த கடிகாரத்தில் நேரம் வைத்துக் கொண்டு செய்தோம். எட்டு நிமிடங்களில் எல்லா கார்டுகளையும் தவறான விடை இல்லாமல் முடித்து விட்டால், இரவு நேரத்திலும் பயிற்சி செய்வதை விட்டுவிடுவதாக அவனுக்கு உறுதியளித்தேன். டேவிடுக்கு இது ஒரு இயலாத முயற்சியாக இருந்தது. முதல் நாள் இரவில் 52 நிமிடங்களாகவும் இரண்டாவது இரவில் 48 நிமிடங்களாகவும் பிறகு 45, 44, 41 என்று வந்து பிறகு 40 நிமிடங்களில் முடித்தான். ஒவ்வொருமுறை குறையும்போதும் அதனை மகிழ்ச்சியாகக் கொண்டாடினோம். நான் என் மனைவியையும் அழைத்து இருவரும் அவனைப் பாராட்டி மகிழ்ச்சியுடன் நாங்கள் எல்லோரும் நட்னமாடினோம். அந்த மாதத்தின் முடிவில் அவன் எல்லா கார்டுகளையும் எட்டு நிமிட நேரத்தில் முடித்து விட்டான். அவன் சிறிய முன்னேற்றத்தைக் காட்டினாலும் அதனைத் திரும்பச் செய்ய வைத்தோம். கற்றுக் கொள்வது எளிதானதும் மகிழ்ச்சியானதும் என்று அவன் கண்டு பிடித்து விட்டான்.

‘‘இயற்கையாகவே அவன் அல்ஜீப்ராவில் எடுக்கும் மதிப்பெண்கள் அப்படியே உயர்ந்து விட்டன. நீங்கள் பெருக்கலைச் செய்ய முடிந்தவுடன் அல்ஜீப்ரா எவ்வளவு எளிதானது என்பதைப் பார்க்க வியப்பு ஏற்பட்டது. கணிதத்தில் பி தகுதி பெற்று வந்தபோது அவனே தனக்குள் வியப்பில் மகிழ்ந்தான். அது இதற்கு முன் ஒருபோதும் நிகழ்ந்ததே இல்லை. மற்ற மாற்றங்களும் நம்பமுடியாத வேகத்தில் நிகழ்ந்தன. அவனது படிக்கும் திறன் வெகு வேகமாக முன்னேற்றம் கண்டது. அவன் தனக்குள் இருந்த இயற்கையான திறமையைக் கொண்டு ஓவியம் வரையத்தொடங்கினான். பள்ளியின் இறுதி நாட்களில் அவனை ஒரு கண்காட்சி தயாரிக்குமாறு அவனுடைய அறிவியல் ஆசிரியர் கேட்டுக் கொண்டார். நெம்புகோல் தத்துவத்தை சிறப்பாக நிரூபணமாக்கும் ஒரு கடினமாக மாதிரிகளை உருவாக்குவதை

அவன் தேர்ந்தெடுத்துக் கொண்டான். அந்தக் காட்சி மாதிரிக்குத்தான் பள்ளி அறிவியல் கண்காட்சியில் முதல் பரிசு பெற்று நகரப்போட்டிக்குப் பதிவு பெற்றது. சின்சின்னாட்டி நகரம் முழுமைக்கும் நடந்த அந்தப் போட்டியில் அவன் மூன்றாம் பரிசை வென்று விட்டான்.

''இதனை அதுதான் செய்தது. இரண்டு தகுதி கிரேடுகள் பின்தங்கியிருந்தவன், 'மூளை பாதிக்கப்பட்டவன்' என்று கூறப்பட்டவன், தன்னுடைய வகுப்புத் தோழர்களால் 'தனக்கே அழிவைத் தேடிக்கொள்பவன்' என்று கேலி செய்யப்பட்டவன், தலையை விட்டு மூளை வெளியாக்கப்பட்டவன் என்றெல்லாம் கூறப்பட்ட அந்த பையன் இப்போது இங்கே இருக்கிறான். தன்னால் உண்மையில் கற்றுக்கொள்ள முடியும் என்றும் விஷயங்களை உள்வாங்கிச் சிறப்பாகச் செய்யமுடியும் என்று அவன் திடீரென்று கண்டு பிடித்தான். அதன் விளைவு என்ன? கடைசி நிலையிலிருந்து முன்னேறி முன்னேறி உயர்நிலைப் பள்ளியில் உயர்தகுதிப் பட்டியலில் வருவதற்குத் தவறியதே இல்லை. அவன் தேசிய தகுதிச் சங்கத்திற்குத் தேர்ந்தெடுக்கப்பட்டான். கற்பது எளிதானது என்று உணர்ந்த உடனேயே அவனுடைய வாழ்க்கை முழுவதுமே மாறி விட்டது.''

நீங்கள் மற்றவர் முன்னேறுவதற்கு உதவி செய்ய விரும்பினால் இதனை நினைவில் கொள்ளுங்கள் . . .

கொள்கை 8

ஊக்கமூட்டுவதைப் பயன்படுத்துங்கள்.

தவறை எளிதாகத் திருத்திக் கொள்ளும் வகையில் ஆக்குங்கள்.

9

நீங்கள் விரும்புவதை மக்கள் மகிழ்ச்சியுடன் செய்யும் வகை உருவாக்குங்கள்

கடந்த 1915 ஆம் ஆண்டில், அமெரிக்கா திகிலடைந்திருந்தது. மனிதர்களின் இரத்தக்கறை அழிவு வரலாற்றில் முன்னெப்போதும் இல்லாத கனவிலும் எண்ணாத வகையில் ஒரு ஆண்டுக்கும் மேலாக ஐரோப்பிய நாடுகள் தங்களுக்குள் மோதிக்கொண்டு கொன்று குவித்துக் கொண்டிருந்தன. அங்கே அமைதியைக் கொண்டுவர இயலுமா? யாருக்கும் தெரியவில்லை. ஆனால் உட்ரோ வில்சன் முயற்சி செய்வதென்று முடிவெடுத்தார். ஐரோப்பாவின் போர்முன்னோடிகளுடன் கலந்துரையாடுவதற்கு ஒரு அமைதித் தூதுவரை தன்னுடைய தனிப்பிரதிநிதியாக அனுப்ப வேண்டும்.

ப்ரையான் மாநிலத்தின் செயலாளரான வில்லியம் ஜென்னிங்ஸ் ப்ரையான் அமைதியை வலியுறுத்தும் வகையில் செல்வதற்கு விரும்பினார். ஒரு மிகப்பெரிய சேவையைச் செய்து தன்னுடைய பெயரை நிலைத்துவைக்க அது ஒரு வாய்ப்பாக அவர் கண்டார். ஆனால் வில்சன் தன்னுடைய நெருங்கிய நண்பரும் ஆலோசகருமான கர்னல் எட்வர்ட் எம். ஹௌஸ் என்ற வேறொருவரை நியமித்தார். ப்ரையானுக்கு துன்பம் நேராமல் வரவேற்பு இல்லாத முள்போன்று அமைந்து விட்ட இந்தச் செய்தியை அவருக்குச் சொல்வது ஹௌஸுக்குக் கடினமாக ஆகிவிட்டது.

''நான்தான் ஐரோப்பாவுக்கு அமைதித் தூதுவராகச் செல்கிறேன் என்பதைக் கேள்விப்பட்டபோது, ப்ரையான் முற்றிலும் ஏமாற்றமடைந்து விட்டார்,'' என்று கர்னல் ஹௌஸ் தன்னுடைய நாட்குறிப்பில் பதிவிட்டிருக்கிறார். ''அவர் தான் தான் போவதற்குத் திட்டமிட்டிருந்ததாக அவரே கூறினார் . . .''

''இதை அதிகார பூர்வமாகச் செய்வது யாருக்கும் புத்திசாலித்தனமானதாக இருக்காது என்று ஜனாதிபதி நினைப்பதாக நான் அவருக்குப் பதில் சொன்னேன். *அவர் அங்கு சென்றால் அது அனைவரது கவனத்தையும் ஈர்த்துவிடும்* என்றும் அவர் அங்கே ஏன் வந்திருக்கிறார் என்று மக்கள் ஆச்சரியப் படுவார்கள் என்றும் கூறினேன் . . .''

தகவல் கொடுத்த விதத்தைக் கவனித்தீர்களா? ப்ரையான் இந்த வேலைக்கு மிகவும் முக்கியமானவர் என்று ஹௌஸ் யதார்த்தமாக ப்ரையானிடம் கூறினார். ப்ரையான் அதில் திருப்தி அடைந்து விட்டார்.

உலக வழிமுறைகளில் கைதேர்ந்தவரும் அனுபவமிக்கவருமான கர்னல் ஹௌஸ் மனித தொடர்பியலில் மிகவும் முக்கியமானவற்றில் ஒன்றான பின்வரும் அம்சத்தைப் பின்பற்றினார்: *நீங்கள் முன்வைக்கின்ற வேலையை மகிழ்ச்சியுடன் செய்வதற்கு எப்போதும் அடுத்தவரை மகிழ்ச்சிப் படுத்துங்கள்.*

வில்லியம் கிப்ஸ் மேக்கடூ என்பவரை தன்னுடைய கேபினெட் உறுப்பினராவதற்கு அழைக்கும்போதும் கூட உட்ரோ வில்சன் இந்தக் கொள்கையைத்தான் பின்பற்றினார். அவர் எவருக்கும் வழங்குவதற்கு முடிகின்ற மிகப்பெரிய கௌரவம் அது. இருப்பினும் வில்சன் அதற்கான அழைப்பை விடுப்பதில் மேக்கடூவை இரண்டு மடங்கு முக்கியமானவராக உணரும்படிச் செய்தார். அந்தக் கதையை மேக்கடூ தன் வார்த்தைகளில் இவ்வாறு கூறுவது இதோ: ''அவர் [வில்சன்] தான் தன் கேபினெட்டை அமைப்பதாகவும் அதில் கருவூல செயலாளராக நான் பொறுப்பேற்றால் அவர் மிகவும் மகிழ்ச்சியடைவார் என்றும் கூறினார். அவர் மகிழ்ச்சியூட்டும் வகையில் விஷயங்களை முன்வைப்பதில் கைதேர்ந்தவர். இதை ஏற்றுக் கொள்வதன்மூலம் நான் அவருக்குச் சாதகம் செய்வது போன்ற உணர்வை ஏற்படுத்தி விட்டார்.''

துரதிர்ஷ்டவசமாக, வில்சன் எப்போதும் இத்தகைய விரைப்பான வர்களை நியமிக்க மாட்டார். அவர் அப்படிச் செய்திருந்தால் வரலாறு வேறுமாதிரி ஆகியிருக்கும். உலக நாடுகள் சபையில் சேர்ந்ததின் மூலம் செனெட்டையும் ரிபப்ளிகன் கட்சியையும் வில்சன் மகிழ்ச்சிப் படுத்தவில்லை. மிகவும் புகழ்பெற்ற ரிபப்ளிகன் தலைவர்களான அத்தகைய எலிஹூ ரூட் அல்லது சார்லஸ் ஈவான்ஸ் ஹக்ஸ் அல்லது ஹென்றி கபோட் லாட்ஜ் அமைதி மாநாட்டுக்கு தன்னோடு அழைத்துச் செல்வதற்கு மறுத்து விட்டார். அதற்குப் பதிலாக

தன்சொந்தக் கட்சியிலிருந்த முகம் தெரியாவர்களைத் தன்னுடன் அழைத்துச் சென்றார். அவர் ரிபப்ளிகன் கட்சிக்காரர்களை வாயை மூடச்செய்தார். உலகநாடுகள் சபை தன்னுடைய கருத்துருவாக்கம் என்பதில்லாதது போலவே அவர்களுடைய கருத்தும் அல்ல என்று கூறி அவர்கள் முக்கியத்துவம் அடைவதை மறுத்தார். அவர்கள் வீண்பேச்சுப் பேசுவதைத் தடுத்தார். மனிதத் தொடர்புகளில் அவர் கையாண்ட இந்தக் கடுமையான முறையால், அவருடைய சொந்தப் பதவியே ஆட்டம் கண்டது. அவருடைய உடல்நலத்தைக் கெடுத்து வாழ்நாளையும் குறைத்தது. அமெரிக்காவை உலகநாடுகள் அமைப்பிலிருந்து விலக்கி வைத்தது. உலக வரலாற்றில் ஒரு பாடமாக அமைந்தது.

நீங்கள் - விரும்பியதைச் - செய்ய - அவர்களை - நீங்கள் - மகிழ்ச்சிப்படுத்துங்கள் என்ற அணுகுமுறையைப் பயன்படுத்த வேண்டியது அரசியல் வாதிகள் மற்றும் ஆட்சியாளர்களுக்கு மட்டுமல்ல. இன்டியானாவின் ஃபோர்ட் வய்னேவைச் சேர்ந்த டேல் ஓ. ஃபெர்ரியர் தான் இளமையான குழந்தைகளில் ஒன்றை தனக்கு வழங்கப்பட்ட வேலையை விருப்பமுடன் செய்வதற்குத் தான் எவ்வாறு ஊக்கமூட்டினார் என்பதைப் பற்றிக் கூறினார்.

''ஜெஃப் இடையிடையே செய்யும் வேலைகளில் ஒன்று பேரிக்காய் மரங்களின் கீழ் கிடக்கும் பேரிக்காய்களைப் பொறுக்கி எடுப்பது. அப்படிச் செய்வதால் அதன்கீழ் அறுவடை செய்பவர் பொறுக்குவதற்காக நேரத்தைச் செலவழிக்க வேண்டியதில்லை. அவனுக்கு இந்த வேலை பிடிக்கவில்லை. அடிக்கடி இந்த வேலை செய்யப்படாமலும் அல்லது சிலவற்றை விட்டுவிட்டும் கவனமின்றிச் செய்து அறுவடை செய்பவர் திரும்ப அதில் நேரத்தை செலவழிக்குமாறு வைத்து விட்டான். இதைப்பற்றி ஒவ்வொரு முறையும் பார்த்துப் பார்த்து அவனிடம் சொல்லிக் கொண்டிருப்பதை விட்டுவிட்டு ஒருநாள் அவனிடம் இவ்வாறு கூறினேன்: 'ஜெஃப் உன்னோடு நான் ஒரு உடன்பாடு செய்து கொள்கிறேன். நீ பொறுக்கி வைக்கும் ஒவ்வொரு கூடைநிறைந்த பேரிக்காய்களுக்கும் நான் உனக்கு ஒரு டாலர் தருகிறேன். ஆனால் நீ பொறுக்கி முடித்தபிறகு அந்தப் பகுதியில் விட்டுவிட்டுப் போகும் ஒரு காய்க்கு ஒரு டாலர் வீதம் குறைத்து விடுவேன். இது உனக்கு எப்படித் தோன்றுகிறது?' நீங்கள் எதிர்பார்ப்பது போலவே, அவன் எல்லா பேரிக்காய்களையும் பொறுக்கியதோடல்லாமல், அவன் கூடைகளை இன்னும் நிரப்புவதற்கு வேறு மரங்களை உலுக்குகிறானா என்பதையும் தினமும் பார்த்துக்கொள்ள வேண்டியதாயிற்று.''

உரையாற்றுவதற்கு நண்பர்கள் விடுத்த அழைப்பு, தனக்கு வேண்டியவர்கள் விடுத்த அழைப்பு என்று பலவித அழைப்புகள் ஆகியவற்றை மறுத்துவிடும் ஒரு நபரை எனக்குத் தெரியும். இருந்தபோதிலும் அழைப்பவர் தன்மறுப்பை ஏற்றுக் கொள்ளும் வகையில் மிகவும் சாதுர்யமாகச் செய்தார். அதனை அவர் எவ்வாறு செய்தார்? தான் அந்த வேலையில் ஈடுபட்டிருக்கிறேன், இந்த வேலையில் ஈடுபட்டிருக்கிறேன், அதனால் நேரமில்லை என்று உண்மையை மட்டும் சொல்லி சமாளித்தாரா? இல்லை. அவர்கள் தன்னை அழைத்தமைக்காகப் பெருமைப்படுவதாகக் கூறியும் தான் ஏற்றுக்கொள்ள இயலாமைக்கு வருத்தம் தெரிவித்தும் சொல்லிவிட்டு வேறு ஒரு பேச்சாளரைப்பற்றிக் குறிப்பிட்டு அழைக்குமாறும் கூறினார். வேறுவகையில் சொல்வதென்றால், தன்னுடைய மறுப்பைப் பற்றி அவர்கள் எந்தவகையிலும் வருத்தம் அடையாத அளவுக்கு அதனைத் தெரிவித்தார். அவர் உடனேயே அவர்களின் எண்ணத்தை வேறு ஒரு பேச்சாளரை நோக்கித் திரும்பச் செய்து விட்டார்.

மேற்கு ஜெர்மனியில் எங்கள் பயிற்சி வகுப்பில் பயின்று வந்த கன்டர் ஷ்மிட் என்பவர் தான் மேலாண்மை செய்த ஒரு உணவகத்தில் ஒரு தொழிலாளி உணவுகள் அடுக்கி வைக்கும் காட்சிப்பகுதியில் விலைக் குறிப்பு அட்டையை குத்தி வைப்பதில் ஒழுங்காக இல்லாமல் கவனக்குறைவாக இருந்ததாகக் கூறினார். இது அங்கே குழப்பத்தையும் வாடிக்கையாளர்களின் புகார்களையும் கொண்டு வந்தது. அந்தப் பெண்ணிடம் மறுபடி மறுபடி ஞாபகப்படுத்துவதும், எச்சரிக்கை செய்வதும், நேருக்குநேர் எடுத்துச் சொல்வதும் எந்தப் பயனையும் தரவில்லை. இறுதியாக, மிஸ்டர். ஷ்மிட் அவளைத் தன்னுடைய அலுவலகத்திற்கு அழைத்து அவளை அந்தக் கடைமுழுவதும் உள்ள விலைக்குறிப்பு அட்டைகள் பொருத்தும் பகுதிக்கு மேற்பார்வையாளராக நியமித்து விட்டதாகக் கூறினார். எல்லாஇடங்களிலும் விலைக்குறிப்பு அட்டை சரியாகப் பொருத்தி இருப்பதை உறுதி செய்யவேண்டியது அவளது பொறுப்பு என்று கூறினார். இந்தப் புதிய பொறுப்புகளும் பதவியின் பெயரும் மாற்றப்பட்டிருப்பது அவளுடைய நடவடிக்கையில் முற்றிலும் மாற்றத்தை ஏற்படுத்தி அப்போதிருந்து தன்னுடைய வேலைகளை திருப்திகரமாகச் செய்தாள்.

குழந்தைத் தனமா? ஒருவேளை அப்படி இருக்கலாம். ஆனால் நெப்போலியன் படையணி விருதுகளை உருவாக்கியது, 15,000 சிலுவைகளைப் போர்வீரர்களுக்கு வழங்கியது, தன்னுடைய ஜெனரல்களில் பதினெட்டு பேர்களுக்கு ''மார்ஷல்ஸ் ஆஃப்

ஃப்ரான்ஸ்'' என்று நிலை உயர்த்தியது, தன்னுடைய படையை ''க்ரேன்ட் ஆர்மி'' என்று பெயர் சூட்டி அழைத்தது ஆகியவற்றைச் செய்தபோது அப்படித்தான் கூறினார்கள். போரினால் அழுத்தம் அடைந்த வீரர்களுக்கு ''பொம்மைகள்'' வழங்கியதற்காக நெப்போலியன் கேலி செய்யப்பட்டார். அதற்கு, ''மனிதர்கள் பொம்மைகளால் ஆளப்படுகிறார்கள்,'' என்று நெப்போலியன் பதில் கூறினார்.

விருதுகள் மற்றும் அதிகாரம் வழங்கும் உத்தி நெப்போலியனுக்குப் பயன் அளித்தது. அது உங்களுக்கும் பயன்படும். உதாரணமாக, நியூயார்க்கின் ஸ்கார்ஸ்டேலைச் சேர்ந்த என்னுடைய நண்பரான திருமதி. எர்னஸ்ட் ஜென்ட் என்பவர் தனது வீட்டு முன் பகுதியை சில பையன்கள் நடந்து சென்று அழித்து வந்ததாகவும் தொந்தரவு கொடுத்ததாகவும் கூறினார். அவர் அவர்களைக் கிண்டல் செய்து முயற்சித்துப் பார்த்தார். அவர்களைக் கூப்பிட்டுப் பேசியும் பார்த்தார். எதுவுமே சரிபட்டு வரவில்லை. அந்தக் கூட்டத்தில் மிகவும் மோசமாக இருந்த ஒருவனுக்கு பொறுப்பைக் கொடுத்து அதிகாரத்தையும் கொடுத்து விட்டார். அவனைத் தன் ''உளவாளியாக'' நியமித்தார். அங்கு யாரும் கடந்து செல்லாமல் பார்த்துக் கொள்ளும்படிக் கூறினார். அது அவருடைய பிரச்சனையைப் போக்கி விட்டது. அவரது ''உளவாளி'' கொல்லைப் புறத்தில் ஒரு அடுப்பு மூட்டி அதில் ஒரு கம்பியைப் பழுக்கக் காய்ச்சி யாராவது அந்தப்பகுதியில் வந்தால் சூடு வைத்து விடுவதாக மிரட்டினான்.

நடவடிக்கைகளையும் பழக்கவழக்கங்களையும் மாற்ற விரும்பும் ஒரு திறமையான தலைவர் பின்வரும் வழிமுறைகளைத் தன் மனத்தில் நிலைநிறுத்திக் கொள்ள வேண்டும்:

1. ***உண்மையாக இருங்கள். செய்ய முடியாத எதனையும் உறுதிமொழியாகக் கொடுத்து விடாதீர்கள். உங்களுக்குக் கிடைக்கும் நன்மைகளைப் பற்றி மறந்து விட்டு மற்றவர்க்குக் கிடைக்கும் நன்மைகளில் கவனம் செலுத்துங்கள்.***
2. ***மற்றவர் என்ன செய்யவேண்டும் என்று நீங்கள் விரும்புகிறீர்கள் என்பதைச் சரியாகத் தெரிந்து கொள்ளுங்கள்.***
3. ***பச்சாதாபம் உள்ளவராக இருங்கள். மற்றவர் உண்மையில் எதை விரும்புகிறார் என்பதைப் பற்றி உங்களுக்குள் கேட்டுக் கொள்ளுங்கள்.***
4. ***நீங்கள் முன்வைப்பதைச் செயல்படுத்துவதால் அடுத்தவருக்கு என்ன பயன் கிடைக்கும் என்பதைக் கருதிப் பாருங்கள்.***

5. மற்றவரின் விருப்பங்களோடு அந்தப் பயன்களை ஒப்பிட்டுப் பாருங்கள்.
6. நீங்கள் உங்கள் வேண்டுகோளை முன் வைக்கும்போது, அதனை மற்றவருக்குப் புரியும் வடிவத்தில் வைத்து அவர் அதில் தனிப்பட்டமுறையில் பயனடையுமாறு அமையுங்கள். இதுபோன்ற சுறுக்கமான உத்தரவை நாம் வழங்க முடியும்: ''ஜான், நம்மிடத்திற்கு நாளை வாடிக்கையாளர்கள் வருகிறார்கள். சரக்கு அறை நன்கு சுத்தப்படுத்தபட வேண்டும். ஆகவே அதைக் கூட்டி சுத்தம் செய்யுங்கள். பொருள்களை அழகான குவியல்களில் தகுந்த இடத்தில் வையுங்கள். கவுண்டரை சுத்தப்படுத்தி விடுங்கள்.'' அல்லது அதே கருத்தை இந்த வேலையைச் செய்வதால் நாம் என்னென்ன பயன்களை அடையமுடியும் என்று ஜானுக்கு எடுத்துக் கூறியும் சொல்ல முடியும். ''ஜான் நாம் இப்போதே முடிக்க வேண்டிய வேலை ஒன்று உள்ளது. அது இப்போதே முடிக்கப்பட்டால் நாம் பின்னர் கஷ்டப்பட வேண்டியதில்லை. நம்மிடம் இருக்கும் வசதிகளைப் பற்றிக் கூறுவதற்காக நான் வாடிக்கையாளர்களை அழைத்து வருகிறேன். அவர்களுக்கு நம்முடைய சரக்கு அறையைக் காட்ட விரும்புகிறேன். ஆனால் இது இப்போது நல்ல நிலையில் இல்லை. நீங்கள் அதனைச் சுத்தம் செய்து பொருள்களை ஒழுங்காக அடுக்கி வைத்து கவுண்டர்கள் தூய்மையாக வைக்கப்பட்டால் அவை நன்றாக காட்சி தரும். நம்முடைய கம்பெனியின் நல்ல பெயருக்கு உங்களின் பங்களிப்பாக அது அமையும்.''

நீங்கள் முன்வைத்தவற்றை செய்வதில் ஜான் மகிழ்ச்சி அடைவாரா? ஒருவேளை மிகவும் மகிழ்ச்சி அடையாமல் இருக்கலாம். ஆனால் நீங்கள் அதன் பயன்களைப்பற்றிக் குறிப்பிடாமல் இருந்த நிலையை விட அதிக மகிழ்ச்சி இப்போது அடைவார். தன்னுடைய சரக்கு அறை இப்போது தோன்றும் நிலையில் ஜான் பெருமை கொள்வதாகவும் கம்பெனியின் நற்பெயரில் தன்னுடைய பங்கைத் தருவதில் ஆர்வம் கொண்டிருப்பதாகவும் நாங்கள் நினைத்துக் கொண்டால், அவர் மிகுந்த ஒத்துழைப்பு தருபவர் என்பதை அறியலாம். இப்போதே செய்தால் பின்னர் கஷ்டப்படத் தேவையில்லை என்பதை ஜானுக்கு குறிப்பிட்டுக் காட்டப்பட வேண்டும்.

இந்த அணுகுமுறைகளைப் பயன்படுத்தும்போது மற்ற நபரிடமிருந்து சாதகமான எதிர்வினை எப்போதும் கிடைக்கும் என்று நம்புவது வெகுளித்தனமானது. ஆனால் பெரும்பாலானவர்களின் அனுபவங்கள் இந்த அணுகுமுறைகளைப் பயன்படுத்தாமல் இருப்பதை விட இவற்றைப் பயன்படுத்துவதால் நடவடிக்கைகளை மாற்ற முடியும் என்பதைக் காட்டுகின்றன. நீங்கள் உங்கள் வெற்றியை 10 சதவிகிதம் அதிகரித்தால் கூட நீங்கள் முன்பு இருந்ததை விட 10 சதவிகிதம் அதிகமான திறமைகளைக் கொண்டுள்ளீர்கள் என்றாகும். அது உங்களுக்குக் கிடைத்த நன்மைதான்.

இதனைப் பயன்படுத்தும்போது, நீங்கள் அவர்கள் செய்ய வேண்டும் என்று விரும்புகின்றவற்றை அதிகமாகச் செய்வதில் மக்கள் விருப்பம் கொள்வார்கள். . .

கொள்கை 9

**நீங்கள் முன்வைத்த விஷயத்தை செய்வதில்
மற்றவரை மகிழ்ச்சி பெறச் செய்யுங்கள்.**

சுருக்கமாக - ஒரு தலைவராக இருங்கள்
ஒரு தலைவரின் பணி உங்கள் மக்களின் நடவடிக்கைகளையும் பழக்கவழக்கங்களையும் மாற்றுவதை உள்ளடக்கியுள்ளது. அதனை அடைய சில யோசனைகள்:

கொள்கை 1
பாராட்டுடனும் நேர்மறையான புகழுரையுடனும் தொடங்குங்கள்.

கொள்கை 2
மக்களின் தவறுகளுக்கு மறைமுகமாக கவனத்தைக் கொணருங்கள்.

கொள்கை 3
மற்றவரைக் கிண்டலாக விமர்சிப்பதற்குமுன்
உங்கள் தவறுகளைப் பற்றிப் பேசுங்கள்.

கொள்கை 4
நேரடி உத்தரவுகள் பிறப்பிப்பதற்குப் பதிலாக கேள்விகள் கேளுங்கள்.

கொள்கை 5
மற்றவர் தங்கள் பெருமையைக் காத்துக்கொள்ள விடுங்கள்.

கொள்கை 6
சிறிதளவு முன்னேற்றம் கண்டாலும் பாராட்டுங்கள். ஒவ்வொரு முன்னேற்றத்தையும் பாராட்டுங்கள். ''உங்கள் பாராட்டுக்கள் இதய பூர்வமாகவும், புகழ்வதில் அளவற்றும்'' இருங்கள்.

கொள்கை 7
மற்றவர்களுக்கு சிறப்புடன் வாழ
இனிமையான பாராட்டைக் கொடுங்கள்.

கொள்கை 8
ஊக்கமூட்டுவதைப் பயன்படுத்துங்கள். தவறை எளிதாகத் திருத்திக் கொள்ளும் வகையில் ஆக்குங்கள்.

கொள்கை 9
நீங்கள் முன்வைத்த விஷயத்தை செய்வதில்
மற்றவரை மகிழ்ச்சி பெறச் செய்யுங்கள்.

லோவெல் தாமஸ் எழுதிய உயர்நிலைத் தகுதிக்கு ஒரு எளியவழி

ஹௌ டு வின் ஃப்ரன்ட்ஸ் அன்ட் இன்ஃப்ளுயன்ஸ் பீப்பிள் மூல நூல் பதிப்பின் முன்னுரையில் டேல் கார்னகியின் வரலாற்றுத் தகவல்கள் எழுதப்பட்டுள்ளன. டேல் கார்னகி பற்றிய கூடுதல் பின்புலங்களை வாசகர்களுக்கு வழங்க வேண்டும் என்ற நோக்கத்தில் இது இங்கே வெளியிடப்படுகிறது.

அது 1935 ஆம் ஆண்டின் ஜனவரி மாதத்தில் ஒரு குளிர் நிறைந்த இரவு. ஆனால் அந்தக் குளிர்நிறைந்த சூழ்நிலை அவர்களை வெளியேற்ற முடியவில்லை. ஆண்களும் பெண்களுமான இரண்டாயிரத்து ஐநூறு பேர் நியூயார்க்கில் உள்ள பென்சில்வேனியா ஹோட்டலின் நடன அரங்கத்தில் குழுமியிருந்தனர். ஏழரை மணிக்கே எல்லா இருக்கைகளும் நிறைந்து விட்டன. எட்டுமணிக்கு ஆர்வம் மிகுந்த மக்கள் கூட்டம் இன்னும் வந்து கொண்டே இருந்தது. பரந்த அளவிலான பால்கனியும் மக்கள் நெருக்கத்தில் திணறியது. நிற்கும் இடங்களிலும் மக்கள் நெருக்கம் இருந்தது. ஒருநாள் முழுவதும் வணிகத்தில் மும்முரமாய் இருந்து களைத்துப்போன நூற்றுக் கணக்கானவர்கள் அங்கே ஒன்றரை மணிநேரம் இரவில் நின்று கொண்டே இருந்தனர். எதற்காக?

ஏதாவது கண்கவர் காட்சியா?

ஒரு ஆறுநாள் சைக்கிள் சுற்றும் போட்டியா அல்லது க்ளாக் கேபிளின் நேரடி வருகையா?

இல்லை. இங்குள்ளவர்கள் ஒரு செய்தித்தாள் விளம்பரத்தால் கவர்ந்திழுக்கப்பட்டு வந்துள்ளவர்கள். இரண்டு மாலைப் பொழுதுகளுக்கு முன், நியூயார்க் சன் பத்திரிகையில் பின்வருமாறு தலைப்பிட்டு வந்த முழுப்பக்க விளம்பரத்தை அவர்கள் பார்த்துள்ளார்கள்.

வலுவான கருத்துக்களைப் பேசக் கற்றுக் கொள்ளுங்கள் தலைமைப் பண்புக்குத் தயார்படுத்துங்கள்

பழைய விஷயமல்லவா? ஆம். ஆனாலும் நீங்கள் நம்பினாலும் சரி நம்பாவிட்டாலும் சரி, உலகின் மிகமிக ஆடம்பரமான ஒரு நகரத்தில், மன அழுத்தத்திலிருந்து 20 சதவிகித மக்கள் தீர்வு பெறும்போது, இரண்டாயிரத்து ஐநூறு மக்கள் தங்கள் இல்லங்களை விட்டு ஒரு விளம்பரத்தைக் கண்டு உந்தித் தள்ளப்பட்டு ஹோட்டலுக்கு வந்திருக்கிறார்கள். இதற்கு மதிப்பளித்து வந்திருப்பவர்கள் உயர்ந்த பொருளாதார நிலையில் இருப்பவர்கள், நிர்வாகிகள், முதலாளிகள், தொழில் வல்லுனர்கள் ஆகியோராவர்.

இந்த ஆண்களும் பெண்களும் அதிநவீன, மிகவும் நடைமுறை சாத்தியமான முறையில் நடக்கும் டேல் கார்னகியின் வலிமையான பேச்சுத்திறன் மற்றும் மக்கள் உறவுகள் பயிற்சி நிறுவனத்தின் பயிற்சிவகுப்பில் ''வலிமையான பேச்சுத்திறன் மற்றும் வணிகத்தில் உள்ளவர்களைக் கவர்ந்திழுத்தல்'' என்ற தொடக்கப்பேச்சினைக் கேட்பதற்காக வந்துள்ளனர்.

இரண்டாயிரத்து ஐநூறு வணிகத்துறை ஆண்களும் பெண்களும் ஏன் இங்கே இருக்கிறார்கள்?

அழுத்தத்தால் ஏற்பட்ட திடீரென்று உண்டான அதிகம் கற்க வேண்டும் என்ற அறிவிப்பசியினால் இருக்கிறார்கள் அல்லவா?

நிச்சயமாக இல்லை, ஏனென்றால் கடந்த இருபத்து நான்கு ஆண்டுகளாக இதே வகுப்புகள் நியூயார்க் நகரத்தில் அரங்கு நிரம்பிய நிகழ்வுகளாக ஒவ்வொரு பருவத்திலும் நடத்தப்படுகின்றது. அந்தச் சமயங்களில் ஆயிரத்து ஐநூறுக்கு மேற்பட்ட வணிகர்களும் தொழில் வல்லுனர்களும் டேல் கார்னகியால் பயிற்சியளிக்கப்படுகிறார்கள். மிகப்பெரிய, ஐயஉணர்வு கொண்ட, கட்டுப்பாட்டுடன் கூடியவை போன்ற கம்பெனிகள் தங்கள் ஊழியர்களுக்கும் நிர்வாகிகளுக்கும் பயன்தரக் கூடிய வகையில் இத்தகைய பயிற்சிகளை நடத்தத் தூண்டுகின்றன. அவற்றுள் வெஸ்டிங்ஹவுஸ் எலெக்ட்ரிக் கம்பெனி, மெக்ராஹில் பப்ளிஷிங் கம்பெனி, ப்ரூக்ளின் யூனியன் கேஸ் கம்பெனி, ப்ரூக்ளின் சேம்பர் ஆஃப் காமர்ஸ், அமெரிக்கன் இன்ஸ்டிட்யூட் ஆஃப் எலெக்ட்ரிகல் இஞ்சினீயர்ஸ், நியூயார்க் டெலிஃபோன் கம்பெனி போன்றவை அடங்கும்.

இந்த மக்கள் தாங்கள் தகுதிநிலை பள்ளி, உயர்நிலைப் பள்ளி, அல்லது கல்லூரிகளை விட்டு வந்து இருபத்து நான்கு

ஆண்டுகளுக்குப் பிறகு இந்தப் பயிற்சியைப் பெற வருகிறார்கள் என்பது நம்முடைய கல்வி முறையில் இருக்கும் குறைபாட்டினை எடுத்துக் காட்டும் அதிர்ச்சித் தகவல் ஆகும்.

வயது வந்தவர்கள் உண்மையில் எதைப் படிக்க விரும்புகிறார்கள்? இது ஒரு முக்கியமான கேள்வி. இதற்கு விடை காண்பதற்காக சிகாகோ பல்கலைக் கழகம், முதியோர் கல்விக்கான அமெரிக்க சங்கம், ஒருங்கிணைந்த ஒய்.எம்.சி.ஏ பள்ளிகள் இரண்டு ஆண்டுகளுக்குமேலாக ஒரு புள்ளிவிவர ஆய்வு நடத்தினார்கள்.

அந்தப் புள்ளிவிவர ஆய்வு முதியவர்களின் முதன்மை விருப்பம் உடல்நலம் என்பதை எடுத்துக்காட்டியது. அவர்களின் இரண்டாவது ஆர்வம் மக்கள் உறவுகளில் திறமைகளை வளர்த்துக்கொண்டு அதனைக்கொண்டு மற்ற மக்களைக் கவர்ந்திழுப்பது எப்படி என்ற உத்திகளைக் கற்றுக் கொள்வதுமாகும். அவர்கள் மிகச்சிறந்த பொதுமேடைப் பேச்சாளர்களாக வருவதற்கு விரும்பவில்லை. மனோதத்துவம் பற்றி ஆழ்ந்து சென்று பேசுவதைக் கேட்க விரும்பவில்லை. வணிகத்திலும், சமூகத் தொடர்புகளிலும், இல்லத்திலும் உடனடியாகப் பயன்படுத்தக் கூடிய யோசனைகளை விரும்புகிறார்கள்.

ஆகவே இவைகள்தான் முதியவர்கள் கற்க விரும்புவது அல்லவா?

''எல்லாம் சரிதான், நன்று. அதுதான் அவர்கள் விரும்புவது என்றால், அவற்றை அவர்களுக்கு வழங்குவோம்'' என்று புள்ளிவிவர ஆய்வு நடத்தியவர்கள் கூறுகிறார்கள்.

எங்கெங்கும் சுற்றிப் பார்த்தும் மக்களுக்கு அவர்களின் மக்கள் உறவுகள் பற்றிய வழியில் உதவுவதற்கு எந்த புத்தகமோ பயிற்சி ஏடுகளோ எழுதப்படவே இல்லை என்பதை அவர்கள் கண்டு பிடித்தார்கள்.

இங்கே அவை தயாராக உள்ளன. நூற்றுக்கணக்கான ஆண்டுகளுக்கு முன்பே கிரேக்க மொழியிலும் இலத்தீன் மொழியிலும் உயர் கணக்கியல் பற்றியும் கற்றறிந்தோர் எழுதிய நூல்கள் உள்ளன. சராசரி முதியவர்கள் அதனை அறிய முடியவில்லை. ஆனால் அவர்களுக்கு அறிவுத் தேடலுக்கும் வழிகாட்டுதலுக்கும் உதவிக்கும் விரும்பும் ஒரே பாடம் - ஒன்றுமில்லை என்பதே.

இரண்டாயிரத்து ஐநூறு ஆர்வமிக்க வயது வந்தவர்கள் ஒரு பத்திரிகை விளம்பரத்தைப் பார்த்து விட்டு ஹோட்டல் பென்சில்வேனியாவின் நடன அரங்கத்துக்குள் குழுமியிருப்பது இதனை விளக்குகிறது. இங்கே அவர்கள் வெளிப்படையாக கடைசியாகத் தேடிக் கொண்டிருந்தது கிடைக்கிறது.

பல ஆண்டுகளுக்குமுன் நிதி மற்றும் தொழில்முறைத் தேடலுக்கு அறிவு ஒன்றே அற்புத வழியென்று நம்பிக்கொண்டு உயர்நிலைப் பள்ளிகளிலும் கல்லூரிகளிலும் அவர்கள் புத்தகங்களால் நிரப்பப்பட்டார்கள்.

ஆனால் சில ஆண்டுகள் கடந்த கடினமானதும் துன்பமானதுமான வணிக மற்றும் தொழில்முறை வாழ்க்கை அவர்களுக்கு ஏமாற்றத்தைக் கொண்டு வந்தது. தங்கள் அறிவின் உதவியுடன்கூட நன்றாகப் பேசுவதற்கும், தங்கள் வழியில் மக்களைக் கவர்ந்து இழுப்பதற்கும், தங்களையும் தங்கள் கருத்துக்களையும் *விற்பதற்கும்* தெரிந்து கொண்டு மிகவும் முன்னேறிய வணிகர்களையும் அவர்கள் கண்டார்கள்.

கப்பல் தலைவரின் தொப்பியை அணிந்து கொண்டு வணிகக் கப்பலை ஓட்டுவதற்கு தனிப்பட்ட குணாதிசயம், பேசும் திறமை ஆகியவை இலத்தீன் மொழி இலக்கணத்தையோ அல்லது ஹார்வேர்ட் பட்டத்தைப் பெற்றிருப்பதையோ விடவும் முக்கியமானது என்பதைப் பற்றி அவர்கள் விரைவிலேயே கண்டு கொண்டார்கள்.

நியூயார்க் *சன்* பத்திரிகையில் இருந்த விளம்பரம் அந்தக் கூட்டம் நிச்சயமாக மிகவும் மகிழத்தக்கதாக இருக்கும் என்று உறுதியளித்தது. அது அப்படியே இருந்தது.

இந்தப் பயிற்சியை மேற்கொண்ட பதினெட்டு பேர்கள் மேடையேறினர். அவர்களில் பதினைந்து பேர் தங்கள் வெற்றிக்கதைகளைச் சுறுக்கமாகச் சொல்வதற்கு எழுபத்தைந்து வினாடிகள் வழங்கப்பட்டது. எழுபத்தைந்து வினாடிகள் மட்டுமே பேச முடியும். பிறகு தலைவர் மணியடித்து விடுவார். ''நேரம் முடிந்து விட்டது. அடுத்த பேச்சாளர்'' என்று சத்தமிடுவார்.

இந்த நிகழ்ச்சி சமவெளியில் எருமைக் கூட்டம் இடி முழக்கம்போல் ஒலி எழுப்பிக்கொண்டு செல்லும் வேகத்தில் சென்றது. பார்வையாளர் ஒன்றரை மணிநேரம் நின்று கொண்டும் கூட கவனித்தார்கள்.

வாழ்க்கையின் பல தரப்பினரிலிருந்தும் வந்தவர்கள் பேசினார்கள். அவர்களில் பல விற்பனைப் பிரதிநிதிகள், நிறைய கடைகளை நிர்வகிக்கும் நிர்வாகிகள், ஒரு ரொட்டி தயாரிப்பாளர், ஒரு வர்த்தக சங்கத்தின் தலைவர், இரண்டு வங்கியாளர்கள், ஒரு காப்பீட்டு முகவர், ஒரு கணக்காளர், ஒரு பல்மருத்துவர், ஒரு கட்டடக்கலைஞர், இன்டியனோபோலிஸிலிருந்து இந்த பயிற்சி வகுப்பில் சேர வந்த ஒரு மருந்து விற்பனையாளர், ஹவானாவிலிருந்து ஒரு முக்கியமான

மூன்று நிமிட உரையை வழங்குவதற்காகப் பயிற்சி பெற வந்த ஒரு வழக்கறிஞர் ஆகியோர் இதில் அடங்குவர்.

முதலில் பேச வந்தவர் அயர்லாந்தின் கேலிக் மொழியில் பெயர் கொண்டபேட்ரிக் ஜே. ஓ'ஹையர். அயர்லாந்தில் பிறந்த அவர் நான்கு ஆண்டுகள் மட்டுமே பள்ளிக் கல்வி பெற்று, அமெரிக்காவுக்கு வந்து ஒரு மெகானிக்காகவும் பின்னர் வாகன ஓட்டியாகவும் ஆனவர்.

இப்போது இருப்பினும் அவர் நாற்பது வயதானவர். அவருக்கு வளர்நிலையில் குடும்பம் இருந்தது. அவருக்கு அதிகப் பணம் தேவைப்பட்டது. ஆகவே அவர் வாகனங்கள் விற்பதில் முயற்சி மேற்கொண்டார். தாழ்வு மனப்பான்மையால் துன்புற்று அவர் கூறுவதுபோல் அது அவருடைய இதயத்தைத் தின்று கொண்டிருந்தது. அதனால் ஒரு அலுவகத்திற்குள் நுழைவதற்கு முன்பாக அங்கு அந்த அலுவலகத்தின் வாசலில் பலமுறை அங்கும் இங்கும் ஐந்தாறு முறையாவது நடந்து விடுவார். விற்பனையாளராக அவர் மிகவும் ஊக்கமிழந்து விட்டார். அவர் மீண்டும் தன் கைகள் துணையுடன் மெகானிக்காகவே மீண்டும் சென்று விடுவது என்று எண்ணிக் கொண்டிருந்தார். அப்போது ஒருநாள் அவருக்கு சிறப்பான பேச்சுத்திறன் பற்றிய டேல் கார்னகியின் பயிற்சி வகுப்புக்கான அழைப்பு ஒரு நிறுவனத்திலிருந்து அவருக்கு வந்தது.

அவர் அதில் கலந்து கொள்ள விரும்பவில்லை. அங்கே பல கல்லூரி பட்டதாரிகளிடையே தான் இணைந்திருக்க வேண்டும் என்பதாலும் அங்கே தான் தனிமைப்படுவோம் என்ற பயத்தாலும் அவர் அங்கே செல்ல விரும்பவில்லை.

விரக்தியுற்றிருந்த அவருடைய மனைவி, ''பேட், இது உங்களுக்கு ஏதாவது நன்மை செய்யலாம். கடவுள் இது உங்களுக்குத் தேவை என்று நினைக்கிறார்,'' என்று கூறி அவரை அங்கு போகுமாறு வற்புறுத்தினாள். அந்தக் கூட்டம் நடக்கவிருந்த இடத்துக்குச் சென்று விட்டார். அந்த அறைக்குள் செல்வதற்குத் தனக்குள் தன்னம்பிக்கை வளர்த்துக் கொள்வதற்கு முன்பாக ஓரநடைபாதையில் ஐந்து நிமிடங்கள் நின்றார்.

முதல் சில நிமிடங்கள் அங்கிருந்தவர்களிடம் பேசுவதற்கு முயற்சி செய்தார். பயம் அவரை ஆட்கொண்டு விட்டது. ஆனால் சிலவாரங்கள் வந்தபின் பார்வையாளர்களைப் பற்றிய பயத்தை விட்டு விட்டார். மிகப்பெரிய கூட்டத்தில் நன்றாக பேசுவதற்கு விரைவிலேயே அவர் விரும்பினார். தனிப்பட்டவர்களைக் கண்டும் தன்னைவிட உயர்ந்த வர்களைக் கண்டும் பயப்படுவதை விட்டு விட்டார். அவர்களிடம் தன் கருத்துக்களை எடுத்து முன்வைத்தார்.

விரைவிலேயே அவர் விற்பனைப் பகுதிக்கு உயர்த்தப்பட்டார். அவர் தனது கம்பெனியின் மதிப்பு மிக்கவராகவும் விரும்பப்படுபவராகவும் உயர்ந்து விட்டார். இன்று இரவு, ஹோட்டல் பென்சில்வேனியாவில் பேட்ரிக் ஓ'ஹையர் இரண்டாயிரத்து ஐநூறு பார்வையாளர்கள் முன்னிலையில் தன்னுடைய மகிழ்ச்சியும் களிப்பும் நிறைந்த கதையைச் சொன்னார். சிரிப்பு அலை மாறிமாறி பார்வையாளர்களைக் கொள்ளை கொண்டது. சில தொழில்முறைப் பேச்சாளர்களுக்கு இணையாகப் பேசினார்.

அடுத்த பேச்சாளர் பதினோறு குழந்தைகளுக்குத் தந்தையான நரைத்த முடி கொண்ட காட்ஃப்ரே மேயர் என்ற வங்கியாளர். வகுப்பில் முதல் நாள் பேச எழுந்தபோது அவர் உண்மையிலேயே பேசமுடியாதவராக ஆகிவிட்டார். அவருடைய மனம் செயல்பட மறுத்தது. பேச முடிந்தவருக்கு எவ்வாறு தலைமைப் பண்பு வந்து சேர்கிறது என்பதைப் பற்றிய நிரூபணம்தான் அவருடைய கதை.

அவர் வால் ஸ்ட்ரீட்டில் வேலை செய்தார். இருபத்து ஐந்து ஆண்டுகளாக நியூ ஜெர்ஸியில் உள்ள க்ளிஃப்டனில் வசித்து வருகிறார். அந்தச் சமயத்தில், சமுதாய விவகாரங்களில் பங்கெடுத்துக் கொள்ளவில்லை. அவருக்கு ஒரு ஐநூறு பேர்களை மட்டுமே தெரியும்.

கார்னகியின் பயிற்சி வகுப்பில் சேர்ந்த சில நாட்களிலேயே அவருக்கான வரி பில் வந்தது. அவர் அதில் நியாயமில்லை என்று உணர்ந்து ஆத்திரமுற்றார். சாதாரணமாக அவர் இதற்காக வீட்டில் உட்கார்ந்து புகைந்து கொண்டிருப்பார் அல்லது அருகில் உள்ளவர்களிடம் காட்டி தன் மனக்குறையைத் தெரிவித்துக் கொண்டிருப்பார். ஆனால் அதற்குப் பதிலாக, அன்று இரவு தொப்பியை எடுத்துப் போட்டுக்கொண்டு நகரத்தில் நடந்த ஒரு கூட்டத்திற்குச் சென்று பொதுமேடையில் இதைப்பற்றிப் பேசினார்.

நேர்மையான கோபத்தை வெளிப்படுத்திய அந்தப் பேச்சின் விளைவாக நியூஜெர்சியில் உள்ள க்ளிஃப்டனைச் சேர்ந்த மக்கள் அவரை நகரக் கவுன்சிலராக போட்டியிடக் கூறினர். ஆகவே அவர் பல வாரங்கள் ஒரு கூட்டம் விட்டு இன்னொன்றாகக் கலந்து கொண்டு முனிசிபல் குறைபாடுகளை எடுத்துக் கூறினார்.

அந்தத் தேர்தல் களத்தில் தொண்ணூற்று ஆறு வேட்பாளர்கள் இருந்தனர். வாக்குச் சீட்டு எண்ணப்பட்டபோது காட்ஃப்ரே மேயரின் பெயர் மற்ற எல்லோரையும் விட முன் நிலையில் இருந்தது. ஏறக்குறைய ஒரே இரவில் அவர் ஒரு பொதுப்பணியாளராக அந்த சமுதாயத்தில் நாற்பது ஆயிரம் மக்களிடம் சிறப்பு பெற்றவரானார்.

இருபத்து ஐந்து ஆண்டுகளில் அவர் பெற்றிருந்ததைவிட எண்பது மடங்கு நண்பர்களை ஆறு வாரங்களில் தன் பேச்சுத் திறமையின் விளைவாகப் பெற்றார்.

கௌன்சில்காரராக அவரது சம்பளம் அவர் கார்னகி வகுப்பிற்கு செலவழித்தை விட ஆயிரம் சதவிகிதம் அதிகமாக அமைந்து விட்டது.

மூன்றாவது பேச்சாளர், ஒரு பெரிய உணவு உற்பத்தியாளர் தேசிய சங்கத்தின் தலைவர். அவர் எவ்வாறு இயக்குநர்கள் கூட்டத்தில் எழுந்து தன் கருத்துக்களை எடுத்துக் கூற முடியாமல் இருந்தது என்பதைப் பற்றி எடுத்துக் கூறினார்.

தானே சிந்தித்துப் பேசுவதற்குக் கற்றுக் கொண்டதன் விளைவாக, இரண்டு ஆச்சரியமான விஷயங்கள் நிகழ்ந்தன. அவர் தான் சார்ந்த சங்கத்தின் தலைவராகப் பதவி வழங்கப்பட்டார். அந்தப் பதவி நிலையில் அவர் அமெரிக்கா முழுவதிலும் உள்ள அனைத்து இடங்களில் நடக்கும் நிகழ்ச்சிகளுக்குச் சென்று மேடையில் பேசவேண்டும். அந்த உரைகளின் பகுதிகளில் சில ஒருங்கிணைந்த பத்திரிகை தந்தியிலும் நாடு முழுவதிலும் உள்ள அச்சு ஊடகங்களான பத்திரிகைகளிலும் இதழ்களிலும் வெளியிடப்படும்.

மிகவும் திறமையாகப் பேசக் கற்றுக் கொண்ட இரண்டு ஆண்டுகளில், அவருடைய கம்பெனிக்கும் அதன் பொருள்களுக்கும் இலவசமான விளம்பரமாக இது ஆகிவிட்டது. முன்பு நேரடியான விளம்பரத்திற்கு கால் மில்லியன் டாலர் செலவழித்தபோது கிடைத்ததை விட அதிகமாக இருந்தது. இந்தப் பேச்சாளர் முன்பெல்லாம் மன்ஹாட்டனில் உள்ள முக்கியமான வர்த்தக நிர்வாகிளோடு தொலைப்பேசியில் பேசுவதற்கும் அவர்களை தன்னோடு விருந்துக்கு அழைப்பதற்கும் மிகவும் தயக்கம் காட்டினார் என்பதை ஒத்துக் கொண்டார். ஆனால் பேச்சுத்திறனால் அவர் மதிப்பைப் பெற்றபோது, அதே வர்த்தகர்கள் இப்போது இவருக்கு தொலைப்பேசியில் அழைப்பு விடுத்துத் தங்களோடு விருந்து உண்ணுமாறும் அவருடைய மதிப்பு மிக்க நேரத்தை எடுத்துக்கொள்வதற்காக மன்னிப்புக் கேட்டுக் கொண்டும் வற்புறுத்தி அழைக்கிறார்கள்.

பேசுவதற்கான திறமை உயர்நிலை அந்தஸ்துக்கான எளிய வழி. அது ஒரு நபரை புகழ் வெளிச்சத்தில் வைக்கிறது. ஒரு பெருங்கூட்டத்தில் அவர்களை உயர்த்திக் காட்டுகிறது. ஒத்துக்கொள்கின்ற வகையில் பேசுவதற்கு முடிந்த நபர் வழக்கமாக அவரிடம் இருக்கும் திறமைக்கு மேலான மதிப்பு தரப்படுகிறார்.

முதியோர் கல்விக்கான ஒரு இயக்கம் நாடு முழுவதும் வேகமாகப் பரவிக் கொண்டிருக்கிறது. அதில் மிகவும் புகழ் வாய்ந்த அங்கமாக இருப்பவர் டேல் கார்னகி. அவர் இந்தமாதிரி திறமையுள்ள எந்த மனிதரையும் விட முதியவர்களால் அதிகமாகக் கேட்கப்பட்டு சிறப்பாக விமர்சனத்தைப் பெறும் மனிதராக இருக்கிறார். ''நம்பினாலும் சரி நம்பா விட்டாலும் சரி'' ரிப்ளியின் கேலிச் சித்திரத்தின்படி அவர் 150,000 பேச்சுகளை விமர்சித்திருக்கிறார். இந்த மொத்த எண்ணிக்கை உங்களைக் கவரவில்லை என்றால், கொலம்பஸ் அமெரிக்காவைக் கண்டுபிடித்ததிலிருந்து பெரும்பாலும் ஒரு நாளைக்கு ஒரு உரை என்பதைக் காட்டுகிறது என்பதை நினைவில் கொள்ளுங்கள். அல்லது வேறுவிதத்தில் சொல்வது என்றால், அவருக்கு எதிரில் பேசியவர்கள் எல்லாம் ஒருவர் மூன்று நிமிடம் மட்டுமே என்ற அளவில் தொடர்ந்து தோன்றி பேசியுள்ளார்கள். அவர்களின் உரைகளை எல்லாம் கேட்பது என்றால் தொடர்ந்து பத்து மாதங்கள் இரவும் பகலும் கேட்டுக் கொண்டிருக்க வேண்டும். மிகவும் கூர்மையான மாறுபாடுகள் நிறைந்த கார்னகியின் செயல்பாட்டு வாழ்க்கையே ஒரு நபர் சரியான யோசனையோடு கொழுந்து விட்டு எரியும் ஊக்கத்தோடு உள்ள ஒரு மனிதர் என்னவெல்லாம் பெற முடியும் என்பதற்கு மிகச்சிறந்த உதாரணமாகும்.

புகைவண்டிப் பாதையிலிருந்து பத்து மைல்கள் தொலைவில் உள்ள மிசௌரி பண்ணையில் பிறந்த அவர் பன்னிரண்டு வயதுவரை தெருவில் ஒரு காரைக்கூடப் பார்த்ததில்லை. இருந்தபோதிலும் அவர் நாற்பத்து ஆறு வயதை அடைந்தபோது, உலகின் தொலைதூர மூலையில் உள்ளவர்களுக்கும் தெரியப்பட்டவராக இருந்தார். ஹாங்காங்கிலிருந்து ஹைம்மர்ஃபெஸ்ட் வரையுள்ள இடத்திலும் ஒரு சமயத்தில் அட்மிரல் பையர்டின் தலைமையகமான லிட்டில் அமெரிக்காவில் இருந்த இடம் தெற்கு முனையாக இருந்தபோது, அவர் வடக்கு முனைக்கு வெகு நெருக்கமாகவும் சென்றுள்ளார்.

ஒருசமயத்தில் ஒரு மணிக்கு ஐந்து சென்ட்களுக்கு ஸ்ட்ராபெர்ரி பழங்களைப் பொறுக்கிக் கொண்டும் முட்செடிகளை வெட்டிக் கொண்டும் இருந்த மிசௌரியின் இளைஞன், தன்வெளிப்பாடு என்பதில் மிகப்பெரிய நிறுவனங்களின் நிர்வாகிகளுக்கு பயிற்சி அளிக்கும் அதிகமாக சம்பாதிக்கும் பயிற்சியாளராக உருவானார்.

தெற்கு டகோடாவின் மேற்குப் பகுதியில் முன்னாளில் கால்நடைகளையும் கன்றுகளையும் வெளிக்கொண்டு மேய்த்த மாடு மேய்க்கும் சிறுவனான அவர் பின்னாளில் லண்டனுக்குச்

சென்று அரச குடும்பத்தினரின் ஆதரவுடன் நடத்தப்பட்ட காட்சிகளை நடத்திக் காட்டினார்.

பொதுமேடைகளில் ஐந்தாறுமுறை பேசமுயன்று ஒட்டுமொத்த தோல்வியை சந்தித்த இந்த பையன் பின்னாளில் என்னுடைய தனிப்பட்ட மேலாளராக வந்தார். என்னுடைய வெற்றிகளில் அதிகமானவை டேல்கார்னகியிடம் நான் பெற்ற பயிற்சிகளின் விளைவுதான்.

இளம் வயதில் கார்னகி கல்விக்காகப் போராட வேண்டியிருந்தது. ஏனென்றால் வடமேற்கு மிசௌரியில் இருந்த பழமையான பண்ணையில் துரதிர்ஷ்டம் எப்போதும் தாக்கிக் கொண்டு போராடும் நிலையிலும் வாய்ப்புகள் மறுக்கப்பட்ட நிலையிலும் வைத்திருந்தது. ஒவ்வொரு ஆண்டும் ''102'' ஆறு நீர்மட்டம் மிகுந்து பயிர்களை அழித்துக்கொண்டும் தீவனங்களை மூழ்கடித்துக் கொண்டும் இருந்தது. ஒவ்வொரு பருவத்திலும் கொழுத்த பன்றிகள் நோயுற்று காலராவினால் மடிந்தன. சந்தையில் கால்நடைகள் மற்றும் கோவேறு கழுதைகளின் விலைகள் சரிந்தன. அடமானம் வைத்தவற்றை ஏலமிட வங்கிகள் பயமுறுத்தின.

ஊக்கம் இழந்த நிலையில் குடும்பத்தினர் பண்ணையை விற்றுவிட்டு, மிசௌரியின் வாரன்ஸ்பர்க்கில் உள்ள மாநில ஆசிரியர் கல்லூரிக்கு அருகில் வேறொரு பண்ணையை வாங்கிக் கொண்டு தங்கினர். நகரத்தில் ஒரு டாலருக்கு உணவுடன் கூடிய தங்குமிடம் கிடைக்கும். ஆனால் கார்னகியால் அதனைக் கொடுக்க முடியவில்லை. ஆகவே அவர் பண்ணையில் தங்கிக்கொண்டு ஒவ்வொரு நாளும் மூன்று மைல்கள் குதிரையில் ஏறிக்கொண்டு கல்லூரிக்குச் சென்று வந்தார். வீட்டில் பசுவில் பால் கறந்தார், விறகு வெட்டினார், பன்றிகளுக்குத் தீவனம் வைத்தார், எண்ணெய் விளக்கு வெளிச்சத்தில் தன் கண்களைச் சுழற்றி தலை தாழும் வரையில் படித்தார்.

நள்ளிரவில் படுக்கைக்குச் சென்றால் கூட காலை மூன்று மணிக்கு கடிகாரத்தில் மணியடிக்குமாறு வைத்து விடுவார். அவருடைய தந்தை வம்சாவளி ட்யூரோக்- ஜெர்சி பன்றிகளை உருவாக்கினார். இரவின் அந்த உறைகுளிர் பனியில் பன்றிக் குட்டிகள் உறைந்து போய் செத்துப்போய்விடும் அபாயம் இருந்தது. ஆகவே அவற்றைக் கூடையில் வைத்து சாக்குப்பை கொண்டு மூடி அடுப்பங்கரையில் சூடுபெறுவதற்காக வைக்கப்படும். காலை மூன்று மணிக்கு அந்தக் குட்டிகளுக்கு சூடான உணவு கொடுக்க வேண்டும். ஆகவே கடிகார

மணி அடித்ததும் டேல் கார்னகி போர்வையை விலக்கி விட்டு வெளியில் வந்து பன்றிக் குட்டிகள் உள்ள கூடையை எடுத்துக் கொண்டு சென்று தாய்ப் பன்றியிடம் விட்டுப் பால் அருந்தும் வரை காத்திருந்து அதன்பிறகு அந்தக்கூடையில் வைத்து மீண்டும் கொண்டு வந்து அடுப்பங்கரைச் சூட்டில் கொண்டு வந்து வைப்பார்.

மாநில ஆசிரியர் கல்லூரியில் அறுநூறு மாணவர்கள் படித்தனர். அவர்களில் நகரத்தில் உணவு உண்ண முடியாத ஆறு பேர்களில் ஒருவராக டேல்கார்னகி தனித்து இருப்பார். மறுபடியும் குதிரையில் சென்று பண்ணையில் இரவில் பால் கறக்க வேண்டியிருந்த தன் வறுமை நிலையை எண்ணி வெட்கப்பட்டார். தன்னுடைய இறுக்கமான சட்டையையும் குட்டையான கால்சட்டையையும் நினைத்து வெட்கப்பட்டார். வேகமாக தன்னுள் வளர்ந்த தாழ்வு மனப்பான்மையைப் போக்குவதற்கு உயர்நிலை அந்தஸ்துக்கான எளிய வழி ஏதாவது உண்டா என்று தேடினார். கால்பந்து கைப்பந்து விளையாட்டு வீரர்களும் விவாதங்கள், மேடைப்பேச்சில் வெற்றி பெற்றவர்களும்தனிப்பட்ட சலுகைகள்பெற்று புகழ்நிறைந்தவர்களாக இருப்பதை விரைவிலேயே அவர் கண்டார்.

தனக்கு விளையாட்டுப் போட்டிகளில் நாட்டம் இல்லாததை உணர்ந்து கொண்டு பேச்சுப் போட்டிகளில் வெற்றி பெற வேண்டும் என்று முடிவெடுத்தார். அவர் பல மாதங்கள் பேச்சுகளைத் தயாரிக்கச் செலவிட்டார். கல்லூரிக்கு குதிரை ஏறிச் செல்லும்போதும் திரும்பி வரும்போதும் மேலே உட்கார்ந்து கொண்டே பயிற்சி செய்தார். பால்கறக்கும்போதும் பேசுவதற்கான பயிற்சிகளை மேற்கொண்டார். பிறகு தானியக் களஞ்சியத்தின் மேல் உள்ள வைக்கோல் போரின் மேல் ஏறிக் கொண்டு மிகுந்த ஆர்வத்துடனும் பேச்சுக்கேற்ற உடல் அசைவுகளோடும் பயிற்சி செய்து கொண்டு புறாக்களைப் பயந்தோடச் செய்வது அன்றாட நிகழ்வுகளில் ஒன்றாகி விட்டது.

ஆனால் இப்படி உண்மையாகவும் மிகுந்த தயாரிப்போடும் பங்குபெற்றபோதும் எல்லா முயற்சிகளும் தோல்வி மேல் தோல்வியைச் சந்தித்தன. அவர் தன் பதினெட்டாம் வயதில் உணர்ச்சி பூர்வமாகவும் பெருமித உணர்வோடும் இருந்தார். அவருக்கு ஊக்கம் குறைந்து, அழுத்தம் அதிகமாகி தற்கொலை செய்துகொள்ளும் அளவுக்குக் கூட நினைத்து விட்டார். அதன்பிறகு திடீரென்று வெற்றி தேடிவரத் தொடங்கியது. ஒரு போட்டியில் மட்டுமல்ல, கல்லூரியில் நடைபெற்ற எல்லா பேச்சுப் போட்டிகளிலும் வெற்றி வாகை சூடினார்.

மற்ற மாணவர்கள் தங்களுக்கும் பயிற்சி அளிக்குமாறு

கெஞ்சிக் கேட்டுக் கொண்டனர். அவர்கள் வெற்றியும் கூட பெற்று விட்டார்கள்.

கல்லூரியில் பட்டப்படிப்பை முடித்த பிறகு, மேற்கு நெப்ராஸ்கா மற்றும் கிழக்கு வியோமிங் இடைப்பட்ட பகுதி மணல் குன்று பண்ணையாளர்களுக்கு அஞ்சல் வழிப் பாடங்களை விற்பதற்குத் தொடங்கினார். அவருடைய எல்லையற்ற சக்தியையும் ஊக்க முயற்சிகளையும் பயன்படுத்தியும் அவரால் தகுதிபெறச் செய்ய இயலவில்லை. மிகவும் ஊக்கமிழந்தவராக நெப்ராஸ்காவின் அல்லையன்ஸில் உள்ள தன்னுடைய ஹோட்டல் அறைக்குச் சென்று பட்டப்பகலில் படுக்கையில் படுத்துக்கொண்டு விரக்தியில் அழத்தொடங்கினார். கல்லூரிக்கு மீண்டும் செல்ல விரும்பினார். கடுமையான வாழ்க்கைப் போராட்டத்திலிருந்து விடுபட விரும்பினார். முடியவில்லை. ஆகவே அவர் ஓமஹா சென்று வேறு வேலை பெற முடிவெடுத்தார். ரயிலில் செல்வதற்கு அவரிடம் பணம் இல்லை. அவர் ஒரு சரக்கு ரயிலில் வண்டி நிறைய இருந்த முரட்டுக் குதிரைகளுக்கு தீவனம் போட்டுக் கொண்டும் தண்ணீர் கொடுத்துக் கொண்டும் அதிலேயே பயணம் செய்தார். தெற்கு ஓமஹாவில் இறங்கியதும் ஆர்மர் அன்ட் கம்பெனிக்காக பன்றி இறைச்சி, பன்றிக் கொழுப்பு, சோப் ஆகிவற்றை விற்பதற்கான வேலை கிடைத்தது. அவருடைய விற்பனை எல்லை பட்லேண்ட்ஸ் மற்றும் இந்தியர் பகுதியான தெற்கு டகோடா வின் மேற்குப் பகுதிகளுக்கு இடையில் இருந்தது. அவர் சரக்கு ரயில், அங்கங்கே கோச் வண்டிகள், குதிரை சவாரி என்று பயணம் செய்து அறைகளுக்கு இடையில் துணித்தடுப்பு மட்டுமே உள்ள ஹோட்டல்களில் இரவில் படுத்துறங்கி தன் விற்பனைப் பகுதிகளில் செயல்பட்டார். விற்பனைத் திறமைக்கான நூல்களைப் படித்து, இந்தியர்களுடன் போக்கர் விளையாடி நேரத்தை செலவழித்து பணம் வசூலிப்பது எப்படி என்பதைக் கற்றுக் கொண்டார். உதாரணமாக, உள்ளூர் கடைக்காரர் பன்றி இறைச்சிக்கோ, தயாரித்த உணவுக்கோ பணம் கொடுக்கவில்லை என்றால் டேல்கார்னகி அந்தக் கடையில் இருக்கும் காலணிகளை அதற்குப் பதிலாக எடுத்துச் சென்று ரயில் பயணிகளிடம் அதனை விற்று விட்டு ஆர்மர் அன்ட் கம்பெனிக்குப் பணத்தைச் செலுத்தி விடுவார்.

அவர் அடிக்கடி ஒரு நாளைக்கு நூறு மைல்கள் சரக்கு ரயிலில் பயணம் செய்வார். சரக்கை இறக்குவதற்கு ரயில் நிறுத்தப்பட்டிருக்கும்போது இறங்கி நகருக்குச் சென்று அங்கிருக்கும் மூன்று அல்லது நான்கு வணிகர்களைச் சந்தித்து ஆர்டர்களைப்

பெற்று வந்து விடுவார். ரயில் விசில் சத்தம் கேட்டதும் ஓடிவந்து ஓடும் ரயிலில் தாவிச் சென்று பயணம் மேற்கொள்வார்.

இரண்டு ஆண்டுகளில் ஒரு வர்த்தக சாத்தியமில்லாத இருபத்து ஐந்தாவது இடத்தில் இருந்த பகுதியை எடுத்துக்கொண்டு, வணிகத்தை ஊக்குவித்து அதனை தெற்கு ஓமஹாவிலிருந்து செல்லும் இருபத்தொனபது கார் வழித்தடங்களில் முதல் இடத்திற்குக் கொண்டுவந்தார். ''முடியாது என்றிருந்த ஒன்றில் நீங்கள் சாதித்துக் காட்டியுள்ளீர்கள்'' என்று கூறி ஆர்மர் அன்ட் கம்பெனி அவருக்கு பதவி உயர்வு வழங்க முன்வந்தது. ஆனால் அவர் அந்த உயர்வை மறுத்து விட்டு வேலையை ராஜினமா செய்து விட்டார். நியூயார்க் சென்று நாடகக் கலைக்கான அமெரிக்கன் அகாடெமியில் சேர்ந்து படித்தார். *போல்லி ஆஃப் தி சர்க்கஸ்* என்ற நாடகத்தில் டாக்டர். ஹார்லே வேடமேற்று நடித்து நாடு முழுவதும் பயணம் செய்தார்.

அவர் ஒரு பூத் ஆகவோ அல்லது ஒரு பேர்ரிகோர் ஆகவோ இருக்க மாட்டார். அதனைப் புரிந்துகொள்ளும் நல்ல அறிவு அவரிடம் இருந்தது. ஆகவே அவர் மீண்டும் விற்பனை வேலைக்கே சென்று விட்டார். பேகார்ட் மோட்டார் கார் கம்பெனிக்காக வாகனங்களை விற்கும் வேலையை ஏற்றுக் கொண்டார்.

இயந்திரங்களைப் பற்றி அவருக்கு எதுவும் தெரியாது. அதைப்பற்றி அவர் கவலைப் பட்டதும் இல்லை. மிகவும் மகிழ்ச்சியற்ற நிலையில், அவருடைய வேலையில் தினந்தோறும் அவர் தனக்கு தண்டனை கொடுத்துக் கொண்டிருந்தார். படிப்பதற்கான நேரத்தை விரும்பினார், கல்லூரி நாட்களில் தான் எழுதுவதற்குக் கனவு கண்ட நூல்களை இப்போது எழுத விரும்பினார். ஆகவே வேலையை ராஜினாமா செய்தார். அவர் தன்னுடைய நாட்களை கதைகள் எழுதுவதிலும் நாவல்கள் எழுதுவதிலும் செலவிடப் போகிறார். தனக்கு செலவுக்காக இரவுப் பள்ளி ஒன்றில் கற்பித்தார்.

எதைச் சொல்லிக் கொடுப்பது? அவர் பின்னோக்கிப் பார்த்துத் தன் கல்லூரி நாட்களை மதிப்பிட்டார். பொதுவான பேச்சுக்கலை சொல்லிக் கொடுப்பது பயன் விளைக்கும் என்றும் நம்பிக்கை, துணிச்சல், நடுவுநிலைமை, வணிகத்தில் உள்ள மனிதர்களை சந்திப்பதற்கும் அவர்களைக் கையாள்வதற்குமான திறமையைக் கொடுக்கும் என்று தீர்மானித்தார். தன் கல்லூரி பாடங்கள் அனைத்தையும் ஒட்டுமொத்தமாக வைத்தாலும் இதுவே சிறப்பாக இருக்கும் என்று முடிவெடுத்தார். ஆகவே நியூயார்க்கில் உள்ள ஒய்.எம். சி.ஏ பள்ளிகளில் வணிகத்தில் இருப்பவர்களுக்கு பேசும்

கலை பற்றிச் சொல்லிக் கொடுப்பதற்கு ஒரு வாய்ப்பு தருமாறு கேட்டார்.

என்ன? வணிகர்களிலிருந்து பேச்சாளர்களா? அபத்தமானது. ஒய்.எம். சி.ஏ காரர்கள் இதை அறிவார்கள். இதுமாதிரியான வகுப்புகளை அவர்கள் முயற்சித்து எப்போதும் தோல்வியே கண்டிருக்கிறார்கள். ஒரு இரவுக்கு இரண்டு டாலர் சம்பளமாகக் கொடுக்க அவர்கள் மறுத்தபோது, கமிஷன் அடிப்படையில் தாம் சொல்லிக்கொடுக்க முன்வந்தார். மொத்த இலாபத்தில் அப்படி கிடைத்தால் ஒரு சதவிகிதத்தை பெற்றுக் கொள்வதற்கு ஒத்துக் கொண்டார். மூன்று ஆண்டுகளுக்குள் ஒரு இரவுக்கு இரண்டு டாலருக்குப் பதிலாக முப்பது டாலர்கள் கொடுத்தார்கள்.

அந்தப் பயிற்சி வகுப்பு நன்றாக வளர்ந்தது. மற்றவர்கள் இதனைக் கேள்விப்பட்டார்கள். மற்ற நகரங்களுக்கும் விரிவு பெற்றது. டேல்கார்னகி ஒரு புகழ்பெற்ற உலகம் சுற்றுபவராக மாறி விட்டார். நியூயார்க், ஃபிலெடெல்ஃபியா, பால்டிமோர், பின்னர் லண்டன், பாரீஸ் என்று வளர்ந்தது. வணிகர்களுக்கு இருந்த எல்லா பாடப் புத்தகங்களும் மிகவும் கல்விசார்ந்ததாகவும் செய்ல்பாட்டுக்கு உகந்ததாக இல்லாமலும் இருந்தன. அவர்கள் எல்லோரும் இந்தப் பயிற்சி வகுப்புகளை நோக்கிப் படையெடுத்தனர். இதன் காரணமாக அவர் தன் சொந்த நூலான *பப்ளிக் ஸ்பீக்கிங் அன்ட் இன்ஃப்ளுயன்சிங் மென் இன் பிசினஸ்* எழுதி வெளியிட்டார். இந்த நூல் ஒய்.எம்.சி.ஏ வில் மட்டுமல்லாமல் அமெரிக்க வங்கியாளர்கள் சங்கம், தேசிய கடன் வழங்குவோர் சங்கம் ஆகியவற்றிலும் சட்டபூர்வ பாடப்புத்தகமாக ஆக்கி விட்டனர்.

தாங்கள் பைத்தியமாகிறபோது எல்லா மக்களுமே பேச முடியும் என்று டேல் கார்னகி கூறினார். நகரத்திலேயே மிகவும் அறியாமை மிக்க ஒரு மனிதனை அவன் கன்னத்தில் அடித்துக் கீழே தள்ளினால், அவன் எழுந்து நின்று தங்குதடையின்றி, ஆவேசத்துடன், வலியுறுத்தியும் பேசுவான். அப்போது அவன் உலகப்புகழ்பெற்ற பேச்சாளரான வில்லியம் ஜென்னிங்ஸ் ப்ரையானைக்கூட அவரது பேச்சின் வலிமையில் வென்று விடுவான். எந்த ஒரு நபரும் தன்னம்பிக்கையும் தான் பேசக்கூடியது உள்ளத்தில் கொதித்துக்கொண்டிருந்து வெளிவரத் துடித்தால் பொதுமக்கள் முன்னால் ஏற்றுக் கொள்ளும்வகையில் பேச முடியும் என்று அவர் உறுதியாகச் சொல்கிறார்.

தன்னம்பிக்கையை வளர்த்துக் கொள்வதற்கான வழி, நீங்கள் செய்வதற்கு அஞ்சுகின்ற செயலைச் செய்வதும் வெற்றிகரமான

அனுபவங்களைப் பதிவு செய்வதும் ஆகும். ஆகவே ஒவ்வொரு பயிற்சி வகுப்பின்போதும் வகுப்பு உறுப்பினர்கள் பேச வேண்டும் என்பதை வலியுறுத்துகிறார். பார்வையாளர்கள் கனிவானவர்கள். அவர்கள் எல்லோரும் இதே நிலையில்தான் இருக்கிறார்கள். தொடர்ந்த பயிற்சியின் மூலம் அவர்கள் தங்களுக்குள் தைரியத்தையும் நம்பிக்கையையும், ஆர்வத்தையும் வளர்த்துக் கொண்டு தங்கள் தனிப்பட்ட பேச்சுக்களிலும் இதைக் கொண்டு செல்கிறார்கள்.

டேல் கார்னகி தான் இதுவரை உள்ள ஆண்டுகளில் பொதுப்பேச்சுப் பயிற்சியைக் கற்றுக் கொடுப்பதற்காக மட்டும் செலவிடவில்லை. அது தற்செயலாக அமைந்த ஒன்றுதான். ஆனால் அவருடைய முதன்மையான பணி அவர்களின் பயத்தை வெற்றிகொண்டு துணிவை வளர்த்துக்கொள்ளச் செய்வதுதான்.

அவர் முதலில் தொடங்கியது மேடைப் பேச்சுப் பயிற்சி என்பதற்காக மட்டும்தான். ஆனால் அதற்கு மாணவர்களாக வந்தவர்கள் எல்லாம் வணிகத்துறையில் இருக்கின்ற ஆண்களும் பெண்களும்தான். அவர்களில் பலர் கடந்த முப்பது ஆண்டுகளில் வகுப்பறையின் உள்பகுதியைப் பார்த்திராதவர்கள். அவர்களில் அதிகம்பேர் தங்களது கட்டணத்தை தவணை முறையில் கொடுத்தவர்கள்தான். அவர்களுக்கு முடிவுகள் உடனே தெரிய வேண்டும் அதுவும் மிக விரைவாகக் கிடைக்க வேண்டும் என்றிருந்தார்கள். அடுத்த நாளே வணிக கலந்துரையாடல்களிலும் குழுக்களின் முன்பு பேசுவதிலும் பயன்படத்தக்க வகையில் இருக்க வேண்டும் என்று விரும்பினார்கள்.

ஆகவே அவர் வேகமானவராகவும் செயல்பாட்டு முறையிலும் இருக்க வலியுறுத்தப்பட்டார். அதன் தொடர்ச்சியாக அவர் ஒரு பயற்சிமுறையை உருவாக்கினார். அது தனித்துவம் பெற்றதாக இருந்தது. அது பொதுமேடைப் பேச்சு, விற்பனைத்திறமை, மக்கள் உறவுகள், பயன்பாட்டு மனோதத்துவம் என்ற அனைத்தின் தொகுப்பாக இருந்தது.

ஒருவகையான கட்டுதிட்டங்களுக்கு அடிமையாகாமல் உண்மை யானதாகவும் அதே நேரத்தில் இருமடங்கு மகிழ்ச்சியூட்டுவதாகவும் இருக்கிறது.

அந்தப் பயிற்சி வகுப்புகள் முடிந்ததும் அதில் தேர்ச்சி பெற்றவர்கள் தங்களுக்குள் சொந்தமான குழுக்களை அமைத்துக் கொண்டு மாதம் இருமுறை பல ஆண்டுகள் பின்னரும் ஒன்றுகூடி தொடர்ந்து செயல்படுகிறார்கள். ஃபிலடெல்ஃபியாவில் உள்ள பத்தொன்பது பேர் கொண்ட குழு மாதம் இருமுறை ஒன்று கூடி

பதினேழு ஆண்டுகளாகச் செயல்பட்டு வருகிறார்கள். வகுப்பு உறுப்பினர்கள் வகுப்புகளுக்கு வருவதற்கு ஐம்பது அல்லது நூறு மைல்கள் பயணம் செய்தும் வருகிறார்கள். ஒரு மாணவர் சிகாகோவிலிருந்து நியூயார்க்கிற்கு ஒவ்வொரு வாரமும் வந்து போகிறார்.

ஹார்வர்ட் பல்கலைக் கழகப் பேராசிரியர் வில்லியம் ஜேம்ஸ் சராசரி நபர் தன்னுடைய மறைந்திருக்கும் மனத்தின் திறமைகளில் பத்து சதவிகிதம் மட்டுமே மேம்படுத்துகிறார் என்று வழக்கமாக கூறுவார். டேல் கார்னகி வணிகத்துறையில் இருக்கும் ஆண்களும் பெண்களும் தங்கள் மறைந்திருக்கும் திறமைகளை மேம்படுத்திக் கொள்ள உதவுவதன் மூலம் முதியோர் கல்வியில் மிகவும் குறிப்பிடத்தக்க ஒரு இயக்கத்தையே உருவாக்கியுள்ளார்.

லோவெல் தாமஸ் 1936